விற்பனைத்துறையில் அதளபாதாளத்தில் இருந்து வெற்றிச் சிகரத்திற்கு என்னை நான் உயர்த்திக் கொண்டது எப்படி

விற்பனைத்துறையில் அதளபாதாளத்தில் இருந்து வெற்றிச் சிகரத்திற்கு என்னை நான் உயர்த்திக் கொண்டது எப்படி

ஃபிராங்க் பெட்ஜர்

தமிழில்: நாகலட்சுமி சண்முகம்

MANJUL

மஞ்சுள் பப்ளிஷிங் ஹவுஸ்

First published in India by

MANJUL
Manjul Publishing House Pvt. Ltd.

Corporate Office:
2nd Floor, Usha Preet Complex,
42 Malviya Nagar, Bhopal 462 003 - India
Email: manjul@manjulindia.com Website: www.manjulindia.com
Sales & Marketing Office:
7/32, Ground Floor, Ansari Road, Daryaganj,
New Delhi-110 002 - India
Email: sales@manjulindia.com

Tamil translation of *How I Raised Myself from Failure to Success in Selling*
by *Frank Bettger*

This edition first published in 2013

Published by arrangement with the original publisher, Fireside,
a Division of Simon & Schuster, Inc.

ISBN 978-81-8322-387-4

Translation by Nagalakshmi Shanmugam
Editing & Layout by PSV Kumarasamy

Printed & bound in India by Manipal Technologies Ltd., Manipal

என் மனைவி ஹேசலின்
ஊக்குவிப்பும் வழிகாட்டுதலும் உத்வேகமும்
இப்புத்தகத்தின் பிரிக்க முடியாத
அம்சங்களாக விளங்குகின்றன.
நான் அவருக்கு இப்புத்தகத்தைச்
சமர்ப்பிக்கிறேன்.

உள்ளடக்கம்

பகுதி மூன்று
மற்றவர்களின் நம்பிக்கையைப் பெறுவதற்கும் அதைத் தக்க வைத்துக் கொள்வதற்குமான ஆறு வழிமுறைகள்

பகுதி நான்கு
உங்களுடன் வியாபாரம் செய்வதற்கு மக்களை விருப்பம் கொள்ளச் செய்தல்

பகுதி ஐந்து
வெற்றிகரமான விற்பனைப் படிக்கட்டுகள்

அணிந்துரை

- டேல் கார்னகி

இப்புத்தகத்தின் ஆசிரியரான ஃபிராங்க் பெட்ஜரை எனக்குப் பல காலமாக நன்கு தெரியும். முறைசார் கல்வியறிவு அவருக்கு அவ்வளவாகக் கிடைக்கவில்லை. அவர் தன் உயர்நிலைப் பள்ளிப்படிப்பைக்கூட முடிக்கவில்லை. அவர் மிகவும் கஷ்டப்பட்டு முன்னேறியவர். அவரது வாழ்க்கை வரலாறு ஒரு தனிச்சிறப்பான அமெரிக்க வெற்றிக் கதையாகும்.

அவர் சிறுவனாக இருந்தபோதே அவரது தந்தை காலமாகிவிட்டார். அவரது தாயார் தனது ஐந்து சிறு குழந்தைகளுடன் தனிமரமானார். ஃபிராங்க் பெட்ஜருக்குப் பதினோரு வயது ஆனபோது, அவர் தினமும் காலையில் நாலரை மணிக்கே எழுந்து, தெருமுனைகளில் செய்தித்தாள்களை விற்றுத் தன் விதவைத் தாயாருக்கு உதவ வேண்டியிருந்தது. அவரது தாயார் தனது குடும்பத்தைக் காப்பாற்றுவதற்காகத் தையல் மற்றும் துணி துவைக்கும் வேலைகளைச் செய்தார். பல சமயங்களில், மாலை வேளைகளில் உண்பதற்கு வெறும் சோளக் கஞ்சியும் நீர்த்தப் பாலும் தவிரத் தனக்கு வேறு எதுவும் இருக்கவில்லை என்று பெட்ஜர் என்னிடம் ஒருமுறை கூறியிருந்தார்.

அவர் தனது பதினான்காவது வயதில் பள்ளிப்படிப்பைப் பாதியிலேயே நிறுத்திவிட்டு, குழாய்களைப் பழுது பார்த்து வந்த ஒருவரிடம் உதவியாளராகச் சேர நேரிட்டது. தனது பதினெட்டாவது வயதில் அவர் ஒரு தொழில்முறை பேஸ்பால் விளையாட்டு வீரராக ஆகி, 'புனித லூயிஸ் கார்டினல்ஸ்' பேஸ்பால் அணிக்காக இரண்டு வருடங்கள் விளையாடினார். பிறகு, இல்லினாய் மாநிலத்திலுள்ள சிக்காகோ நகரில் ஒருநாள், 'சிக்காகோ கப்ஸ்' அணிக்கு எதிராக அவர் விளையாடிக் கொண்டிருந்தபோது, அவரது கையில் ஏற்பட்ட பலத்தக் காயத்தால், பேஸ்பால் விளையாடுவதை அவர் ஒட்டுமொத்தமாகக் கைவிடும்படி ஆனது.

அவர் தனது சொந்த ஊரான ஃபிலடெல்பியாவிற்குத் திரும்பிச் சென்றார். அங்குதான் நான் அவரைச் சந்தித்தேன். அப்போது அவருக்கு இருபத்தொன்பது வயது. ஆயுட்காப்பீடுகளை விற்க முயற்சித்துக் கொண்டிருந்த அவர், விற்பனையில் முழுத் தோல்வியாளராக இருந்தார். ஆனால் அடுத்தப் பன்னிரண்டு வருடங்களில், எழுபதாயிரம் டாலர்கள் பெறுமானமுள்ள ஒரு

பண்ணை வீட்டை வாங்குவதற்குத் தேவையான பணத்தை அவர் சம்பாதித்தார். நாற்பது வயதில் அவர் பொருளாதாரச் சுதந்திரத்தை அடைந்துவிட்டிருநத்தார். இதை நான் அறிவேன். அது நிகழ்வதை நான் பார்த்தேன். ஒரு முழுத் தோல்வியாளர் என்ற நிலையில் இருந்து மீண்டெழுந்து, அமெரிக்காவின் மிகவும் வெற்றிகரமான மற்றும் மிக உயர்ந்த வருவாய் ஈட்டிய விற்பனையாளர்களில் ஒருவராக அவர் மிளிர்ந்ததை நான் கண்டேன். ஒருசில வருடங்களுக்கு முன்பு, 'தலைமைத்துவப் பயிற்சி, மனித உறவுகள், மற்றும் விற்பனைத்திறம்' எனும் தலைப்பில், அமெரிக்க இளநிலை வர்த்தக சங்கத்தின் ஆதரவுடன் நான் நடத்தி வந்த ஒருவார காலப் பயிற்சி வகுப்பில் என்னுடன் சேர்ந்து பங்கு கொண்டு, அப்பயிற்சியில் கலந்து கொண்டோரிடம் தனது கதையைக் கூறுவதற்கு நான் அவரை ஒப்புக் கொள்ள வைத்தேன்.

இத்தலைப்பைப் பற்றிப் பேசுவதற்கும் எழுதுவதற்குமான உரிமையை ஃபிராங்க் பெட்ஜர் சம்பாதித்துள்ளார். ஏனெனில், விற்பனை நிமித்தமாக அவர் கிட்டத்தட்ட நாற்பதாயிரம் வாடிக்கையாளர்களைச் சந்தித்துள்ளார். தொடர்ந்து இருபத்தைந்து வருடங்களாக தினமும் ஐந்து நபர்களைச் சந்திப்பதற்குச் சமம் இது.

'எனது வருமானத்தையும் மகிழ்ச்சியையும் பல மடங்காகப் பெருக்கிய ஒற்றை யோசனை' என்ற முதல் அத்தியாயம்தான், என்னைப் பொறுத்தவரை, உற்சாகத்தின் சக்தி பற்றி நான் கேள்விப்பட்டுள்ளதிலேயே மிக அதிக உத்வேகமூட்டும் உரையாகும். உற்சாகம்தான் ஃபிராங்க் பெட்ஜரைத் தோல்வியிலிருந்து மீட்டெடுத்து, அமெரிக்காவில் மிக அதிக வருவாய் ஈட்டிய விற்பனையாளர்களில் ஒருவராக அவர் உருவாவதற்கு அவருக்கு உதவியது.

அவர் பொதுமக்கள் முன்னிலையில் தட்டுத்தடுமாறி நிகழ்த்திய முதல் சொற்பொழிவை நான் கேட்டேன். ஆனால் பின்னாட்களில், போர்ட்லேண்ட், ஒரேகான் ஆகிய மாநிலங்களில் துவக்கி, மயாமி, ஃபுளோரிடா ஆகிய மாநிலங்கள்வரை, தனது சொற்பொழிவுகள் மூலமாகப் பெருந்திரளான பார்வையாளர்களுக்கு அவர் மகிழ்ச்சியையும் உத்வேகத்தையும் கொடுத்ததையும் நான் பார்த்து ரசித்திருக்கிறேன். அவர் ஆற்றிய சொற்பொழிவுகள் அமெரிக்கா நெடுகிலும் பல்லாயிரக்கணக்கான மக்கள்மீது ஏற்படுத்திய தாக்கத்தைப் பார்த்தப் பிறகு, விற்பனை பற்றிய தனது அனுபவங்களையும், தனது உத்திகளையும், தனது தத்துவத்தையும் விவரித்து ஒரு புத்தகம் எழுதுமாறு நான் அவரைத் தூண்டினேன்.

உங்கள் கைகளில் தவழும் புத்தகம் அதுதான். விற்பனைத்திறம் குறித்து நான் படித்துள்ளதிலேயே மிகவும் உதவிகரமான, மிகவும் உத்வேகமூட்டும் புத்தகம் இதுதான். ஆயுட்காப்பீடுகளை

விற்பவர்களாக இருந்தாலும் சரி, அல்லது காலணிகள், கப்பல்கள் போன்றவற்றை விற்பவர்களாக இருந்தாலும் சரி, அனைத்து விற்பனையாளர்களுக்கும் உதவக்கூடிய ஒரு புத்தகம் இது. ஃபிராங்க் பெட்ஜரின் காலத்திற்குப் பிறகும் நீடித்து நிலைத்திருக்கப் போகின்ற ஒரு சிறந்த புத்தகம் இது.

இப்புத்தகத்தின் ஒவ்வொரு பக்கத்தையும் நான் படித்துள்ளேன். எவரொருவருக்கும் இதை உற்சாகமாக என்னால் பரிந்துரைக்க முடியும். நான் ஒரு விற்பனையாளனாக என் வாழ்க்கையைத் துவங்கியபோது, புகைபிடிப்பது என்னை ஊக்குவிக்கும் என்ற ஒரே காரணத்திற்காக, ஒரே ஒரு சிகரெட் வாங்குவதற்காக நான் ஒரு மைல் தூரம் நடந்திருக்கிறேன். அப்போது மட்டும் இப்புத்தகம் வெளிவந்திருந்தால், நான் சிக்காகோவிலிருந்து நியூயார்க நகரம் வரை நடந்து சென்றே இதை நான் வாங்கியிருப்பேன்.

என்னுரை

இப்புத்தகம் பிறந்த கதை

ஒருநாள், தற்செயலாக, நியூயார்க் நகரில் டேல் கார்னகி அமர்ந்திருந்த அதே ரயிலில் நானும் ஏறினேன். சில சொற்பொழிவுகளை ஆற்றுவதற்காக டென்னிஸீ மாநிலத்திலுள்ள மெம்ஃபிஸ் நகருக்கு அவர் சென்று கொண்டிருந்தார்.

அவர் என்னிடம், "பெட்ஜர், அமெரிக்க இளநிலை வர்த்தக சங்கத்தின் ஆதரவுடன் ஒருவார காலத் தொடர்ப் பயிற்சிகளை நான் கொடுத்து வருகிறேன். நீங்களும் என்னுடன் வந்து, விற்பனை தொடர்பான சில சொற்பொழிவுகளைக் கொடுத்தால் என்ன?" என்று கேட்டார்.

அவர் வேடிக்கையாகப் பேசுவதாக நான் நினைத்தேன். "டேல், நான் பள்ளிப் படிப்பைக்கூட முடிக்கவில்லை என்று உங்களுக்குத் தெரியும். விற்பனையைப் பற்றிய சொற்பொழிவுகள் எதையும் என்னால் கொடுக்க முடியாது," என்று நான் கூறினேன்.

"விற்பனைத் தொழிலில் தோல்வியாளராக இருந்த நீங்கள் எப்படி வெற்றியாளராக ஆனீர்கள் என்பதைப் பற்றி அவர்களுக்குக் கூறுங்கள். நீங்கள் என்ன செய்தீர்களோ, வெறுமனே அதை மட்டும் கூறுங்கள்," என்று டேல் கார்னகி கூறினார்.

நான் அவர் கூறியதைப் பற்றி ஆழமாகச் சிந்தித்துவிட்டு, "அது என்னால் முடியும் என்று நினைக்கிறேன்," என்று கூறினேன்.

சில நாட்களுக்குள்ளாகவே, நானும் டேல் கார்னகியும் சேர்ந்து அமெரிக்கா நெடுகிலும் சொற்பொழிவுகள் ஆற்றிக் கொண்டிருந்தோம். ஒரே பார்வையாளர்களுக்கு முன்னால், ஒவ்வோர் இரவும் நான்கு மணிநேரம் என்ற கணக்கில் தொடர்ந்து ஐந்து இரவுகள் நாங்கள் பேசினோம். டேல் கார்னகி ஓர் அரை மணிநேரம் பேசுவார், பிறகு நான் ஓர் அரை மணிநேரம் பேசுவேன்.

பின்னாளில், டேல் கார்னகி, "பெட்ஜர், நீங்கள் ஏன் ஒரு புத்தகம் எழுதக்கூடாது? விற்பனைத்திறத்தைப் பற்றி வெளிவந்துள்ள பல புத்தகங்கள், எந்தவொரு விற்பனைத் தொழிலிலும் ஈடுபட்டிராத மக்களால் எழுதப்பட்டுள்ளன. விற்பனை குறித்து நீங்கள் ஏன் ஒரு புதிய வகையான புத்தகத்தை எழுதக்கூடாது? நீங்கள் துல்லியமாக என்ன செய்தீர்கள் என்பதையும், விற்பனைத் தொழிலில் ஒரு தோல்வியாளராக இருந்த நீங்கள் எவ்வாறு வெற்றியாளராக உங்களை உயர்த்திக்

கொண்டீர்கள் என்பதையும் எடுத்துரைக்கின்ற ஒரு புத்தகமாக அது இருக்கட்டும். உங்கள் சொந்த வாழ்க்கைக் கதையைக் கூறுங்கள். 'நான்' என்ற வார்த்தையை ஒவ்வொரு வாக்கியத்திலும் பயன்படுத்துங்கள். சொற்பொழிவாற்றாதீர்கள். வெறுமனே ஒரு விற்பனையாளனாக உங்கள் வாழ்க்கைக் கதையைக் கூறுங்கள்," என்று கூறினார்.

அதைப் பற்றி நான் எவ்வளவு அதிகமாகச் சிந்தித்தேனோ, அவ்வளவு அதிகம் அது அகங்காரம் தொனிக்கும் விதமாக அமையும் என்ற எண்ணம் எனக்கு ஏற்பட்டது.

"நான் அதைச் செய்ய விரும்பவில்லை," என்று நான் அவரிடம் கூறினேன்.

ஆனால், ஒரு மதிய நேரம் முழுவதையும் டேல் கார்னகி என்னுடன் செலவிட்டு, சொற்பொழிவு மேடையிலிருந்து நான் எப்படி என் கதையைக் கூறி வந்திருந்தேனோ, அதேபோல் என் சொந்தக் கதையை ஒரு புத்தகத்தின் மூலம் கூறுமாறு என்னிடம் கெஞ்சினார்.

"நாம் சொற்பொழிவுகள் ஆற்றியுள்ள ஒவ்வொரு நகரத்திலும், அங்கிருந்த இளநிலை வர்த்தக அமைப்பைச் சேர்ந்த மாணவர்கள், ஃபிராங்க் பெட்ஜர் தனது சொற்பொழிவுகளை ஒரு புத்தகத்தின் வடிவில் அமைக்கவிருக்கிறாரா என்று கேட்கின்றனர். சால்ட் லேக் சிட்டியைச் சேர்ந்த ஓர் இளைஞர் உங்கள் புத்தகத்தின் முதல் பிரதிக்கான முன்பணமாக 40 டாலர்களை உங்கள் முன் வைத்தபோது, அவர் விளையாட்டுத்தனமாகக் கூறுவதாக நீங்கள் நினைத்திருக்கக்கூடும். ஆனால் அவர் அதை விளையாட்டுத்தனமாக கூறவில்லை. உங்களது புத்தகம் தனக்கு 40 டாலர்களைவிடவும் பன்மடங்கு மதிப்புவாய்ந்ததாக இருக்கும் என்பதை அவர் அறிந்துள்ளார்," என்று டேல் கார்னகி கூறினார்.

எனவே, சில நாட்களில் நான் ஒரு புத்தகத்தை எழுதத் துவங்கியிருந்தேன்.

இனிவரும் பக்கங்களில், நான் செய்த முட்டாள்தனமான பிழைகளையும் பெருந்தவறுகளையும் பற்றிய கதையை நான் கூற முயற்சித்துள்ளேன். தோல்வி மற்றும் மனச்சோர்விலிருந்து என்னை மீட்டெடுத்த விஷயங்களையும் துல்லியமாக நான் இப்புத்தகத்தில் குறிப்பிட்டுள்ளேன். நான் விற்பனைத் துறைக்குள் நுழைந்தபோது, இரண்டு குறைபாடுகள் என்னிடம் இருந்தன. முதலாவது, விற்பனையைப் பற்றி ஒரு முயலுக்கு என்ன தெரிந்திருக்குமோ, அதைவிட அதிகமாக ஒன்றும் எனக்குத் தெரிந்திருக்கவில்லை. இரண்டாவது, பேஸ்பால் விளையாடுவதில் நான் செலவிட்டிருந்த எட்டு வருடங்கள், எந்த விதத்திலும் விற்பனைத் துறைக்குப் பொருத்தமானவனாக என்னை ஆக்கவில்லை.

'நான்' என்ற வார்த்தையை இப்புத்தகம் நெடுகிலும் நான் பயன்படுத்தவிருப்பதை நீங்கள் கண்டுகொள்ளாமல் விட்டுவிடுவீர்கள் என்றும், என்னை மன்னிப்பீர்கள் என்றும் நம்புகிறேன். இப்புத்தகத்தில் கொடுக்கப்பட்டுள்ள ஏதேனும் ஒரு விஷயம் என் பெருமையை நான் தம்பட்டம் அடிப்பது போன்ற ஓர் உணர்வை உங்களுக்கு ஏற்படுத்தினால், என்னைப் பற்றிப் பெருமையடித்துக் கொள்வது என் நோக்கமல்ல என்பதை நீங்கள் தெரிந்து கொள்ள வேண்டும் என்று நான் விரும்புகிறேன். நான் இங்கு பெருமையுடன் சில யோசனைகளைக் கூறியுள்ளதற்குக் காரணம், அவை எனக்கு மகத்தான உதவிகளைச் செய்துள்ளன என்பதற்காகவும், அவற்றைச் செயல்படுத்தும் எவரொருவருக்கும் அவை அபாரமான உதவிகளைச் செய்யும் என்பதற்காகவும் மட்டுமே.

நான் முதன்முதலில் விற்பனைத் தொழிலைத் துவக்கியபோது, நான் எப்படிப்பட்ட ஒரு புத்தகத்தைக் கண்டுபிடிக்க முயற்சித்தேனோ, அத்தகைய ஒரு புத்தகத்தைத்தான் நான் எழுத முயற்சித்துள்ளேன். இதோ அப்புத்தகம். இதை நீங்கள் விரும்புவீர்கள் என்று நான் நம்புகிறேன்.

பகுதி

1

அதளபாதாளத்தில் இருந்து என்னை மீட்டுக் கொண்டுவந்த யோசனைகள்

1

எனது வருமானத்தையும் மகிழ்ச்சியையும் பல மடங்காகப் பெருக்கிய ஒற்றை யோசனை

நான் ஒரு தொழில்முறை பேஸ்பால் விளையாட்டு வீரனாக என் வாழ்க்கையைத் துவக்கிய சில நாட்களில், என் வாழ்வின் மிகப் பெரிய அதிர்ச்சிகளில் ஒன்று என்னைத் தாக்கியது. இது நடந்தது 1907ம் ஆண்டில். பென்சில்வேனியா மாநிலத்திலுள்ள ஜான்ஸ்டவுன் நகரில் நடைபெற்ற மும்மாநில பேஸ்பால் போட்டிகளில் நான் விளையாடிக் கொண்டிருந்தேன். இளைஞனாக இருந்த நான், சிகரத்தைத் தொட வேண்டும் என்ற லட்சியத்துடன் இருந்தேன். ஆனால் என்ன நிகழ்ந்தது? அணியிலிருந்து நான் நீக்கப்பட்டேன். அணி மேலாளரிடம் சென்று, நான் அணியிலிருந்து நீக்கப்பட்டதற்கான காரணத்தை மட்டும் நான் கேட்டிருக்காவிட்டால், என் ஒட்டுமொத்த வாழ்க்கையும் வேறு விதமாக இருந்திருக்கும். உண்மையில், அக்கேள்வியை மட்டும் அந்த மேலாளரிடம் நான் கேட்டிருக்காவிட்டால், இப்புத்தகத்தை எழுதும் பாக்கியம் எனக்குக் கிடைத்திருக்காது.

அணியிலிருந்து நான் நீக்கப்பட்டதற்குக் காரணம் நான் சோம்பேறியாக இருந்ததுதான் என்று அந்த மேலாளர் கூறினார். அவரிடமிருந்து அந்த பதிலை நிச்சயமாக நான் எதிர்பார்க்கவில்லை.

"இருபது வருடங்களாக விளையாடிக் கொண்டிருக்கும் ஒருவனைப்போல விளையாட்டு மைதானத்தில் நீ தயங்கித் தயங்கி வளைய வந்து கொண்டிருக்கிறாய். நீ சோம்பேறியாக இல்லை

என்றால், நீ ஏன் அப்படி நடந்து கொள்கிறாய்?" என்று அவர் என்னிடம் கேட்டார்.

"பெர்ட், நான் மிகவும் பதற்றமாக இருக்கிறேன். எனக்கு பயமாக இருக்கிறது. எனது பயத்தைக் கூட்டத்தினரிடமிருந்து நான் மறைத்து வைக்க விரும்புகிறேன். குறிப்பாக, அணியிலுள்ள மற்ற விளையாட்டு வீரர்கள் அதைக் காணாத வண்ணம், அவர்களிடமிருந்து எனது பயத்தை மூடி மறைக்க விரும்புகிறேன். அதிகமாக அலட்டிக் கொள்ளாமல் இருப்பதன் மூலம் என் பதற்றத்தை என்னால் விட்டொழிக்க முடியும் என்று நான் நினைக்கிறேன்," என்று நான் பதிலளித்தேன்.

"பெட்ஜர், அது ஒருபோதும் பலனளிக்காது. அதுதான் உன்னைக் கீழே இழுத்துப் பிடித்து வைத்துக் கொண்டிருக்கிறது. இங்கிருந்து சென்ற பிறகு நீ என்ன செய்தாலும் சரி, உன்னை நீயே தட்டியெழுப்பி, உன் வேலையில் ஜீவனையும் உற்சாகத்தையும் உட்புகுத்து," என்று அவர் கூறினார்.

ஜான்ஸ்டவுன் நகரில் ஒவ்வொரு மாதமும் 175 டாலர்கள் பணத்தை நான் சம்பாதித்து வந்திருந்தேன். ஆனால் பேஸ்பால் அணியிலிருந்து நான் நீக்கப்பட்டப் பிறகு, பென்சில்வேனியா மாநிலத்திலுள்ள செஸ்டர் நகருக்குச் சென்று, அட்லாண்டிக் அணியில் சேர்ந்தேன். அவர்கள் எனக்கு மாதம் ஒன்றுக்கு 25 டாலர்கள் மட்டுமே கொடுத்தனர். அந்தச் சொற்பச் சம்பளத்தைக் கண்டு என்னால் உற்சாகம் அடைய முடியவில்லை. ஆனால், உற்சாகம் கொண்டவன்போல நான் நடந்து கொள்ளத் துவங்கினேன். அட்லாண்டிக் அணியில் நான் மூன்று நாட்கள் விளையாடிய பிறகு, டேனி மீஹன் என்ற மூத்த விளையாட்டு வீரர் ஒருவர் என்னிடம் வந்து, "பெட்ஜர், நீ ஏன் கீழ்நிலையில் இருக்கும் இப்படிப்பட்ட அணியில் விளையாடிக் கொண்டிருக்கிறாய்?" என்று கேட்டார்.

"டேனி, வேறொரு நல்ல வேலையை எப்படிப் பெறுவது என்பது எனக்குத் தெரிந்தால், நான் எங்கு வேண்டுமானாலும் செல்லத் தயார்," என்று நான் கூறினேன்.

ஒரு வாரத்திற்குப் பிறகு, கனெக்டிகட் மாநிலத்திலுள்ள நியூ ஹேவன் நகர பேஸ்பால் அணி எனக்கு ஒரு வாய்ப்புக் கொடுக்க வேண்டும் என்று டேனி அவர்களிடம் வற்புறுத்தினார் . நியூ ஹேவன் நகரில் நான் செலவிட்ட முதல் நாள் என் நினைவில் எப்போதும் நீங்காத இடம் பெற்றிருக்கிறது. என் வாழ்வின் மிகப் பெரிய நிகழ்வு நடந்த நாள் அது. அந்த அணியில் யாருக்கும் என்னைத் தெரிந்திருக்கவில்லை. எனவே, நான் சோம்பேறியாக இருப்பதாக இனி யாரும் என்மீது குற்றம் சுமத்த நான் ஒருபோதும் அனுமதிக்கப் போவதில்லை என்று எனக்கு நானே உறுதியாகத் தீர்மானித்துக் கொண்டேன். நியூ இங்கிலாந்து அணிக்கு வாய்த்த

மிக உற்சாகமான விளையாட்டு வீரன் நான் என்ற மதிப்பான பெயரை நான் ஈட்டப் போவதாக என் மனத்தில் உறுதி பூண்டேன். அப்படிப்பட்ட ஒரு மதிப்பான பெயரை என்னால் பெற முடிந்தால், அதற்கேற்றாற்போல நான் நடந்து கொள்ள வேண்டும் என்று நான் நினைத்தேன்.

விளையாட்டு மைதானத்திற்குள் நான் அடியெடுத்து வைத்தக் கணத்திலிருந்து, உடலில் மின்சாரம் பாய்ச்சப்பட்ட ஒருவனைப்போல நான் நடந்து கொண்டேன். லட்சக்கணக்கான பேட்டரிகள் எனக்குள் இயங்கிக் கொண்டிருந்ததுபோல நான் செயல்பட்டேன். பேஸ்பால் பந்தை நான் மிக வேகமாகவும் மிகக் கடினமாகவும் எறிந்தது எங்களது அணியின் ஃபீல்டர்கள் கைகளைப் பதம் பார்க்கும் அளவுக்கு இருந்தது. அதோடு, எங்கள் அணிக்கு நான் ஒரு முக்கியமான ஓட்டத்தைப் பெற்றுக் கொடுத்தேன். இவை அனைத்தும் நான் அரங்கேற்றிக் கொண்டிருந்த ஒரு நாடகம். அன்றைய வெப்பநிலை 100 டிகிரியாக இருந்தது. நான் அந்த விளையாட்டு மைதானத்தைச் சுற்றி ஓடிக் கொண்டிருந்த வேகத்தில், நான் அதிக வெப்பத்தால் தாக்கப்பட்டு மயக்கம் போட்டுக் கீழே விழுந்திருந்தாலும் ஆச்சரியப்பட்டிருக்க மாட்டேன்.

அது பலனளித்ததா? கண்டிப்பாக! இன்னும் சொல்லப் போனால், அது மாயாஜாலம்போல வேலை செய்தது. மூன்று விஷயங்கள் நிகழ்ந்தன:

1. எனது உற்சாகம் எனது பயத்தைக் கிட்டத்தட்ட ஒட்டுமொத்தமாக வெற்றி கொண்டது. உண்மையில், எனது பதற்றம் எனக்குச் சாதகமாக அமைந்தது. என்னால் கற்பனை செய்து பார்த்திருக்க முடியாத அளவுக்கு நான் மிகச் சிறப்பாக விளையாடினேன். (நீங்கள் பதற்றமாக இருந்தால், அது குறித்து நன்றியுடன் இருங்கள். அதைக் கட்டுப்படுத்த முயற்சிக்காதீர்கள். அதை அதன் போக்கில் விட்டுவிடுங்கள். உங்கள் நரம்புகள் உங்களுக்காக வேலை செய்யட்டும்.)

2. எனது உற்சாகம் எனது அணியிலிருந்த மற்ற வீரர்களின்மீது நேர்மறையான தாக்கத்தை ஏற்படுத்தியதில், அவர்களும் உற்சாகமிக்கவர்களாக ஆயினர்.

3. சூரியனின் கடுமை தாங்காமல் மயங்கிக் கீழே விழுவதற்குப் பதிலாக, விளையாட்டு நேரம் முழுவதும் நான் சிறப்பாக உணர்ந்தேன். விளையாட்டு முடிந்த பிறகும்கூட, முன்பு ஒருபோதும் நான் அனுபவித்திராத அளவுக்கு மிகவும் உற்சாகமாக உணர்ந்தேன்.

அடுத்த நாள், நியூ ஹேவன் செய்தித்தாளை நான் படித்தபோது, எனக்குத் தலைகால் புரியவில்லை. அதில் இவ்வாறு எழுதப்பட்டிருந்தது: "பெட்ஜர் என்ற இந்தப் புதிய விளையாட்டு வீரரிடம் ஒரு பீப்பாய் நிறைய உற்சாகம் இருக்கிறது. அவர் நமது அணி வீரர்களுக்கு உத்வேகமூட்டியுள்ளார். அவர்கள் நேற்றைய போட்டியில் வெற்றி பெற்றதோடு மட்டுமன்றி, முன்பு எந்தவொரு சமயத்திலும் இருந்திராத அளவுக்கு அந்தப் போட்டியின்போது மிகவும் சிறப்பாகத் தோன்றினர்."

செய்தித்தாள்கள் என்னை 'உற்சாக' பெட்ஜர் என்றும், அணியின் உயிர்நாடி என்றும் அழைக்கத் துவங்கின. செய்தித்தாள்களில் என்னைப் பற்றி வெளிவந்த குறிப்புகளைக் கத்தரித்து, ஜான்ஸ்டவுன் அணி மேலாளரான பெர்ட் கானுக்கு நான் அனுப்பி வைத்தேன். அவர் 'உற்சாக' பெட்ஜரைப் பற்றிப் படித்தபோது, மூன்று வாரங்களுக்கு முன்பு சோம்பேறி என்று எனக்கு அடைமொழி கொடுத்திருந்த அவரது முகத்தில் வெளிப்பட்ட உணர்ச்சியை உங்களால் கற்பனை செய்து பார்க்க முடிகிறதா?

பத்து நாட்களுக்குள், எனது உற்சாகம், எனது மாதச் சம்பளத்தை 25 டாலர்களிலிருந்து 185 டாலர்களாக ஆக்கியது. எனது வருமானம் 700 சதவீதம் அதிகரித்தது. ஒரு விஷயத்தை நான் மீண்டும் கூற விரும்புகிறேன்: உற்சாகமாக நடந்து கொள்வதென்று நான் மேற்கொண்ட தீர்மானம்தான் பத்து நாட்களில் எனது வருமானம் 700 சதவீதம் அதிகரிக்கக் காரணமாக அமைந்தது. பேஸ்பால் பந்தை என்னால் சிறப்பாக எறிய முடிந்ததற்காகவோ, அதைச் சிறப்பாகப் பிடிக்க முடிந்ததற்காகவோ, அந்தப் பந்தைச் சிறப்பாக அடிக்க முடிந்ததற்காகவோ, அல்லது நான் ஒரு திறமையான பேஸ்பால் வீரன் என்பதற்காகவோ எனக்கு இந்த மிகப் பெரிய ஊதிய உயர்வு கொடுக்கப்படவில்லை. பேஸ்பால் குறித்து முன்பு எனக்கு எந்த அளவுக்குத் தெரிந்திருந்ததோ, அதைவிட அதிகமாக ஒன்றும் எனக்கு அப்போது தெரிந்திருக்கவில்லை.

மாதம் 25 டாலர்கள் கிடைக்கும் என்ற நம்பிக்கையில் செஸ்டர் அணியில் நான் காலந்தள்ளிய இரண்டு வருடங்களுக்குப் பிறகு, புனித லூயிஸ் கார்டினல்ஸ் அணிக்காக நான் விளையாடிக் கொண்டிருந்தேன். என்னுடைய வருமானத்தை முப்பது மடங்கிற்கும் அதிகமாகப் பெருக்கியிருந்தேன். எது அதைச் சாதித்தது? எனது உற்சாகம் மட்டும்தான் அதைச் சாதித்தது. உற்சாகத்தைத் தவிர வேறு எதுவும் இதற்குக் காரணமில்லை.

அதற்கு இரண்டு வருடங்களுக்குப் பிறகு, சிக்காகோவில் நான் சிக்காகோ கப்ஸ் அணிக்கு எதிராக விளையாடிக் கொண்டிருந்தபோது, எனக்கு ஒரு மோசமான விபத்து ஏற்பட்டது.

ஓடிக் கொண்டே பேஸ்பால் பந்தைப் பிடித்து எதிர்த்திசையில் நான் எறிந்தபோது, எனது கையில் ஏதோ ஒன்று முறிந்தது. அந்த விபத்தின் காரணமாக பேஸ்பால் விளையாட்டை நான் ஒட்டுமொத்தமாகக் கைவிடும்படி ஆனது. அந்த நேரத்தில் அது என் வாழ்வில் ஏற்பட்ட மிகப் பெரிய ஒரு சீரழிவுபோல எனக்குத் தோன்றியது. ஆனால் இப்போது அதை நான் திரும்பிப் பார்க்கும்போது, என் வாழ்வில் நிகழ்ந்த மிக அதிர்ஷ்டகரமான நிகழ்வுகளில் ஒன்றாக அது எனக்குத் தோன்றுகிறது.

நான் என் வீட்டிற்குத் திரும்பிச் சென்று, ஃபிலடெல்பியா நகரத் தெருக்களில் சைக்கிளில் சுற்றி வந்ததன் மூலம் வாழ்க்கை நடத்தினேன். மேசைகள், நாற்காலிகள், கட்டில்கள், மற்றும் இதர வீட்டுப் பொருட்களைத் தவணை முறையில் விற்ற ஒரு நிறுவனத்தில், அவர்களுக்கு வர வேண்டியிருந்த தவணைத் தொகைகளைப் பெற்றுக் கொடுக்கும் வேலையை நான் செய்தேன். முன்பணமாக ஒரு டாலர் பணமும், மீதிச் சம்பளம் 'அசௌகரியமான' வாராந்திரத் தொகைகளாகவும் எனக்குக் கொடுக்கப்பட்டன. இரண்டு வருடங்களாக அந்நிறுவனத்திற்குத் தவணைத் தொகைகளைப் பெற்றுக் கொடுத்தப் பிறகு, 'ஃபிடெலிட்டி பரஸ்பர ஆயுட்காப்பீடு' நிறுவனத்தில் சேர்ந்து காப்பீடுகளை விற்பதென்று நான் தீர்மானித்தேன்.

அடுத்தப் பத்து மாதங்கள், என் வாழ்வின் மிக நீளமான, மிகவும் சோர்வூட்டிய மாதங்களாக அமைந்தன.

ஆயுட்காப்பீடுகளை விற்பதில் நான் மிகப் பெரிய தோல்வியாளனாக இருந்தேன். இறுதியில், விற்பனைத் தொழிலுக்கு நான் தகுதி வாய்ந்தவன் அல்ல என்று நான் முடிவு செய்தேன். பிறகு, ஒரு சரக்குப் போக்குவரத்து நிறுவன எழுத்தர் வேலைக்கான விளம்பரங்களுக்கு பதிலளிக்கத் துவங்கினேன். ஆனால், நான் என்ன வேலை செய்ய முயற்சித்தாலும் சரி, என்னை ஆட்கொண்டிருந்த ஒரு வினோதமான பய உணர்விலிருந்து நான் மீள வேண்டும் என்பதை நான் உணர்ந்தேன். எனவே, டேல் கார்னகியின் மேடைப்பேச்சுப் பயிற்சித் திட்டம் ஒன்றில் நான் சேர்ந்தேன். ஒருநாள் இரவன்று, பயிற்சி வகுப்பில் நான் ஒரு சொற்பொழிவாற்றிக் கொண்டிருந்தபோது, டேல் கார்னகி, எனது பேச்சின் இடையில் என்னை நிறுத்தினார்.

"பெட்ஜர், ஒரு நிமிடம் பொறுங்கள். நீங்கள் பேசிக் கொண்டிருக்கும் விஷயத்தில் நீங்கள் உண்மையிலேயே ஆர்வமாக இருக்கிறீர்களா?" என்று அவர் என்னிடம் கேட்டார்.

"ஆமாம் . . . நிச்சயமாக நான் ஆர்வமாகத்தான் இருக்கிறேன்," என்று நான் பதிலளித்தேன்.

"அப்படியென்றால், நீங்கள் சிறிதளவு உற்சாகத்துடன் பேசினால் என்ன?" என்று அவர் கேட்டார். "நீங்கள் பேசிக்

கொண்டிருக்கும் விஷயத்தில் ஜீவனோ உணர்ச்சிகளோ இல்லாமல் இருக்கும்போது, உங்கள் பார்வையாளர்கள் அதில் ஆர்வம் காட்டுவார்கள் என்று எப்படி நீங்கள் எதிர்பார்க்கிறீர்கள்?"

பிறகு, உற்சாகத்தின் சக்தி பற்றிய ஓர் உத்வேகமூட்டும் சொற்பொழிவை டேல் கார்னகி எங்கள் வகுப்பில் இருந்தவர்களுக்கு நிகழ்த்தினார். தனது பேச்சின்போது அவர் மிகவும் உற்சாகமடைந்ததில், ஒரு நாற்காலியைத் தூக்கி ஒரு சுவரை நோக்கி எறிந்து, அதன் ஒரு காலை உடைத்துவிட்டார்.

அன்றிரவு நான் தூங்கச் செல்வதற்கு முன்பு, நான் ஒரு மணிநேரம் உட்கார்ந்து சிந்தித்தேன். என் எண்ணங்கள், ஜான்ஸ்டவுன் மற்றும் நியூ ஹேவன் நகரங்களில் எனது பேஸ்பால் நாட்களுக்கு என்னைக் கூட்டிச் சென்றன. பேஸ்பாலில் எனது தொழில்வாழ்க்கையைச் சீரழிக்கப் போவதாக என்னை அச்சுறுத்தியிருந்த அதே தவறு, இப்போது ஒரு விற்பனையாளனாக எனது தொழில்வாழ்க்கையைச் சீரழிக்கக் காத்துக் கொண்டிருந்ததை முதன்முறையாக நான் உணர்ந்தேன்.

அன்றிரவு நான் மேற்கொண்ட தீர்மானம் எனது வாழ்க்கையின் திருப்புமுனையாக அமைந்தது. காப்பீட்டு வியாபாரத்தில் தொடர்ந்து நீடித்து, நான் நியூ ஹேவன் அணியில் சேர்ந்தபோது பேஸ்பால் விளையாடுவதில் காட்டிய அதே உற்சாகத்தைக் காப்பீட்டு விற்பனையில் காட்டுவது என்று நான் தீர்மானித்தேன்.

அடுத்த நாள் நிகழ்ந்த எனது முதல் சந்திப்பை என்னால் ஒருபோதும் மறக்க முடியாது. எனக்குப் படுஉற்சாகமூட்டிய ஒரு விற்பனை அனுபவம் அது. நான் சந்திக்கவிருந்த வாடிக்கையாளரிடம், அவர் அதுவரை சந்தித்திராத மிக உற்சாகமான விற்பனையாளனாக நான் என்னைக் காட்டிக் கொள்ளப் போவதாக என் மனத்தில் உறுதி பூண்டேன். உற்சாகத்தில் என் முஷ்டியைக் கொண்டு மேசையில் நான் ஓங்கிக் குத்தியபோது, அந்த வாடிக்கையாளர் என் பேச்சில் குறுக்கிட்டு, என்னிடம் ஏதாவது கோளாறு இருக்கிறதா என்று கேட்பார் என்று ஒவ்வொரு நிமிடமும் நான் எதிர்பார்த்தேன். ஆனால் நல்ல வேளை அவ்வாறு நிகழவில்லை.

அந்தச் சந்திப்பின் ஒரு கட்டத்தில், அவர் நேராக நிமிர்ந்து உட்கார்ந்து கொண்டு, தன் கண்களை அகலமாகத் திறந்ததை நான் கவனித்தேன். ஆனால் சில கேள்விகளைக் கேட்பதற்குத் தவிர அவர் எனது பேச்சில் ஒருபோதும் குறுக்கிடவில்லை. அவர் என்னைத் தன் வீட்டிலிருந்து வெளியேற்றினாரா? இல்லை. மாறாக, அவர் என்னிடமிருந்து ஒரு காப்பீட்டை வாங்கினார். அவரது பெயர் அல் எம்மான்ஸ். ஃபிலடெல்பியா நகரில் போர்ஸ் கட்டிடத்தில் தானியங்களை வியாபாரம் செய்த ஒரு மிகப் பெரிய வியாபாரி அவர். விரைவில், அவர் எனது மிகச் சிறந்த நண்பர்களில்

ஒருவராகவும், எனது தொழில் தழைக்கக் காரணமாக இருந்தவர்களில் ஒருவராகவும் ஆனார்.

அன்றிலிருந்துதான் நான் உண்மையிலேயே விற்பனை செய்யத் துவங்கினேன். 'உற்சாகத்தின் மாயாஜாலம்' என் பேஸ்பால் வாழ்க்கையில் செய்ததைப்போலவே, என் விற்பனைத் தொழிலிலும் எனக்குச் சாதகமாகச் செயல்படத் துவங்கியது.

உற்சாகம் என்றால் முஷ்டியைக் கொண்டு ஓங்கிக் குத்த வேண்டும் என்ற அபிப்பிராயத்தை நான் எவரொருவருக்கும் கொடுக்க விரும்பவில்லை. ஆனால் உங்களுக்குள் உறங்கிக் கொண்டிருக்கும் உற்சாகத்தைத் தட்டியெழுப்புவதற்கு முஷ்டியைக் கொண்டு ஓங்கிக் குத்துவது தேவை என்றால், அதை நான் வெகுவாக ஆதரிக்கிறேன். ஒரு விஷயம் எனக்குத் தெரியும்: உற்சாகமாக நடந்து கொள்வதற்கு நான் என்னைக் கட்டாயப்படுத்தும்போது, விரைவில் உண்மையிலேயே நான் உற்சாகமாக இருப்பதாக உணர்கிறேன்.

எனது முப்பத்தியிரண்டு வருட விற்பனை வாழ்க்கையின்போது, உற்சாகமானது எண்ணற்ற விற்பனையாளர்களின் வருவாயை இருமடங்காகவும் மும்மடங்காகவும் ஆக்கியதை நான் பார்த்திருக்கிறேன். அதே சமயத்தில், உற்சாகமின்மையின் காரணமாக நூற்றுக்கணக்கான விற்பனையாளர்கள் படுதோல்வியைத் தழுவியதையும் நான் பார்த்திருக்கிறேன்.

விற்பனைத் தொழிலில் வெற்றிகரமாகத் திகழ்வதற்குரிய தனிப்பெரும் காரணி உற்சாகம்தான் என்று நான் உறுதியாக நம்புகிறேன். எடுத்துக்காட்டாக, காப்பீடுகள் பற்றி முழு விபரமறிந்த ஒருவரை எனக்குத் தெரியும். காப்பீடுகள் பற்றி ஒரு சிறப்பான புத்தகத்தை எழுதக்கூடிய அளவுக்கு அது குறித்து அறிந்தவர் அவர். ஆனால் அவரால் காப்பீடுகளை வெற்றிகரமாக விற்பனை செய்து கணிசமாகச் சம்பாதிக்க முடியவில்லை, நல்லவிதமாக வாழ முடியவில்லை. ஏன்? அதற்கு முக்கியக் காரணம், அவரிடம் உற்சாகம் இல்லாமல் போனதுதான்.

காப்பீடுகள் குறித்துப் பத்தில் ஒரு பகுதிகூட விஷயமறிந்திராத இன்னொரு விற்பனையாளரையும் எனக்குத் தெரியும். அவருக்கு அவ்வளவு விஷயம் தெரியாவிட்டாலும்கூட, காப்பீடுகளை விற்றதன் மூலம் அவர் பெரும் பணத்தைக் குவித்தார். இருபது வருடங்களுக்குள் பணியிலிருந்து ஓய்வும் பெற்றார். அவரது பெயர் ஸ்டான்லி கெட்டிஸ். அவர் இப்போது புளோரிடா மாநிலத்திலுள்ள மயாமி நகரில் வசித்து வருகிறார். அவரது அபாரமான வெற்றிக்குக் காரணம், காப்பீடுகள் பற்றி அவருக்கு இருந்த அறிவு அல்ல, மாறாக, அவரது உற்சாகம்தான்.

உற்சாகத்தை உங்களால் கைவசப்படுத்த முடியுமா? அல்லது நீங்கள் பிறக்கும்போதே அது உங்களோடு ஒட்டிப் பிறந்திருக்க

வேண்டுமா? நிச்சயமாக அதை உங்களால் கைவசப்படுத்த முடியும்! ஸ்டான்லி கெட்டிஸ் அதைக் கைவசப்படுத்தினார். அவர் அதி உற்சாகமான மனிதப் பம்பரம்போலச் சுழன்றார். எப்படி? உற்சாகமாக நடந்து கொள்வதற்கு ஒவ்வொரு நாளும் தன்னைத் தானே கட்டாயப்படுத்தியதன் மூலம் அவர் அதைச் சாதித்தார். தனது திட்டத்தின் ஒரு பகுதியாக, தொடர்ந்து இருபது வருடங்கள், கிட்டத்தட்ட ஒவ்வொரு நாள் காலையிலும் ஒரு குறிப்பிட்டக் கவிதையை அவர் மீண்டும் மீண்டும் வாய்விட்டுப் படித்தார். அதை மீண்டும் மீண்டும் கூறியது அன்றைய தினத்திற்குத் தேவையான உற்சாகத்தைத் தன்னிடம் உருவாக்குவதற்குத் தனக்கு உதவியதை அவர் கண்டார். அந்தக் கவிதை மிகவும் உத்வேகமூட்டுவதாக இருந்ததை நான் கண்டேன். எனவே, அதை ஓர் அட்டையில் அச்சிட்டு, அதை நூற்றுக்கணக்கில் மற்றவர்களுக்கும் கொடுத்தேன். ஹெர்பெர்ட் காஃப்மன் எழுதிய கவிதை அது.

வெற்றி

என்றேனும் ஒருநாள்
ஒரு மகத்தான சாதனையைப் புரியப் போவதாக
மார்தட்டியவன் நீதான்.

உனக்கு எவ்வளவு விஷயங்கள் தெரியும் என்பதைக்
காட்டுவதற்காகவும், உன்னால் எவ்வளவு தூரம் போக
முடியும் என்பதை நிரூபிப்பதற்காகவும் நீ வெறுமனே
ஒரு மேடையைத் தேடிக் கொண்டிருந்தாய்.

இன்னொரு வருடம் ஓடிப் போய்விட்டது.
எந்தப் புதிய யோசனைகள் உனக்குள் தோன்றியுள்ளன?
எத்தனைப் பெரிய விஷயங்களை நீ செய்துள்ளாய்?

நேரம் . . . புத்தம் புதிய பன்னிரண்டு மாதங்களை
அது உன் பாதுகாப்பில் விட்டுச் சென்றது.
அவற்றில் எத்தனை மாதங்களை, நீ அடிக்கடித் தவறவிட்ட
வாய்ப்புகளுடனும் துணிகரமான செயல்களுடனும்
நீ பகிர்ந்து கொண்டாய்?

வெற்றியாளர்களின் பட்டியலில் உன் பெயரை
எங்களால் காண முடியவில்லை.
அதற்கு என்ன காரணம்?
உனக்குக் கிடைக்காமல் போன வாய்ப்புகள்
அதற்குக் காரணமல்ல!

வழக்கம்போல - நடவடிக்கை எடுக்க நீ தவறிவிட்டதுதான்
அதற்குக் காரணம்!

நீங்களும் ஏன் இந்தக் கவிதையை மனப்பாடம் செய்து, தினமும் பல முறை கூறக்கூடாது? இது ஸ்டான்லி கெட்டிஸுக்குச் செய்ததை உங்களுக்கும் செய்யக்கூடும்.

உலகப் பிரசித்தி பெற்றக் கிரைஸ்லர் கார் நிறுவனத்தை நிறுவிய வால்டர் பி. கிரைஸ்லர் கூறிய ஒரு வாசகத்தை ஒருமுறை நான் படிக்க நேர்ந்தது. அந்த வாசகத்தால் பெரிதும் மனங்கவரப்பட்ட நான், அதை ஓர் அட்டையில் எழுதி வைத்து, ஒரு வாரம் என் பாக்கெட்டில் சுமந்து திரிந்தேன். சுமார் நாற்பது முறையாவது அதை நான் மீண்டும் மீண்டும் படித்திருப்பேன் என்று நினைக்கிறேன். இறுதியில் அது என் மனத்தில் ஆழமாகப் பதிந்தது. ஒவ்வொரு விற்பனையாளரும் இதை மனப்பாடம் செய்ய வேண்டும் என்று நான் விரும்புகிறேன். தனது வெற்றிக்கான ரகசியத்தைப் பகிர்ந்து கொள்ளும்படி கிரைஸ்லரிடம் கேட்கப்பட்டபோது, திறன், தகுதி, ஆற்றல் போன்ற பண்புநலன்களைப் பட்டியலிட்ட அவர், இறுதியில், உற்சாகம்தான் உண்மையான ரகசியம் என்று கூறினார்.

உலகிலேயே உற்சாகம் எனும் பண்புநலனுக்குத்தான் மிக உயர்ந்த ஊதியம் கொடுக்கப்படுகிறது. ஏனெனில், அது மிக அரிதான ஒன்று. ஆனால் அதே சமயத்தில், அது மற்றவர்களை எளிதில் பற்றிக் கொள்ளக்கூடிய ஒன்றும்கூட. நீங்கள் உற்சாகமாக இருந்தால், நீங்கள் உங்களது யோசனைகளை மோசமாக எடுத்துரைத்துக் கொண்டிருந்தாலும்கூட, நீங்கள் கூறுவதைச் செவிமடுத்துக் கொண்டிருப்பவர் உற்சாகமடைவதற்கான வாய்ப்புகள் அதிகரிக்கின்றன. உற்சாகம் இல்லையென்றால், உங்களது விற்பனைப் பேச்சு விழலுக்கு இறைத்த நீர்போல வீணாகிவிடும்.

உற்சாகம் என்பது வெறுமனே ஒரு வெளிப்புற வெளிப்பாடு அல்ல. அதை ஒருமுறை நீங்கள் கைவசப்படுத்திவிட்டால், அது உங்களுக்குள் நிரந்தமாக முகாமிட்டுவிடும். நீங்கள் உங்கள் வீட்டில் அமைதியாக உட்கார்ந்திருக்கக்கூடும் . . . திடீரென்று ஒரு யோசனை உங்கள் மனத்தில் முளைக்கிறது . . . அந்த யோசனை உருவெடுக்கத் துவங்குகிறது . . . இறுதியில், உற்சாகம் உங்களை முழுவதுமாக ஆட்கொள்கிறது . . . எதுவொன்றாலும் உங்களைத் தடுத்து நிறுத்த முடியாது.

நீங்கள் பயத்திலிருந்து மீள்வதற்கும், வியாபாரத்தில் அதிகமாக வெற்றி பெறுவதற்கும், அதிகப் பணத்தை ஈட்டுவதற்கும், அதிக ஆரோக்கியமான, அதிகச் செழிப்பான, மற்றும் அதிக மகிழ்ச்சியான வாழ்க்கையை வாழ்வதற்கும் உற்சாகம் உங்களுக்கு உதவும்.

உங்களால் எப்போது துவக்க முடியும்? இக்கணத்தில்! "என்னால் செய்யக்கூடிய ஒரு விஷயம் இது!" என்று உங்களுக்கு நீங்களே கூறிக் கொள்ளுங்கள்.

அதை எப்படித் துவக்குவது? இதற்கு ஒரே ஒரு வழிதான் உள்ளது:

உற்சாகம் கொண்ட ஒருவராக ஆவதற்கு, நீங்கள் உற்சாகம் கொண்ட ஒருவராக நடந்து கொள்ள வேண்டும்.

இந்த வழிமுறையை முப்பது நாட்கள் செயல்படுத்துங்கள். அற்புதமான விளைவுகளைப் பெறத் தயாராகுங்கள். இது உங்களது ஒட்டுமொத்த வாழ்க்கையையும் மிகச் சுலபமாகப் புரட்சிகரமானதாக மாற்றக்கூடும்.

ஒவ்வொரு நாள் காலையிலும் உங்கள் குதிங்கால்களில் நின்று கொண்டு, சக்திமிக்க முகபாவங்களுடனும், உங்களால் ஒன்றுதிரட்ட முடிகின்ற அனைத்து உற்சாகத்துடனும் பின்வரும் வார்த்தைகளைக் கூறுங்கள்:

உற்சாகமிக்க ஒருவரைப்போல நடந்து கொள்வதற்கு உன்னைக் கட்டாயப்படுத்தினால், நீ உண்மையிலேயே உற்சாகம் கொண்ட ஒருவனாக ஆகிவிடுவாய்!

2

விற்பனைத் தொழிலுக்கு முழுக்குப் போட்ட என்னை மீண்டும் இத்தொழிலுக்கு இழுத்து வந்த விஷயம்

கடந்த பல வருடங்களை நான் திரும்பிப் பார்க்கும்போது, முக்கியத்துவமற்ற விஷயங்கள் எவ்வாறு என் ஒட்டுமொத்த வாழ்க்கைப் பாதையை மாற்றியுள்ளன என்பதைக் கண்டு நான் வியக்கிறேன்.

நான் ஏற்கனவே கூறியுள்ளதுபோல, ஆயுட்காப்பீடுகளை விற்க முயற்சித்ததில் நான் செலவழித்த மிகத் துயரமான, அதிக மனச்சோர்வூட்டிய பத்து மாதங்களுக்குப் பிறகு, எந்தவொரு பொருளையும் விற்பதற்கான நம்பிக்கை என்னைவிட்டுப் பறந்து போனது. எனவே நான் என் வேலையை ராஜினாமா செய்துவிட்டு, வேறு வேலைகளுக்கான விளம்பரங்களுக்கு பதிலளிப்பதில் பல நாட்களைச் செலவிட்டேன். ஒரு வினியோக மையத்தில் பொருட்களைப் பட்டுவாடா செய்து, அவற்றைப் பற்றிய தகவல்களை ஆவணங்களில் பதிவு செய்யும் எழுத்தரின் வேலையை நான் விரும்பினேன். ஏனெனில், நான் சிறுவனாக இருந்தபோது, அமெரிக்கன் ரேடியேட்டர் கம்பெனியில், பொருட்களைப் பெரிய மரப்பெட்டிகளில் அடுக்கி, அப்பெட்டிகளை ஆணியடித்து மூடி, குறிப்பிட்ட நபர்களுக்கோ அல்லது நிறுவனங்களுக்கோ அனுப்பி வைக்க அவற்றைத் தயார்படுத்தும் வேலையை நான் செய்திருந்தேன். எனக்கு இருந்த மட்டுப்படுத்தப்பட்டக் கல்வியறிவைக் கொண்டு, அத்தகைய வேலைக்கு என்னால் தகுதி பெற முடியும் என்று நான் நினைத்தேன். ஆனால் நான் எவ்வளவு முயற்சித்தும், அந்த வேலையைக்கூட என்னால் பெற முடியவில்லை.

நான் ஊக்கமிழந்ததோடு மட்டுமன்றி, துயரப் படுகுழியிலும் வீழ்ந்தேன். மீண்டும் சைக்கிளில் தெருக்களைச் சுற்றி வந்து, ஜார்ஜ் கெல்லி நிறுவனத்திற்கான தவணை பாக்கிகளை மக்களிடமிருந்து வசூலித்துக் கொடுக்கும் வேலையைத்தான் நான் செய்தாக வேண்டும் என்று நான் உணர்ந்தேன். வாரத்திற்குப் பதினெட்டு டாலர்கள் சம்பளத்துடன்கூடிய அந்தப் பழைய வேலையைப் பெறுவதுதான் அக்கணத்தில் எனது மிக உயர்ந்த நம்பிக்கையாக இருந்தது.

எனது உடமைகள் சிலவற்றை எனது ஆயுட்காப்பீட்டு நிறுவன அலுவலகத்தில் நான் விட்டுவிட்டிருந்தேன். எனவே, அவற்றை எடுத்து வருவதற்காக ஒருநாள் காலையில் நான் அங்கு சென்றபோது, அந்த வேலை ஒருசில நிமிடங்களில் முடிந்துவிடும் என்று நான் எதிர்பார்த்தேன். ஆனால் நான் எனது மேசை டிராயர்களிலிருந்த எனது பொருட்கள் அனைத்தையும் சேகரித்து முடித்தபோது, அந்நிறுவனத்தின் தலைவரான திரு. வால்டர் லீமர் டால்பாட்டும் அனைத்து விற்பனையாளர்களும் ஒரு சந்திப்புக்கூட்டத்தை நடத்துவதற்காக அந்த அறைக்குள் நுழைந்தனர். நான் தர்மசங்கடப்படாமல் அங்கிருந்து வெளியேறுவதற்கான சாத்தியம் இல்லாமல் போனதால், அங்கேயே அமர்ந்து, பல விற்பனையாளர்கள் பேசியதை நான் கேட்டேன். அவர்கள் எவ்வளவுக்கு எவ்வளவு அதிகமாகப் பேசினார்களோ, நான் அவ்வளவுக்கு அவ்வளவு அதிகமாக ஊக்கமிழந்தேன். என்னால் செய்ய முடியாத பல விஷயங்களைப் பற்றி அவர்கள் பேசிக் கொண்டிருந்தனர். பிறகு, அந்நிறுவனத்தின் தலைவர் திரு. டால்பாட் கூறிய ஒரு விஷயத்தை நான் செவிமடுத்தேன். அது எனது வாழ்வில் மிக ஆழமான, நிரந்தரமான ஒரு தாக்கத்தை ஏற்படுத்தியது. அவர் கூறியது இதுதான்:

> **“நண்பர்களே, இந்த விற்பனைத் தொழிலில் மொத்தத்தில் நீங்கள் செய்ய வேண்டியது ஒன்றே ஒன்றுதான். ‘மக்களைச் சந்திப்பது’தான் அது. சாதாரணத் திறன் கொண்ட ஒரு நபர், தினமும் வெளியே சென்று நான்கிலிருந்து ஐந்து நபர்களைச் சந்தித்துத் தனது கதையைக் கூறி வந்தால், ஒரு சிறந்த விற்பனையாளராக ஆவதிலிருந்து அவரை எதுவொன்றாலும் தடுத்து நிறுத்த முடியாது.”**

அந்தக் கூற்று உடனடியாக என்னை எனது நாற்காலியைவிட்டுத் துள்ளியெழ வைத்தது. திரு. டால்பாட் அவர்களை நான் பெரிதும் மதித்து வந்தேன். அவர் கூறும் எதுவொன்றையும் நான் கண்மூடித்தனமாக நம்புவேன். தனது பதினோறாவது வயதில் அந்நிறுவனத்தில் வேலைக்குச் சேர்ந்து, பல வருடங்கள் தெருக்களில் அலைந்து திரிந்து பொருட்களை

விற்பனை செய்து, ஒவ்வொரு துறையிலும் கஷ்டப்பட்டு உழைத்து முன்னேறி அந்நிறுவனத்தின் தலைவராக ஆனவர் அவர். பொதுவாக அவரது வார்த்தைகள் அவரது ஆழ்ந்த அனுபவத்தைப் பிரதிபலிக்கும். அவர் அக்கணத்தில் கூறியது, மேகங்களை விலக்கிக் கொண்டு சூரியன் திடீரென்று உதயமானதைப்போல எனக்குத் தோன்றியது. அவரது வார்த்தையை அப்படியே ஏற்றுக் கொண்டு செயல்படுத்துவது என்று நான் அப்போதே என் மனத்தில் உறுதி பூண்டேன்.

"ஃபிராங்க் பெட்ஜர், உனக்கு இரண்டு ஆரோக்கியமான கால்கள் இருக்கின்றன. தினமும் வெளியே சென்று, நான்கு அல்லது ஐந்து நபர்களிடம் உன் கதையை உள்ளார்வத்துடன் உன்னால் கூற முடியும். எனவே நீ மிகச் சிறந்த ஒரு விற்பனையாளனாக ஆகப் போகிறாய். திரு. டால்பாட் கூறியது ஒருபோதும் பொய்யாகாது!" என்று நான் என்னிடம் கூறிக் கொண்டேன்.

நான் மகிழ்ச்சியாக உணர்ந்தேன். நான் ஒரு சிறந்த விற்பனையாளனாக ஆகப் போகிறேன் என்று நான் நம்பியதால், ஒரு பெரும் நிம்மதியுணர்வு என்னை ஆட்கொண்டது.

அந்த ஆண்டு நிறைவடைவதற்கு வெறும் பத்து வாரங்களே இருந்தன. அந்தப் பத்து வாரங்களிலும் நான் சந்திக்கவிருந்த நபர்களின் எண்ணிக்கையைப் பதிவு செய்து வைத்துக் கொள்வதென்று நான் தீர்மானித்தேன். ஏனெனில், தினமும் குறைந்தபட்சம் நான்கு பேரையாவது நான் சந்திப்பதை நான் உறுதி செய்து கொள்ள விரும்பினேன். இந்த விபரங்களை நான் பதிவு செய்து வைத்ததன் மூலம், இன்னும் பலரை என்னால் சந்திக்க முடியும் என்பதை நான் கண்டுகொண்டேன். வாராவாரம் ஒவ்வொரு நாளும் சராசரியாக நான்கு நபர்களைச் சந்திப்பது ஒரு பெரிய வேலையாக இருந்ததையும் நான் கண்டறிந்தேன். அதற்கு முன்பு நான் உண்மையில் எவ்வளவு குறைவான நபர்களைச் சந்தித்து வந்திருந்தேன் என்பதையும் அது என்னை உணர வைத்தது.

அந்தப் பத்து வாரங்களின்போது, நான் 51,000 டாலர்கள் பெறுமானமுள்ள ஆயுட்காப்பீடுகளை விற்றேன். முந்தைய பத்து மாதங்களில் மொத்தமாக நான் விற்றக் காப்பீடுகளைவிட அது அதிகம். விற்பனையைப் பொறுத்தவரை 51,000 டாலர்கள் அவ்வளவு பெரிய தொகை அல்ல. ஆனால், தான் என்ன பேசிக் கொண்டிருந்தோம் என்பதைத் திரு. டால்பாட் தெளிவாக அறிந்திருந்தார் என்பதை அது எனக்கு நிரூபித்தது. என்னாலும் விற்பனை செய்ய முடிந்தது!

பிறகு, எனது நேரம் பொன்னானது என்ற விழிப்புணர்வு எனக்கு ஏற்பட்டது. எதிர்காலத்தில், நான் அவ்வளவாக என் நேரத்தை வீணாக்க மாட்டேன் என்று நான் உறுதியெடுத்துக் கொண்டேன். அதோடு, இனியும் தொடர்ந்து எனது விற்பனைச்

சந்திப்புகளை நான் பதிவு செய்யத் தேவையில்லை என்று நான் நினைத்தேன்.

அன்றிலிருந்து, ஏதோ காரணத்திற்காக, எனது விற்பனையின் அளவு சரியத் துவங்கியது. ஒருசில மாதங்களுக்குப் பிறகு, முன்பு நான் எந்தப் புதைகுழியில் இருந்தேனோ, மீண்டும் அதே புதைகுழியில் நான் சிக்கியிருந்ததை நான் கண்டேன். ஒரு சனிக்கிழமை மதியம், நான் என் அலுவலகத்திற்குச் சென்று, அங்கிருந்த ஒரு சந்திப்புக்கூட்ட அறைக்குள் நுழைந்து கதவைத் தாழிட்டுக் கொண்டு அமர்ந்தேன். மூன்று மணிநேரம் அங்கு உட்கார்ந்து, "என்னிடம் என்ன பிரச்சனை? நான் என்ன தவறு செய்து கொண்டிருக்கிறேன்?" என்று என்னை நானே கேள்வி கேட்டுத் துளைத்தெடுத்துக் கொண்டிருந்தேன்.

அதற்கு ஒரே ஒரு விடை மட்டுமே இருந்தது. என் பிரச்சனைக்கு ஒரே ஒரு விஷயம்தான் காரணம் என்பதை நான் கண்டுகொண்டேன். நான் போதுமான நபர்களைச் சந்திக்கவில்லை என்பதுதான் அது.

"மக்களைச் சந்திப்பதற்கு நான் எப்படி என்னைக் கட்டாயப்படுத்திக் கொள்வது?" என்று எனக்கு நானே கேட்டுக் கொண்டேன். "மக்களைச் சந்திப்பதற்கு என்னை ஊக்குவிக்கின்ற ஒரு காரணம் நிச்சயமாக எனக்கு இருக்கிறது. எனக்குப் பணம் தேவை. நான் சோம்பேறியல்ல."

இறுதியில், எனது சந்திப்புகள் குறித்த விபரங்களை மீண்டும் பதிவு செய்வது என்று நான் முடிவு செய்தேன்.

ஒரு வருடத்திற்குப் பிறகு, எங்களுடைய ஏஜென்ஸி கூட்டம் ஒன்றின் முன்னால் பெருமையோடு எழுந்து நின்று, உற்சாகமாக என் கதையைக் கூறினேன். பன்னிரண்டு மாதங்கள் நான் சந்தித்த நபர்கள் பற்றிய முழுமையான விபரங்களை ரகசியமாக நான் பதிவு செய்து வைத்திருந்தேன். அவை துல்லியமான விபரங்கள். ஏனெனில், ஒவ்வொரு நாளும் நான் அவற்றை முறையாகப் பதிவு செய்து வைத்தேன். நான் மொத்தமாக 1,849 நபர்களைச் சந்தித்திருந்தேன். அவர்களில் 828 பேர் என் விற்பனைப் பேச்சைக் கேட்டனர், என்னுடன் உரையாடினர். அவர்களில் 65 பேர் என்னிடமிருந்து காப்பீடுகளை வாங்கினர். 4,251.82 டாலர்கள் பணம் எனக்குக் கமிஷனாகக் கிடைத்தது.

ஒவ்வொரு சந்திப்பும் எனக்கு எவ்வளவு மதிப்புவாய்ந்ததாக இருந்தது? நான் அதைக் கணக்கிட்டேன். நான் மேற்கொண்ட ஒவ்வொரு சந்திப்பும் எனக்கு 2.30 டாலர்கள் பணத்தைப் பெற்றுக் கொடுத்தது. இதைச் சற்று சிந்தித்துப் பாருங்கள்! ஒரு வருடத்திற்கு முன்பு, மிகவும் ஊக்கமிழந்து போய் நான் என் வேலையிலிருந்து ராஜினாமா செய்திருந்தேன். இன்று, நான் மேற்கொள்ளும் ஒவ்வொரு சந்திப்பும், அந்த நபரிடம் என் விற்பனைப் பேச்சை

என்னால் எடுத்துரைக்க முடிகிறதோ இல்லையோ, என் பாக்கெட்டுக்குள் 2.30 டாலர்கள் பணத்தைப் போடுகின்றது.

எனது இந்தப் பதிவுகள் எனக்குக் கொடுத்தத் துணிச்சலையும் நம்பிக்கையையும் விவரிப்பதற்கு என்னிடம் வார்த்தைகளே இல்லை.

எனது சந்திப்புகளின் மதிப்பை 2.30 டாலர்களிலிருந்து மெல்ல மெல்ல 19.00 டாலர்களுக்கு அதிகரிக்கும் விதத்தில் என்னை ஒழுங்கமைத்துக் கொள்வதற்கு, நான் எனது சந்திப்புகள் குறித்த விபரங்களைப் பதிவு செய்து வைத்தது எப்படி எனக்கு உதவியது என்பதை இன்னும் சற்று நேரத்தில் உங்களுக்கு நான் விளக்கவிருக்கிறேன். காலப்போக்கில், சராசரியாக, நான் சந்தித்த இருபத்தொன்பது நபர்களில் ஒருவரிடம் காப்பீடுகளை விற்றதிலிருந்து முன்னேறி, பின்னாளில் இருபத்தைந்து நபர்களில் ஒருவரிடம் விற்பதற்கும், இறுதியில் மூன்று பேரில் ஒருவரிடம் விற்பதற்கும் என்னை நான் எவ்வாறு மேம்படுத்தினேன் என்பதையும் நான் உங்களிடம் கூறவிருக்கிறேன். இப்போதைக்கு அதற்கான ஒரே ஓர் எடுத்துக்காட்டை மட்டும் நான் உங்களிடம் பகிர்ந்து கொள்கிறேன்:

எனது விற்பனையில் 70 சதவீதம் எனது முதல் சந்திப்பிலும், 23 சதவீதம் இரண்டாவது சந்திப்பிலும், 7 சதவீதம் மூன்றாவது மற்றும் அதற்கடுத்த சில சந்திப்புகளிலும் நிகழ்ந்ததாக எனது பதிவுகள் தெரிவித்தன. ஆனால் இதை உன்னிப்பாகக் கவனியுங்கள்: என்னுடைய நேரத்தின் 50 சதவீதத்தை அந்த 7 சதவீத நபர்களுக்குப் பின்னால் செல்வதில் நான் செலவிட்டிருந்தேன். “அந்த 7 சதவீதத்தினரை நான் ஏன் விடாப்பிடியாகப் பின்தொடர வேண்டும்? எனது நேரம் முழுவதையும் முதலாவது மற்றும் இரண்டாவது சந்திப்புகளில் செலவிட்டால் என்ன?” என்று என்னை நானே கேட்டுக் கொண்டேன்.

நமது சந்திப்புகளை நாம் பதிவு செய்து வைக்காவிட்டால், நாம் என்ன தவறு செய்து கொண்டிருக்கிறோம் என்பதை நம்மால் ஒருபோதும் தெரிந்து கொள்ள முடியாது. ஒரு பத்திரிகையிலிருந்து என்னால் பெறக்கூடிய உத்வேகத்தைவிட அதிக உத்வேகத்தை எனது சொந்தப் பதிவுகளை ஆய்வு செய்வதிலிருந்து என்னால் பெற முடியும். உலகின் மாபெரும் விற்பனையாளர்களில் ஒருவரான கிளே ஹாம்லின் ஆயிரக்கணக்கானோருக்கு உத்வேகம் அளித்து வந்துள்ளதைப் போலவே எனக்கும் எப்போதும் உத்வேகமூட்டி வந்துள்ளார். விற்பனையில் மூன்று முறை தோல்வியைத் தழுவிய பிறகே தான் தனது சந்திப்புகளைப் பதிவு செய்யத் துவங்கியதாக கிளே என்னிடம் கூறினார்.

“ஒரு பந்தை நோக்கி உங்கள் மட்டையைச் சுழற்றாவிட்டால், அதை உங்களால் அடிக்க முடியாது,” என்ற கூற்று பேஸ்பாலில் எந்த அளவுக்கு உண்மையோ, விற்பனையிலும் அதே அளவுக்கு

உண்மை என்பதை நான் கண்டுகொண்டேன். கார்டினல்ஸ் அணியினருடன் நான் விளையாடியபோது, ஸ்டீவ் எவன்ஸ் என்ற ஒரு விளையாட்டு வீரர் எங்கள் அணியில் இருந்தார். அவர் 'பேப் ருத்' என்ற வரலாற்றுப் புகழ்மிக்க பேஸ்பால் வீரரைப்போலவே மிகப் பெரிய, மிகவும் சக்திவாய்ந்த தோற்றத்தைக் கொண்டவராக இருந்தார். கிட்டத்தட்ட பேப் ருத்தின் அதே வேகத்தில் ஸ்டீவாலும் பந்தை அடிக்க முடிந்தது. ஆனால் ஸ்டீவிடம் ஒரு மோசமான பழக்கம் இருந்தது. காத்திருக்கும் பழக்கம்தான் அது. இரண்டு முறை பந்து வீசப்பட்டப் பிறகே அவர் தனது மட்டையைச் சுழற்றினார். புனித லூயிஸ் நகரில் நடைபெற்ற ஒரு முக்கியமான போட்டி என் நினைவில் உள்ளது. ஒன்பதாவது இன்னிங்ஸில் பேட் செய்வதற்கான அவரது முறை அது. அவர் அந்தப் பந்தை எப்படி அடித்திருந்தாலும், அது எங்கள் அணிக்கு வெற்றியைப் பெற்றுக் கொடுத்திருக்கும். ஸ்டீவ் தன் மனத்திற்குப் பிடித்த மட்டையைத் தேர்ந்தெடுத்தார். பிறகு ஆடுகளத்தை நோக்கிச் சென்றார். "ஸ்டீவ், அந்த முதல் பந்தை அடியுங்கள்!" என்று எல்லோரும் கோஷமிட்டனர்.

ஸ்டீவ் தனது இடத்திற்குச் சென்று தனது மட்டையைத் தயார் நிலையில் வைத்தார். தன்னை நோக்கி எறியப்பட்ட முதல் பந்தை அடிப்பதில் அவர் தீவிரமாக இருந்ததை எங்களால் காண முடிந்தது. பந்து அவரது மட்டையின் மையத்தில் பட்டுப் பறந்து சென்றது, ஆனால் எவன்ஸ் தனது மட்டையைத் தனது தோளின்மீதிருந்து ஒருபோதும் நகர்த்தவே இல்லை.

"ஸ்டிரைக் ஒன்று," என்று நடுவர் கத்தினார்.

"ஸ்டீவ்! மட்டையைச் சுழற்றி அடுத்தப் பந்தை அடியுங்கள்," என்று எங்கள் அணியின் அனைத்து வீரர்களும் பார்வையாளர்களும் உரக்கக் கெஞ்சினர்.

ஸ்டீவ் தனது காலணிகளை நிலத்தில் இன்னும் ஆழமாக ஊன்றித் தன்னை நிலைப்படுத்தினார். அடுத்து எறியப்பட்டப் பந்தும் அவரது மட்டையின் மத்தியில் பட்டுச் சென்றது.

மீண்டும் அவர் தனது மட்டையைச் சுழற்றத் தவறினார். "ஸ்டிரைக் இரண்டு," என்று நடுவர் கத்தினார்.

மைதானத்தின் ஓரத்தில் நின்று கொண்டிருந்த எங்கள் அணி மேலாளரான ரோஜர் பிரெஸ்னஹன், "எவன்ஸ்! இன்னும் எதற்காகக் காத்துக் கொண்டிருக்கிறீர்கள்?" என்று கத்தினார்.

"நான் எதற்காகக் காத்துக் கொண்டிருப்பதாக நீங்கள் நினைக்கிறீர்கள்? ஒன்றுக்கும் பதினைந்திற்கும்தான்," என்று ஸ்டீவ் வெறுப்புடன் திருப்பிக் கத்தினார். (ஒன்றாம் தேதியும் பதினைந்தாம் தேதியும்தான் எங்களுக்கான சம்பள நாட்கள்!)

விற்பனை நேரத்தின்போது அலுவலகத்தில் அமர்ந்து கொண்டு வாடிக்கையாளர்கள் பற்றிய அட்டைகளைக் கொண்டு சீட்டு

விளையாடிக் கொண்டிருக்கும் விற்பனையாளர்களை நான் பார்க்கும் ஒவ்வொரு முறையும், நல்ல வாய்ப்புகள் அனைத்தையும் தவறவிட்டுக் கொண்டு தனது தோளில் தனது மட்டையுடன் நின்ற ஸ்டீவ் எவன்ஸை நான் மீண்டும் பார்க்கிறேன். "எவன்ஸ்! இன்னும் எதற்காகக் காத்துக் கொண்டிருக்கிறீர்கள்?" என்று பிரெஸ்னஹன் கத்துவதும் என் காதுகளில் விழும்.

நீங்கள் மட்டும் கடினமாக உழைக்கத் தயாராக இருந்தால், விற்பனைத் தொழில்தான் இவ்வுலகிலேயே மிகவும் சுலபமான தொழிலாகும். ஆனால், கடினமாக உழைக்கத் தவறும்போதும் விஷயங்களைச் சுலபமாக எடுத்துக் கொள்ளும் போக்கை நீங்கள் கொண்டிருக்கும்போதும், அதே விற்பனைத் தொழில் இவ்வுலகிலேயே மிகக் கடினமான தொழிலாக ஆகிவிடுகிறது.

ஒரு நல்ல மருத்துவர் ஒரு நோயின் விளைவுகளை குணப்படுத்துவதில்லை. அவர் அந்நோய்க்கான காரணத்தை குணப்படுத்துகிறார். எனவே, விற்பனை குறித்த அடிப்படையை இப்போது நாம் பார்க்கலாம்:

ஒன்றை விற்கும்வரை உங்களால்
உங்கள் கமிஷனைப் பெற முடியாது;
ஒரு விற்பனை ஆர்டரை நீங்கள் எழுதாதவரை
உங்களால் ஒன்றை விற்க முடியாது;
ஒருவரைச் சந்திக்காதவரை ஒரு விற்பனை ஆர்டரை
உங்களால் எழுத முடியாது;
ஒருவரிடம் நேரில் செல்லாதவரை அவரை உங்களால்
சந்திக்க முடியாது.

விற்பனையின் சாராம்சம் இதுதான். விற்பனைத் தொழிலின் ஒட்டுமொத்த அடித்தளம் இதுதான்: சந்திப்புகள்!

3

நான் எதிர்கொள்ள வேண்டியிருந்த மிகப் பெரிய எதிரியை அழிக்க எனக்குப் பேருதவியாக இருந்த காரணி

அந்த முதல் வருடத்தில் எனது சம்பாத்தியம் மிகக் குறைவாக இருந்ததால், ஸ்வார்த்மோர் கல்லூரியின் பேஸ்பால் அணிக்குப் பயிற்சியளிக்கும் பகுதி நேர வேலை ஒன்றில் நான் சேர்ந்தேன்.

ஒருநாள், பென்சில்வேனியா மாநிலத்திலுள்ள செஸ்டர் நகரின் ஒய்.எம்.சி.ஏ அமைப்பிலிருந்து எனக்கு ஓர் அழைப்பு வந்தது. 'தூய்மையான வாழ்க்கை; தூய்மையான பண்புநலன்; தூய்மையான விளையாட்டு' எனும் தலைப்பில் தங்கள் உறுப்பினர்களிடையே பேசுமாறு அவர்கள் என்னிடம் கேட்டிருந்தனர். நான் அந்தக் கடிதத்தைப் படித்தபோது, அந்த அழைப்பை ஏற்றுக் கொள்வது எனக்கு முற்றிலும் சாத்தியமற்றது என்பதை உணர்ந்தேன். உண்மையில், ஒரே ஒரு நபரை ஒப்புக் கொள்ள வைக்கும் விதத்தில் பேசுவதற்கான துணிச்சலே என்னிடம் இல்லாதபோது, நூற்றுக்கணக்கானவர்களின் முன்னிலையில் பேசுவது சாத்தியமே இல்லாத ஒன்று என்பதை நான் திடீரென்று உணர்ந்தேன்.

நான் ஏதேனும் ஒன்றில் சிறப்பாகத் திகழ வேண்டும் என்றால், அன்னியர்களிடம் பேசுவது குறித்த இந்தக் கோழைத்தனத்திலிருந்தும் பயத்திலிருந்தும் நான் மீண்டு வர வேண்டும் என்பதை அப்போதுதான் முதன்முறையாக நான் உணரத் துவங்கினேன்.

அடுத்த நாள், ஃபிலடெல்பியா நகரில் இருந்த ஒய்.எம்.சி.ஏ. அலுவகலத்திற்குச் சென்று, அதன் கல்வி இயக்குனரைச் சந்தித்து, என்னால் அத்தனைப் பேரின் முன்னிலையில் பேச முடியாததற்கான காரணத்தை அவரிடம் எடுத்துரைத்தேன்.

என்னுடைய இந்தக் குறைபாட்டிலிருந்து நான் மீள்வதற்கு அவர்களிடம் ஏதேனும் பயிற்சி வகுப்பு இருந்ததா என்றும் நான் அவரிடம் கேட்டேன். அவர் புன்னகைத்துவிட்டு, "உங்களுக்குத் துல்லியமாக எது தேவையோ, அது எங்களிடம் இருக்கிறது. என்னுடன் வாருங்கள்," என்று கூறினார்.

ஒரு நீளமான தாழ்வாரத்தில் நான் அவரைப் பின்தொடர்ந்து சென்றேன். பல நபர்கள் ஒரு குழுவாக அமர்ந்திருந்த ஓர் அறைக்குள் நாங்கள் நுழைந்தோம். அவர்களில் ஒருவர் அப்போதுதான் பேசி முடித்திருந்தார். அவரது பேச்சை விமர்சிப்பதற்காக இன்னொருவர் தனது இருக்கையிலிருந்து எழுந்து கொண்டிருந்தார். நானும் ஒய்.எம்.சி.ஏயின் கல்வி இயக்குனரும் அந்த அறையின் பின்னால் சென்று அமர்ந்தோம். "மேடைப் பேச்சிற்கான ஒரு பயிற்சி வகுப்பு இது," என்று அந்த இயக்குனர் என் காதுகளில் கிசுகிசுத்தார்.

"மேடைப் பேச்சிற்கான ஒரு பயிற்சி வகுப்பை"ப் பற்றி நான் அதற்கு முன்பு ஒருபோதும் கேள்விப்பட்டிருக்கவில்லை.

விமர்சித்தவர் விமர்சித்து முடித்தப் பிறகு, இன்னொருவர் எழுந்து நின்று பேசத் துவங்கினார். அவரது பேச்சு மிக மோசமாக இருந்தது. உண்மையில், என்னை ஊக்கப்படுத்தும் அளவுக்கு அவரது பேச்சு மோசமாக இருந்தது. "மற்றவர்கள் முன்னிலையில் பேசுவதற்கு நான் பயந்து போயிருப்பது உண்மை என்றாலும், என் பேச்சு நிச்சயமாக அவரது பேச்சைவிட மோசமாக இருக்காது," என்று எனக்கு நானே கூறிக் கொண்டேன்.

விரைவில், முந்தைய பேச்சாளரை விமர்சித்துக் கொண்டிருந்த நபர் எங்களை நோக்கி வந்தார். என்னுடன் இருந்த கல்வி இயக்குனர் என்னை அவரிடம் அறிமுகப்படுத்தினார். அந்த நபரின் பெயர் டேல் கார்னகி.

"நான் உங்கள் பயிற்சி வகுப்பில் சேர விரும்புகிறேன்," என்று நான் அவரிடம் கூறினேன். "எங்கள் பயிற்சி வகுப்பு இப்போது பாதி முடிவடைந்துவிட்டது. நீங்கள் சிறிது நாட்கள் காத்திருப்பது நல்லது. ஜனவரியில் நாங்கள் இன்னொரு வகுப்பைத் துவக்கவிருக்கிறோம்," என்று அவர் கூறினார்.

"இல்லை, நான் இப்போதே உங்கள் வகுப்பில் சேர விரும்புகிறேன்," என்று நான் பிடிவாதமாகக் கூறினேன்.

டேல் கார்னகி புன்னகைத்தபடியே என் கையைப் பிடித்துக் கொண்டு, "நீங்கள்தான் அடுத்தப் பேச்சாளர்," என்று கூறினார்.

நான் நடுங்கிக் கொண்டிருந்தேன். உண்மையில், நான் பயத்தில் உறைந்து போயிருந்தேன். ஆனால், எப்படியோ தைரியத்தை வரவழைத்துக் கொண்டு, நான் அந்தப் பயிற்சி வகுப்பில் கலந்து கொண்டிருந்ததற்கான காரணத்தை அங்கிருந்தவர்களிடம் கூறினேன். எனது பேச்சு மிகவும் மோசமாக இருந்தது. ஆனாலும் அது எனக்கு ஒரு மிகப் பெரிய வெற்றியாக இருந்தது. ஏனெனில்,

அதற்கு முன்பு, ஒரு கூட்டத்தினரின் முன்னால் நின்று, "வணக்கம், எல்லோரும் நலமா?" என்றுகூட என்னால் கேட்க முடியாமல் இருந்தது.

இது நடந்து முப்பது ஆண்டுகள் ஆகிவிட்டன. ஆனால், அந்த இரவு, என் வாழ்வின் மிக முக்கியமான நிலைகளில் ஒன்றின் துவக்கமாக என் நினைவில் எப்போதும் நீங்கா இடம் பெற்றிருக்கும்.

நான் அக்கணத்திலேயே அந்தப் பயிற்சி வகுப்பில் சேர்ந்தேன். அங்கு நடைபெற்ற வாராந்திரச் சந்திப்புகளில் தவறாமல் பங்கு கொண்டேன்.

இரண்டு மாதங்களுக்குப் பிறகு, செஸ்டர் நகருக்குச் சென்று, அங்கிருந்த ஒய்.எம்.சி.ஏ. அமைப்பில் நான் உரையாற்றினேன். மற்றவற்றோடு ஒப்பிட்டுப் பார்க்கையில், எனது சொந்த அனுபவங்களைப் பற்றிப் பேசுவது எனக்குச் சுலபமானதாக இருந்ததை நான் ஏற்கனவே தெரிந்து கொண்டிருந்ததால், செஸ்டர் நகரப் பார்வையாளர்களிடம் எனது பேஸ்பால் அனுபவங்களைப் பற்றியும், எப்படி நான் மிகப் பெரிய அணிகளில் இடம்பிடித்தேன் என்பதைப் பற்றியும் நான் கூறினேன். தொடர்ந்து சுமார் அரை மணிநேரம் என்னால் பேச முடிந்ததைக் கண்டு நான் பெரிதும் வியந்தேன். பேச்சு முடிந்த பிறகு, இருபது முப்பது நபர்கள் என்னிடம் வந்து, என்னுடன் கைகுலுக்கி, என் பேச்சைத் தாங்கள் மிகவும் ரசித்ததாக என்னிடம் கூறியபோது நான் இன்னும் அதிக ஆச்சரியமடைந்தேன்.

அது என் வாழ்வின் மிகப் பெரிய வெற்றிகளில் ஒன்று. முன்பு நிகழ்ந்த எதுவொன்றைவிடவும் இது எனக்கு அதிக நம்பிக்கையைக் கொடுத்தது. இது எனக்கு ஓர் அதிசயம்போலத் தோன்றியது. இது உண்மையிலேயே ஓர் அதிசயம்தான். இரண்டு மாதங்களுக்கு முன்பு, எனது நிறுவனத்தின் சந்திப்புக்கூட்டங்களில் பேசுவதற்குக்கூட நான் பயந்தேன். ஆனால் இன்று, நூறு பேர் அடங்கிய ஒரு குழுவிற்கு முன்னால் நின்று, அவர்களைக் கட்டிப்போடும் விதத்தில் நான் பேசிக் கொண்டிருந்தேன். அந்த அனுபவத்தை நான் வெகுவாக ரசித்தேன். அந்த அறையைவிட்டு நான் வெளியே சென்றபோது, நான் முற்றிலும் மாறியிருந்தேன்.

அந்த இருபத்தைந்து நிமிடப் பேச்சில் அக்குழுவினரிடையே எனக்குக் கிடைத்த அறிமுகமும் அங்கீகாரமும், அந்தக் குழுவினருடன் பல மாதங்கள் வெறுமனே சுற்றிக் கொண்டிருந்தாலும் எனக்குக் கிடைத்திருக்காது.

அந்தச் சந்திப்புக்கூட்டத்தின் தலைவர் பொறுப்பை வகித்த, டெலாவேரைச் சேர்ந்த பிரபல வழக்கறிஞரான ஜே.பார்ட்டன் வீக்ஸ், ரயில் நிலையத்திற்கு என்னுடன் நடந்து வந்ததைக் கண்டு நான் மேலும் ஆச்சரியமடைந்தேன். நான் ரயிலில் ஏறியபோது, அவர் என் கையைக் குலுக்கிவிட்டு, எனக்கு வெகுவாக நன்றி கூறினார். பிறகு, அடுத்த முறை வாய்ப்புக் கிடைக்கும்போது

கண்டிப்பாக நான் மீண்டும் வர வேண்டும் என்று அவர் எனக்கு அழைப்பு விடுத்தார். ரயில் நகரத் துவங்கியபோது, "நானும் எனது சட்ட நிறுவனக் கூட்டாளிகள் சிலரும் சில ஆயுட்காப்பீடுகளை வாங்குவது பற்றி யோசித்துக் கொண்டிருக்கிறோம்," என்று அவர் கூறினார்.

செஸ்டருக்கு வருவதற்கான 'வாய்ப்பை' மிக விரைவில் நான் 'கண்டேன்.'

அதற்கு ஒருசில வருடங்களுக்குப் பிறகு, பார்ட்டன் வீக்ஸ், கீஸ்டோன் ஆட்டோமொபைல் கிளப்பின் தலைவராக ஆனார். உலகின் இரண்டாவது மிகப் பெரிய ஆட்டோமொபைல் கிளப் அது. பார்ட்டன் வீக்ஸ் எனது மிகச் சிறந்த தனிப்பட்ட நண்பர்களில் ஒருவராகவும், வியாபார வட்டத்தில் எனக்கு மிகவும் உதவியவர்களில் ஒருவராகவும் ஆனார்.

இவரது தொடர்பு எனக்கு மிகவும் லாபகரமானதாக அமைந்தது என்பதை மறுப்பதற்கில்லை. ஆனால், மேடைப் பேச்சுக் குறித்தப் பயிற்சி வகுப்பின் மூலம் எனக்குக் கிடைத்தத் தன்னம்பிக்கையுடனும் துணிச்சலுடனும் அதை ஒப்பிட்டால், அதன் மதிப்புக் குறைவுதான். அந்தப் பயிற்சி வகுப்பு எனது பார்வையை விசாலமாக்கியது, எனது உற்சாகத்தைத் தூண்டியது, எனது யோசனைகளை மற்றவர்கள் ஒப்புக் கொள்ளும் விதத்தில் அதிகத் திருப்திகரமாக வெளிப்படுத்துவதற்கு எனக்கு உதவியது. எல்லாவற்றையும்விட மேலாக, நான் எதிர்கொள்ள வேண்டியிருந்த மிகப் பெரிய எதிரியான பயத்தை அழிப்பதற்கு அது எனக்கு உதவியது.

பயத்தால் முடக்கப்பட்டு, துணிவையும் தன்னம்பிக்கையையும் இழந்து தவிக்கின்ற எவரொருவரும், தாங்கள் வசிக்கும் இடத்திற்கு அருகே இருக்கின்ற மேடைப் பேச்சிற்கான மிகச் சிறந்த பயிற்சி வகுப்பு ஒன்றில் சேர்ந்து பயில வேண்டும் என்று நான் வலியுறுத்துகிறேன். வெறுமனே யாரோ ஒருவர் சொற்பொழிவாற்றுகின்ற ஒரு பயிற்சி வகுப்பில் சேர்ந்துவிடாதீர்கள். பயிற்சி வகுப்பின் ஒவ்வொரு சந்திப்பிலும் நீங்கள் பேசுவதற்கு வாய்ப்புக் கொடுக்கின்ற ஒரு வகுப்பில் சேருங்கள். ஏனெனில், அதுதான் உங்களுக்குத் தேவை. பேசுவதில் அனுபவம் பெறுவதுதான் உங்கள் குறிக்கோள்.

ஒரு நல்ல, நடைமுறைச் சாத்தியமுள்ள பயிற்சி வகுப்பை உங்களால் கண்டுபிடிக்க முடியாவிட்டால், பெஞ்சமின் ஃபிராங்க்ளின் செய்ததை நீங்கள் செய்யுங்கள். இப்படிப்பட்டப் பயிற்சியின் மதிப்பை உணர்ந்த பெஞ்சமின் ஃபிராங்க்ளின், எனது சொந்த ஊரில் 'ஜன்டோ' என்ற ஓர் அமைப்பை உருவாக்கினார். அதே போன்ற ஓர் அமைப்பை நீங்களும் உருவாக்கிக் கொள்ளுங்கள். வாரத்தில் ஒருநாள் நீங்கள் சந்தித்துக் கொள்ள வேண்டும். ஒவ்வொரு வாரமோ அல்லது ஒவ்வொரு மாதமோ

அக்குழுவிற்கு ஒரு புதிய தலைவரை நீங்கள் உங்களுக்குள்ளாகவே தேர்ந்தெடுத்துக் கொள்ளுங்கள். ஒரு நல்ல பயிற்றுவிப்பாளரை உங்களால் கண்டுபிடிக்க முடியாவிட்டால், நீங்களே ஒருவரையொருவர் விமர்சித்துக் கொள்ளுங்கள். இருநூறு வருடங்களுக்கு முன்பு 'ஜன்டோ' குழுவினர் அதைத்தான் செய்தனர்.

எங்களுடைய பயிற்சி வகுப்பில் பங்கு கொண்டவர்களில், தங்களுக்குக் கிடைத்தப் பயிற்சியை நடைமுறையில் செயல்படுத்தியவர்கள் மட்டுமே பெரும் பயனடைந்ததையும் மிகப் பெரிய மேம்பாடுகளை வெளிப்படுத்தியதையும் நான் கவனித்தேன். எனவே, நான் மிகச் சிறந்த பேச்சாளனாக இல்லாதபோதுகூட, பொதுமக்களிடையே பேசுவதற்கான வாய்ப்புகளைத் தேடினேன். முதலில், மேடை பயத்தால் நான் கிட்டத்தட்ட இறந்தே போனேன், ஆனால் எப்படியோ சமாளித்துப் பேசினேன்.

எங்கள் தேவாலயத்தில் ஞாயிற்றுக்கிழமைதோறும் நடைபெற்ற பைபிள் வகுப்பு ஒன்றிலும் எட்டு மாணவர்களுக்கு நான் கற்றுக் கொடுத்தேன். பின்னாளில், அப்பள்ளியின் கண்காணிப்பாளர் பொறுப்பையும் நான் ஏற்றுக் கொண்டேன். அப்பொறுப்பில் நான் ஒன்பது வருடங்கள் பணியாற்றினேன். இப்பயிற்சி மற்றும் அனுபவத்தின் விளைவு, தனிநபர்களுடனான எனது தனிப்பட்ட உரையாடல்களிலும் வெளிப்பட்டது. எனக்குக் கிடைத்த மிக அருமையான அனுபவங்களில் ஒன்றாக அது அமைந்தது.

நான் சந்தித்துள்ள தலைவர்கள் மற்றும் வெற்றிகரமான நபர்கள் அனைவரும் துணிச்சலும் தன்னம்பிக்கையும் நிரம்பியவர்களாக இருந்தனர். அவர்களில் பெரும்பாலானோரால், தங்களது கருத்தை மற்றவர்கள் ஏற்றுக் கொள்ளும் விதத்தில் திருப்திகரமாகப் பேச முடிந்ததை நான் கவனித்தேன்.

பயத்திலிருந்து மீண்டு, துணிச்சலையும் தன்னம்பிக்கையையும் விரைவாக உருவாக்கிக் கொள்வதற்கான மிகச் சிறந்த வழி, குழுக்களின் முன்னிலையில் பேசுவதுதான் என்பதை நான் கண்டறிந்தேன். பார்வையாளர்கள் முன்னிலையில் பேசுவதற்கான பயத்திலிருந்து நான் மீண்டபோது, தனிநபர்களிடம் (அவர்கள் எவ்வளவு பெரியவர்களாகவும், எவ்வளவு முக்கியமானவர்களாகவும் இருந்தாலும் சரி) பேசுவதற்கான எனது பயமும் தொலைந்து போனதை நான் கண்டேன். மேடைப்பேச்சுப் பயிற்சியும், அது கொடுத்த அனுபவமும் எனது கூட்டிலிருந்து என்னை வெளிக்கொணர்ந்தன. எனது சொந்தச் சாத்தியக்கூறுகளைப் பார்ப்பதற்கு அவை எனது பார்வையை விசாலமாக்கின. எனது எல்லைகளை விரிவுபடுத்தின. மொத்தத்தில் என் தொழில்வாழ்க்கையின் திருப்புமுனைகளில் ஒன்றாக அது அமைந்தது.

4

என்னை நான் சிறப்பாக ஒழுங்கமைத்துக் கொள்வதற்கு நான் கண்டறிந்த ஒரே வழி

நான் எனது சந்திப்புகளைப் பதிவு செய்து வைத்துக் கொள்ளத் துவங்கிய சிறிது காலத்தில், தன்னைத் தானே ஒழுங்கமைத்துக் கொள்வதில் மிக மோசமாக விளங்குபவர்களில் நானும் ஒருவன் என்பதை நான் கண்டறிந்தேன். ஒரு வாரத்திற்கு நாற்பது சந்திப்புகள் என்ற கணக்கில், அந்த வருடம் 2000 நபர்களைச் சந்திப்பது என்ற இலக்கை நான் வகுத்திருந்தேன். ஆனால் அந்த இலக்கில் நான் மிகவும் பின்தங்கிப் போனதால், எனது சந்திப்புகளைப் பதிவு செய்ய எனக்கு மிகவும் அவமானமாக இருந்தது. நான் நல்ல நோக்கங்களைக் கொண்டிருந்தேன், புதிய தீர்மானங்களை மேற்கொண்டேன். ஆனால் அவை ஒருபோதும் நீடித்து நிலைக்கவில்லை. என்னால் என்னை ஒழுங்கமைத்துக் கொள்ள முடியவில்லை.

திட்டமிடுவதற்கு நான் அதிக நேரத்தை ஒதுக்கிக் கொள்ள வேண்டும் என்ற யோசனை ஒரு வழியாக என் தலைக்குள் புகுந்தது. வாடிக்கையாளர்களாக ஆவதற்குச் சாத்தியமான நாற்பது அல்லது ஐம்பது நபர்களின் விபரக் குறிப்புகளைத் தூக்கித் தூர எறிந்துவிட்டு, விற்பனைச் சந்திப்புகளுக்கு நான் தயாராகிவிட்டதாக நினைத்துக் கொள்வது மிகவும் சுலபமானது. ஆனால் அவர்களைப் பற்றி நான் பதிவு செய்துள்ளவற்றை மீண்டும் புரட்டிப் பார்த்து, அவை ஒவ்வொன்றையும் முதலிலிருந்து கவனமாக ஆய்வு செய்து, அவர்கள் ஒவ்வொருவரிடமும் துல்லியமாக நான் என்ன கூறுவேன் என்பதைத் திட்டமிட்டு, முன்மொழிவுகளைத் தயாரித்து, கடிதங்களை எழுதி, பிறகு அவர்களைச் சந்திப்பதற்கான கால

நேரங்களை அட்டவணையிட்டு, திங்கள் முதல் வெள்ளிவரை ஒவ்வொரு தினமும் நான் மேற்கொள்ள வேண்டிய சந்திப்புகளை முறையாக வரிசைப்படுத்துவதற்கு வாரத்திற்கு நான்கு முதல் ஐந்து மணிநேரம் தீவிரமாக வேலை செய்ய வேண்டியிருந்தது.

எனவே, சனிக்கிழமை காலை நேரத்தை நான் அதற்காக ஒதுக்கி வைத்தேன். அதை நான் 'சுய ஒழுங்கமைப்பு நாள்' என்று அழைத்தேன். இத்திட்டம் எனக்கு உதவியதா? நிச்சயமாக உதவியது. ஒவ்வொரு திங்கட்கிழமை காலையிலும், நான் எனது நாளைத் துவக்கியபோது, வாடிக்கையாளர்களைச் சந்திப்பதற்கு எனது காரில் செல்வதற்குப் பதிலாக, தன்னம்பிக்கையுடனும் உற்சாகத்துடனும் நடந்து சென்று நான் அவர்களைச் சந்தித்தேன். அவர்களைப் பார்ப்பதற்கு நான் ஆர்வமாகவும் துடிப்பாகவும் இருந்தேன். ஏனெனில், நான் அவர்களைப் பற்றி யோசித்திருந்தேன். அவர்களது சூழ்நிலையை ஆய்வு செய்திருந்தேன். அவர்களுக்கு ஏதோ ஒரு விதத்தில் பலனளிக்கும் என்று நான் கருதிய சில யோசனைகளை என் வசம் வைத்திருந்தேன். வார இறுதியின்போது, களைப்படைந்து ஊக்கமிழப்பதற்குப் பதிலாக, அடுத்த வாரம் என்னால் இன்னும் சிறப்பாகச் செயல்பட முடியும் என்ற சிந்தனையால் நான் உண்மையிலேயே புத்துணர்ச்சியாகவும் உற்சாகமாகவும் உணர்ந்தேன்.

ஒருசில வருடங்களுக்குப் பிறகு, எனது 'சுய ஒழுங்கமைப்பு நாளை' முன்கூட்டியே வெள்ளிக்கிழமை காலைக்கு மாற்றி, வார இறுதி நாட்களில் ஓய்வெடுத்துவிட்டு, திங்கட்கிழமை காலைவரை எனது தொழிலைப் பற்றி முற்றிலுமாக மறப்பதற்கு என்னால் முடிந்தது. திட்டமிடுவதற்குப் போதுமான நேரத்தை எடுத்துக் கொண்டபோது அதிகமான வேலைகளை என்னால் செய்து முடிக்க முடிந்ததையும், திட்டமின்றிச் செயல்பட்டபோது குறைந்த அளவு வேலைகளையே என்னால் செய்ய முடிந்ததையும் கண்டு நான் ஆச்சரியம் கொண்டேன். எல்லா நேரமும் வேலை செய்தும் எந்த இடத்தையும் சென்றடையாமல் இருப்பதைவிட, வாரத்தில் நான்கரை நாட்கள் மும்முரமாக வேலை செய்து, குறிப்பிட்ட ஓரிடத்தைச் சென்றடைவதை நான் தேர்ந்தெடுக்கிறேன்.

மிகப் பெரிய தொழிலதிபரான ஹென்றி எல். டோஹர்ட்டி, "சிந்திப்பது, விஷயங்களை அவற்றின் முக்கியத்துவத்தின்படி வரிசைப்படுத்திச் செய்வது ஆகிய இரண்டு விஷயங்களைத் தவிர மற்ற எல்லாவற்றையும் செய்வதற்கு என்னால் ஆட்களை வேலைக்கு அமர்த்த முடியும்," என்று கூறியதாக நான் படித்திருந்தேன்.

அதுதான் துல்லியமாக எனது பிரச்சனையாக இருந்தது. ஆனாலும், பல வருடங்களாக ஒவ்வொரு வாரமும் நான் அந்தப் பிரச்சனையைத் தீர்த்தப் பிறகு, 'சிந்திப்பதற்கும் திட்டமிடுவதற்கும் போதுமான நேரத்தை எடுத்துக் கொள்வதுதான்' அதற்கான உண்மையான விடை என்று நான் நம்புகிறேன்.

49ம் பக்கத்தில், மாதிரி ‘வாராந்திரக் கால அட்டவணை’ ஒன்றை நீங்கள் பார்ப்பீர்கள். அதை வெறுமனே ஓர் எடுத்துக்காட்டாக நான் உருவாக்கவில்லை. உங்களுக்கு விளக்குவதற்காக என்னுடைய கோப்புகளில் இருந்த ஒன்றை இங்கு நான் பயன்படுத்தியிருக்கிறேன். ஒரு மாதத்திற்கான ‘பதிவு அட்டைகள்’ அடங்கிய ஒரு படத்தையும் நீங்கள் பார்ப்பீர்கள். தனது நேரத்தைத் திட்டமிடும் எவரொருவருக்கும் இது உதவக்கூடும்.

“ஆனால் அது எனக்குச் சரிப்பட்டு வராது! கால அட்டவணையிட்டு வாழ்க்கை நடத்துவது என்னால் இயலாது. நான் மகிழ்ச்சியாக இருக்க மாட்டேன்,” என்று நீங்கள் கூறுவது என் காதுகளில் விழுகிறது. நான் உங்களுக்கு ஒரு நல்ல செய்தியைக் கூற விரும்புகிறேன். நீங்கள் ஏற்கனவே ஓர் அட்டவணைப்படிதான் வாழ்ந்து கொண்டிருக்கிறீர்கள். அது ஒரு திட்டமிடப்பட்ட அட்டவணையாக இல்லாத பட்சத்தில், அது மோசமான ஒன்றாக இருக்கக்கூடும். அதற்கான ஓர் எடுத்துக்காட்டை நாம் இங்கு பார்க்கலாம்: பல வருடங்களுக்கு முன்பு, ஓர் இளைஞர் என்னிடம் அறிவுரை கேட்டு வந்தார். மிகப் பழமையான, அருமையான கல்லூரி ஒன்றில் சிறந்த மதிப்பெண்களுடன் அவர் பட்டம் பெற்றிருந்தார். பிறகு, மிகுந்த நம்பிக்கையுடன் விற்பனைத் துறையில் காலெடுத்து வைத்திருந்தார். இரண்டு வருடங்களுக்குப் பிறகு, இப்போது, அவர் மிக மோசமாக ஊக்கமிழந்திருந்தார். அவர் என்னிடம், “பெட்ஜர் அவர்களே, என்னிடம் ஒரு விஷயத்தை வெளிப்படையாகக் கூறுங்கள். விற்பனைத் தொழிலுக்கு நான் பொருத்தமானவன்தானா?” என்று கேட்டார்.

“இல்லை, எட்! ஒரு விற்பனையாளராக ஆவதற்கு நீங்கள் பொருத்தமானவர் அல்ல,” என்று நான் பதிலளித்தேன்.

அவரது முகம் வாடிப் போனது, ஆனால் நான் தொடர்ந்து பேசினேன். “பிறக்கும்போதே எவரும் ஒரு விற்பனையாளராகவோ அல்லது வேறு எதுவாகவோ பிறப்பதில்லை. நாம் உண்மையிலேயே என்னவாக ஆக விரும்புகிறோமோ, அந்த நபராக நம்மை நாமே உருவாக்கிக் கொள்ள வேண்டும்.”

“ஒரு விஷயம் எனக்குப் புரியவில்லை. எனக்கு எப்போதும் ஏதோ ஒரு வேலை இருந்து கொண்டே இருப்பதுபோலத் தோன்றுகிறது. என் கழுத்திற்கு ஒரு ‘டை’ வாங்கப் போவதற்குக்கூட எனக்கு நேரமில்லை. என்னை என்னால் ஒழுங்கமைத்துக் கொள்ள முடிந்தால் நான் மிகவும் மகிழ்வேன்,” என்று எட் கூறினார்.

இந்த இளைஞர் காலையில் மெதுவாக எழுந்திருக்கும் பழக்கத்தைக் கொண்டவர் என்பதை நான் அறிந்திருந்தேன். எனவே நான் அவரிடம், “எட், நீங்கள் ஏன் ஆறு மணி கிளப்பில் சேரக்கூடாது?” என்று கேட்டேன்.

“ஆறு மணி கிளப்பா? அது என்ன?” என்று அவர் கேட்டார்.

"அதிகாலையில் கண்விழிக்காத மனிதர்களில் ஒருசிலரே வயோதிக காலம்வரை வாழ்வதாகவும், அதிலும் ஒருசிலரே வாழ்க்கையில் வெற்றியடைவதாகவும் பெஞ்சமின் ஃபிராங்க்ளின் கூறியதாகப் பல வருடங்களுக்கு முன்பு நான் படித்தேன். எனவே நான் எனது அலாரத்தைக் காலையில் ஒன்றரை மணிநேரம் முன்னதாகவே வைத்துவிடுகிறேன். அதில் ஒரு மணிநேரத்தைப் படிப்பதற்கும் ஆய்வு செய்வதற்கும் நான் பயன்படுத்துகிறேன். விரைவில், இரவில் நான் முன்னதாகவே படுக்கச் சென்றதை நான் கவனித்தேன். ஆனால் அது எனக்கு மிகுந்த பலனளித்தது," என்று நான் கூறினேன்.

ஓர் அலாரக் கடிகாரத்தை வாங்கி, ஆறு மணி கிளப்பில் சேர்ந்து கொள்வதற்கு அன்று எட் முடிவு செய்தார். சனிக்கிழமை காலை வேளைகளை 'சுய ஒழுங்கமைப்பிற்காக' அவர் ஒதுக்கி வைத்தார். விரைவில் அவர் தனது பிரச்சனைகளிலிருந்து மீண்டு, ஒரு வெற்றிகரமான விற்பனையாளராக ஆனார். நான்கு வருடங்களுக்குப் பிறகு, மிகப் பெரிய தொழிற்துறை நிறுவனம் ஒன்று, ஒரு பெரிய கிழக்குப் பிராந்தியத்தின் மேலாளராக அவரை நியமித்தது.

சில நாட்களுக்கு முன்பு, ஐபிஎம் நிறுவனத்தின் நிர்வாக அதிகாரிகளில் ஒருவரை நான் பேட்டி கண்டேன். விற்பனை தொடர்பான பயிற்சி வழிமுறைகளில் உலகிலேயே தலைசிறந்த நிறுவனம் என்ற பெயரை அந்நிறுவனம் அப்போதே சம்பாதித்திருந்தது. தங்களது 'வாராந்திர வேலை அட்டவணைக்கு' அவர்கள் எவ்வளவு தூரம் முக்கியத்துவம் கொடுத்தனர் என்று அந்த நிர்வாக அதிகாரியிடம் நான் கேட்டேன்.

அதற்கு அவர், "பெட்ஜர், எங்கள் விற்பனையாளர்களின் வெற்றிக்கு இன்றியமையாதவை என்று நாங்கள் கருதுகின்ற சில குறிப்பிட்ட விஷயங்களை நாங்கள் அவர்களுக்குக் கொடுக்கிறோம். 'வாராந்திர வேலை அட்டவணை' அதில் முதலிடத்தைப் பெறுகிறது. வரும் வாரத்தில் தாங்கள் சந்திக்கத் திட்டமிட்டுள்ள நபர்களின் பெயர்களைக் குறிப்பிட்டு, விற்பனையாளர்கள் இந்த அட்டவணையைப் பூர்த்தி செய்ய வேண்டும். அட்டவணையின் ஒரு பிரதியை, ஒவ்வொரு வாரமும், அந்த வாரத்திற்கான வேலை துவக்கப்படுவதற்கு முன்பாக எங்களிடம் அவர்கள் முன்கூட்டியே ஒப்படைக்க வேண்டும்," என்று கூறினார்.

"உங்களது நிறுவனம் இயங்கிக் கொண்டிருக்கின்ற எழுபத்து ஒன்பது நாடுகளிலும் இந்த விதியை நீங்கள் அமல்படுத்துகிறீர்களா?" என்று நான் கேட்டேன்.

"ஆம், அனைத்து நாடுகளிலும் நாங்கள் இந்த விதியை முழுமையாகச் செயல்படுத்துகிறோம்," என்று அவர் பதிலளித்தார்.

"ஏதேனும் ஒரு விற்பனையாளர் இதைப் பயன்படுத்த மறுத்தால் என்ன நிகழும்?"

"அவ்வாறு நடைபெறுவதற்குச் சாத்தியமே இல்லை. ஆனால் ஒருவேளை அவ்வாறு நிகழ்ந்தால், அந்த விற்பனையாளர் எங்கள் நிறுவனத்தில் அதற்கு மேல் நீடிக்க மாட்டார்."

அந்த அதிகாரி துல்லியமாக அந்த வார்த்தைகளைத்தான் கூறினார்.

நான் சந்தித்துள்ள மிகவும் வெற்றிகரமான மனிதர்கள் தங்கள் நேர விஷயத்தில் முற்றிலும் கறாராக உள்ளனர். எடுத்துக்காட்டாக, ஃபிலடெல்பியா நகரில் அமைந்துள்ள ஃபிடெலிட்டி பரஸ்பர ஆயுட்காப்பீட்டு நிறுவனத்தின் அதிகாரிகளில் ஒருவரான லாரன்ஸ் டூலின், சமீபத்தில் தனக்கு ஏற்பட்ட ஓர் அனுபவத்தை அன்றொரு நாள் என்னிடம் பகிர்ந்து கொண்டார். பென்சில்வேனியா மாநிலத்திலுள்ள அல்டூனா நகரில் தங்கள் நிறுவனத்தில் மேலாளராகப் பணியாற்றிக் கொண்டிருந்த ரிச்சர்டு கேம்பெலை, லாரன்ஸ், ஒருநாள் இரவு தொலைபேசியில் அழைத்து, "ரிச்சர்டு, அடுத்த வாரம், மேற்குப் பகுதியில் உள்ள நமது ஏஜென்சிகள் பலவற்றிற்கு நான் விஜயம் செய்யத் திட்டமிட்டுள்ளேன். திங்கட்கிழமை காலையில் நான் ஹாரிஸ்பர்க் நகரில் இருப்பேன். செவ்வாய்க்கிழமையை அல்டூனாவில் நான் உங்களுடன் செலவிட விரும்புகிறேன்," என்று கூறினார்.

"லாரன்ஸ், உங்களைச் சந்திப்பதற்கு நான் மிக ஆவலாக இருக்கிறேன். ஆனால் அடுத்த வெள்ளிக்கிழமை மதியம்வரை என்னால் உங்களைச் சந்திப்பது இயலாத காரியம்," என்று ரிச்சர்டு பதிலளித்தார்.

அடுத்த வெள்ளிக்கிழமையன்று, அவர்கள் இருவரும் மதிய உணவருந்த அமர்ந்தபோது, லாரன்ஸ் தன் பேச்சைத் துவக்கினார்: "ரிச்சர்டு, இந்த வாரம் முழுவதும் நீங்கள் வெளியே சென்றிருந்தீர்களா?"

"இல்லை. இந்த வாரம் முழுவதும் நான் இங்குதான் இருந்தேன்," என்று ரிச்சர்டு பதிலளித்தார்.

ஆச்சரியமடைந்த லாரன்ஸ், "அப்படியென்றால், செவ்வாய்க்கிழமையன்று நீங்கள் அல்டூனாவில்தான் இருந்தீர்களா?" என்று கேட்டார்.

ரிச்சர்டு புன்னகைத்தபடி, "ஆமாம்," என்று கூறினார்.

இதைக் கேட்டுச் சற்றுக் கோபமடைந்த லாரன்ஸ், "ரிச்சர்டு, நீங்கள் என்னை என்ன செய்ய வைத்திருக்கிறீர்கள் என்று உங்களுக்குப் புரிகிறதா? உங்களைச் சந்திப்பதற்காக நான் சின்சினாட்டி நகரில் இருந்து இங்கு வந்துள்ளேன். இன்றிரவு நான் மீண்டும் அங்கு திரும்பிச் சென்றுவிட்டு, பிறகு அங்கிருந்து டெட்ராய்ட் நகருக்குச் சென்றாக வேண்டும்," என்று கூறினார்.

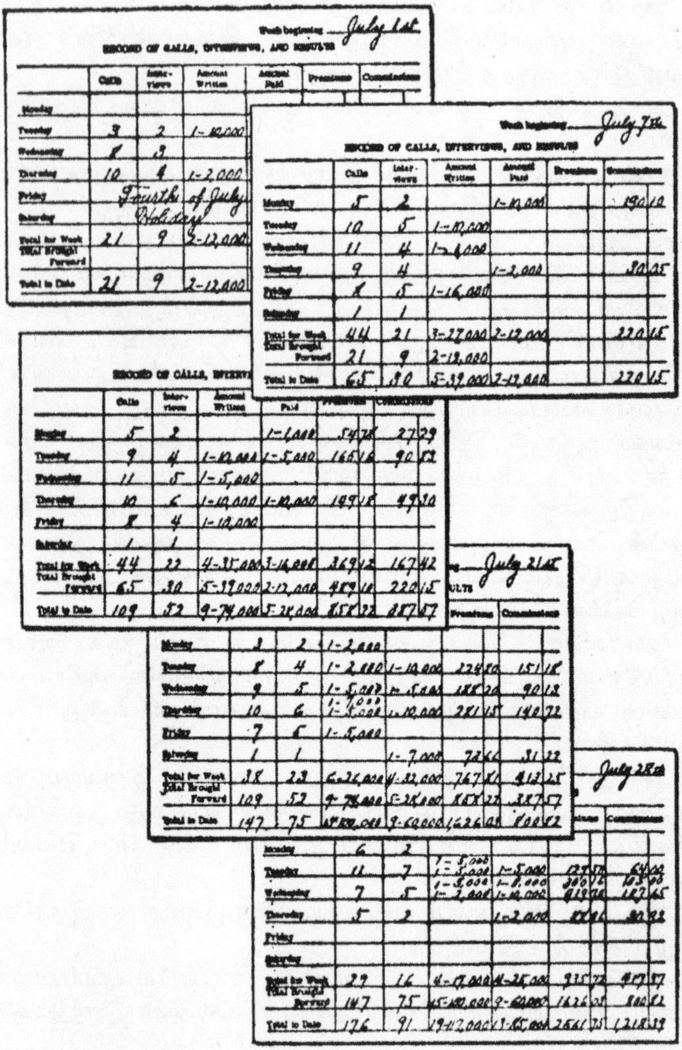
Week beginning July 1st

RECORD OF CALLS, INTERVIEWS, AND RESULTS

	Calls	Interviews	Amount Written
Monday			
Tuesday	3	2	1-10,000
Wednesday	8	3	
Thursday	10	4	1-2,000
Friday	Fourth of July		
Saturday	Holiday		
Total for Week	21	9	2-12,000
Total Brought Forward			
Total to Date	21	9	2-12,000

Week beginning July 7th

RECORD OF CALLS, INTERVIEWS, AND RESULTS

	Calls	Interviews	Amount Written	Amount Paid	Premiums	Commissions
Monday	5	2		1-10,000		190 10
Tuesday	10	5	1-10,000			
Wednesday	11	4	1-2,000			
Thursday	9	4		1-2,000		30 05
Friday	8	5	1-16,000			
Saturday	1	1				
Total for Week	44	21	3-27,000	2-12,000		220 15
Total Brought Forward	21	9	2-12,000			
Total to Date	65	30	5-39,000	2-12,000		220 15

RECORD OF CALLS, INTERVIEWS, AND RESULTS

	Calls	Interviews	Amount Written	Amount Paid	Premiums	Commissions
Monday	5	2		1-6,000	54 78	27 29
Tuesday	9	4	1-10,000	1-5,000	165 18	90 52
Wednesday	11	5	1-5,000			
Thursday	10	6	1-10,000	1-10,000	149 18	49 30
Friday	8	4	1-10,000			
Saturday	1	1				
Total for Week	44	22	4-35,000	3-16,000	369 42	167 42
Total Brought Forward	65	30	5-39,000	2-12,000	489 10	220 15
Total to Date	109	52	9-74,000	5-28,000	858 22	387 57

Week beginning July 21st

	Calls	Interviews	Amount Written	Amount Paid	Premiums	Commissions
Monday	3	2	1-2,000			
Tuesday	8	4	1-2,000	1-10,000	224 80	151 18
Wednesday	9	5	1-5,000	1-5,000	185 20	90 13
Thursday	10	6	1-7,000 1-5,000	1-10,000	281 15	140 72
Friday	7	6	1-5,000			
Saturday	1	1		1-7,000	72 66	31 22
Total for Week	38	23	6-26,000	4-32,000	767 81	413 25
Total Brought Forward	109	52	9-74,000	5-28,000	858 22	387 57
Total to Date	147	75	15-100,000	9-60,000	1626 03	800 82

Week beginning July 28th

	Calls	Interviews	Amount Written	Amount Paid	Premiums	Commissions
Monday	6	2				
Tuesday	11	7	1-5,000 1-5,000	1-5,000	124 50	64 00
Wednesday	7	5	1-5,000 1-2,000	1-8,000 1-10,000	300 12 419 70	103 90 187 65
Thursday	5	2		1-2,000	[illegible]	[illegible]
Friday						
Saturday						
Total for Week	29	16	4-17,000	4-25,000	935 72	417 57
Total Brought Forward	147	75	15-100,000	9-60,000	1626 03	800 82
Total to Date	176	91	19-117,000	13-85,000	2561 75	1218 39

என்னுடைய ஒருமாதப் பதிவேட்டின் பிரதி.
நான் உண்மையிலேயே தீட்டிய திட்டங்கள்,
அந்த விற்பனையின் மூலம் கிடைத்தக் கமிஷன்
தொகை ஆகியவற்றை இது விரிவாக விவரிக்கிறது.

WEEKLY TIME TABLE

	Mon. 6/14	Tues. 6/15	Wed. 6/16	Thur. 6/17	Fri. 6/18
MORNING	Rosengarten Siano	Buehler Borger Dick	Coale Felton McClennen	Madden Haglett Weaver	Haircut 8 a.m. Planning 8:45-12 N.
LUNCH	Quigley	Trout	McBride	Kroll	
AFTERNOON	Connelly Dutcher Dick	Lueders Ackley Rigley Levick	Silver Horst Karl	Fretz Paoli Stiefel Derry	
EVENING	Paul Fisher		Henze		

என்னை நானே ஒழுங்குபடுத்திக் கொள்ள எனக்கு உதவிய வாராந்திர அட்டவணை

ரிச்சர்டு கேம்பெல் அதற்கு இவ்வாறு விளக்கமளித்தார்: "லாரன்ஸ், நான் கூறுவதைப் பொறுமையாகக் கேளுங்கள். நீங்கள் என்னைத் தொலைபேசியில் அழைப்பதற்கு முன்பு, இந்த ஒட்டுமொத்த வாரத்தைத் திட்டமிடுவதற்குக் கடந்த வாரம் வெள்ளிக்கிழமையன்று நான் ஐந்து மணிநேரத்தைச் செலவிட்டிருந்தேன். செவ்வாய்க்கிழமையன்று செய்து முடிப்பதற்காகப் பல வேலைகளை நான் ஏற்கனவே திட்டமிட்டு வைத்திருந்தேன். பலருடனான சந்திப்புகளையும் நான் ஏற்கனவே ஏற்பாடு செய்திருந்தேன். செவ்வாய்க்கிழமையன்று நான் உங்களுடன் நேரத்தைச் செலவிட்டிருந்தால், என்னுடைய வார அட்டவணையில் அது குறுக்கிட்டிருக்கும். தயவு செய்து என்னைத் தவறாக எடுத்துக் கொள்ளாதீர்கள். இந்நிறுவனத்தின் தலைவரான ஈ.ஏ.ராபர்ட்ஸ் கேட்டிருந்தாலும் நான் இதைத்தான் செய்திருப்பேன். ஒவ்வொரு வெள்ளிக்கிழமையன்றும் பல மணிநேரம் செலவிட்டு நான் தயாரிக்கும் அடுத்த வார வேலைகளுக்கான அட்டவணையில் எவரொருவரும் அல்லது எதுவொன்றும் குறுக்கிடுவதற்கு ஒருபோதும் நான் அனுமதிக்காததுதான் இந்த வியாபாரத்தில் எனக்குக் கிடைத்துள்ள வெற்றிகள் அனைத்திற்கும் காரணம்."

லாரன்ஸ் டூலின் என்னிடம், "பெட்ஜர், இதை நான் முதலில் கேட்டபோது உண்மையிலேயே அதிர்ச்சியடைந்தேன். ஆனால்

எனக்குள் கோபம் அதிகரிக்க நான் அனுமதிக்கவில்லை. ரிச்சர்டு கேம்பெல்லின் மகத்தான வெற்றிக்கான உண்மையான ரகசியம் இதுதான் என்பதை உடனடியாக நான் உணர்ந்து கொண்டேன்," என்று கூறினார்.

அன்றிரவு தான் தனது ரயிலில் ஏறியபோது, ஒரு புதிய உற்சாகம் தன்னைப் பற்றியிருந்ததாக லாரன்ஸ் என்னிடம் கூறினார். அன்றைய நாள் முதலாக, அமெரிக்கா நெடுகிலுமுள்ள விற்பனையாளர்களிடம் அவர் அக்கதையைக் கூறி வந்துள்ளார்.

1926ம் ஆண்டில், கோடைக்காலத்தின் பெரும்பகுதியை, வயோமிங் மாநிலத்திலுள்ள 'பிக் ஹார்ன்' மலைத்தொடரின் அடிவாரத்தில் அமைந்துள்ள 'ஈட்டன்ஸ் டூட்' பண்ணைத் தோட்டத்தில் நான் செலவிட்டேன். ஐம்பது நாவல்களுக்கு மேல் எழுதியுள்ள, அமெரிக்காவில் மிக அதிகப் பணம் ஈட்டிய நூலாசிரியரான மேரி ராபர்ட்ஸ் ரைன்ஹார்ட்டின் கோடைக்கால வீடு அது. அவர் எப்படி ஓர் எழுத்தாளராக ஆனார் என்று நான் அவரிடம் கேட்டேன். அவர் என்னிடம் கூறியதை அவரது சொந்த வார்த்தைகளில் கீழே கொடுத்திருக்கிறேன்:

எனக்கு மட்டும் சிறிது நேரம் இருந்தால், எப்படி எழுதுவது என்பதை என்னால் கற்றுக் கொள்ள முடியும் என்று எப்போதுமே நான் நினைத்து வந்திருந்தேன். ஆனால் மூன்று சிறிய குழந்தைகளையும் என் கணவரையும் நான் கவனித்துக் கொள்ளவேண்டியிருந்தது. அதோடு, பல வருடங்களாகப் படுத்தப் படுக்கையாக இருந்த எனது தாயாரும் எனது பராமரிப்பில் இருந்தார். பிறகு, ஒரு பொருளாதாரப் பின்னடைவு ஏற்பட்ட சமயத்தில் நாங்கள் எல்லாவற்றையும் இழந்தோம். கடன்கள் எங்களைத் துரத்தின. எழுதுவதன் மூலம் நான் சிறிதளவு சம்பாதிக்கப் போவதாக நான் என் மனத்தில் உறுதி பூண்டேன். எனவே, நான் ஒரு கால அட்டவணையை உருவாக்கி, வரும் வாரத்திற்கான ஒவ்வொரு மணிநேரத்தையும் நான் முன்கூட்டியே திட்டமிட்டேன். பகலில் சில மணிநேரத்தையும், மாலையில் எனது கணவர் தன் வேலை நிமித்தமாக வெளியே சென்ற பிறகு எனது குழந்தைகள் தூங்கச் சென்றவுடன் சில மணிநேரத்தையும், எழுதுவதற்காக நான் ஒதுக்கினேன்.

இப்படிப்பட்ட ஒரு நெருக்கடியான கால அட்டவணைப்படி வேலை செய்தது அவருக்குக் களைப்பையும் மனச்சோர்வையும் ஏற்படுத்தவில்லையா என்று நான் அவரிடம் கேட்டேன். மேரி ராபர்ட்ஸ் ரைன்ஹார்ட் என்னைப் பார்த்துப் புன்னகைத்தபடியே, "இல்லை! மாறாக, அது என் வாழ்வில் ஒரு புதிய உற்சாகத்தையே ஏற்படுத்தியது," என்று கூறினார்.

அவர் எனக்கு எவ்வளவு பெரிய உத்வேகமாக அமைந்துள்ளார் என்பதை அப்பெண்மணி ஒருபோதும் அறிய மாட்டார். நான்

என் வீட்டிற்குத் திரும்பிய பிறகு, என்னையும் எனது நேரத்தையும் முன்பு எப்போதும் நான் நிர்வகித்திராத வகையில் மிகவும் சிறப்பாக நிர்வகிக்கத் துவங்கினேன்.

டக்லஸ் மல்லோச் எழுதிய ஒரு கவிதையைப் பல வருடங்களுக்கு முன் நான் படித்தேன். அதை வெட்டி எடுத்து எனது குறிப்புப் புத்தகம் ஒன்றில் நான் ஒட்டி வைத்தேன். அதை மீண்டும் மீண்டும் படித்து நன்றாக மனப்பாடம் செய்தேன். அது எனக்குள் ஏதோ ஒரு தாக்கத்தை ஏற்படுத்தியது. அது உங்களுக்குள்ளும் ஏதேனும் சிறப்பான தாக்கத்தை ஏற்படுத்தக்கூடும். அக்கவிதை இதுதான்:

நீங்கள் வாழும் விதத்திலும் சரி,
நீங்கள் செய்யும் வேலையிலும் சரி,
உங்களிடம் எந்தப் பிரச்சனையும்
இல்லாமல் இருக்கலாம்,
ஆனால் என்னிடம் துல்லியமாக
என்ன பிரச்சனை உள்ளது என்பதை
என்னால் மிகத் தெளிவாகப் பார்க்க முடிகிறது.
நான் சோம்பேறி இல்லை,
அல்லது கடமையை வேண்டுமென்றே
நான் தட்டிக் கழிப்பதும் இல்லை;
மற்ற எவரொருவரையும்போலவே நானும்
கடினமாக உழைக்கிறேன்,
ஆனால் வெகு குறைவான வேலைகளையே
என்னால் செய்து முடிக்க முடிகிறது.
காலை நேரம் போய் மதிய நேரம் வந்துவிட்டது,
கண்மூடித் திறப்பதற்குள் இரவு நெருங்கிவிட்டது.
என்னைச் சுற்றிப் பார்க்கும்போது,
நான் இன்னும் முடித்திராத வேலைகள் குறித்தப்
பின்வருத்தம் மட்டுமே எஞ்சி நிற்கிறது.
என்னை என்னால் ஒழுங்கமைத்துக் கொள்ள மட்டும்
முடிந்தால் எவ்வளவு நன்றாக இருக்கும்!
மனிதன் மட்டுமே முக்கியமல்ல,
அவனுக்கு ஒரு திட்டம் இருப்பதும் முக்கியம் என்பதைப்
பல சமயங்களில் நான் உணர்ந்துள்ளேன்.

உங்களிடம் எந்தப் பிரச்சனையும் இல்லாமல் இருக்கலாம்,
ஆனால் என் பிரச்சனை
என் முன்னால் தாண்டவம் ஆடிக் கொண்டிருக்கிறது;
முக்கியமானவையாகத் தோன்றுகின்ற,
ஆனால் உப்புப் பெறாத விஷயங்களை நான் செய்வதால்,

ஏராளமான முக்கியமான விஷயங்களைச்
செய்யாமல் விட்டுவிடுகிறேன்.
இதில் கொஞ்சம், அதில் கொஞ்சமென்று
நான் கால் வைக்கிறேன்,
ஆனால் நான் செய்து முடிக்க வேண்டியவற்றை
ஒருபோதும் நிறைவேற்றுவதில்லை.
மற்ற எவரொருவரையும்போலவே
நானும் கடினமாக உழைக்கிறேன்,
ஆனால் வெகு குறைவான வேலைகளையே
என்னால் செய்து முடிக்க முடிகிறது.
என்னை என்னால் ஒழுங்கமைத்துக் கொள்ள மட்டும்
முடிந்தால் எவ்வளவு நன்றாக இருக்கும்!
நான் செய்து முடிக்கின்ற வேலைகளைக் கண்டு நீங்கள்
மூக்கின்மேல் விரலை வைப்பீர்கள்!

பகுதி ஒன்று - ரத்தினச்சுருக்கமாக

1. உற்சாகமாக நடந்து கொள்வதற்கு உங்களைக் கட்டாயப்படுத்துங்கள், அப்போது உண்மையிலேயே நீங்கள் உற்சாகமானவராக ஆவீர்கள். "உங்கள் வேலையிலும் உங்கள் வாழ்க்கையிலும் நீங்கள் காட்டி வந்துள்ள உற்சாகத்தை இரட்டிப்பாக்கப் போவதாக மிக உயர்ந்த, மிகப் புனிதமான ஒரு தீர்மானத்தை நீங்கள் மேற்கொள்ள வேண்டும் என்று நான் உங்களிடம் வலியுறுத்திக் கேட்டுக் கொள்கிறேன். அந்தத் தீர்மானத்தை உங்களால் செவ்வனே செயல்படுத்த முடிந்தால், உங்கள் வருமானத்தையும் உங்கள் மகிழ்ச்சியையும் நீங்கள் இரட்டிப்பாக்குவீர்கள்."

   நீங்கள் எவ்வாறு துவக்குவது? இதற்கு ஒரே ஒரு வழிதான் உள்ளது: உற்சாகமிக்க ஒருவரைப்போல நடந்து கொள்வதற்கு உங்களைக் கட்டாயப்படுத்துங்கள், அப்போது நீங்கள் உற்சாகம் கொண்டவராக ஆவீர்கள்.

2. வால்டர் லீமர் டால்பாட் கூறிய ஒரு வாக்கியத்தை நினைவில் கொள்ளுங்கள்: "நண்பர்களே, இந்த விற்பனைத் தொழிலில் மொத்தத்தில் நீங்கள் செய்ய வேண்டியது ஒன்றே ஒன்றுதான். 'மக்களைச் சந்திப்பது'தான் அது. சாதாரணத் திறன் கொண்ட ஒரு நபர், தினமும் வெளியே சென்று நான்கிலிருந்து ஐந்து நபர்களைச் சந்தித்துத் தனது கதையைக் கூறி வந்தால், ஒரு சிறந்த விற்பனையாளராக ஆவதிலிருந்து அவரை எதுவொன்றாலும் தடுத்து நிறுத்த முடியாது!"

3. நீங்கள் பயத்திலிருந்து மீண்டு, துணிச்சலையும் தன்னம்பிக்கையையும் விரைவாக உருவாக்கிக் கொள்ள விரும்பினால், மேடைப் பேச்சிற்கான ஒரு நல்ல பயிற்சி வகுப்பில் சேர்ந்து பயிலுங்கள். வெறுமனே யாரோ ஒருவர் சொற்பொழிவாற்றுகின்ற ஒரு பயிற்சி வகுப்பில் சேர்ந்துவிடாதீர்கள். பயிற்சி வகுப்பின் ஒவ்வொரு சந்திப்பிலும் நீங்கள் பேசுவதற்கு வாய்ப்புக் கொடுக்கின்ற ஒரு வகுப்பில் சேருங்கள். பார்வையாளர்கள் முன்னிலையில் பேசுவதற்கான பயத்திலிருந்து நீங்கள் மீளும்போது, தனிநபர்களிடம் (அவர்கள் எவ்வளவு பெரியவர்களாகவும், எவ்வளவு முக்கியமானவர்களாகவும் இருந்தாலும் சரி) பேசுவதற்கான உங்களது பயமும் தொலைந்து போய்விடும்.

4. விஷயங்களை முழுமையாகச் செய்து முடித்துவிட்டீர்கள் என்பதையும், அவற்றை உங்களால் முடிந்த அளவுக்குச்

சிறப்பாகச் செய்து முடித்திருக்கிறீர்கள் என்பதையும் நீங்கள் தெரிந்து கொள்வது, வாழ்வில் சிறந்த மனநிறைவை உங்களுக்கு அளிக்கும். உங்களை ஒழுங்கமைத்துக் கொள்வதில் உங்களுக்குப் பிரச்சனை இருந்தாலோ, அல்லது உங்களது சிந்திக்கும் திறனை அதிகரித்து, விஷயங்களை அவற்றின் முக்கியத்துவத்தின்படி செய்ய நீங்கள் விரும்பினாலோ, அதற்கு ஒரே ஒரு வழிதான் உள்ளது. சிந்திப்பதற்கும், விஷயங்களை அவற்றின் முக்கியத்துவத்தின்படி செய்வதற்கும் தேவையான நேரத்தை ஒதுக்கிக் கொள்வதுதான் அது. சுயஒழுங்கமைப்பு செய்து கொள்வதற்கு ஒவ்வொரு வாரமும் ஒரு குறிப்பிட்ட நாளை அல்லது குறிப்பிட்ட சில மணிநேரங்களை ஒதுக்கிக் கொள்ளுங்கள். போதுமான நேரம் இல்லை என்பதால் எழக்கூடிய கவலையிலிருந்து முழுமையாக விடுதலை பெறுவதற்கான ரகசியம் கூடுதல் நேரம் வேலை பார்ப்பதில் இல்லை, மாறாக, நேரத்தை முறையாகத் திட்டமிடுவதில்தான் இருக்கிறது.

பகுதி

2

விற்பனையில் வெற்றிச் சிகரத்தை அடைவதற்கான சூத்திரம்

5

விற்பனைத்திறத்தின் மிக முக்கியமான ரகசியம்

ஒருசில வருடங்களுக்கு முன்பு ஓர் ஆகஸ்ட் மாத இளவேனில் நாளன்று, நான், ஃபிலடெல்பியா நகரில் அமைந்திருந்த ஜான் ஸ்காட் நிறுவனத்தின் அலுவலகத்திற்குச் சென்று, ஜான் ஸ்காட்டைப் பார்க்க விரும்பியதாகக் கூறினேன். மளிகைப் பொருட்களின் மொத்த வியாபாரத்தில் அந்நிறுவனம் கொடிகட்டிப் பறந்து கொண்டிருந்தது. அவரது மகன்களில் ஒருவரான ஹாரி, "அப்பாவிற்கு இன்று காலையில் ஏகப்பட்ட வேலைகள் இருக்கின்றன. நீங்கள் வரப் போவது அவருக்குத் தெரியுமா?" என்று கேட்டார்.

"அவரைச் சந்திப்பதற்கு நான் முன்னனுமதி எதையும் பெற்றிருக்கவில்லை. ஆனால் எனது நிறுவனத்திடமிருந்து அவர் சில தகவல்களைக் கேட்டிருந்தார். அவற்றை அவருக்குக் கொடுப்பதற்காகத்தான் நான் இங்கு வந்திருக்கிறேன்," என்று நான் பதிலளித்தேன்.

"நீங்கள் தவறான ஒரு நாளில் வந்திருக்கிறீர்கள். அவர் தனது அறையில் இப்போது மூன்று நபர்களுடன் உரையாடிக் கொண்டிருக்கிறார். எனவே —"

சரியாக அக்கணத்தில் ஜான் ஸ்காட் அவ்வழியே வந்து, சேமிப்புக் கிடங்கை நோக்கித் தன் பார்வையைச் செலுத்தினார்.

"அப்பா!" என்று அவரது மகன் ஹாரி அழைத்தார். "உங்களைப் பார்க்க வேண்டும் என்று கூறி ஒருவர் வந்திருக்கிறார்."

சுழற்கதவின் ஊடாகச் சேமிப்புக் கிடங்கிற்குள் வேகமாக நுழைந்து கொண்டே ஜான் ஸ்காட் என்னைத் திரும்பிப் பார்த்து, "இளைஞரே, நீங்கள் என்னைப் பார்க்க விரும்பினீர்களா?" என்று கேட்டார்.

நான் அவரைப் பின்தொடர்ந்தேன். நின்று கொண்டே நிகழ்ந்த எங்கள் சந்திப்பு இவ்வாறு தொடர்ந்தது:

நான்: ஸ்காட் அவர்களே, என் பெயர் பெட்ஜர். (அவர் தனது கையெழுத்திட்டு எங்கள் நிறுவனத்திற்கு அஞ்சல் மூலம் அனுப்பியிருந்த அவரது பெயரட்டையை அவரிடம் கொடுத்தபடி) நீங்கள் எங்கள் நிறுவனத்திடமிருந்து சில தகவல்களைக் கேட்டிருந்தீர்கள். அவற்றைக் கொடுப்பதற்காக நான் இங்கு வந்துள்ளேன்.

ஸ்காட் (பெயரட்டையைப் பார்த்தபடி): இளைஞரே, இப்போது எனக்கு அந்தத் தகவல்கள் தேவையில்லை. ஆனால் உங்கள் நிறுவனம் எனக்கென்று எடுத்து வைத்துள்ளதாகக் கூறிய, ஆயுட்காப்பீடுகள் பற்றிய சிறு தகவல் வெளியீடுகளைப் பெற்றுக் கொள்ளலாம் என்று நான் நினைத்தேன். எனவே, அதற்காக நான் எனது கார்டை அவர்களுக்கு அனுப்பி வைத்தேன்.

நான் (அந்தச் சிறு தகவல் வெளியீடுகளை அவரிடம் கொடுத்தபடி): ஸ்காட் அவர்களே, இச்சிறிய புத்தக வெளியீடுகள் எதுவும் எங்களுக்கு ஒருபோதும் எந்தவொரு காப்பீட்டையும் விற்றுக் கொடுப்பதில்லை. ஆனால், ஒரு நிறுவனத்திற்குள் நுழைந்து எங்கள் கதையை எடுத்துக்கூறுவதற்கான ஒரு வாய்ப்பை அவை எங்களுக்குப் பெற்றுக் கொடுக்கின்றன.

ஸ்காட்: என் அலுவலக அறையில் மூன்று நபர்கள் எனக்காகக் காத்துக் கொண்டு இருக்கின்றனர். எங்கள் சந்திப்பு முடிவடைய நேரமாகக்கூடும். அதோடு, காப்பீடுகளைப் பற்றிப் பேசுவது கால விரயம். எனக்கு அறுபத்து மூன்று வயதாகிறது. நான் காப்பீடுகள் வாங்குவதை நிறுத்திப் பல வருடங்கள் ஆகிவிட்டன. எனது காப்பீடுகளில் பெரும்பாலானவற்றுக்கு முழுமையான தொகை செலுத்தப்பட்டுவிட்டது. என் குழந்தைகள் அனைவரும் வளர்ந்து பெரியவர்களாகிவிட்டனர். நான் அவர்களைப் பார்த்துக் கொள்ள வேண்டியதில்லை. அவர்கள் தங்களைத் தாங்களே சிறப்பாக கவனித்துக் கொள்கின்றனர். இப்போது என் மனைவியும் என் மகளும் மட்டுமே என்னுடன் இருக்கின்றனர். எனக்கு ஏதேனும் நிகழ்ந்தாலும்கூட, தேவையானதைவிட அதிகப் பணம் அவர்களுக்கு இருக்கிறது.

நான்: வாழ்வில் உங்களைப்போல வெற்றிகரமாக இருந்து வந்துள்ள ஒருவருக்கு, உங்கள் குடும்பம் மற்றும் வியாபாரத்திற்கு வெளியே சில ஆர்வங்கள் நிச்சயமாக

இருந்தாக வேண்டும். ஒரு மருத்துவமனை, மதரீதியான வேலை, நற்காரியப் பணி, சமூக சேவை போன்ற, மதிப்புவாய்ந்த ஏதேனும் ஒன்றில் உங்களுக்கு ஆர்வம் இருக்கக்கூடும். நீங்கள் இறந்த பிறகு, நீங்கள் இவற்றுக்குக் கொடுத்து வந்துள்ள ஆதரவு விலக்கிக் கொள்ளப்படும் என்பது குறித்து நீங்கள் எப்போதேனும் யோசித்திருக்கிறீர்களா? இந்த இழப்பு, அந்த அற்புதமான தர்ம காரியங்கள் தொடர்ந்து நடைபெற முடியாத நிலையை ஏற்படுத்திவிடாதா?

(அவர் எனது கேள்விக்கு பதில் கூறவில்லை. ஆனால் நான் அவரை யோசிக்க வைத்திருந்தேன் என்பதை அவரது முகபாவம் எனக்குக் காட்டியது. நான் தொடர்ந்து பேசுவதற்காக அவர் காத்திருந்தார்.)

ஸ்காட் அவர்களே, நீங்கள் உயிரோடு இருந்தாலும் சரி அல்லது இறந்துவிட்டாலும் சரி, எங்களுடைய திட்டத்தின் மூலமாக அவர்களுக்கு உங்களுடைய ஆதரவைத் தொடர்ந்து உங்களால் கொடுக்க முடியும். நீங்கள் உயிரோடு இருந்தால், இன்றிலிருந்து ஏழு வருடங்களுக்குப் பிறகு, வருடத்திற்கு 5,000 டாலர்கள் வருமானத்தை மாதாந்திரக் காசோலைகள் மூலம் உங்கள் ஆயுட்காலம்வரை நீங்கள் பெறுவீர்கள். இந்த வருமானம் உங்களுக்குத் தேவையில்லை என்றால், இதை நீங்கள் தானமாகக் கொடுத்துவிடலாம். ஆனால் ஒருவேளை அது உங்களுக்குத் தேவைப்பட்டால், அது உங்களுக்கு ஒரு பெரிய ஆசீர்வாதமாக இருக்கும்.

ஸ்காட் (தன் கைக்கடிகாரத்தைப் பார்த்துவிட்டு): எனக்காக உங்களால் சிறிது நேரம் காத்திருக்க முடியும் என்றால், இது குறித்து நான் சில கேள்விகளை உங்களிடம் கேட்க விரும்புகிறேன்.

நான்: நான் மகிழ்ச்சியாகக் காத்திருக்கிறேன்.

(சுமார் இருபது நிமிடங்களுக்குப் பிறகு, அவரது தனிப்பட்ட அறைக்குள் நான் அனுமதிக்கப்பட்டேன்.)

ஸ்காட்: உங்கள் பெயர் என்னவென்று கூறினீர்கள்?

நான்: பெட்ஜர்.

ஸ்காட்: பெட்ஜர், நீங்கள் தர்ம காரியங்களைப் பற்றிப் பேசினீர்கள். அன்னிய நாடுகள் மூன்றில் நான் நிறுவியுள்ள மூன்று சேவை நிறுவனங்களை நான் ஆதரிக்கிறேன். என் இதயத்திற்குப் பிடித்த சில விஷயங்களுக்கு ஒவ்வொரு வருடமும் கணிசமான தொகையை நான் தானமாகக் கொடுக்கிறேன். நான் இறந்துவிட்டாலும் இவற்றுக்கு எனது

ஆதரவு தொடர்ந்து கிடைப்பதை உங்கள் திட்டம் உறுதி செய்யும் என்று எப்படிக் கூறுகிறீர்கள்? அதோடு, இன்றிலிருந்து ஏழு வருடங்களுக்குப் பிறகு, ஒவ்வொரு வருடமும் 5,000 டாலர்கள் வருமானம் எனக்குக் கிடைக்கும் என்றும் நீங்கள் கூறுகிறீர்கள். அதற்கு நான் எவ்வளவு பணத்தைச் செலவழித்தாக வேண்டும்?

(அவர் செலுத்த வேண்டிய தொகையை நான் குறிப்பிட்டபோது, அவர் திடுக்கிட்டார்.)

ஸ்காட்: முடியாது! இப்படிப்பட்ட ஒரு விஷயத்தை நான் ஒருபோதும் கருத்தில்கூட எடுத்துக் கொள்ள மாட்டேன்!

பிறகு, அந்த மூன்று அன்னிய சேவை நிறுவனங்களைப் பற்றி அவரிடம் மேலும் பல கேள்விகளைக் கேட்டேன். அவற்றைப் பற்றி அவர் மிகவும் மகிழ்ச்சியாகப் பேசினார். அந்நிறுவனங்களில் ஏதேனும் ஒன்றிற்கு அவர் எப்போதேனும் நேரில் விஜயம் செய்திருந்தாரா என்று நான் அவரிடம் கேட்டேன். அவர் அவ்வாறு செய்திருக்கவில்லை. ஆனால் அவரது மகன்களில் ஒருவரும் அவரது மருமகளும் நிக்காராகுவா நாட்டில் இருந்த அவரது சேவை நிறுவனத்திற்குப் பொறுப்பேற்றிருந்தனர். இலையுதிர்காலத்தில் தான் அங்கு சென்று பார்க்கவிருந்ததாகத் திரு. ஸ்காட் கூறினார். பிறகு, நிக்காராகுவாவில் தனது மகனும் மருமகளும் ஆற்றிக் கொண்டிருந்த பணிகளைப் பற்றிய பல கதைகளை அவர் என்னிடம் கூறினார்.

அவர் கூறியதை நான் பெரும் ஆர்வத்துடன் கேட்டேன். பிறகு, "ஸ்காட் அவர்களே, ஒருவேளை உங்களுக்கு ஏதேனும் நிகழ்ந்துவிட்டாலும்கூட அவர்களது சேவைப் பணிக்கு எந்த இடையூறும் ஏற்படாத விதத்தில் ஒவ்வொரு மாதமும் பணம் வருவதற்கு வேண்டிய ஏற்பாடுகளையும் திட்டங்களையும் நீங்கள் செய்து முடித்திருப்பதாக, நீங்கள் நிக்கராகுவாவிற்குச் செல்லும்போது உங்கள் மகனிடமும் மருமகளிடமும் கூறுவது உங்களுக்கு எவ்வளவு மகிழ்ச்சியை ஏற்படுத்தும் என்று உங்களால் கற்பனை செய்ய முடிகிறதா? இதே செய்தியைத் தெரிவித்து மற்ற இரண்டு சேவை நிறுவனங்களுக்கும் ஒரு கடிதம் எழுத நீங்கள் விரும்ப மாட்டீர்களா?" என்று நான் அவரிடம் கேட்டேன்.

ஆனால் அதற்குத் தான் செலுத்த வேண்டிய தொகை அதிகம் என்று அவர் குறிப்பிட்ட ஒவ்வொரு முறையும், அவரது அன்னியச் சேவை நிறுவனங்கள் ஆற்றிக் கொண்டிருந்த அற்புதமான பணிகளைப் பற்றி நான் அதிகமாகப் பேசினேன், அவற்றைப் பற்றிய அதிகப்படியான கேள்விகளைக் கேட்டேன்.

இறுதியில், அவர் என்னிடமிருந்து காப்பீடுகளை வாங்கினார். தனது திட்டத்தைச் செயல்படுத்துவதற்காக, 8,672 டாலர்களுக்கான ஒரு காசோலையை அவர் என்னிடம் கொடுத்தார்.

நான் அந்த அலுவலகத்தைவிட்டு வெளியே நடந்தேன் – இல்லை, நான் நடக்கவில்லை; நான் காற்றில் மிதந்தேன். அவர் கொடுத்தக் காசோலையை என் பாக்கெட்டுக்குள் வைத்தேன், ஆனால் அதன்மீது என் கையை அழுத்தமாக வைத்திருந்தேன். அதிலிருந்து என் கையை எடுப்பதற்கு நான் பயந்தேன். நான் எனது அலுவலகத்தைச் சென்றடைவதற்கு முன்பு அதை நான் தொலைத்துவிட்டால் அது எவ்வளவு பயங்கரமானதாக இருக்கும் என்று நினைத்தேன். 8,672 டாலர்கள் பணத்திற்கான காசோலையல்லவா அது! எட்டாயிரத்து அறுநூற்று எழுபத்தியிரண்டு டாலர்கள்! இரண்டு வருடங்களுக்கு முன்புதான், ஒரு சரக்குப் போக்குவரத்து நிறுவனத்தில் ஓர் எழுத்தர் வேலை கிடைக்க வேண்டும் என்று நான் பிரார்த்தித்துக் கொண்டிருந்தேன். உண்மையில், திரு. ஸ்காட்டிடம் நான் விற்றக் காப்பீடு, என் வாழ்வின் மிகப் பெரிய சாகசங்களில் ஒன்றாக அமைந்தது. நான் எனது நிறுவனத்தின் தலைமை அலுவலகத்தைச் சென்றடைந்தபோது, எங்கள் நிறுவனத்தின் வரலாற்றிலேயே இதுவரை எந்தவொரு தனிநபரும் செய்திராத மிகப் பெரிய விற்பனை அது என்பதைக் கேட்டு நான் வாயடைத்துப் போனேன்.

அன்றிரவு என்னால் சாப்பிட முடியவில்லை. கிட்டத்தட்ட அதிகாலைவரை நான் விழித்திருந்தேன். அன்று 1920ம் ஆண்டு ஆகஸ்ட் 3ம் நாள். அந்தத் தேதியை என்னால் ஒருபோதும் மறக்க முடியாது. அன்று நான்தான் ஃபிலடெல்பியா நகரிலேயே மிகவும் உற்சாகமான மனிதனாக இருந்தேன்.

பள்ளிப்படிப்பைக்கூட முடித்திராத, என்னைப் போன்ற ஒரு முட்டாள் அந்த விற்பனையைச் செய்திருந்ததால், அது ஒரு சிறிய சலசலப்பை ஏற்படுத்தியது. ஒருசில வாரங்களுக்குப் பிறகு, பாஸ்டன் நகரில் நடைபெற்ற ஒரு தேசிய விற்பனைக் கருத்தரங்கில் இக்கதையைக் கூறும்படி எனக்கு அழைப்பு வந்தது.

அக்கருந்தரங்கில் எனது பேச்சைத் தொடர்ந்து, தேசிய அளவில் பிரபலமான விற்பனையாளராக இருந்த, கிட்டத்தட்ட என்னைவிட இருமடங்கு வயது கொண்டிருந்த கிளேட்டன் எம். ஹன்ஸிக்கர் என்பவர் என்னிடம் வந்து கைகுலுக்கி, எனது விற்பனை குறித்து என்னைப் பாராட்டினார். பிறகு, அவர் என்னிடம் ஒரு விஷயத்தைக் கூறினார். மக்களைக் கையாள்வதிலுள்ள மிகப் பெரிய ரகசியம் அது என்பதை நான் விரைவில் கற்றுக் கொண்டேன்.

"அந்த விற்பனையை உங்களால் செய்ய முடிந்ததற்கான துல்லியமான காரணத்தை நீங்கள் புரிந்து வைத்திருக்கிறீர்களா என்று எனக்கு இன்னும் சந்தேகமாக இருக்கிறது," என்று கிளேட்டன் கூறினார்.

அவர் கூறியதற்கு என்ன பொருள் என்று நான் அவரிடம் கேட்டேன்.

விற்பனையைப் பற்றி நான் அதுவரை கேட்டிராத மிக இன்றியமையாத உண்மையை அவர் என்னிடம் எடுத்துரைத்தார். “அடுத்தவர் எதை விரும்புகிறார் என்பதைக் கண்டுபிடித்து, அவர் அதைப் பெறுவதற்கான சிறந்த வழியைக் கண்டுபிடிக்க அவருக்கு உதவுவதுதான் விற்பனைத்திறத்தின் மிக முக்கியமான ரகசியம். ஸ்காட்டுடன் நீங்கள் பேசத் துவங்கிய முதல் நிமிடமே, ஒரு குருட்டுத்தனமான கேள்வியின் மூலம் தற்செயலாக அவரது விருப்பத்தைக் கண்டுபிடித்துவிட்டீர்கள். பிறகு, அவர் அதைப் பெறுவதற்கான வழியை நீங்கள் அவருக்குக் காட்டினீர்கள். அது பற்றி நீங்கள் அதிகமாகப் பேசிக் கொண்டே இருந்தீர்கள். அது பற்றித் தொடர்ந்து பல கேள்விகள் கேட்டீர்கள். தனக்கு விருப்பமான ஒன்றின்மீதிருந்து அவரது சிந்தனை ஒருபோதும் விலகாதவாறு நீங்கள் பார்த்துக் கொண்டீர்கள். இந்த ஒரு விதியை மட்டும் நீங்கள் எப்போதும் நினைவில் வைத்திருந்தால், விற்பனை செய்வது மிகவும் சுலபமானதாக ஆகிவிடும்,” என்று அவர் கூறினார்.

பாஸ்டன் நகரில் எனது அடுத்த மூன்று நாட்களின்போதும், ஹன்ஸிக்கர் கூறியிருந்ததைத் தவிர வேறு எதையும் என்னால் சிந்திக்க முடியவில்லை. அவர் மிகச் சரியாகக் கூறியிருந்தார். எதனால் அந்த விற்பனையை என்னால் செய்ய முடிந்தது என்பதை நான் உண்மையிலேயே ஆய்வு செய்திருக்கவில்லை. கிளேட்டன் ஹன்ஸிக்கர் மட்டும் அதை ஆய்வு செய்து எனக்குப் புரியும்படி கூறியிருக்காவிட்டால், விற்பனைத் தொழிலில் நான் பல வருடங்கள் தடுமாறிப் போயிருப்பேன். அவர் கூறியதை நான் மீண்டும் நினைத்துப் பார்த்தபோது, மக்களுடனான எனது பெரும்பாலான சந்திப்புகளில் நான் ஏன் அவ்வளவு கடுமையான எதிர்ப்புகளை எதிர்கொள்ள நேர்ந்தது என்பது எனக்குப் புரிபடத் துவங்கியது. அடுத்தவர்களுடைய சூழ்நிலையைப் பற்றி எதுவும் தெரியாமல் அல்லது அதைப் பற்றி எதையும் கண்டுபிடிக்க முயற்சிக்காமல், நான் வெறுமனே அடாவடியாக உள்ளே நுழைந்து, அவர்களிடம் காப்பீடுகளை விற்க வேண்டும் என்ற ஒரே நோக்கில் அவர்களிடம் பேசியிருந்தேன் என்பதை நான் உணர்ந்தேன்.

எனக்கே தெரியாமல் நான் பயன்படுத்தியிருந்த இந்தப் புதிய யோசனை என்னை உற்சாகப்படுத்தியது. ஃபிலடெல்பியாவிற்குத் திரும்பிச் சென்று மீண்டும் அதைப் பயன்படுத்துவதற்கான அடுத்த வாய்ப்பிற்காக நான் துடித்துக் கொண்டிருந்தேன்.

இவை அனைத்தும், ஜான் ஸ்காட்டையும் அவரது சூழ்நிலையையும் பற்றி இன்னும் அதிகமாக என்னைச் சிந்திக்க வைத்தன. அவர் இன்னொரு வேலையையும் கவனித்தாக வேண்டியிருந்தது என்ற எண்ணம் திடீரென்று எனக்கு உறைத்தது. அவர் தனது வியாபாரத்தின் எதிர்காலத்தைத் திட்டமிட வேண்டியிருந்தது. பதினேழு வயதுச் சிறுவனாக அயர்லாந்து

நாட்டிலிருந்து அமெரிக்காவிற்கு வந்து, ஒரு சிறிய மளிகைக் கடையில் ஒரு வேலையில் சேர்ந்து, இறுதியில் தனது சொந்த மளிகை வியாபாரத்தைத் துவக்கி, அமெரிக்காவின் கிழக்குப் பகுதியிலேயே மிகப் பெரிய மொத்த விற்பனை நிறுவனமாக அதை உருவாக்கிய கதையை அவர் என்னிடம் விபரமாகக் கூறியிருந்தார். அவருக்குத் தனது வியாபாரத்தின்மீது ஓர் உணர்ச்சிரீதியான ஒட்டுதல் இருந்ததில் வியப்பில்லை. அது அவரது வாழ்க்கைப் பணியாக இருந்தது. தனது காலத்திற்குப் பிறகும் அது தொடர்ந்து சிறப்பாக நடைபெற வேண்டும் என்று நிச்சயமாக அவர் விரும்பினார்.

பாஸ்டன் கருந்தரங்கிலிருந்து நான் திரும்பி வந்த முப்பது நாட்களுக்குள், அவர் தனது மகன்களையும் வேறு எட்டு ஊழியர்களையும் தனது வியாபாரத்தில் தன்னுடன் இணைத்துக் கொள்வதற்கான ஒரு திட்டத்தை வகுப்பதற்கு ஜான் ஸ்காட்டுக்கு நான் உதவினேன். இந்த முக்கியமான நபர்களுக்காக ஃபிலடெல்பியாவிலுள்ள 'உற்பத்தியாளர்கள் சங்கத்தில்' அவர் கொடுத்த ஓர் இரவு விருந்து இதற்கு முத்தாய்ப்பாக அமைந்தது. வெளியிலிருந்து அழைப்பு விடுக்கப்பட்ட ஒரே விருந்தினர் அதில் நான் ஒருவன்தான். விருந்து முடிந்த பிறகு, திரு. ஸ்காட் எழுது நின்று, சுருக்கமாகவும் உணர்ச்சிமயமாகவும் ஓர் உரையாற்றினார். அத்தருணம் தனக்கு மிகவும் மகிழ்ச்சியான ஒன்று என்று அவர் அங்கிருந்தவர்களிடம் கூறினார். "என் இதயத்திற்கு மிக நெருக்கமான இரண்டு விஷயங்களின் எதிர்காலத்திற்கான திட்டங்களை இப்போது நான் பூர்த்தி செய்துள்ளேன். என் வியாபாரமும், நான் நிறுவிய அன்னியச் சேவை நிறுவனங்களும்தான் அவை."

ஜான் ஸ்காட் வாங்கிய சில கூடுதல் காப்பீடுகளும், வியாபாரத்தில் புதிதாக இணைக்கப்பட்ட இந்த முக்கியமான நபர்களின் பெயர்களில் எடுக்கப்பட்ட ஆயுட்காப்பீடுகளும் சேர்ந்து, முன்பு ஒரு முழு வருடத்தில் நான் சம்பாதித்தத் தொகையைவிட அதிகமான பணத்தை ஒரே நாளில் எனக்குப் பெற்றுக் கொடுத்தன.

விருந்து நடைபெற்ற அந்த இரவன்று, கிளேட்டன் ஹன்ஸிக்கர் எனக்குக் கற்றுக் கொடுத்திருந்த பாடம் எவ்வளவு விலைமதிப்பிட முடியாதது என்பதை நான் முழுமையாக உணர்ந்தேன். அதற்கு முன்பு, விற்பனை என்பது என் வாழ்க்கையை நடத்துவதற்கான ஒரு வழி என்றுதான் நான் நினைத்திருந்தேன். மக்களுக்கு நான் இடையூறாக அமைந்துவிடுவேனோ என்ற பயத்தில், அவர்களைச் சென்று சந்திக்க நான் நடுங்கினேன். ஆனால் இப்போது, அவர்களைச் சந்திக்க நான் உத்வேகப்படுத்தப்பட்டுள்ளேன். எனது எஞ்சிய விற்பனை வாழ்க்கை முழுவதையும் பின்வரும் கொள்கைக்கு அர்ப்பணிப்பதென்று அக்கணத்தில் நான் உறுதி பூண்டேன்:

மக்கள் என்ன விரும்புகிறார்கள் என்பதைக் கண்டுபிடித்து, அதை அவர்கள் பெறுவதற்கு அவர்களுக்கு உதவுவது.

இந்தக் கொள்கை எனக்குக் கொடுத்தப் புதிய வகையான துணிச்சலையும் உற்சாகத்தையும் உங்களிடம் கூற என்னால் காத்திருக்க முடியாது. இது ஒரு விற்பனை உத்தியைக் காட்டிலும் அதிகமானது. இது ஒரு வாழ்க்கைத் தத்துவம்.

6

வைத்தக் குறி தப்பாமல் பார்த்துக் கொள்ளுதல்

தேசிய அளவில் முன்னணியில் இருந்த விற்பனையாளர்கள் பாஸ்டன் கருத்தரங்கில் பெரும் எண்ணிக்கையில் கலந்து கொண்டது என்னை ஆச்சரியப்படுத்திய ஒரு விஷயமாகும். சிலர் கலிபோர்னியா, டெக்சாஸ், புளோரிடா ஆகிய மாநிலங்களில் இருந்து நெடுந்தூரம் பயணித்து வந்திருந்தனர்.

எனது புதிய நண்பரான கிளேட்டன் ஹன்ஸிக்கரிடம் நான் இது பற்றிக் கேட்டேன்.

அவர் என்னிடம் மெல்லிய குரலில், "இந்த விற்பனையாளர்கள் அனைவரும் புதிய யோசனைகள் குறித்துப் பசியோடு இருக்கின்றனர். தங்கள் வேலையைச் சிறப்பாகச் செய்வதற்கான வழிகளை எப்போதும் துரத்திக் கொண்டிருக்கின்றனர். உங்களால் எவ்வளவு முடியுமோ, அவ்வளவு கருத்தரங்குகளில் கலந்து கொள்ளுங்கள். அவற்றிலிருந்து உங்களுக்கு ஒரே ஒரு யோசனை கிடைத்தாலும்கூட, நீங்கள் செலவிடும் பணமும் முயற்சியும் உங்களுடைய மிகச் சிறந்த முதலீடுகளாக அமையும். அது மட்டுமன்றி, பெரும் விற்பனையாளர்கள் சிலரைச் சந்திப்பதற்கான ஒரு வாய்ப்பையும் அது உங்களுக்குக் கொடுக்கும். தனிப்பட்ட முறையில் அவர்களைச் சந்திப்பதும், அவர்கள் பேசுவதைக் கேட்பதும் உங்களை உத்வேகப்படுத்தும். ஒரு புதிய நம்பிக்கையோடும் உற்சாகத்தோடும் நீங்கள் திரும்பிச் செல்வீர்கள்," என்று கூறினார்.

இந்த அறிவுரை அந்தப் பயணத்தின்போது எனக்கு மிகச் சிறப்பாகப் பலனளித்தது. ஹன்ஸிக்கரே ஒரு மாபெரும் விற்பனையாளராக இருந்தார். அவர் கொடுத்த ஒரு யோசனை

எனக்கு விலைமதிப்பிட முடியாததாக அமைந்தது. அதற்கு முன்பு பல சமயங்களில் நான் என் இலக்கைத் தவறவிட்டதில் எந்த ஆச்சரியமும் இல்லை. இலக்கு என்னவென்றுகூட எனக்குத் தெரிந்திருக்கவில்லை. பேஸ்பால் விளையாட்டில், "பந்தை உன்னால் பார்க்க முடியாவிட்டால், அதை உன்னால் அடிக்க முடியாது," என்று கூறப்படுவது வழக்கம். கிளேட்டன் ஹன்ஸிக்கர் என்னுடைய இலக்கை எனக்குக் காட்டிய பிறகு, நான் என் வீட்டிற்குத் திரும்பிச் சென்று, உண்மையிலேயே குறி வைத்துத் தாக்கத் துவங்கினேன்.

ஓரிரு வருடங்களுக்குப் பிறகு கிளீவ்லேண்ட் நகரில் நடைபெற்றக் கருத்தரங்கில், ஒரு பேச்சாளர், 'விற்பனைத்திறத்தின் முதல் விதி' என்ற தலைப்பில் ஒரு சக்திவாய்ந்த உரையாற்றினார். அந்தப் பேச்சாளரின் பெயரை நான் மறந்து நீண்ட காலம் ஆகிவிட்டது. ஆனால் அவர் பயன்படுத்திய ஓர் எடுத்துக்காட்டு எப்போதும் என் நினைவில் இருந்து வந்துள்ளது. அது இதுதான்:

ஒருநாள் இரவில், ஒஹையோ மாநிலத்திலுள்ள ஊஸ்டர் பல்கலைக்கழகத்தின் முக்கியக் கட்டிடங்களில் ஒன்று எரிந்து தரைமட்டமாகியது. இரண்டு நாட்களுக்குப் பிறகு, அப்பல்கலைக்கழகத்தின் இளம் தலைவரான லூயிஸ் ஈ. ஹோல்டன், ஆன்ட்ரூ கார்னகியைப் பார்க்கச் சென்றார்.

விரைவாக விஷயத்திற்கு வந்த லூயிஸ் ஹோல்டன், "கார்னகி அவர்களே, உங்களுக்கு ஏகப்பட்ட வேலைகள் இருப்பதை நான் அறிவேன். எனக்கும் ஏகப்பட்ட வேலைகள் இருக்கின்றன. உங்கள் நேரத்தில் ஐந்து நிமிடங்களுக்கு மேல் நான் எடுத்துக் கொள்ள மாட்டேன். நேற்று முன்தினம் இரவில் ஊஸ்டர் பல்கலைக்கழகத்தின் முக்கியக் கட்டிடம் ஒன்று எரிந்து தரைமட்டமாகிவிட்டது. ஒரு புதிய கட்டிடத்தைக் கட்டுவதற்கு நீங்கள் ஒரு லட்சம் டாலர்கள் கொடுக்க வேண்டும் என்று நான் விரும்புகிறேன்," என்று கூறினார்.

அதற்குக் கார்னகி, "இளைஞரே, கல்லூரிகளுக்குப் பணம் கொடுப்பதில் எனக்கு உடன்பாடு இல்லை," என்று பதிலளித்தார்.

"ஆனால் இளைஞர்களுக்கு உதவுவதில் உங்களுக்கு உடன்பாடு இருக்கிறது அல்லவா? கார்னகி அவர்களே, நான் ஓர் இளைஞன். நான் இப்போது ஒரு பயங்கரமான படுகுழியில் இருக்கிறேன். கச்சாப் பொருட்களாக உள்ளே வருகின்ற மாணவர்களை உருப்படியான கல்லூரிப் பட்டதாரிகளாக உற்பத்தி செய்கின்ற ஒரு தொழிலை நான் செய்து வருகிறேன். எனது தொழிற்சாலையின் மிகச் சிறந்த பகுதி இப்போது

அழிந்துவிட்டது. எஃகு விற்பனை விறுவிறுப்பாக நடைபெற்றுக் கொண்டிருக்கும் ஒரு காலகட்டத்தில் உங்களுடைய பெரிய எஃகு ஆலைகளில் ஒன்று இவ்வாறு அழிக்கப்பட்டிருந்தால் நீங்கள் எவ்வளவு சங்கடமாக உணர்வீர்கள் என்று உங்களுக்குத் தெரியும்," என்று ஹோல்டன் பதிலளித்தார்.

"இளைஞரே, முப்பது நாட்களுக்குள் நீங்கள் ஒரு லட்சம் டாலர்களைத் திரட்டினால், இன்னும் ஒரு லட்சம் டாலர்களை நான் உங்களுக்குத் தருகிறேன்," என்று கார்னகி கூறினார்.

"அதை அறுபது நாட்களாக ஆக்கிக் கொள்ளுங்கள். நான் உங்களைப் பிறகு சந்திக்கிறேன்," என்று ஹோல்டன் கூறினார்.

"நிச்சயமாக!" என்று கார்னகி பதிலளித்தார்.

ஹோல்டன் தனது தொப்பியை எடுத்துக் கொண்டு கதவை நோக்கி நடந்தபோது, "ஹோல்டன், நினைவில் வைத்துக் கொள்ளுங்கள், அறுபது நாட்கள்தான்," என்று கார்னகி கூறினார்.

"கார்னகி அவர்களே, நீங்கள் கூறுவது எனக்கு நன்றாகப் புரிகிறது," என்று ஹோல்டன் பதிலளித்தார்.

அவர்களது அந்தச் சந்திப்பு வெறும் நான்கு நிமிடங்களே நீடித்தது. லூயிஸ் ஹோல்டன் ஐம்பது நாட்களுக்குள் ஒரு லட்சம் டாலர்களைத் திரட்டினார்.

ஆன்ட்ரூ கார்னகி தனது சார்பில் ஒரு லட்சம் டாலர்களுக்கான காசோலையை ஹோல்டனிடம் கொடுத்தபோது, சிரித்துக் கொண்டே, "இளைஞரே, நீங்கள் இனிமேல் என்னைச் சந்திக்க வந்தால், நீண்ட நேரம் இருந்துவிடாதீர்கள். உங்களுடைய சந்திப்பு ஒரு நிமிடத்திற்கு 25,000 டாலர்கள் என்ற கணக்கில் பணத்தை எனக்குச் செலவு வைத்துவிட்டது," என்று கூறினார்.

லூயிஸ் ஹோல்டன் நேராகத் தன் இலக்கைக் குறி வைத்திருந்தார். லட்சிய நோக்குக் கொண்ட இளைஞர்களுக்கு ஆன்ட்ரூ கார்னகி தனது இதயத்தில் ஓர் இடம் கொடுத்திருந்தார் என்பதை அவர் அறிந்திருந்தார்.

ஊஸ்டர் பல்கலைக்கழகத்திற்காக ஒரு லட்சம் டாலர்கள் நிதி திரட்டியதைவிட மிகப் பெரிய ஒரு யோசனையை விற்றதில் லூயிஸ் ஹோல்டனுக்கு ஒரு மிகப் பெரிய பங்கு இருக்கிறது. இறுதியில், கல்வி முன்னேற்றத்திற்காக ஆன்ட்ரூ கார்னகி 10 கோடி டாலர்களுக்கும் அதிகமான பணத்தை நன்கொடையாகக் கொடுத்தார்.

ஹோல்டன் கடைபிடித்துப் பயன்படுத்திய விதி இதுதான்: மக்கள் என்ன விரும்புகிறார்கள் என்பதைக் கண்டுபிடித்து, அவர்கள் அதைப் பெறுவதற்கு அவர்களுக்கு உதவுங்கள். எதுவொன்றையும் விற்பதற்கான ஒரு மிகப் பெரிய ரகசியம் அது.

இந்த விதியைச் சரியாகவும் தவறாகவும் பயன்படுத்துவதற்கான ஒரு சிறந்த எடுத்துக்காட்டை நான் சமீபத்தில் பார்த்தேன். மேற்கு மாநிலம் ஒன்றில் ஒரு பெரிய நகரத்தில் நான் தங்கியிருந்த ஒரு சமயத்தில், ஒருவர் எனது ஹோட்டல் அறையில் என்னைத் தொலைபேசியில் தொடர்பு கொண்டு பேசினார். அவரை நாம் பிரவுன் என்று அழைக்கலாம். அவர் என்னிடம், “பெட்ஜர், என் பெயர் பிரவுன். இந்நகரில் அடுத்த வாரம் நான் துவக்கவிருக்கின்ற இளம் விற்பனையாளர்களுக்கான ஒரு விற்பனைப் பள்ளியை அறிமுகப்படுத்தும் நோக்கத்தில், நீங்கள் தங்கியிருக்கின்ற ஹோட்டலில் இன்றிரவு ஒரு பெரிய சந்திப்புக்கூட்டத்தை நான் நடத்தவிருக்கிறேன். இந்தக் கூட்டத்தை விளம்பரப்படுத்துவதற்கு நாங்கள் ஒரு கணிசமான தொகையைச் செலவிட்டிருக்கிறோம். பல நூற்றுக்கணக்கான மக்கள் அதில் கலந்து கொள்வார்கள் என்று நாங்கள் எதிர்பார்க்கிறோம். நீங்களும் அதில கலந்து கொண்டு ஒரு சிறு சொற்பொழிவாற்றினால் அதை நான் பெரிதும் மெச்சுவேன். இன்னும் பல பேச்சாளர்களும் பேசவிருக்கிறார்கள். எனவே நீங்கள் பத்து நிமிடங்களுக்கு மேல் பேச வேண்டியதில்லை. இந்தக் கூட்டத்தில் இருந்து ஒரு பெரும் எண்ணிக்கையில் விற்பனையாளர்களை என் பள்ளிக்கு என்னால் பதிவு செய்ய முடியவில்லை என்றால், அது எனக்குப் பெரும் இழப்பாக இருக்கும் என்பதை நான் எனது அனுபவத்திலிருந்து தெரிந்து கொண்டிருக்கிறேன். எனவே, உங்கள் உதவி எனக்குக் கிடைத்தால், நான் மிகவும் நன்றியுடையவனாக இருப்பேன் . . . “ என்று பேசிக் கொண்டே போனார்.

எனக்கு அவரை யாரென்றே தெரியாது. நான் ஏன் வலியப் போய் அவரது பணித்திட்டத்திற்கு ஆதரவாகப் பேசி அதை விளம்பரப்படுத்த வேண்டும்? நான் செய்வதற்கு என்னிடமே ஏகப்பட்ட வேலைகள் இருந்தன. அதோடு, அடுத்த நாள் நான் அங்கிருந்து புறப்படுவதற்குத் தயாராகிக் கொண்டிருந்தேன். எனவே நான் அவருக்கு வெற்றி கிடைக்க வேண்டும் என்று அவரை வாழ்த்திவிட்டு, கூட்டத்தில் கலந்து கொண்டு பேசுவது அக்கணத்தில் எனக்கு சௌகரியப்படாது என்று கூறி அதற்கு வருத்தம் தெரிவித்தேன்.

அன்றைய தினம், மதியம் வெகு நேரம் கழித்து, இன்னொருவர் என்னைத் தொலைபேசியில் தொடர்பு கொண்டார். அவரை ஓயிட் என்று நாம் அழைக்கலாம். பிரவுன் கூறிய அதே பணித்திட்டத்தைப் பற்றியே இவரும் என்னிடம் பேசினார். அவரது அணுகுமுறையை நன்றாகக் கவனியுங்கள்:

"பெட்ஜர் அவர்களே, என் பெயர் ஜோ ஒயிட். இன்று மாலை உங்கள் ஓட்டலில் நடைபெறவிருக்கின்ற எங்களது திறப்புக் கூட்டத்தைப் பற்றித் திரு. பிரவுன் ஏற்கனவே உங்களிடம் கூறியுள்ளார் என்பதை நான் அறிவேன். நீங்கள் நாளைக்கு இங்கிருந்து புறப்படுவதற்குத் தயாராகிக் கொண்டிருப்பதால் உங்களுக்கு அதிக வேலை இருக்கும் என்பது எனக்குப் புரிகிறது. ஆனால், ஒருசில நிமிடங்கள் மட்டுமாவது எங்களோடு வந்து இருப்பதற்கு உங்களால் ஏற்பாடு செய்து கொள்ள முடிந்தால், நீங்கள் எங்களுக்குப் பேருதவி புரிந்திருப்பீர்கள். இளைஞர்களுக்கு உதவுவதில் நீங்கள் ஆர்வம் கொண்டிருக்கிறீர்கள் என்று எனக்குத் தெரியும். இன்றைய கூட்டத்தில் கலந்து கொள்ளும் பார்வையாளர்களில் பெரும்பாலானவர்கள், தங்களை மேம்படுத்திக் கொண்டு முன்னேற வேண்டும் என்ற லட்சிய நோக்குடன் இருக்கின்ற இளம் விற்பனையாளர்கள். நீங்கள் உங்கள் விற்பனை வாழ்க்கையைத் துவக்கிய காலத்தில், இதுபோன்ற ஒரு பயிற்சி உங்களுக்குக் கிடைத்திருந்தால் அது உங்களுக்கு எவ்வளவு நன்மை பயத்திருக்கும் என்பதை நீங்கள் நன்றாகவே அறிவீர்கள். பெட்ஜர் அவர்களே, இப்படிப்பட்ட ஒரு சந்திப்புக்கூட்டத்திற்கு உங்களைப் போன்ற ஒருவரன்றி வேறு எவரால் அதிகப் பங்களிப்புகளைச் செய்ய முடியும்?"

நான் செய்து கொண்டிருந்த அதே தவறைத்தான் முதலாவது நபர் இங்கு செய்தார் (கிளேட்டன் ஹன்ஸிக்கரை மட்டும் நான் சந்திக்காமல் போயிருந்தால், அத்தவறை என் வாழ்நாள் முழுவதும் நான் செய்து கொண்டிருந்திருப்பேன்); பிரவுன் தன்னைப் பற்றியும், தனது விற்பனைப் பள்ளியைப் பற்றியும், தனக்கு என்ன விருப்பம் என்பதைப் பற்றியும் மட்டுமே பேசினார். ஆனால் ஜோ ஒயிட், தனது விருப்பத்தைப் பற்றி ஒருமுறைகூடக் குறிப்பிடவில்லை. அவர் நேராகத் தனது இலக்கைக் குறி வைத்தார். அவர் முற்றிலுமாக எனது கண்ணோட்டத்திலிருந்து என்னிடம் பேசினார். இந்த இரண்டாவது வகையான கோரிக்கையை என்னால் மறுக்க முடியவில்லை.

டேல் கார்னகி இவ்வாறு கூறுகிறார்: "மனிதர்களை ஏதேனும் ஒரு காரியத்தைச் செய்ய வைக்க வேண்டும் என்றால் பூமியில் அதற்கு ஒரே ஒரு வழிதான் இருக்கிறது. அதைப் பற்றி நீங்கள் எப்போதேனும் யோசித்திருக்கிறீர்களா? ஆம், ஒரே ஒரு வழிதான் இருக்கிறது. ஒரு காரியத்தைச் செய்வதற்கு அடுத்தவரை விருப்பம் கொள்ளச் செய்வதுதான் அந்த வழி. இதைத் தவிர வேறு வழி எதுவுமில்லை என்பதை நினைவில் கொள்ளுங்கள்."

இரண்டாம் உலகப் போருக்கு முன்பு, அமெரிக்காவின் மேற்கு மாநில நகரங்கள் பலவற்றில் நான் பல தொடர்ச் சொற்பொழிவுகளைக் கொடுத்துக் கொண்டிருந்தேன். நான்

எப்போது இவ்விஷயம் குறித்துப் பேசினாலும், சொற்பொழிவு முடிந்த பிறகு என்னிடம் கேள்விகள் கேட்பதற்கு ஒருசிலர் என்னிடம் வருவர். டெஸ் மாயின்ஸ் நகரில் ஓர் இரவன்று, ஒரு நடுத்தர வயது நபர் என்னிடம் வந்து, “பெட்ஜர் அவர்களே, நீங்கள் கூறிய இந்த யோசனை ஆயுட்காப்பீடுகளை விற்பதில் உங்களுக்குப் பெரும் உதவி புரிந்து வந்துள்ளதை என்னால் பார்க்க முடிகிறது. ஆனால் தேசிய அளவில் பிரபலமாக உள்ள ஒரு பத்திரிகை இதழுக்குச் சந்தாதாரர்களைச் சேகரிக்கும் பணியை நான் செய்து வருகிறேன். எனது வேலையில் உங்கள் யோசனையை எவ்வாறு நான் செயல்படுத்துவது?” என்று கேட்டார்.

அவரும் நானும் மனம்விட்டுப் பேசினோம். தனது இதழுக்குச் சந்தாதாரர்களைச் சேர்ப்பதற்கு அவர் பல வருடங்களாகப் பல்வேறு வழிகளில் முயற்சித்து வந்திருந்தார். ஆனால் அவை அவ்வளவு பலனளிக்காததால், அவ்வழிகள்மீது அவர் நம்பிக்கை இழந்துவிட்டிருந்தார். நான் வேறோர் அணுகுமுறையை அவருக்குப் பரிந்துரைத்தப் பிறகு அவர் அங்கிருந்து சென்றார். ஆனால் எங்களது சந்திப்புக் குறித்து அவர் அவ்வளவு உற்சாகமாக இருக்கவில்லை என்பதை என்னால் உணர முடிந்தது.

அதையடுத்து வந்த சனிக்கிழமையன்று காலையில், ஃபோர்ட் டெஸ் மாயின்ஸ் ஹோட்டலின் சிகையலங்கார நிலையத்தில் நான் முடி வெட்டிக் கொண்டிருந்தபோது, அந்த நபர் என்னிடம் வேகமாக வந்து, அன்று மதிய ரயிலில் நான் புறப்படவிருந்ததாகத் தான் கேள்விப்பட்டதாகவும், அதற்கு முன்பு தான் என்னிடம் ஒரு விஷயத்தைக் கூற வேண்டியிருந்ததாகவும் என்னிடம் கூறினார்.

அவர் ஆச்சரியம் கலந்த உற்சாகத்துடன், “பெட்ஜர் அவர்களே, செவ்வாய்க்கிழமையன்று இரவு நீங்கள் நிகழ்த்திய சொற்பொழிவிற்குப் பிறகு, என்னால் ஏன் என் தொழிலில் முன்னேற முடியவில்லை என்பதை நான் கண்டுகொண்டேன். நான் தொழிலதிபர்களிடம் எனது பத்திரிகையை விற்க முயற்சித்துக் கொண்டிருந்திருக்கிறேன். தாங்கள் ஏற்கனவே சந்தா செலுத்திப் பெற்றுக் கொண்டிருந்த பத்திரிகைகளைப் படிப்பதற்குக்கூட நேரமில்லாத அளவுக்கு அவர்கள் அனைவரும் மும்முரமாக இருந்ததாக அவர்களில் பெரும்பாலானவர்கள் என்னிடம் தெரிவித்தனர். புதன்கிழமையன்று, நகரில் உள்ள பிரபல நீதிபதி ஒருவரிடமிருந்து ஒரு கடிதத்தை வெற்றிகரமாகப் பெற்றேன். அந்த வாரத்தில் நடந்த உண்மையிலேயே முக்கியமான மற்றும் சுவாரசியமான செய்திகள் அனைத்தையும் ஒரே சாயங்கால வேளையில் படித்து முடிக்கக்கூடிய வகையில் எங்கள் பத்திரிகை அமைந்திருந்ததால் தான் அதை வாங்கியதாக அவர் அக்கடிதத்தில் குறிப்பிட்டிருந்தார். பிறகு, ஏற்கனவே எங்கள் பத்திரிகைக்குச் சந்தா செலுத்தியிருந்த பிரபல தொழிலதிபர்களின் பெயர்கள் அடங்கிய

ஒரு பெரிய பட்டியலையும் தயாரித்தேன். இப்போதெல்லாம் நான் எவரொருவரையும் அணுகுவதற்கு முன்பு, அந்த நீதிபதியின் கடிதத்தையும் அந்தப் பட்டியலையும் நான் அவருக்குக் காட்டுகிறேன். என்னை இதுவரை தடுத்து நிறுத்தி வந்திருந்த அதே மறுப்புதான் இப்போது எனது மிகப் பெரிய சொத்தாக ஆகியிருந்தது. நான் உங்களிடம் கூற முயற்சித்துக் கொண்டிருக்கும் விஷயம் இதுதான்: நான் இப்போது வீடுவீடாகச் சென்று பத்திரிகைகளை விற்பதில்லை; தொழிலதிபர்களுக்கு எது தேவையோ அதை நான் அவர்களிடம் விற்றுக் கொண்டிருக்கிறேன். வாழ்வின் மிக விலையுயர்ந்த ஒரு பொருளை நான் விற்பனை செய்து கொண்டிருக்கிறேன். 'அதிக நேரம்'தான் அந்தப் பொருள்," என்று கூறினார்.

ஒருசில நாட்களுக்கு முன்பு, தான் சந்தித்த நபர்களில் பெரும்பாலானவர்கள் தன்னை ஏளனமாகப் பார்த்ததாக அவர் உணர்ந்திருந்தார். மக்களைச் சந்திப்பதற்கு அவர் பயந்தார். இப்போது, தான் செய்து கொண்டிருந்த வேலையின் முக்கியத்துவம் குறித்து முற்றிலும் புதியதொரு கண்ணோட்டத்தை அவர் பெற்றிருந்தார்.

எந்த நபர் எந்தப் பொருளை எந்த நகரத்தில் விற்பதற்குத் தத்தளித்துக் கொண்டிருந்தாரோ, அதே நபர் அதே பொருளை அதே நகரத்தில் இப்போது வெற்றிகரமாக விற்பனை செய்து கொண்டிருந்தார்.

நான் ஏற்கனவே உங்களிடம் கூறியதைப்போல, பல வருடங்களுக்கு முன்பு, தேவாலயங்களில் ஞாயிற்றுக்கிழமைகளில் நடைபெற்ற பைபிள் வகுப்புகளின் கண்காணிப்பாளராக நான் தேர்ந்தெடுக்கப்பட்டேன். அந்த வகுப்பிற்கான மிக முக்கியமான உடனடித் தேவை, திடமான ஒரு பெரிய அமைப்பு என்று நான் நினைத்தேன். எனவே, அடுத்து வந்த ஞாயிற்றுக்கிழமையன்று தேவாலயத்தில் பிரார்த்தனை முடிந்த பிறகு நான் பேசுவதற்கு எனக்கு ஐந்து நிமிடங்களைக் கொடுக்குமாறு நான் எங்கள் பாதிரியாரிடம் கேட்டேன். நான் ஒரு விற்பனையைச் செய்தாக வேண்டியிருந்ததை அறிந்தேன். பைபிள் வகுப்பிற்கான வேலை என்னிடம் கொடுக்கப்பட்டப் பொறுப்பு என்றும், மக்கள் என்னுடன் ஒத்துழைக்க வேண்டும் என்றும் எனக்கு உதவ வேண்டும் என்றும் நான் எதிர்பார்த்ததாகவும் தேவாலயத்தில் கூடியிருந்த உறுப்பினர்களிடம் என்னால் கூறியிருக்க முடியும். ஆனால், அவர்கள் விருப்பம் எதுவோ அதைப் பற்றி அவர்களிடம் பேசுவது எனக்கு விருப்பமானதைப் பெறுவதற்குச் சிறந்த வாய்ப்பளிக்கும் என்று நான் தீர்மானித்தேன். எனவே, இறுதியில் நான் இவ்வாறு கூறினேன்:

“நீங்கள் விருப்பப்படுகின்ற சில விஷயங்கள் குறித்து உங்களிடம் ஒருசில நிமிடங்கள் நான் பேச விரும்புகிறேன். உங்களில் பலருக்குக் குழந்தைகள் இருக்கின்றனர். அவர்கள் நமது தேவாலயத்தின் பைபிள் வகுப்பிற்கு வந்து, மற்றக் குழந்தைகளைச் சந்தித்து, பைபிளிலுள்ள உண்மைகளிலிருந்து வாழ்க்கையைப் பற்றி அதிகமாகக் கற்றுக் கொள்ள வேண்டும் என்று நீங்கள் விரும்புகிறீர்கள். நானும் நீங்களும் செய்துள்ள தவறுகளை நமது குழந்தைகள் செய்யாமல் தவிர்க்க வேண்டும் என்று நான் விரும்புகிறேன். நீங்களும் அதைத்தான் விரும்புகிறீர்கள். இதை நாம் எவ்வாறு சாதிப்பது?

“இதற்காக ஒரு பெரிய அமைப்பை உருவாக்குவதுதான் இதற்கான ஒரே வழி. இப்போது நமது பாதிரியாரையும் சேர்த்து, பைபிள் வகுப்பில் ஒன்பது ஆசிரியர்கள் மட்டுமே இருக்கின்றனர். நமக்குக் குறைந்தபட்சம் இருபத்தைந்து ஆசிரியர்கள் தேவை. பைபிளில் உள்ள விஷயங்கள் போதுமான அளவுக்கு உங்களுக்குத் தெரியாது என்ற பயத்தால் உங்களில் சிலர் இங்கு வந்து கற்பிப்பதற்குத் தயங்கக்கூடும். ஒரு சிறு எண்ணிக்கையிலான மாணவர்களுக்கு பைபிள் கற்றுக் கொடுக்கும் பணியைப் பன்னிரண்டு மாதங்களுக்கு முன்பு நான் ஏற்றுக் கொண்டபோது எனக்கும் இதே பயம்தான் இருந்தது. ஒரு விஷயத்தை என்னால் உறுதியாகக் கூற முடியும். தேவாலயத்தில் ஆறு வருடங்கள் வெறுமனே பைபிள் செய்திகளைக் கேட்பதன் மூலம் நீங்கள் கற்றுக் கொள்ளும் விஷயங்களைவிட, ஒவ்வொரு ஞாயிறன்று காலையிலும் இருபத்தைந்து நிமிடங்கள் தொடர்ந்து ஆறு மாதங்கள் இச்சிறு குழந்தைகளுக்கு நீங்கள் கற்றுக் கொடுக்கும்போது பைபிளைப் பற்றி நீங்கள் அதிகமாகத் தெரிந்து கொள்வீர்கள். இது உங்களுக்கு இன்னும் ஏராளமான நன்மைகளைச் செய்யும்!

“நீங்கள் அனைவரும் தம்பதியராக பைபிளைப் படித்து, பைபிள் வகுப்புகளுக்கான பாடங்களைத் தயாரிக்கலாம். இது உங்கள் இருவருக்கும் இடையே ஒரு பொதுவான ஆர்வமாக அமையும், உங்கள் இருவரையும் அதிக நெருக்கமானவர்களாக ஆக்கும். உங்களுக்குச் சொந்தமாகக் குழந்தைகள் இருந்தால், நீங்கள் மும்முரமாக இருப்பதைப் பார்த்து அவர்களும் பெரும் ஆர்வத்தை உருவாக்கிக் கொள்வர். ஒரே அளவு திறமை கைவரப் பெற்ற மூன்று நபர்களைப் பற்றிய ஏசுபிரானின் நீதிக் கதை உங்களுக்கு நினைவிருக்கிறதா? உங்கள் அனைவருக்கும் பல திறமைகள் கொடுக்கப்பட்டுள்ளன. அவற்றை மேம்படுத்துவதற்கும் பெருக்குவதற்கும் இப்பணியைவிடச் சிறந்த ஒரு வழி இருப்பதாக எனக்குத் தோன்றவில்லை.”

அடுத்து என்ன நிகழ்ந்தது என்று நீங்கள் நினைக்கிறீர்கள்? அன்று காலையில் எங்கள் பைபிள் வகுப்பிற்கு இருபத்தியோரு ஆசிரியர்கள் கிடைத்தனர். முதலில், எல்லா ஆசிரியர்களுக்கும்

போதுமான மாணவர்கள் இருக்கவில்லை. எனவே எங்கள் பள்ளியில் இருந்த சிறுவர்களைப் பல வகுப்புகளாகப் பிரித்தோம். சில வகுப்புகள் வெறுமனே இரண்டு அல்லது மூன்று குழந்தைகளுடன் துவக்கப்பட்டன. பிறகு, நாங்கள் வீடுவீடாகச் சென்று பிரச்சாரம் செய்தோம். பென்சில்வேனியா மாநிலத்திலுள்ள ஓயின்ஃபீல்டு நகரைச் சேர்ந்த சமூகத்தில் மூன்று பிராட்டஸ்டன்ட் குழந்தைகளைத் தவிர, மற்ற அனைத்துக் குழந்தைகளையும் எங்கள் பைபிள் வகுப்பிற்கு வரச் செய்து, அவர்களைப் பதிவு செய்து கொண்டோம். இறுதியில், எங்களது சிறிய தேவாலயத்தில் அனைத்து உறுப்பினர்களும் அமர்வதற்கு இடம் போதவில்லை. எனவே நாங்கள் ஒரு புதிய தேவாலயத்தைக் கட்டியெழுப்ப வேண்டியதாயிற்று! ஒரு மூன்று மாதப் பிரச்சாரத்திற்குப் பிறகு, ஓயின்ஃபீல்டு யுனைட்டட் பிரஸ்பிட்டீரியன் தேவாலய உறுப்பினர்கள் அனைவரும் சேர்ந்து 1,80,000 டாலர்கள் பணத்தைத் திரட்டினர். ஆண்கள், பெண்கள், மற்றும் குழந்தைகள் உட்பட, வெறும் 372 நபர்கள் பங்களித்தத் தொகை அது!

இந்த அற்புதமான சாதனைக்கு நிச்சயமாக அந்த ஆசிரியர்கள் மட்டுமே முழுப் பொறுப்பு அல்ல. ஆனால் பைபிள் வகுப்பு மட்டும் பெரிதாக வளர்ந்திருக்காவிட்டால், இந்தச் சாதனை ஒருபோதும் நிகழ்ந்திருக்காது என்பது உண்மை.

தனக்கு என்ன விருப்பம் என்பதை ஒரு நபருக்கு நீங்கள் காட்டும்போது, அதைப் பெறுவதற்கு அவர் விண்ணுலகையும் மண்ணுலகையும் நகர்த்துவார்.

இந்த உலகளாவிய விதி, மனித உறவுகள் பற்றிய அனைத்து விதிகளையும்விட அதிக முன்னுரிமை பெறும் அளவுக்குப் பெரும் முக்கியத்துவம் வாய்ந்ததாக உள்ளது. இது எப்போதும் அவ்வாறே இருந்து வந்துள்ளது. இனி இவ்விதி எப்போதும் மிக முக்கியமானதாகவே இருந்து வரும். மனிதகுல நாகரீகத்தில் உள்ள மற்ற அனைத்து விதிகளிலும் இதுதான் முதன்மை விதியாக உலா வருகிறது.

இவ்விதியின் முக்கியத்துவத்தை பெஞ்சமின் ஃபிராங்க்ளின் புரிந்திருந்தார். இதைத் தன் மனத்தில் ஆழமாகப் பதிவு செய்வதற்குத் தனக்கு உதவுவதற்கு அவர் ஒரு பிரார்த்தனையைக்கூட உருவாக்கியிருந்தார். ஃபிராங்க்ளினின் சுயசரிதையை நான் முதன்முதலில் படிக்கத் துவங்கியபோது, அவர் அந்த ஒரே பிரார்த்தனையை ஒவ்வொரு நாளும் தொடர்ந்து ஐம்பது வருடங்களாகச் செய்து வந்திருந்ததைக் கண்டு நான் சுவாரசியமடைந்தேன். நான் ஃபிலடெல்பியாவில் வாழ்கிறேன். பெஞ்சமின் ஃபிராங்க்ளின் தனது வாழ்வின் பெரும்பகுதியை இந்நகரில்தான் கழித்தார். அவர் எப்போதும் எனக்கு உத்வேகமூட்டுபவராக இருந்து வந்துள்ளார்.

"அந்தப் பிரார்த்தனை பெஞ்சமின் ஃபிராங்க்ளினுக்கு உதவியதென்றால், அது நிச்சயமாக எனக்கும் உதவும்," என்று எனக்கு நானே கூறிக் கொண்டேன். எனவே இருபத்தைந்து வருடங்களுக்கும் மேலாக நான் அந்தப் பிரார்த்தனையைச் செய்து வருகிறேன். இது என்னைப் பற்றிய சிந்தனையிலிருந்தும், ஒரு விற்பனையிலிருந்து எனக்கு என்ன கிடைக்கவிருந்தது என்பதிலிருந்தும் என் மனத்தை விடுவித்து, அடுத்தவர்மீதும் அவருக்கு அந்த விற்பனையிலிருந்து என்ன கிடைக்கும் என்பதன்மீது என் மனத்தை ஒருமுகப்படுத்துவதற்கு எனக்கு உதவியது. ஃபிராங்க்ளின் இவ்வாறு எழுதியிருந்தார்: "கடவுளை அறிவுக் கடலாகக் கருதும்போது, அந்த அறிவைப் பெறுவதற்கு அவரது உதவியை நாடுவதுதான் சரி என்றும், அதுதான் தேவை என்றும் நான் நினைக்கிறேன். இதை மனத்தில் வைத்து நான் பின்வரும் பிரார்த்தனையை உருவாக்கினேன். நான் தினமும் பயன்படுத்துகின்ற ஆய்வு அட்டவணைகளுக்கு முன்னால் இதை எழுதி வைத்திருக்கிறேன்."

பெஞ்சமின் ஃபிராங்க்ளினின் பிரார்த்தனை இதுதான்:

சர்வவல்லமை பெற்றக் கடவுளே! பிதாவே! கருணைமிக்க வழிகாட்டியே! எனது உண்மையான ஆர்வத்தைக் கண்டறிவதற்கான ஞானத்தை நீவிர் என்னில் அதிகப்படுத்தும்! அந்த ஞானம் கூறுவதைச் செய்வதற்கான எனது தீர்மானத்தை வலிமைப்படுத்தும்! உமது மற்றக் குழந்தைகளுக்கு என் சக்திக்கு உட்பட்டு நான் செய்கின்ற எனது அன்பான பணிகளை, நீவிர் தொடர்ந்து எனக்குக் காட்டி வருகின்ற கருணைக்கான எனது பிரதியுபகாரமாக ஏற்றுக் கொள்வீராக!

7

பதினைந்தே நிமிடங்களில் நான் சாதித்த 2,50,000 டாலர்கள் பெறுமானமுள்ள விற்பனை

பாஸ்டன் நகரில் கிளேட்டன் ஹன்ஸிக்கர் என்னைத் தனியாக அழைத்து, விற்பனையின் மிகப் பெரிய ரகசியத்தை எனக்குக் கற்றுக் கொடுத்தப் பிறகு, எனது உற்சாகம் ஒரு புதிய சிகரத்தைத் தொட்டது. நான் செய்ய வேண்டியதெல்லாம், வெளியே சென்று போதுமான எண்ணிக்கையில் மக்களைச் சந்திக்க வேண்டும், அவ்வளவுதான் – பிறகு விற்பது சுலபமாகிவிடும் என்று நான் நினைத்தேன்!

அடுத்த சில மாதங்களின்போது எனது விற்பனையில் நிச்சயமாக ஒரு முன்னேற்றம் ஏற்பட்டு இருந்ததை எனது பதிவுகள் காட்டின. ஆனாலும் நான் தொடர்ந்து அதிக அளவில் எதிர்ப்புகளைச் சந்தித்துக் கொண்டிருந்தேன். அதற்கான காரணத்தை என்னால் புரிந்து கொள்ள முடியவில்லை.

பிறகு ஒருநாள், ஃபிலடெல்பியா நகரில் பெல்லவூ ஸ்டிராட்ஃபோர்டு ஹோட்டலில் நடைபெற்ற ஒரு விற்பனைக் கருத்தரங்கில் நான் கலந்து கொண்டபோது, அமெரிக்காவின் தலைசிறந்த விற்பனையாளர்களில் ஒருவர் ஓர் அற்புதமான வழிமுறையை வெளிப்படுத்தியதை நான் செவிமடுத்தேன். அது என் புதிருக்கான விடையை எனக்கு வெளிச்சம் போட்டுக் காட்டியது. அந்த விற்பனையாளரின் பெயர் ஜே. எல்லியட் ஹால். அவர் நியூயார்க் நகரத்தைச் சேர்ந்தவர். அவர் தனது தொழிலில் இருந்து ஓய்வு பெற்று இப்போது பல வருடங்கள் ஆகியிருந்தபோதிலும், தலைசிறந்த விற்பனையாளர்களின் சாதனைப் பட்டியலில் அவரது பெயர் இன்றளவும் தொடர்ந்து இடம்பெற்றிருந்தது.

விற்பனைத் தொழிலில் தான் ஒரு தோல்வியாளனாக இருந்ததாகவும், தான் அத்தொழிலைவிட்டு விலகவிருந்த சமயத்தில் தனது தோல்விக்கான காரணத்தைத் தான் கண்டறிந்ததாகவும் அவர் கூறினார். தான் அளவுக்கதிகமாக 'நேரடியான கருத்துக்களைக்' கூறிக் கொண்டிருந்ததாக அவர் தெரிவித்தார்.

இது எனக்கு வேடிக்கையாக இருந்தது.

ஆனால், தங்கள் வாடிக்கையாளர்களிடமிருந்தும் தங்களுக்கு வாடிக்கையாளர்களாக ஆகக்கூடிய சாத்தியம் இருந்தவர்களிடமிருந்தும் தங்களுக்குக் கிடைத்த மறுப்புகளையும், அவற்றுக்கு அவர்கள் அளித்த பதில்களையும் தன்னிடம் தெரிவிக்கலாம் என்று அங்கிருந்த விற்பனையாளர்களுக்கு அவர் அந்தச் சந்திப்புக்கூட்டத்தில் வாய்ப்புக் கொடுத்தபோது, அது அந்தப் பெருந்திரளான விற்பனையாளர்களை உற்சாகப்படுத்தியது. இரண்டாயிரம் விற்பனையாளர்கள் எல்லாத் திசைகளிலிருந்தும் சரமாரியாக மறுப்புகளை அள்ளி வீசத் துவங்கினர். ஒவ்வொரு நாளும் அவர்கள் எதிர்கொண்டிருந்த மறுப்புகள் அவை.

இதே மறுப்புகளைத் தான் சமாளித்த விதத்தைப் பற்றி எல்லியட் பிரமாதமாக எடுத்துரைக்கத் துவங்கியபோது, பார்வையாளர்களின் உற்சாகம் எல்லை கடந்தது. 'மறுப்புகளை எவ்வாறு எதிர்கொள்வது' என்பது பற்றி எழுதப்பட்டப் புத்தகங்களில் அவர் அதற்கான விடையைத் தேடியிருக்கவில்லை. கேள்விகள் கேட்பதன் மூலம் மட்டுமே அவர் இந்த மறுப்புகளை எதிர்கொண்டார்.

தனக்கு மறுப்புத் தெரிவித்தவர்கள் கூறுவது தவறு என்று எல்லியட் ஒருபோதும் அவர்களிடம் கூற முயற்சிக்கவில்லை. அவர்களைவிடத் தான் அதிக சாமர்த்தியமானவன் என்றும் அவர் காட்டிக் கொள்ளவில்லை. மாறாக, தனக்கு மறுப்புத் தெரிவித்தவர்கள் ஒப்புக் கொள்ள வேண்டிய விதத்தில் அவர்களிடம் அவர் கேள்விகளைக் கேட்டார். தனது கேள்விகள், உண்மைத் தகவல்களின் அடிப்படையில் அமைந்த ஓர் ஆழமான முடிவிற்கு இட்டுச் செல்லும்வரை அவர் தொடர்ந்து கேள்விகள் கேட்டுக் கொண்டே இருந்தார்.

அந்த மாபெரும் விற்பனையாளரிடமிருந்து நான் கற்றுக் கொண்ட ஆழமான பாடங்கள் எனது ஒட்டுமொத்தச் சிந்தனைமுறையை மாற்றின. தனது கருத்தை அங்கிருந்தவர்கள்மீது வலுக்கட்டாயமாகத் திணிப்பதற்கோ, அல்லது அவர்கள்மீது தாக்கம் ஏற்படுத்துவதற்கோ அவர் முயற்சிக்கவில்லை என்பது அவரது பேச்சில் தெளிவாக வெளிப்பட்டது. எல்லியட் ஹாலின் கேள்விகளுக்கு ஒரே ஒரு நோக்கம் மட்டுமே இருந்தது:

தனது விருப்பம் என்ன என்பதை ஒருவரை அங்கீகரிக்கச் செய்வதற்கு அவருக்கு உதவுவது; பிறகு அதை அவர் எவ்வாறு பெறுவது என்பதைத் தீர்மானிக்க அவருக்கு வழி காட்டுவது.

“நான் அதை வாங்கப் போகிறேனா இல்லையா என்று நான் இன்னும் தீர்மானிக்கவில்லை,” என்பதுதான் தாங்கள் எதிர்கொண்டு மீள வேண்டியிருந்த மிகக் கடினமான மறுப்புகளில் ஒன்று என்று பார்வையாளர்கள் எல்லியட் ஹாலிடம் கூறினர்.

“எனது வாடிக்கையாளர் ஒரு முடிவெடுப்பதற்கு உதவுவதுதான் என் வேலை. ‘வாங்கப் போகிறேனா இல்லையா’ என்பதற்கு இங்கு இடமே இல்லை,” என்று எல்லியட் கூறினார். பிறகு அவர் அது தொடர்பாகத் தான் கேட்கக்கூடிய கேள்விகளைத் தொகுத்துரைத்தார்.

“நான் வீட்டிற்குச் சென்று இது பற்றி யோசிக்க வேண்டும்,” என்ற தனது வாடிக்கையாளர்களின் பதில்தான் தனது மிகப் பெரிய முட்டுக்கட்டை என்று இன்னொரு விற்பனையாளர் கூறினார்.

“நீங்கள் யோசிப்பதற்கு என்னால் உதவ முடியுமா என்று நான் கண்டுபிடிக்கப் போகிறேன். நீங்கள் வீட்டிற்குச் சென்று சிந்திக்க வேண்டியதில்லை . . .” என்று பதிலளித்த எல்லியட் ஹால், மீண்டும் தனது கேள்விகளைக் கட்டவிழ்த்துவிட்டார். தனக்கு மறுப்புத் தெரிவித்தவர் எது பற்றிச் சிந்திக்க விரும்பினார் என்பதைக் கண்டுபிடிப்பதற்கு அவருக்கு உதவுவதுதான் அவரது கேள்விகளின் நோக்கமாக இருந்தது.

அவர் அவ்வளவு தூரம் விடாப்பிடியாக இருந்தும்கூட, அவர் விவாதித்ததாகவோ அல்லது எவருடனும் முரண்பட்டதாகவோ யாரும் நினைக்கவில்லை. அவர் மிகவும் ஆணித்தரமாகப் பேசினார், ஆனால் ஒருபோதும் அவர் விவாதிக்கவோ அல்லது முரண்படவோ இல்லை. அல்லது தனது ஒரு குறிப்பிட்ட சொந்த அபிப்பிராயத்தையும் கொடுக்கவில்லை. “நான் கூறுவது சரி, நீங்கள் கூறுவது தவறு என்று எனக்குத் தெரியும்,” என்பது அவரது மனப்போக்காக இருக்கவில்லை.

மக்களிடம் கேள்விகள் கேட்பதன் மூலம் அவர்கள் தங்களது சிந்தனையைத் தெளிவுபடுத்துவதற்கு உதவுவதற்கான எல்லியட் ஹாலின் வழிமுறை எனது அனுபவத்தில் ஈடு இணையற்ற ஒன்றாகத் தொடர்ந்து இருந்து வருகிறது. அவரையும் அவர் கூறிய கருத்துக்களையும் என்னால் ஒருபோதும் மறக்க முடியாது.

அன்று நான் கண்ணிமைக்காமல் அவரது பேச்சைக் கவனித்துக் கொண்டிருந்தபோது, அன்றிலிருந்து, அவர் இவ்வளவு சிறப்பாகக் கற்றுத் தேர்ந்திருந்த அந்த மாபெரும் ‘கேள்விகள் கேட்கும்’ கலையை எனக்குள் உருவாக்கிக் கொள்வதற்கு முயற்சிப்பதை எனது ஒரு மிகப் பெரிய லட்சியமாக நான் ஆக்கிக் கொள்வேன் என்று நான் தீர்மானித்தேன்.

எல்லியட் ஹாலின் சொற்பொழிவு நடந்த ஒருசில நாட்களுக்குப் பிறகு, என்னுடைய நண்பர் ஒருவர் என்னைத் தொலைபேசியில் அழைத்து, 2,50,000 டாலர்கள் மதிப்புள்ள ஓர் ஆயுட்காப்பீட்டை வாங்குவதற்கு நியூயார்க்கைச் சேர்ந்த ஒரு பெரும் உற்பத்தியாளர் முடிவு செய்திருந்ததாக என்னிடம் கூறினார். அதற்கான ஒரு முன்மொழிவைச் சமர்ப்பிக்க நான் ஆர்வமாக இருந்தேனா என்று என் நண்பர் தெரிந்து கொள்ள விரும்பினார். இந்த உற்பத்தியாளரின் நிறுவனம் 2,50,000 டாலர்கள் பணத்தைக் கடன் வாங்கவிருந்தது. நிறுவனத்தின் தலைவரான அவரது பெயரில் அத்தொகைக்கு ஓர் ஆயுட்காப்பீடு எடுக்கப்பட்டாக வேண்டும் என்று அவருக்குக் கடன் கொடுக்க முன்வந்தவர்கள் அவரை நெருக்கிக் கொண்டிருந்தனர். நியூயார்க்கைச் சேர்ந்த பத்துப் பெரும் நிறுவனங்கள் ஏற்கனவே தங்களது விலாவாரியான முன்மொழிவுகளை அவரிடம் சமர்ப்பித்திருந்தன.

“நான் அவரைச் சந்திப்பதற்கு எனக்கு உங்களால் ஒரு முன்னனுமதி வாங்கிக் கொடுக்க முடிந்தால், ஒரு முன்மொழிவைச் சமர்ப்பிப்பதற்கு நிச்சயமாக நான் ஆர்வமாக இருக்கிறேன்,” என்று நான் என் நண்பரிடம் கூறினேன்.

அன்றைய நாளின் பிற்பகுதியில் எனது நண்பர் என்னைத் தொலைபேசியில் தொடர்பு கொண்டு, அடுத்த நாள் காலை பத்தே முக்கால் மணிக்கு அந்த உற்பத்தியாளரைச் சந்திப்பதற்குத் தான் எனக்கு முன்னனுமதி பெற்றுவிட்டதாகக் கூறினார். பிறகு நிகழ்ந்தது இதுதான்:

முதலில், நான் என் மேசையில் அமர்ந்து, என்ன செய்ய வேண்டும் என்று சிந்தித்தேன். எல்லியட் ஹாலின் பேச்சு என் மனத்தில் இன்னும் பசுமையாக இருந்தது. நான் பல தொடர்க் கேள்விகளைத் தயாரிப்பதென்று தீர்மானித்தேன். என் மனம் அரை மணிநேரமாக வெறுமனே வட்டமிட்டுக் கொண்டிருந்தது. பிறகு, அந்த உற்பத்தியாளர் தனது சிந்தனையைத் தெளிவுபடுத்தி ஒரு தீர்மானத்திற்கு வருவதற்கு அவருக்கு உதவக்கூடிய சில கேள்விகள் என்னுள் முளைக்கத் துவங்கின. கேள்விகளைத் தயாரித்து முடிப்பதற்கு எனக்குக் கிட்டத்தட்ட இரண்டு மணிநேரம் ஆனது. இறுதியில், நான் பதினான்கு கேள்விகளை எழுதியிருந்தேன். அதிக அறிவார்ந்த வரிசையில் நான் அவற்றை வரிசைப்படுத்தினேன்.

அடுத்த நாள் காலையில் நியூயார்க்கிற்கு நான் ரயிலில் சென்று கொண்டிருந்தபோது, அந்தக் கேள்விகளை மீண்டும் மீண்டும் படித்தேன். நான் பென்சில்வேனியா ரயில் நிலையத்தை வந்தடைந்தபோது மிகவும் உற்சாகமாக இருந்தேன். அந்த உற்பத்தியாளருடனான சந்திப்புக் குறித்து நான் கட்டுக்கடங்கா ஆர்வத்துடன் இருந்தேன். என்னுடைய நம்பிக்கையை வலிமைப்படுத்துவதற்காக, ஒரு புதுமையான வழிமுறையை

மேற்கொள்வதென்று நான் தீர்மானித்தேன். நியூயார்க்கின் மிகப் பெரிய மருத்துவப் பரிசோதகர்களில் ஒருவரைத் தொலைபேசியில் அழைத்து, எனக்கு வாடிக்கையாளராக ஆகக்கூடிய சாத்தியமிருந்த அந்த உற்பத்தியாளர் அந்த மருத்துவரைக் காலை பதினொன்றரை மணிக்குச் சந்திப்பதற்கு ஏற்பாடு செய்து முன்னனுமதி பெற்றேன்.

நான் அந்த உற்பத்தியாளரின் அலுவலகத்தைச் சென்றடைந்தபோது, அவரது வரவேற்பாளர் என்னை வரவேற்றார். அவர் அந்நிறுவனத் தலைவரின் அறையைத் திறந்து, "பூத் அவர்களே, ஃபிலடெல்பியாவிலிருந்து ஃபிராங்க் பெட்ஜர் உங்களைப் பார்க்க வந்திருக்கிறார். பத்தே முக்காலுக்கு உங்களைச் சந்திப்பதற்குத் தான் முன்னனுமதி பெற்றுள்ளதாக அவர் கூறுகிறார்," என்று கூறியது என் காதுகளில் விழுந்தது.

பூத்: ஆமாம். அவரை உள்ளே அனுப்புங்கள்.

நான்: வணக்கம், பூத் அவர்களே!

பூத்: பெட்ஜர், எப்படி இருக்கிறீர்கள்? உட்காருங்கள். (நான் பேசுவதற்காக அவர் காத்திருந்தார். ஆனால் அவர் பேசட்டும் என்று நான் காத்திருந்தேன்.) பெட்ஜர், நீங்கள் உங்கள் நேரத்தை வீணாக்கிக் கொண்டிருக்கிறீர்கள் என்று நான் நினைக்கிறேன்.

நான்: ஏன் அப்படிக் கூறுகிறீர்கள்?

பூத் (தனது மேசையில் உயரமாக அடுக்கி வைக்கப்பட்டிருந்த முன்மொழிவுகளையும் விளக்கங்களையும் சுட்டிக்காட்டியபடி): நியூயார்க்கில் உள்ள முன்னணி நிறுவனங்கள் அனைத்தும் தமது திட்டங்களை என்னிடம் சமர்ப்பித்துள்ளன. அவற்றில் மூன்று முன்மொழிவுகளை எனது நண்பர்கள் கொடுத்துள்ளனர். ஒருவர் என்னுடைய மிக நெருங்கிய நண்பர். ஒவ்வொரு சனிக்கிழமை மற்றும் ஞாயிற்றுக்கிழமைகளில் நான் அவருடன் கோல்ஃப் விளையாடுகிறேன். நியூயார்க் லைஃப் நிறுவனத்தில் அவர் பணியாற்றுகிறார். அது ஒரு மிகச் சிறந்த நிறுவனம் இல்லையா?

நான்: அதைவிடச் சிறந்த நிறுவனம் இவ்வுலகில் வேறு எதுவும் கிடையாது.

பூத்: பெட்ஜர், இந்தச் சூழல்களில், ஒரு முன்மொழிவை என்னிடம் சமர்ப்பிக்க வேண்டும் என்று நீங்கள் இன்னும் விரும்பினால், ஆயுட்காப்பீட்டுத் திட்டத்தின்கீழ் என் பெயரில் 2,50,000 டாலர்களுக்கான ஒரு காப்பீட்டு விண்ணப்பத்தை எனக்கு அஞ்சலில் அனுப்பி வையுங்கள். அதை மற்ற முன்மொழிவுகளுடன் சேர்த்து வைத்துக் கொள்கிறேன். அடுத்த

இரண்டு வாரங்களில் நான் ஒரு தீர்மானத்தை எட்டிவிடுவேன் என்று எதிர்பார்க்கிறேன். எல்லோரது திட்டங்களையும்விட உங்களது திட்டம் மிகவும் விலை குறைந்ததாகவும் மிகச் சிறந்ததாகவும் இருந்தால், இந்த விற்பனை உங்களுக்குக் கிடைக்கும். ஆனால் நீங்கள் உங்களுடைய நேரத்தையும் என்னுடைய நேரத்தையும் வீணடித்துக் கொண்டிருக்கிறீர்கள் என்று நான் நினைக்கிறேன்.

நான்: பூத் அவர்களே, நீங்கள் எனது சொந்தச் சகோதரராக இருந்தால் உங்களிடம் நான் எதைக் கூறுவேனோ, அதையே இப்போது நான் உங்களிடம் கூறப் போகிறேன்.

பூத்: அது என்ன?

நான்: காப்பீட்டு வியாபாரம் என்றால் என்ன என்பதை நான் நன்றாக அறிந்திருப்பதால், நீங்கள் எனது சொந்தச் சகோதரராக இருந்தால், உங்கள் மேசையில் இருக்கும் அனைத்து முன்மொழிவுகளையும் எடுத்து அங்கிருக்கும் குப்பைத்தொட்டியில் உடனடியாகப் போடுமாறு நான் கூறுவேன்.

பூத் (மிகவும் ஆச்சரியத்துடன்): நீங்கள் ஏன் அப்படிக் கூறுகிறீர்கள்?

நான்: முதலில், அந்த முன்மொழிவுகள் அனைத்தையும் முறையாகப் புரிந்து கொள்வதற்கு நீங்கள் ஒரு காப்பீட்டு மதிப்பீட்டாளராக இருக்க வேண்டும். ஒரு காப்பீட்டு மதிப்பீட்டாளராக ஆவதற்கு ஏழு வருடங்கள் தேவை. ஆனால், மிகவும் விலை குறைந்த முன்மொழிவை உங்களால் இன்று தேர்ந்தெடுக்க முடிந்தால், இன்றிலிருந்து ஐந்து வருடங்கள் கழித்து, அந்நிறுவனம் உங்கள் மேசையில் இருக்கும் அனைத்தைவிடவும் மிகவும் அதிக விலை கொண்ட நிறுவனமாக ஆகியிருக்கும். அதுதான் இன்று நிலவுகின்ற யதார்த்த நிலை. வெளிப்படையாகக் கூறினால், நீங்கள் தேர்ந்தெடுத்துள்ள நிறுவனங்கள் உலகிலேயே மிகச் சிறந்த நிறுவனங்களாகும். நீங்கள் அவற்றின் முன்மொழிவுகள் அனைத்தையும் எடுத்து உங்கள் மேசைமீது பரப்பி வைத்து, உங்கள் கண்களை மூடிக் கொண்டு, உங்கள் கையால் எந்த நிறுவனத்தின் முன்மொழிவைத் தேர்ந்தெடுத்தாலும் சரி, அந்த நிறுவனம், பல வாரங்கள் கவனமாக ஆய்வு செய்து நீங்கள் தேர்ந்தெடுக்கப் போகின்ற ஒரு நிறுவனத்திலிருந்து வெகுவாக வித்தியாசப்பட்டு இருக்கும். பூத் அவர்களே, ஓர் இறுதித் தீர்மானத்தை எடுப்பதற்கு உங்களுக்கு உதவுவதுதான் என் நோக்கம். அதைச் செய்வதற்கு நான் உங்களுக்கு உதவ

வேண்டும் என்றால், நான் உங்களிடம் சில கேள்விகளைக் கேட்டாக வேண்டும். அதில் உங்களுக்கு ஆட்சேபனை ஏதும் உள்ளதா?

பூத்: இல்லை. கேள்விகளைக் கேளுங்கள்.

நான்: உங்கள் நிறுவனம் 2,50,000 டாலர்கள் கடன் வாங்கவிருக்கிறது என்பதை நான் அறிவேன். அதன் ஒரு பகுதியாக, உங்கள் பெயரில் 2,50,000 டாலர்கள் தொகைக்கான ஓர் ஆயுட்காப்பீடு எடுக்கப்பட்டாக வேண்டும். அந்தக் காப்பீட்டு ஆவணங்கள் உங்கள் கடன்காரர்கள் பெயரில் எழுதிக் கொடுக்கப்பட வேண்டும். சரிதானே?

பூத்: ஆமாம். நீங்கள் கூறுவது சரிதான்.

நான்: வேறு வார்த்தைகளில் கூறினால், நீங்கள் உயிரோடு இருந்தால், அவர்களுக்கு உங்கள்மீது நம்பிக்கை இருக்கிறது; ஆனால் ஒருவேளை நீங்கள் இறந்துவிட்டால், உங்கள் நிறுவனத்தின்மீது அதே அளவு நம்பிக்கை அவர்களுக்கு இல்லை, அப்படித்தானே?

பூத்: ஆமாம். நான் அப்படித்தான் நினைக்கிறேன்.

நான்: அப்படியென்றால், உடனடியாக இந்தக் காப்பீட்டை எடுத்து, அந்த ஆபத்தைக் காப்பீட்டு நிறுவனத்திடம் ஒப்படைத்துவிடுவது ஏன் உங்களுக்கு முக்கியமாகப் படவில்லை? உண்மையில், அதுதான் இப்போது நீங்கள் கருத்தில் கொள்ள வேண்டிய ஒரே மிக முக்கியமான விஷயமாக இருக்க வேண்டும். ஒருவேளை இன்று நள்ளிரவில் நீங்கள் கண்விழித்து, கனெக்டிகட் நகரில் உள்ள உங்களது பெரிய ஆலையின் நெருப்புக் காப்பீடு நேற்றே காலாவதியாகிவிட்டிருப்பது உங்களுக்குத் திடீரென்று நினைவிற்கு வந்தால், எஞ்சிய இரவு முழுவதும் உங்களால் தூங்க முடியாது இல்லையா? நாளை காலையில் முதல் வேலையாக உங்களுடைய முகவரைத் தொலைபேசியில் அழைத்து, உடனடியாக அந்தக் காப்பீடுகளைப் புதுப்பிக்கும்படி கூறுவீர்கள், சரிதானே?

பூத்: நிச்சயமாக நான் அப்படித்தான் செய்வேன்.

நான்: உங்கள் ஆலையின்மீதான நெருப்புக் காப்பீட்டை நீங்கள் எவ்வளவு முக்கியத்துவம் வாய்ந்ததாகக் கருதுகிறீர்களோ, உங்களுக்குக் கடன் கொடுப்பவர்கள் உங்கள்மீதான ஆயுட்காப்பீட்டையும் அதே அளவு முக்கியத்துவம் வாய்ந்ததாகக் கருதுகின்றனர். திடீரென்று உங்களுடைய

உடல்நிலை சரியில்லாமல் போய்விட்டால், உங்கள் பெயரில் ஆயுட்காப்பீட்டை வாங்குவது இயலாமல் போய்விடும். அப்போது, உங்களுக்குக் கடன் கொடுக்கவிருப்பவர்கள் உங்கள் கடன் தொகையைக் குறைக்கவோ அல்லது இந்தக் கடனை ஒட்டுமொத்தமாக உங்களுக்கு வழங்க மறுக்கவோ சாத்தியம் உள்ளது இல்லையா?

பூத்: எனக்கு சரியாகத் தெரியவில்லை. ஆனால் அந்தச் சாத்தியக்கூறு இருக்கிறது என்றுதான் நினைக்கிறேன்.

நான்: இந்தக் கடனை உங்களால் வாங்க முடியாமல் போனால், உங்களுக்கு ஆயிரக்கணக்கான டாலர்கள் இழப்பு ஏற்படக்கூடும் அல்லவா? இந்த வருடம் உங்கள் வியாபாரத்தில் லாபம் கிடைக்கிறதா அல்லது நஷ்டம் உருவாகிறதா என்பதைத் தீர்மானிக்கும் காரணியாக இது அமையக்கூடும், சரிதானே?

பூத்: நீங்கள் என்ன கூற வருகிறீர்கள்?

நான்: நியூயார்க் நகரின் முன்னணி மருத்துவப் பரிசோதகர்களில் ஒருவரான டாக்டர் கார்லைலின் அலுவலகத்தில் அவரைச் சந்திப்பதற்கு இன்று காலை பதினொன்றரை மணிக்கு நான் உங்களுக்காக முன்னனுமதி வாங்கியிருக்கிறேன். அவரது மருத்துவ ஆய்வைக் கிட்டத்தட்ட அனைத்து ஆயுட்காப்பீட்டு நிறுவனங்களும் பெருமளவில் அங்கீகரிக்கின்றன. ஒரு நபரின் வாழ்க்கையின்மீது 2,50,000 டாலர்களுக்கான ஆயுட்காப்பீட்டைப் பெறுவதற்கு உதவக்கூடிய ஒரே மருத்துவப் பரிசோதனை அவரது பரிசோதனைதான் என்பதை நான் அறிவேன். ஈ.ஸி.ஜி., ஃப்ளூரோஸ்கோப் இயந்திரங்கள், மற்றும் இந்த ஆய்விற்குத் தேவையான பிற கருவிகள் அனைத்தும் பிராட்வேயில் அமைந்துள்ள அவரது அலுவலகத்தில் இருக்கின்றன.

பூத்: மற்ற முகவர்களால் இதே வேலையை எனக்காகச் செய்ய முடியாதா?

நான்: இன்று காலையில் அவர்களால் செய்ய முடியாது! இந்த மருத்துவப் பரிசோதனையை இப்போதே செய்வதன் தீவிர முக்கியத்துவத்தை அங்கீகரித்து, இந்த முகவர்களில் ஒருவரை இன்று மதியம் நீங்கள் தொலைபேசியில் அழைத்து, உடனடியாகச் செயலில் இறங்குமாறு அவரிடம் நீங்கள் கூறுவதாக வைத்துக் கொள்வோம். அவர் முதல் வேலையாகத் தனது வழக்கமான மருத்துவப் பரிசோதகர் ஒருவருக்குத் தொலைபேசி அழைப்பு விடுத்து, முதல் பரிசோதனைக்காக இன்று மதியம் அவரை உங்கள் அலுவலகத்திற்கு வரச்

செய்வார். அந்தப் பரிசோதகர் வழக்கமாக அந்த முகவரின் நண்பராக இருப்பார். அந்த மருத்துவர் உங்களைப் பரிசோதித்துவிட்டு எழுதிக் கொடுக்கின்ற ஆவணங்கள் இன்றிரவே அஞ்சலில் அனுப்பி வைக்கப்பட்டாலும், அந்தக் குறிப்பிட்ட நிறுவனத்தின் தலைமையகத்தில் அவர்களது மருத்துவ இயக்குனர்களில் ஒருவர் தனது மேசையில் அமர்ந்து கொண்டு, நாளை காலையில் உங்களது ஆவணங்களின் ஊடாக உங்களைப் பார்த்துக் கொண்டிருப்பார். 2,50,000 டாலர்கள் மதிப்புவாய்ந்த ஒரு காப்பீட்டைத் துணிந்து உங்கள் பெயரில் வழங்க அவர் முடிவு செய்தாலும், மருத்துவப் பரிசோதனைக்குத் தேவையான உபகரணங்களைப் பெற்றுள்ள இன்னொரு மருத்துவரிடம் இரண்டாவது பரிசோதனையை நீங்கள் மேற்கொள்ள வேண்டும் என்று அவர் உத்தரவிடுவார். இவை அனைத்தும் உங்கள் வேலையை இன்னும் தாமதமாக்கும். இன்னும் ஒரு வாரம் ஏன் இதை நீங்கள் தள்ளிப்போட வேண்டும்? இன்னும் ஒரே ஒரு நாள்கூட நீங்கள் ஏன் தாமதிக்க வேண்டும்?

பூத்: நீங்கள் கூறுவதைப் பார்த்தால், இன்றிரவே நான் இறந்து போய்விடுவேன் என்றல்லவா தோன்றுகிறது? நான் இன்னும் சிறிது காலம் உயிரோடு இருப்பேன் என்று நான் நினைக்கிறேன்.

நான்: நாளை காலையில் நீங்கள் கண்விழிக்கும்போது உங்கள் தொண்டை புண்பட்டிருப்பதாக வைத்துக் கொள்வோம். ஒரு வாரம் உங்கள் தொண்டை சரியாகவில்லை. பிறகு நீங்கள் உடல்நலம் சீராகி இந்த மருத்துவப் பரிசோதனையை மேற்கொள்வதற்குத் தயாராகும்போது, அந்தக் காப்பீட்டு நிறுவனம் உங்களிடம், “பூத் அவர்களே, நீங்கள் மீண்டும் பரிபூரணமாக நலமடைந்துவிடுவீர்கள் என்று நாங்கள் நினைக்கிறோம். ஆனால், உங்களுடைய சமீபத்திய உடல்நலக் குறைவால் ஒரு சிறு பிரச்சனை முளைத்துள்ளது. உங்களுக்கு ஏற்பட்ட உடல்நலக் குறைவு தற்காலிகமானதா அல்லது நிரந்தரமானதா என்பதை நாங்கள் கண்டுபிடிக்கும்வரை மூன்று அல்லது நான்கு மாதங்கள் இந்தப் பரிவர்த்தனையை நாம் தள்ளிப்போட்டாக வேண்டும்,” என்று கூறும். பிறகு, ஆயுட்காப்பீட்டின் இறுதித் தீர்மானம் தள்ளிப்போடப்பட்டு இருப்பதாக நீங்கள் உங்களுக்குக் கடன் வழங்குபவர்களிடம் கூற வேண்டியிருக்கும். இது அவர்கள் உங்களுக்கு வழங்கவிருக்கும் கடனையும் தாமதப்படுத்தக்கூடும், இல்லையா? அதற்கான சாத்தியம் உள்ளதுதானே?

பூத்: நிச்சயமாக அதற்குச் சாத்தியமிருக்கிறது.

நான் (எனது கைக்கடிகாரத்தைப் பார்த்தபடி): பூத் அவர்களே, இப்போது மணி பதினொன்று பத்து. நாம் இங்கிருந்து உடனடியாகப் புறப்பட்டால், பதினொன்றரை மணிக்கு டாக்டர் கார்லைலுடனான சந்திப்பிற்கு நாம் சரியாகச் சென்றுவிடலாம். நீங்கள் மிகச் சிறப்பாகக் காணப்படுகிறீர்கள். வெளித்தோற்றத்தில் நீங்கள் எவ்வளவு சிறப்பாகத் தோன்றுகிறீர்களோ, உள்ளுக்குள்ளும் நீங்கள் அப்படியே இருந்தால், அடுத்த நாற்பத்தெட்டு மணிநேரத்திற்குள் இந்தக் காப்பீடு அமலுக்கு வந்திருக்கும். இப்போது நீங்கள் மிகவும் சிறப்பாக உணர்கிறீர்கள், இல்லையா?

பூத்: ஆமாம், நான் மிகச் சிறப்பாக உணர்கிறேன்.

நான்: அப்படியென்றால், இந்த மருத்துவப் பரிசோதனைதானே இக்கணத்தில் நீங்கள் மேற்கொள்ள வேண்டிய மிக முக்கியமான விஷயமாக இருந்தாக வேண்டும்?

பூத்: பெட்ஜர், நீங்கள் யாருடைய பிரதிநிதியாகப் பேசிக் கொண்டிருக்கிறீர்கள்?

நான்: உங்களுடைய பிரதிநிதியாகத்தான்!

பூத் (தலையைக் கவிழ்த்துச் சிந்திக்கிறார். சிகரெட்டைப் பற்ற வைக்கிறார். ஒருசில கணங்களுக்குப் பிறகு தனது நாற்காலியைவிட்டு எழுந்து, வெளியே பார்த்துவிட்டு, ஜன்னலை நோக்கி நடக்கிறார். பிறகு தனது தொப்பி ஸ்டான்டை நோக்கி நடந்து சென்று, தனது தொப்பியை எடுத்துக் கொண்டு என்னை நோக்கித் திரும்புகிறார்): வாருங்கள், போகலாம்!

ஆறாவது அவென்யூவில் இருந்த அந்த மருத்துவரின் அலுவலகத்திற்கு நாங்கள் பாதாள ரயிலில் சென்றோம். மருத்துவப் பரிசோதனை திருப்திகரமாகச் செய்து முடிக்கப்பட்டப் பிறகு, பூத் திடீரென்று எனது நண்பராக ஆகிவிட்டிருந்ததுபோலத் தோன்றியது. தன்னுடன் மதிய உணவருந்த வருமாறு அவர் என்னைக் கட்டாயப்படுத்தினார். நாங்கள் சாப்பிடத் துவங்கியபோது, அவர் என்னைப் பார்த்துச் சிரித்துவிட்டு, “ஒரு விஷயத்தை உங்களிடம் கேட்க மறந்துவிட்டேன். நீங்கள் எந்த நிறுவனத்தின் பிரதிநிதி?” என்று கேட்டார்.

8

அந்த பிரம்மாண்டமான விற்பனையில் பயன்படுத்தப்பட்ட அடிப்படைக் கொள்கைகள்

அந்த விற்பனையை நாம் இப்போது ஆய்வு செய்யலாம். நீங்கள் என்ன சிந்தித்துக் கொண்டிருக்கிறீர்கள் என்று எனக்குத் தெரிகிறது. "இந்த உத்தியை என்னால் எப்படிப் பயன்படுத்த முடியும்? இது உங்களுக்குச் சரியாக இருந்திருக்கலாம். அது காப்பீட்டை விற்பதற்கு உதவும். ஆனால் அது எனக்கு எப்படி உதவும்?" என்று உங்களுக்கு நீங்களே கூறிக் கொண்டிருக்கிறீர்கள் என்று எனக்குத் தெரியும். காலணிகள், கப்பல்கள் போன்ற எதை விற்பதற்கும் உங்களால் இதே உத்தியைப் பயன்படுத்த முடியும். அதைச் செய்வதற்கான வழிமுறை இதுதான்:

1. முன்னனுமதி பெற்றுக் கொள்ளுங்கள்

உங்கள் வரவு முன்கூட்டியே தெரிந்திருக்கட்டும். ஒரு முன்னனுமதியை நீங்கள் பெற்றுக் கொள்ளும்போது, ஒரு பெரிய அனுகூலத்தை நீங்கள் சம்பாதித்துக் கொள்கிறீர்கள். நீங்கள் சந்திக்கவிருக்கும் நபரின் நேரத்தை நீங்கள் மதிக்கிறீர்கள் என்பதை அது அவருக்குத் தெரியப்படுத்துகிறது. அவர் தன்னையும் அறியாமல் உங்கள் நேரத்தின் மதிப்பின்மீது அதிக முக்கியத்துவம் வைக்கிறார். பம்பரமாகச் சுழன்று கொண்டிருக்கும் அந்த நிறுவனத் தலைவரைப் பார்க்க நியூயார்க்கிற்கு முன்னனுமதியின்றி நான் சென்றிருந்தால், அவரைச் சந்திக்க ஒருபோதும் எனக்கு ஒரு வாய்ப்புக் கிடைத்திருக்காது.

2. தயாராக இருங்கள்

வர்த்தகச் சங்கத்தின் மூத்த மற்றும் இளநிலை உறுப்பினர்கள், உங்கள் சமூகத்தின் பிற சேவை நிறுவனங்களிலுள்ள அனைத்து உறுப்பினர்கள் ஆகியோரின் முன்னிலையில் பேசுவதற்கு உங்களுக்கு அழைப்பு விடுக்கப்பட்டு, உங்கள் சொற்பொழிவிற்கு 100 டாலர்கள் பணமும் கொடுக்கப்படவிருப்பதாக இருந்தால் நீங்கள் என்ன செய்வீர்கள்? அந்தச் சொற்பொழிவைத் தயாரிப்பதில் நீங்கள் பல மணிநேரத்தைச் செலவிடுவீர்கள், இல்லையா? உங்கள் சொற்பொழிவை எப்படித் துவக்குவீர்கள், என்னென்ன விஷயங்களைப் பேசுவீர்கள், உங்கள் பேச்சை எவ்வாறு நிறைவு செய்வீர்கள் என்பதைப் பல இரவுகள் கண்விழித்துத் திட்டமிடுவீர்கள். நீங்கள் அதை ஒரு முக்கிய நிகழ்வாகக் கருதுவீர்கள், அப்படித்தானே? ஏன்? ஏனெனில், அங்கு உங்கள் பேச்சைக் கேட்பதற்கு முன்னூறு அல்லது நானூறு பார்வையாளர்கள் அமர்ந்திருப்பார்கள். நானூறு பேர் அடங்கிய ஒரு பார்வையாளர் கூட்டத்திற்கும் ஒரே ஒரு நபர் அடங்கிய ஒரு பார்வையாளர் கூட்டத்திற்கும் எந்த வேறுபாடும் கிடையாது என்பதை நினைவில் கொள்ளுங்கள். இது உங்களுக்கு 100 டாலர்களைவிட அதிக மதிப்பு வாய்ந்தது. காலப்போக்கில், அது உங்களுக்குப் பல நூறு டாலர்கள் மதிப்பு வாய்ந்ததாக இருக்கும். அப்படி இருக்கும்போது, நீங்கள் ஏன் ஒவ்வொரு சந்திப்பையும் ஒரு முக்கிய நிகழ்வாகக் கருதக்கூடாது?

மறுநாள் காலையில் அந்த நிறுவனத் தலைவரைச் சந்திப்பதற்கு எனக்கு முன்னனுமதி பெற்றுவிட்டதாக எனது நண்பர் என்னிடம் தொலைபேசியில் கூறிய பிறகு, அத்தலைவரிடம் நான் என்ன கூறுவேன் என்று என்னுடைய மேசையில் சுமார் முப்பது நிமிடங்கள் அமர்ந்து யோசித்தேன். நான் யோசித்த எதுவும் என் மனத்திற்குப் பிடிக்கவில்லை. "இப்போது நான் களைப்பாக இருக்கிறேன். நாளை காலையில் ரயிலில் போகும்போது அது பற்றி நான் யோசித்துக் கொள்வேன்," என்று நான் நினைத்தேன்.

பிறகு ஒரு சிறு குரல் எனது காதுக்குள் கிசுகிசுத்தது: "நாளை காலையா? முடியாது! அதை நீ இப்போதே செய்தாக வேண்டும்! முன்கூட்டியே உனது பேச்சைத் தயாரிக்காமல் போனால் நீ எவ்வளவு நம்பிக்கையற்றவனாகச் செயல்படுவாய் என்று உனக்குத் தெரியும். பெட்ஜர், இந்த நபர் உன்னைச் சந்திப்பதற்கு உனக்கு முன்னனுமதி கொடுத்திருக்கிறார். இப்போதே உனது பேச்சைத் தயார் செய். ஒரு வெற்றி மனப்போக்குடன் அங்கு போ!"

சிறிது நேரத்திற்குப் பிறகு, "இங்கு முக்கியமான விஷயம் எது?" என்ற கேள்வி என்னுள் முளைத்தது. அதற்குப் பதிலளிப்பது கடினமாக இருக்கவில்லை. கடன். இந்தப் பட்டு உற்பத்தியாளருக்குக் கடன் தேவை. ஆனால் அவரது வாழ்க்கையின்மீது காப்பீடு

எடுக்கப்பட வேண்டும் என்று அவருக்குக் கடன் கொடுக்கவிருப்பவர்கள் வலியுறுத்துகின்றனர். அந்தக் காப்பீட்டை வாங்குவதற்கு அவர் தாமதிக்கும் ஒவ்வொரு நாளும் ஒவ்வொரு நிமிடமும் அவர் ஒரு பெரிய சவாலை மேற்கொள்கிறார். அந்தக் காப்பீட்டின் மொத்த விலை இங்கு முக்கியமே அல்ல.

இந்தச் சிறிய யோசனை, ஒரு சந்திப்பிற்கோ அல்லது ஒரு சொற்பொழிவிற்கோ என்னைத் தயார்படுத்திக் கொள்வதில் எனக்கு ஒரு நிரந்தர உதவியாக இருந்து வந்துள்ளது. "இங்கு முக்கியமான விஷயம் எது?" என்ற கேள்வியை முதலில் நான் என்னைக் கேட்டுக் கொள்ளும்போது எனது தயாரிப்பு தொடங்கிவிடுகிறது.

3. இங்கு முக்கியமான விஷயம் எது என்பதைக் கண்டுபிடியுங்கள்

அல்லது, இங்கு பெரும் ஆர்வம் ஊட்டும் விஷயம் எது?

அல்லது, இங்கு மிகவும் உணர்ச்சிமயமான விஷயமாக இருப்பது எது?

அந்தக் கேள்விதான் பத்துப் பெரிய நிறுவனங்களுடனான போட்டியில் எனக்கு அந்த விற்பனையைப் பெற்றுக் கொடுத்தது.

அன்று நான் திரு. பூத்துடன் மதிய உணவருந்திக் கொண்டிருந்தபோது அவர் என்னிடம் கூறியதைக் கவனியுங்கள்:

"காப்பீட்டுத் தொழிலில் உள்ள என்னுடைய சில நண்பர்கள் பெரும் அதிர்ச்சி அடையப் போகிறார்கள். ஆனால் அவர்கள் ஒருவரையொருவர் தள்ளிச் சாய்த்துக் கொண்டு, தங்களுடைய திட்டம் எவ்வளவு விலை குறைந்ததாக இருக்கும் என்று காட்ட முயற்சித்து, என்னைப் பல வாரங்களாகப் பாடாய்ப்படுத்தி வருகின்றனர். உங்களுக்கு யாரையும் தெரியாது. ஆனால், காத்திருப்பதன் மூலம் நான் சந்திக்கவிருந்த ஆபத்தான சவாலை நான் உணர்வதற்கு நீங்கள் எனக்கு உதவினீர்கள்." பிறகு அவர் என்னைக் கண்ணிமைக்காமல் பார்த்துவிட்டு, "உண்மையில், அந்தக் கடனை இழந்துவிடக்கூடிய சாத்தியக்கூற்றைப் பற்றிச் சிந்தித்து நான் வெலவெலத்துப் போய்விட்டேன். அந்த மருத்துவப் பரிசோதனையை மேற்கொள்வதற்கு முன்பு மதிய உணவருந்தச் செல்வதுகூட முட்டாள்தனம் என்ற முடிவுக்கு நான் வந்தேன்."

அந்த விற்பனை எனக்கு ஒரு பெரிய பாடத்தைக் கற்றுக் கொடுத்தது: ஒரே நேரத்தில் ஏகப்பட்ட விஷயங்களைக் கூற ஒருபோதும் முயற்சிக்காதீர்கள். முக்கியமான விஷயத்தை மங்கச் செய்துவிடாதீர்கள். அது என்னவென்று கண்டுபிடித்து, அதிலேயே உங்கள் கவனத்தை நிலைப்படுத்துங்கள்.

4. முன்குறிப்புகளை எடுத்துக் கொள்ளுங்கள்

எந்தவிதமான தயாரிப்பும் இன்றி ஒரு நேர்காணலுக்கோ அல்லது சந்திப்புக்கூட்டத்திற்கோ சென்ற பிறகு, அல்லது ஒரு

முக்கியமான தொலைபேசி அழைப்பை விடுத்தப் பிறகு, தான் எந்தெந்த முக்கியமான விஷயங்களைப் பேசியாக வேண்டும் என்பதை நினைவில் வைத்து, அவற்றை அறிவுரீதியாக வரிசைப்படுத்தி, சுருக்கமாகப் பேசி, அதே சமயத்தில் மையக் கருத்திலிருந்து விலகாமல் இருக்கின்ற ஒருவரைப் பார்ப்பது சாதாரணமாகச் சாத்தியப்படாது.

முதலில் நான் குறிப்புகளை எழுதிக் கொள்ளாவிட்டால், சந்திப்பு நடக்கவிருக்கும் இடத்தில் நான் நிச்சயமாகத் தடுமாறிவிடுவேன். திரு. பூத்துடனான சந்திப்பிற்காக நான் தயாரித்துக் கொண்டிருந்தபோது, முக்கிய வார்த்தைகளை நான் குறிப்பெடுத்துக் கொண்டேன். ரயிலில் சென்று கொண்டிருந்தபோது, அத்தலைவரிடம் நான் என்ன கூறப் போகிறேன், அதை எப்படிக் கூறப் போகிறேன் என்பது துல்லியமாக எனக்குத் தெரியும்வரை நான் அந்தக் குறிப்புகளை மீண்டும் மீண்டும் பரிசீலனை செய்தேன். அது எனக்கு நம்பிக்கையைக் கொடுத்தது. அந்தச் சந்திப்பின்போது ஒருமுறைகூட நான் எனது குறிப்புகளை எடுத்துப் பார்க்கவில்லை. ஆனாலும், மக்களைச் சந்தித்துப் பேசும்போது எனக்கு ஏதேனும் மறந்து போனால், எனது முன்குறிப்புகளை எடுத்துப் பார்க்க நான் தயங்குவதில்லை.

5. கேள்விகளைக் கேளுங்கள்

சந்திப்பிற்கு முந்தைய நாளன்று நான் தயாரித்திருந்த பதினான்கு கேள்விகளில், உண்மையில் நான் பதினோரு கேள்விகளை மட்டுமே பயன்படுத்தினேன். இன்னும் சொல்லப் போனால், அந்த ஒட்டுமொத்தப் பதினைந்து நிமிடச் சந்திப்பில் பெரும்பாலும் கேள்விகளும் பதில்களும் மட்டுமே இடம்பெற்றன. கேள்விகள் கேட்பதன் முக்கியத்துவம் ஓர் இன்றியமையாத விஷயமாகும். விற்பனையில் எனக்குக் கிடைத்துள்ள வெற்றியில் அது ஒரு மிகப் பெரிய காரணியாக இருந்து வந்துள்ளது. இப்புத்தகத்தின் அடுத்த அத்தியாயம் முழுவதையும் நான் அதற்காக அர்ப்பணித்துள்ளேன்.

6. ஓர் அணுகுண்டைத் தூக்கிப் போடுங்கள்

திடுக்கிடச் செய்கின்ற அல்லது ஆச்சரியப்படுத்துகின்ற எதையேனும் செய்யுங்கள். மக்களைத் தூண்டிவிட்டு, தங்களது சொந்த நலனுக்காக அவர்களைச் செயலில் இறங்கச் செய்வது அடிக்கடித் தேவைப்படும் ஒன்றாக இருக்கிறது. ஆனால், உங்களுடைய அதிரடித் தாக்குதலுக்கு ஆதரவாக உங்களிடம் அபிப்பிராயங்கள் மட்டுமே இருந்து, உண்மைத் தகவல்கள் எதையும் நீங்கள் சேகரித்து வந்திருக்கவில்லை என்றால், அணுகுண்டைத் தூக்கிப் போடாமல் இருப்பதே நல்லது.

நான் திரு. பூத்திடம், "காப்பீட்டு வியாபாரம் என்றால் என்ன என்பதை நான் நன்றாக அறிந்திருப்பதால், நீங்கள் எனது சொந்தச் சகோதரராக இருந்திருந்தால், உங்கள் மேசையில் இருக்கும் அனைத்து முன்மொழிவுகளையும் எடுத்து அங்கிருக்கும் குப்பைத்தொட்டியில் உடனடியாகப் போடுமாறு நான் கூறுவேன்," என்று கூறினேன்.

7. பயத்தை உருவாக்குங்கள்

அடிப்படையில், மக்களைச் செயலில் இறங்க வைக்கின்ற காரணிகள் இரண்டு மட்டுமே உள்ளன. லாபம் குறித்த விருப்பமும் இழப்புக் குறித்த பயமும்தான் அவை. சாகசத்தை அல்லது ஆபத்தை உள்ளடக்கிய ஒரு காரியத்தில் மனிதர்களை மிகவும் ஊக்குவிக்கின்ற காரணி பயம்தான் என்று விளம்பரத் துறையினர் கூறுகின்றனர். திரு. பூத்துடனான எனது ஒட்டுமொத்த உரையாடலும், 2,50,000 டாலர்கள் கடனை இழப்பதற்கு அவர் மேற்கொண்டிருந்த தேவையற்ற சவால் மற்றும் அவரது பயத்தின் அடிப்படையில் அமைந்திருந்தது.

8. உங்கள்மீது அவருக்கு நம்பிக்கையை உருவாக்குங்கள்

நீங்கள் முற்றிலும் உண்மையானவராக இருந்தால், மக்களுக்கு உங்கள்மீது நம்பிக்கையை உருவாக்குவதற்குப் பல வழிகள் இருக்கின்றன. இந்த அன்னியரின் நம்பிக்கையைப் பெறுவதற்கு நான்கு விதிகள் எனக்கு உதவியதாக நான் நம்புகிறேன்:

(1) ஒரு பொருளை வாங்குவதில் அவருக்கு உதவியாளராக இருங்கள்

திரு. பூத்துடனான சந்திப்பிற்கு நான் என்னைத் தயார்படுத்தியபோது, அவரது நிறுவனத்தில் சம்பளம் வாங்குகின்ற ஓர் ஊழியராக என்னை நான் கற்பனை செய்து கொண்டேன். 'காப்பீட்டை வாங்கும் பொறுப்பில் இருந்த ஓர் உதவியாளர்' பாத்திரத்தை நான் ஏற்றேன். இந்த விஷயத்தில் திரு. பூத்தைவிட நான் அதிக அறிவு பெற்றிருந்தேன். நான் இவ்வாறு உணர்ந்ததால், நான் பேசிய எல்லாவற்றையும் உற்சாகத்தோடும் உணர்ச்சிப்பெருக்கோடும் கூறுவதற்கு நான் தயங்கவில்லை. நான் முற்றிலும் பயம் அற்றவனாக இருப்பதற்கு அந்த யோசனை எனக்கு உதவியது. 'வாங்கும் பொறுப்பில் உள்ள உதவியாளர்' மனப்போக்கு அந்த விற்பனையில் எனக்குப் பெரும் உதவியாக அமைந்ததால், அதையடுத்து வந்த வருடங்கள் நெடுகிலும் தொடர்ந்து அந்தப் பாத்திரத்தை நான் ஏற்று நடித்தேன். 'வாங்கும் பொறுப்பில் இருக்கும் உதவியாளராக' இருக்குமாறு விற்பனைத் தொழிலில் இருக்கின்ற அல்லது மக்களைக் கையாளும் தொழிலில் இருக்கின்ற

எந்தவோர் இளைஞரிடமும் நான் வலியுறுத்துவேன். தங்களிடம் எதுவொன்றும் விற்கப்படுவதை மக்கள் விரும்புவதில்லை. அதைத் தாங்களாகவே வாங்குவதைத்தான் அவர்கள் விரும்புகின்றனர்.

(2) "நீங்கள் எனது சொந்தச் சகோதரராக இருந்தால் உங்களிடம் நான் என்ன கூறுவேனோ, அதையே நான் இப்போது உங்களிடம் கூறப் போகிறேன். . ."

உங்களால் இதை முற்றிலும் உண்மையுடன் பயன்படுத்த முடிந்தால், அடுத்தவருக்கு உங்கள்மீது நம்பிக்கையை ஏற்படுத்துகின்ற ஒரு சக்திவாய்ந்த வாக்கியமாக இது அமையும். திரு. பூத்திடம் நான் பேசிய முதல் வார்த்தைகள் இவைதான். நான் அவரது கண்களை நேராகவும் நிலையாகவும் பார்த்து, உணர்ச்சியோடு அவற்றைப் பேசினேன். பிறகு அவர் ஏதேனும் கூறுவதற்காகக் காத்திருந்தேன். வாடிக்கையாளர்களாக ஆவதற்குச் சாத்தியமானவர்களில் பெரும்பாலானோர் கேட்கின்ற அதே கேள்வியை அவரும் கேட்டார்: "அது என்ன?"

(3) உங்களுடைய போட்டியாளர்களைப் பாராட்டுங்கள்

"உங்களால் பாராட்ட முடியாவிட்டாலும்கூட, ஏளனமாகப் பேசாதீர்கள்" என்பது எப்போதுமே ஒரு பாதுகாப்பான விதியாகும். அடுத்தவரை உங்கள்மீது நம்பிக்கை கொள்ளச் செய்வதற்கான மிக விரைவான வழிகளில் ஒன்று இது என்பதை நான் கண்டுபிடித்திருக்கிறேன். உங்களது போட்டியாளரைப் பற்றி ஏதேனும் நல்லவிதமாகக் கூற முயற்சி செய்யுங்கள். நியூயார்க் லைஃப் நிறுவனத்தில் தனக்கு ஒரு நண்பர் இருந்ததாகத் திரு. பூத் என்னிடம் கூறியபோது, "அது ஒரு மிகச் சிறந்த நிறுவனம் இல்லையா?" என்று கேட்டார். நான் விரைவாக, "அதைவிடச் சிறந்த நிறுவனம் இவ்வுலகில் வேறு எதுவும் கிடையாது," என்று பதிலளித்தேன். பிறகு மீண்டும் நேராக என்னுடைய கேள்விகளுக்குச் சென்றேன்.

(4) "இன்று காலையில் உங்களுக்காக வேறு எந்தவொரு நபராலும் செய்ய முடியாத ஏதோ ஒன்றைச் செய்யும் நிலையில் நான் இருக்கிறேன்."

விற்பனைக்கான மிகவும் சக்திவாய்ந்த வாக்கியம் இது. இது உண்மையிலேயே நேர்மையாகப் பொருந்துகின்ற ஓர் இடத்தில் மிகவும் ஆச்சரியகரமான விளைவை ஏற்படுத்துகிறது. இதற்கான ஓர் எடுத்துக்காட்டை நான் உங்களுக்குக் கொடுக்கிறேன்.

ஒருநாள் மாலையில், அயோவா மாநிலத்திலுள்ள டெஸ் மாயின்ஸ் நகரத்தில் நானும் டேல் கார்னகியும் மீண்டும் எங்கள் ஊருக்குத் திரும்புவதற்காக ரயில் நிலையத்திற்குப் புறப்பட்டுக்

கொண்டிருந்தபோது, எங்களது பயிற்சி வகுப்புகளை ஆதரித்த இளநிலை வர்த்தகச் சங்கத்தின் உறுப்பினரான ரஸ்ஸல் லெவின் எங்களை வழியனுப்புவதற்காக உடன் வந்தார். அவர் என்னிடம், "நம்முடைய வாசகங்களில் ஒன்றைக் கொண்டு நேற்று ஒரு பெரிய எண்ணெய் விற்பனையை நான் செய்து முடித்தேன்," என்று கூறினார். "அதைப் பற்றிக் கூறுங்கள்," என்று நான் அவரிடம் கேட்டேன்.

நேற்று தான் ஒரு வாடிக்கையாளரைச் சந்தித்திருந்ததாகவும், "இன்று காலையில் உங்களுக்காக வேறு எந்தவொரு நபராலும் செய்ய முடியாத ஏதோ ஒன்றைச் செய்யும் நிலையில் நான் இருக்கிறேன்," என்று அவரிடம் தான் கூறியதாகவும் ரஸ்ஸல் பதிலளித்தார்.

"அது என்ன?" என்று அந்த வாடிக்கையாளர் ஆச்சரியத்துடன் கேட்டார்.

"ஓர் ஒட்டுமொத்தச் சரக்கு வண்டி நிறைய எண்ணெயை உங்களுக்கு என்னால் பெற்றுக் கொடுக்க முடியும்," என்று ரஸ்ஸல் கூறினார்.

"முடியாது," என்று அந்த வாடிக்கையாளர் பதிலளித்தார்.

"ஏன் முடியாது?" என்று ரஸ்ஸல் கேட்டார்.

"ஏனெனில், அதை வைப்பதற்கு என்னிடம் இடமில்லை," என்று அந்த வாடிக்கையாளர் கூறினார்.

ரஸ்ஸல் மிகவும் உண்மையாக, "நீங்கள் எனது சொந்தச் சகோதரராக இருந்தால் உங்களிடம் என்ன கூறுவேனோ, அதையே நான் இப்போது உங்களிடம் கூறப் போகிறேன்," என்று கூறினார்.

"அது என்ன?" என்று அந்த வாடிக்கையாளர் கேட்டார்.

"இந்தச் சரக்கு வண்டி நிறைய எண்ணெயை இப்போது நீங்கள் எடுத்துக் கொள்ளுங்கள். விரைவில் எண்ணெய்த் தட்டுப்பாடு வரவிருக்கிறது. அப்போது உங்களுக்குத் தேவையான எண்ணெயை உங்களால் பெற முடியாது. அதோடு, எண்ணெய் விலையும் பெருமளவில் உயரவிருக்கிறது."

அந்த வாடிக்கையாளர் மீண்டும், "என்னால் இப்போது முடியாது. அவ்வளவு எண்ணெயை வைப்பதற்கு என்னிடம் இடமில்லை," என்று கூறினார்.

"சேமிப்புக் கிடங்கு ஒன்றை வாடகைக்கு எடுங்கள்," என்று ரஸ்ஸல் பரிந்துரைத்தார்.

"இல்லை, இப்போதைக்கு நான் இதைச் செய்ய விரும்பவில்லை. வேறொரு முறை பார்த்துக் கொள்ளலாம்."

நாளின் பிற்பகுதியில் ரஸ்ஸல் தனது அலுவலகத்திற்குத் திரும்பிச் சென்றபோது, தன்னைத் தொலைபேசியில் அழைக்குமாறு அந்த வாடிக்கையாளரிடமிருந்து ரஸ்ஸலுக்கு ஒரு செய்தி காத்திருந்தது. ரஸ்ஸல் அவரைத் தொடர்பு கொண்டபோது,

"ரஸ்ஸல், வண்டிகளை நிறுத்துவதற்கான ஓர் இடத்தை நான் வாடகைக்கு எடுத்துள்ளேன். அந்த எண்ணெயை நான் அங்கு சேமித்து வைத்துக் கொள்கிறேன். நீங்கள் எப்படியோ அந்தச் சரக்கு வண்டி நிறைய எண்ணெயை எனக்கு விற்றுவிட்டீர்கள்!" என்று அந்த வாடிக்கையாளர் கூறினார்.

9. உங்களது பேச்சைக் கேட்டுக் கொண்டிருப்பவரின் திறன் குறித்து உண்மையிலேயே பாராட்டுத் தெரிவியுங்கள்

தாங்கள் முக்கியமானவர்கள் என்று உணர எல்லோருமே விரும்புகின்றனர். உண்மையான பாராட்டிற்காக மக்கள் ஏங்கிக் கொண்டிருக்கின்றனர். ஆனால் நாம் அளவுக்கதிகமாகப் புகழ வேண்டியதில்லை. மிதமாகப் பாராட்டுவதுதான் சிறந்த விளைவைக் கொடுக்கிறது. 2,50,000 டாலர்கள் மதிப்புள்ள காப்பீட்டை என்னிடமிருந்து வாங்கிய அந்த வெற்றிகரமான தொழிலதிபரிடம், "பூத் அவர்களே, நீங்கள் உயிரோடு இருந்தால், அவர்களுக்கு உங்கள்மீது நம்பிக்கை இருக்கிறது; ஆனால் ஒருவேளை நீங்கள் இறந்துவிட்டால், உங்கள் நிறுவனத்தின்மீது அதே அளவு நம்பிக்கை அவர்களுக்கு இல்லை, அப்படித்தானே?" என்று நான் சுட்டிக்காட்டியபோது, அவர் உண்மையிலேயே மகிழ்ந்தார் என்பதை நான் அறிவேன்.

10. விற்பனை நடைபெறும் என்று அனுமானியுங்கள்

ஒரு வெற்றி மனப்போக்கைக் கொண்டிருங்கள். எனக்கு வாடிக்கையாளராக ஆகக்கூடிய சாத்தியமிருந்த அந்த உற்பத்தியாளரை நான் சந்திக்கும் முன்பாகவே டாக்டர் கார்லைலை அவர் சந்திப்பதற்கு முன்னனுமதி பெற்றேன். ஒரு வெற்றியாளர்மீது நான் பந்தயம் கட்டினேன்.

11. 'நீங்கள்,' 'உங்களுடைய' ஆகிய வார்த்தைகளை உங்கள் சந்திப்பு நெடுகிலும் பயன்படுத்துங்கள்

அடிப்படைக் கொள்கைகளைப் பற்றி நான் அதிகமாகக் கற்றுக் கொள்ளத் துவங்கிய பல வருடங்களுக்குப் பிறகு, எனது இந்த மாபெரும் விற்பனையை நான் ஆய்வு செய்தபோது, அந்தப் பதினைந்து நிமிட உரையாடலின்போது, 'நீங்கள்,' 'உங்களுடைய' ஆகிய வார்த்தைகளை நான் அறுபத்தொன்பது முறை பயன்படுத்தியிருந்ததை நான் கண்டறிந்தேன். இந்தப் பரிசோதனையை நான் எங்கே முதன்முதலில் கேள்விப்பட்டேன் என்பது எனக்கு நினைவில்லை. ஆனால், பின்வரும் முக்கியமான விதி ஒன்றை நீங்கள் தொடர்ந்து பயிற்சி செய்வதற்கு மிகச் சிறந்த வழி இது. அந்த விதி இதுதான்:

விஷயங்களை அடுத்தவரின் கண்ணோட்டத்திலிருந்து பாருங்கள். அவரது தேவைகள், விருப்பங்கள், ஆசைகள் ஆகியவற்றை மனத்தில் வைத்துப் பேசுங்கள்.

மிகவும் சுவாரசியமான, மிகவும் லாபகரமான ஒரு பரிசோதனையை உங்கள்மீது நீங்கள் முயற்சித்துப் பார்க்கத் தயாராக இருக்கிறீர்களா? உங்களுடைய கடந்த விற்பனைச் சந்திப்பின்போது நீங்கள் என்ன கூறினீர்கள் என்பதை ஒரு காகிதத்தில் எழுதுங்கள். 'நான்' அல்லது 'நாங்கள்' என்ற வார்த்தைகளை அடித்துவிட்டு, 'நீங்கள்' அல்லது 'உங்களுடைய' போன்ற வார்த்தைகளை அங்கு எழுதுங்கள். உங்களது சந்திப்பின்போது மற்றவரை முன்னிறுத்துங்கள்.

9

கேள்விகள் கேட்பது விற்பனைச் சந்திப்புகளின் வெற்றி வாய்ப்பை அதிகரிக்கின்றது

ஒரு புதிய யோசனை சில சமயங்களில் ஒரு மனிதனின் சிந்தனையில் விரைவான மற்றும் புரட்சிகரமான மாற்றங்களை உருவாக்குகின்றது. எடுத்துக்காட்டாக, நியூயார்க்கில் அந்த மிகப் பெரிய விற்பனையை நான் செய்வதற்குச் சிறிது நாட்களுக்கு முன்பு, 'வருடத்திற்கு இரண்டரை லட்சம் டாலர்கள் மதிப்புள்ள காப்பீடுகளை விற்பனை செய்கின்றவர்களில் ஒருவனாக' ஆவதென்று எனக்கு நானே ஓர் இலக்கை நிர்ணயித்துக் கொண்டேன். மிகக் கடினமான, விடாமுயற்சியுடன்கூடிய உழைப்பின் மூலம் என்னால் அதைச் சாதிக்க முடியும் என்று நான் நம்பினேன்.

இப்போது திடீரென்று, ஒரே நாளில் இரண்டரை லட்சம் டாலர்களை நான் உற்பத்தி செய்திருந்தேன்! அற்புதம்! இது எப்படிச் சாத்தியமாயிற்று? ஒரு வாரத்திற்கு முன்புதான், வருடத்திற்கு இரண்டரை லட்சம் டாலர்களை உற்பத்தி செய்வது மிகப் பெரிய விஷயமாகத் தோன்றியது. இப்போது, "வருடத்திற்குப் பத்து லட்சம் டாலர்களை உருவாக்குவதுதான் எனது இலக்கு!" என்று நான் சிந்திக்கலானேன்.

அன்றிரவு நியூயார்க்கிலிருந்து ஃபிலடெல்பியாவிற்கு நான் ரயிலில் திரும்பிச் சென்று கொண்டிருந்தபோது இந்த எண்ணங்கள்தான் என் மனத்தில் வேகமாக ஓடிக் கொண்டிருந்தன. நான் மிகவும் உணர்ச்சிவசப்பட்டிருந்தேன். எனது இருக்கையில் நான் இருப்புக் கொள்ளாமல் தவித்தேன். நான் அந்த ரயிலில் குறுக்கும் நெடுக்குமாக நடந்தேன். ரயிலில் எந்த இருக்கையும்

காலியாக இருக்கவில்லை, ஆனால் எந்தவொரு நபரையும் நான் பார்த்ததாக எனக்கு நினைவில்லை. நான் அந்த விற்பனையைப் பற்றி மட்டுமே மீண்டும் மீண்டும் சிந்தித்துக் கொண்டிருந்தேன். அந்தச் சந்திப்பின்போது, திரு. பூத் கூறிய வார்த்தைகளையும் நான் கூறிய வார்த்தைகளையும் நான் அசை போட்டேன். இறுதியில், அந்த ஒட்டுமொத்த விற்பனைச் சந்திப்பையும் நான் எழுதத் துவங்கினேன்.

"கேள்விகள் கேட்பதன் முக்கியத்துவத்தைப் பற்றி எல்லியட் ஹால் நிகழ்த்திய சொற்பொழிவை மட்டும் நான் கேட்காமல் போயிருந்தால், இந்தப் பயணம் எவ்வளவு வீணானதாகவும் எவ்வளவு நகைப்புக்குரியதாகவும் அமைந்திருக்கும்!" என்று எனக்கு நானே கூறிக் கொண்டேன். உண்மை என்னவென்றால், ஒருசில நாட்களுக்கு முன்புவரை, இப்படிப்பட்ட ஒரு விற்பனை தொடர்பாக நியூயார்க்கிற்குச் செல்வது பற்றி நான் யோசித்துக்கூடப் பார்த்திருக்க மாட்டேன்.

ஒரு விஷயத்தை நான் உணர்ந்தேன்: நான் அந்தச் சந்திப்பின்போது கூறிய அதே விஷயங்களைக் கேள்விகளின் வடிவில் கூறியிருக்காவிட்டால், வெறும் மூன்று நிமிடங்களில் நான் அங்கிருந்து வெளியேற்றப்பட்டிருப்பேன்! நான் கூற வேண்டியிருந்தவற்றை என்னால் முடிந்த அளவுக்கு என்னுடைய உற்சாகத்தையும் ஆற்றலையும் ஒன்றுதிரட்டி நான் வலியுறுத்திக் கூறியிருந்தும்கூட, அந்த வெற்றிகரமான உற்பத்தியாளர் ஒருபோதும் என்மீது கடுகளவும் கோபம் கொள்ளவில்லை. நான் எனது யோசனைகளைக் கேள்விகளின் வடிவில் முன்வைத்தது, அவர் என்ன செய்ய வேண்டும் என்று நான் உணர்ந்தேன் என்பதை அவருக்குக் காட்டியது. அதே சமயத்தில், வாங்குபவரின் நிலையில் அது அவரை வைத்தது. அவர் எப்போதெல்லாம் மறுப்புத் தெரிவித்தாரோ அல்லது தனது கருத்தைக் கூறினாரோ, நான் மீண்டும் இன்னொரு கேள்வியை அவரிடம் கேட்டேன். இறுதியில் அவர் எழுந்து சென்று, தனது தொப்பியை எடுத்துக் கொண்டு, "வாருங்கள், போகலாம்!" என்று கூறினார். அந்த யோசனை தனது யோசனை என்பதாக அவர் உணர்ந்தார் என்பதை நான் அறிவேன்.

ஒருசில நாட்களுக்கு முன்பு, என்னுடைய நண்பர் ஒருவர் எனக்கு ஓர் அறிமுகக் கடிதத்தைக் கொடுத்திருந்தார். பல முக்கியமான கட்டிடங்களை உருவாக்கிக் கொண்டிருந்த கட்டிடப் பொறியாளர்கள் அடங்கிய ஒரு நிறுவனத்தின் இளம் தலைவரை நான் சந்திப்பதற்காக என் நண்பரிடமிருந்து நான் அக்கடிதத்தைப் பெற்றிருந்தேன். நகரில் இருந்த மிகவும் வெற்றிகரமான நிறுவனங்களில் அதுவும் ஒன்றாகத் திகழ்ந்தது.

அந்நிறுவனத்தின் தலைவர் எனது அறிமுகக் கடிதத்தை ஒரே பார்வையில் படித்துவிட்டு, "நீங்கள் காப்பீட்டைப் பற்றிப் பேசப்

போவதாக இருந்தால், எனக்கு அதில் ஆர்வமில்லை. சுமார் ஒரு மாதத்திற்கு முன்புதான் நான் சில காப்பீடுகளை வாங்கினேன்," என்று கூறினார்.

அவரது குரலில் இருந்த உறுதி, இதற்கு மேல் நான் அவரை வலியுறுத்தினால் மிக மோசமான விளைவைத்தான் உருவாக்கும் என்ற உணர்வை எனக்கு ஏற்படுத்தியது. ஆனாலும் நான் அவரைப் பற்றி உண்மையிலேயே அதிகமாகத் தெரிந்து கொள்ள விரும்பியதால், ஒரே ஒரு கேள்வியை அவரிடம் முயற்சித்துப் பார்த்தேன்:

"ஆலன் அவர்களே, கட்டுமானத் தொழிலை நீங்கள் எப்படித் துவக்கினீர்கள்?" என்று நான் அவரிடம் கேட்டேன்.

அவர் மூன்று மணிநேரம் தொடர்ந்து பேசினார்.

இறுதியில், அவர் கையெழுத்திட வேண்டியிருந்த சில காசோலைகளை எடுத்துக் கொண்டு அவரது செயலாளர் உள்ளே வந்தார். அச்செயலாளர் அங்கிருந்து சென்ற பிறகு, அந்த இளம் தலைவர் என்னை ஏறிட்டுப் பார்த்தார், ஆனால் எதுவும் கூறவில்லை. பதிலுக்கு நானும் அவரை அமைதியாகப் பார்த்தேன்.

"நான் என்ன செய்ய வேண்டும் என்று நீங்கள் விரும்புகிறீர்கள்?" என்று அவர் கேட்டார்.

"நீங்கள் ஒருசில கேள்விகளுக்கு விடையளிக்க வேண்டும் என்று நான் விரும்புகிறேன்," என்று நான் பதிலளித்தேன்.

அவர் மனத்தில் என்ன இருந்தது என்பதை அறிந்த நான் சிறிது அமைதி காத்தேன். அவரது நம்பிக்கைகள், குறிக்கோள்கள், நோக்கங்கள் ஆகியவை அவருடைய மனத்தில் இருந்தன என்பதை நான் கண்டுகொண்டிருந்தேன். அந்தச் சந்திப்பின்போது ஒருமுறை அவர் என்னிடம், "இவற்றையெல்லாம் நான் ஏன் உங்களிடம் கூறிக் கொண்டிருக்கிறேன் என்று எனக்குத் தெரியவில்லை. என் மனைவி உட்பட, வேறு எவரிடமும் நான் கூறியுள்ளதைவிட அதிகமான விஷயங்களை இப்போது நீங்கள் என்னிடமிருந்து தெரிந்து கொண்டிருக்கிறீர்கள்," என்று கூறினார்.

அவர் தன்னைப் பற்றித் தானே அறிந்திராத, தனது மனத்தில் முழுமையான வடிவம் பெற்றிராத பல விஷயங்களை அன்று கண்டுபிடித்தார் என்று நான் நம்புகிறேன்.

என்மீது அவர் கொண்ட நம்பிக்கைக்கு நான் அவருக்கு நன்றி கூறிவிட்டு, அவர் எனக்குக் கொடுத்திருந்த தகவல்கள் குறித்து நான் சிந்திக்கவும் ஆய்வு செய்யவும் போவதாக அவரிடம் கூறினேன். இரண்டு வாரங்களுக்குப் பிறகு, அவர்களுடைய வியாபாரம் நீடித்து நிலைப்பதற்கும் பாதுகாப்பாக இருப்பதற்குமான ஒரு திட்டத்தை அவரிடமும் அவரது கூட்டாளிகள் இருவரிடமும் நான் சமர்ப்பித்தேன். அன்று கிறிஸ்துமஸ் தினத்திற்கு முந்தைய நாள். அன்று மாலை நான்கு மணிக்கு நான் அந்த அலுவலகத்தைவிட்டு

வெளியேறியபோது, அந்நிறுவனத்தின் தலைவரின் பெயரில் 1,00,000 டாலர்களுக்கான ஆயுட்காப்பீட்டிற்கும், அதன் துணைத் தலைவரின் பெயரில் 1,00,000 டாலர்களுக்கான ஆயுட்காப்பீட்டிற்கும், அதன் செயலாளர்–பொருளாளர் பெயரில் 25,000 டாலர்களுக்கான ஆயுட்காப்பீட்டிற்குமான, கையொப்பமிடப்பட்ட ஆர்டர்களை நான் பெற்றிருந்தேன்.

அந்நபர்களுடனான ஒரு தனிப்பட்ட நட்பிற்கான துவக்கமாக அது அமைந்தது. அதையடுத்தப் பத்து வருடங்களின்போது, நான் அவர்களுடன் செய்த வியாபாரத்தின் மொத்த மதிப்பு ஏழரை லட்சம் டாலர்களுக்கு மேல் இருக்கும்.

நான் அவர்களுக்கு எதையும் 'விற்றதாக' ஒருமுறைகூட நான் ஒருபோதும் உணர்ந்ததில்லை. அவர்கள்தான் எப்போதுமே என்னிடமிருந்து 'வாங்கினர்.' எல்லியட் ஹாலை நான் சந்திப்பதற்கு முன்பு, எல்லா விடைகளும் எனக்குத் தெரியும் என்பதுபோல் மற்றவர்களிடம் நடந்து கொள்வது எனது பழக்கமாக இருந்தது. ஆனால் இவர்களிடம் நான் அந்த மனப்போக்கை வெளிப்படுத்துவதற்குப் பதிலாக, கேள்விகள் கேட்டதன் மூலமாக அவர்களை விடையளிக்கச் செய்தேன்.

மக்களை இவ்விதத்தில் கையாள்வது, நான் சிந்திக்கும் விதத்தை அவர்களை ஏற்றுக் கொள்ள வைப்பதைவிட அதிகப் பலனளிப்பதாக இருப்பதை இருபத்தைந்தாண்டுகளாக நான் பார்த்து வந்துள்ளேன்.

இந்த யோசனையை எல்லியட் ஹாலிடமிருந்து நான் பெற்ற சமயத்தில், ஒரு புதிய சிந்தனைமுறையை அவர் கண்டுபிடித்திருந்ததாக நான் நினைத்தேன். சிறிது காலத்தில், ஃபிலடெல்பியாவைச் சேர்ந்த இன்னொரு மாபெரும் விற்பனையாளர், எல்லியட் ஹாலை நான் சந்திப்பதற்கு நூற்றைம்பது வருடங்களுக்கு முன்பாகவே இவ்விஷயம் தொடர்பான ஒருசில விஷயங்களை எழுதுவதற்கு நேரத்தை ஒதுக்கியிருந்தார் என்பதை நான் தெரிந்து கொண்டேன். நீங்கள் அவரைப் பற்றிக் கேள்விப்பட்டிருக்கக்கூடும். அவரது பெயர் பெஞ்சமின் ஃபிராங்க்ளின்.

தான் பிறப்பதற்கு இரண்டாயிரத்து இருநூறு ஆண்டுகளுக்கு முன்பாகவே கிரேக்க நாட்டின் ஏதன்ஸ் நகரில் வாழ்ந்த ஒருவரிடமிருந்து இந்த யோசனையைத் தான் தோண்டி எடுத்ததாக ஃபிராங்க்ளின் கூறினார். அந்த நபரின் பெயர் சாக்ரட்டீஸ். தனது கேள்வி கேட்கும் விதத்தின் மூலமாக, வரலாற்றில் வெகுசிலரே செய்த ஒரு விஷயத்தை சாக்ரட்டீஸ் செய்து காட்டினார் – உலகின் சிந்தனைமுறையை அவர் மாற்றினார்.

ஃபிராங்க்ளின் இளைஞராக இருந்தபோது மற்றவர்களுடன் அவரால் சுமூகமாகப் பழக முடியவில்லை என்பதையும், அவர்

தனக்குப் பல எதிரிகளை உருவாக்கினார் என்பதையும் தெரிந்து நான் ஆச்சரியமடைந்தேன். ஃபிராங்க்ளின் அளவுக்கதிகமாக விவாதித்தார். மக்கள்மீது ஆதிக்கம் செலுத்த முயற்சித்தார். இறுதியில், தான் எல்லாத் திசைகளிலும் தோற்றுக் கொண்டிருந்ததை அவர் உணரத் துவங்கினார். பிறகு, சாக்ரட்டீஸின் வழிமுறையை ஆய்வு செய்வதில் அவர் ஆர்வம் கொண்டார். இந்தக் கலையைத் தனக்குள் வளர்த்துக் கொள்வதில் அவர் பெரும் மகிழ்ச்சி கொண்டார், தொடர்ந்து அதைக் கடைபிடித்தும் வந்தார்.

மக்களை மனம் திறந்து பேச வைப்பதில் ஃபிராங்க்ளின் மிகத் திறமையானவராகவும் நிபுணத்துவம் பெற்றவராகவும் உருவானார். ஆனால், தனது கேள்விகளுக்கு மற்றவர்களைத் தயார்படுத்துவதில் பின்வரும் எளிய விதி மிகவும் முக்கியமானது என்பதை அவர் கண்டுபிடித்தார்:

> இன்னொருவர் வலியுறுத்திக் கூறும் ஒரு விஷயம் தவறு என்று எனக்குத் தோன்றும்போது, அவரது முகத்திற்கு நேரே அவரிடம் முரண்பட்டு நிற்பதையும், அவரது கருத்தில் இருக்கும் சில அபத்தங்களை உடனடியாகச் சுட்டிக்காட்டுவதையும் நான் நிறுத்தினேன். நான் அவருக்கு பதிலளிக்கும்போது, ‘சில பகுதிகளில் அல்லது சூழல்களில் அவரது அபிப்பிராயம் சரியாக இருக்கக்கூடும், ஆனால் இந்த விஷயத்தில் ஏதோ வேறுபாடு இருப்பதுபோலத் தோன்றுகிறது’ என்பதுபோல ஏதேனும் ஒன்றை நான் நினைத்துக் கொள்வேன். இந்த மாற்றத்தால் ஏற்பட்ட அனுகூலத்தை எனது பண்புநலனில் விரைவில் என்னால் காண முடிந்தது. நான் பங்குகொண்ட உரையாடல்கள் அதிக இனிமையாக அமைந்தன. என்னுடைய அபிப்பிராயங்களை அடக்கமான வழியில் நான் எடுத்துரைத்தது, மற்றவர்கள் அவற்றை அதிக முரண்பாட்டின்றி மனமுவந்து ஏற்றுக் கொள்ளத் தயாராக இருப்பதற்கு வழிவகுத்தது. எனது கருத்து அல்லது யோசனை தவறாக இருந்ததை நான் கண்டபோதெல்லாம் என்னைக் குறித்து நான் அவமானப்படுவது குறைந்தது. நான் கூறியது சரியாக இருந்த சமயங்களில், மற்றவர்களின் தவறுகளைப் பொருட்படுத்தாமல் அவர்கள் என்னுடன் சேர்ந்து கொள்வதற்கு நான் தயாரானேன்.

இந்தச் செயல்முறை நடைமுறையில் செயல்படுத்தக்கூடியதாகவும் எளிதானதாகவும் இருந்ததுபோல எனக்குத் தோன்றியதால், நான் அதை எனது விற்பனைத் தொழிலில் முயற்சித்துப் பார்க்கத் துவங்கினேன். அது உடனடியாக எனக்கு உதவியது. சூழ்நிலைக்குப் பொருத்தமாக அமையும் விதத்தில்

ஃபிராங்க்ளினின் வார்த்தைகளுக்கு நான் வெறுமனே பொழிப்புரை கொடுத்தேன்.

"நான் இவ்விஷயத்தில் உங்களோடு ஒத்துப் போக முடியாது. ஏனெனில் . . ." என்று நான் முன்பு அடிக்கடிக் கூறியதை இப்போது நினைத்துப் பார்க்கும்போது அவமானம் என்னைப் பிடுங்கித் தின்கின்றது.

"நீங்கள் என்ன நினைக்கிறீர்கள்?" என்ற கேள்வி, 'வெட்டு ஒன்று துண்டு இரண்டு' என்ற நிலையில் நான் பேசுவதைத் தவிர்ப்பதற்கு எனக்குச் சிறிதளவு உதவுவதை நான் காண்கிறேன். எடுத்துக்காட்டாக, "நாம் அதிக அளவு 'வெட்டு ஒன்று துண்டு இரண்டு' என்ற ரீதியில் பேசுவதைத் தவிர்க்க வேண்டும். நாம் அதிகக் கேள்விகள் கேட்க வேண்டும்," என்று நான் உங்களிடம் கூறினால், நான் வெறுமனே எனது அபிப்பிராயத்தைக் கூறியுள்ளேன், அவ்வளவுதான். ஆனால், "நாம் அதிக அளவு நமது கருத்துக்களை ஆணித்தரமாக எடுத்துரைப்பதைத் தவிர்க்க வேண்டும் என்று எனக்குத் தோன்றுகிறது. நீங்கள் என்ன நினைக்கிறீர்கள்? நாம் அதிகக் கேள்விகள் கேட்க வேண்டும் என்று நான் நினைக்கிறேன். இது பற்றிய உங்கள் கருத்து என்ன?" என்று நான் உங்களிடம் கேட்டால், நான் எவ்வாறு உணர்கிறேன் என்பதை நான் உங்களுக்குக் காட்டியுள்ளேன், இல்லையா? அதே நேரத்தில், உங்களுடைய அபிப்பிராயத்தைக் கேட்பதன் மூலம் உங்களை மகிழ்ச்சிப்படுத்தியுள்ளேன், சரிதானே? நீங்கள் பேசுவதைக் கேட்கும் நபர், ஒப்புக் கொள்ளப்படும் யோசனை தனது யோசனை என்று நினைத்தால், அவரது உற்சாகம் பத்து மடங்கு அதிகமாவதற்கு வாய்ப்பு உள்ளது என்பதை நீங்கள் ஏற்றுக் கொள்கிறீர்களா?

ஒரு கேள்வியைக் கொண்டு உங்களால் இரண்டு விஷயங்களைச் செய்ய முடியும்:

1. நீங்கள் என்ன சிந்திக்கிறீர்கள் என்பதை அடுத்தவருக்கு உங்களால் தெரியப்படுத்த முடியும்.

2. அதே சமயம், அவரது அபிப்பிராயத்தைக் கேட்பதன் மூலம் உங்களால் அவரைப் பாராட்ட முடியும்.

ஒரு பிரபலக் கல்வியாளர் ஒருமுறை என்னிடம் இவ்வாறு கூறினார்: "ஒரு கல்லூரிப் படிப்பிலிருந்து உங்களுக்குக் கிடைக்கின்ற மிகப் பெரிய விஷயங்களில் ஒன்று, கேள்வி கேட்கின்ற ஒரு மனப்போக்கு, ஆதாரத்தை வலியுறுத்தி அதைச் சீர்தூக்கிப் பார்க்கின்ற ஒரு பழக்கம் . . . ஓர் அறிவியல்ரீதியான அணுகுமுறை."

கல்லூரிக்குச் சென்று பயிலும் பாக்கியம் எனக்கு ஒருபோதும் கிடைக்கவில்லை. ஆனால், மக்களைச் சிந்திக்க வைப்பதற்கான மிகச் சிறந்த வழிகளில் ஒன்று அவர்களிடம் கேள்விகள் கேட்பது என்பதை நான் அறிவேன். அவை பொருத்தமான கேள்விகளாக

இருக்க வேண்டும். உண்மையில், பலரது விஷயங்களில், அவர்களைச் சிந்திக்க வைப்பதற்கான ஒரே வழி இதுவாகத்தான் இருக்கிறது.

கேள்விகள் கேட்பதன் மூலம் நீங்கள் பெறக்கூடிய ஆறு பலன்கள்

1. அது விவாதங்களைத் தவிர்க்க உங்களுக்கு உதவுகிறது.
2. அளவுக்கதிகமாகப் பேசுவதைத் தவிர்க்க அது உங்களுக்கு உதவுகிறது.
3. தனக்கு என்ன வேண்டும் என்பதை அடுத்தவரை உணர்ந்து கொள்ளச் செய்வதற்கு அது உதவுகிறது. பிறகு, தனக்கு விருப்பமானதை அவர் எப்படிப் பெறுவது என்பதைத் தீர்மானிக்க நீங்கள் அவருக்கு உதவலாம்.
4. அடுத்தவருடைய சிந்தனையைத் தெளிவுபடுத்துவதற்கு இது உதவுகிறது. இறுதியில் ஏற்றுக் கொள்ளப்படும் யோசனை அவரது யோசனையாக ஆகிவிடுகிறது.
5. அடுத்தவர்மீது அதிகத் தாக்கத்தை ஏற்படுத்துகின்ற, விற்பனையைச் செய்து முடிப்பதற்கான முக்கிய விஷயம் எது என்பதை நீங்கள் கண்டுபிடிப்பதற்கு உங்களுக்கு உதவுகிறது.
6. கேள்விகளைக் கேட்பது, தான் முக்கியமானவர் என்ற உணர்வை அடுத்தவருக்கு ஏற்படுத்தி, தனது அபிப்பிராயத்தை நீங்கள் மதிக்கிறீர்கள் என்ற எண்ணத்தை அவருக்கு ஏற்படுத்துவதால், அவர் உங்களது அபிப்பிராயங்களை மதிப்பதற்கான வாய்ப்புகள் அதிகரிக்கின்றன.

10

ஒருவர் ஒரு பொருளை வாங்குவதற்கான முக்கியமான காரணம்

நியூயார்க் நகரில் இரவுக் கேளிக்கை விடுதி ஒன்றில் ஒரு பெரிய, வலிமையான நபர், பார்வையாளர்களில் யார் வேண்டுமானாலும் எழுந்து வந்து தனது வயிற்றில் அவர்களால் முடிந்த அளவுக்குக் கடினமாக ஓங்கிக் குத்துவதற்கு அனுமதித்துக் கொண்டிருந்ததாக ஒரு சமயத்தில் ஒரு கதை உலா வந்து கொண்டிருந்தது. பிரபல அமெரிக்கக் குத்துச்சண்டை வீரரான ஜாக் டெம்ப்ஸீ உட்பட, பலர் அதை முயற்சித்துப் பார்த்தனர், ஆனால் அவர்களது குத்துக்கள் எதுவும் அந்த வலிமையான நபரைத் துளிகூட அசரச் செய்யவில்லை. ஓர் இரவன்று, பின்வரிசை ஒன்றில் இருந்த, ஒரு பெரிய உருவத்தைக் கொண்டிருந்த, ஸ்வீடன் நாட்டைச் சேர்ந்த பார்வையாளர் ஒருவருக்கு அந்த விடுதியில் ஆங்கிலத்தில் அறிவிக்கப்பட்ட வார்த்தைகளில் ஒன்றுகூடப் புரியவில்லை. அங்கு அறிவிப்பாளராக இருந்தவர் பின்வரிசையில் இருந்த அந்நபரிடம் சென்று, மேடையில் இருந்த வலிமையான நபரை அவர் ஓங்கிக் குத்த வேண்டும் என்று அவருக்கு சைகை காட்டிக் கூறினார். ஸ்வீடன் நாட்டைச் சேர்ந்த அந்நபர் மேடையில் ஏறி, தான் அணிந்திருந்த கோட்டைக் கழற்றிவிட்டு, தனது சட்டைக் கைகளை மடித்துவிட்டுக் கொண்டார். மேடையில் இருந்த வலிமையான நபர் ஆழமாக மூச்செறிந்து தனது நெஞ்சை விம்மிப் புடைக்கச் செய்து கொண்டு, குத்துப்படுவதற்குத் தயாராக நின்றார். ஸ்வீடன் நாட்டுக்காரர் தரையிலிருந்து வேகமாகச் சுழன்றார். ஆனால் அவர் அந்த வலிமையான நபரின் வயிற்றில் குத்துவதற்குப் பதிலாக, அவரது வலது தாடையில் ஓங்கிக் குத்தியதில், அந்த நபர் சரிந்து விழுந்தார்.

தான் என்ன செய்ய வேண்டும் என்பது குறித்துத் தவறாகப் புரிந்து கொண்ட அந்த ஸ்வீடன் நாட்டுக்காரர், விற்பனையின் மாபெரும் விதிகளில் ஒன்றைத் தன்னையும் அறியாமல் பயன்படுத்தியிருந்தார். இருப்பதிலேயே மிகவும் பலவீனமான பகுதியைத் தேர்ந்தெடுத்து, அந்த ஒரே பகுதியில், அதாவது, முக்கிய விஷயத்தில், அவர் ஒட்டுமொத்தக் கவனம் செலுத்தினார்.

தனது இன்றியமையாத தேவை எது என்பது, வாடிக்கையாளராக ஆவதற்குச் சாத்தியம் உள்ளவருக்கு எல்லா நேரங்களிலும் தெரிந்திருப்பதில்லை. நியூயார்க்கைச் சேர்ந்த பட்டு உற்பத்தியாளரான திரு. பூத்தின் எடுத்துக்காட்டைப் பார்க்கலாம். மிகக் குறைந்த விலையில் ஆயுட்காப்பீட்டை எங்கு பெறுவது என்பதுதான் தனது முக்கியப் பிரச்சனை என்று அவர் நினைத்தார். அவர் அதை ஆழமாக அலசிப் பார்க்கத் தயாராக இருந்தார். காப்பீட்டுக்காரர்கள் இரவு பகலாக அவரைத் துரத்திக் கொண்டிருந்தனர். இரவுக் கேளிக்கை விடுதியில் இருந்த அந்த வலிமையான நபரை அனைவரும் மீண்டும் மீண்டும் குத்திக் கொண்டிருந்ததைப்போல இருந்தது அது.

அந்த உற்பத்தியாளரிடம் நான் கேள்விகள் கேட்டதன் மூலம், பிரச்சனை என்று அவர் எதைக் கருதிக் கொண்டிருந்தாரோ, அதன்மீதிருந்து அவரது கவனத்தைத் திருப்பி, உண்மையிலேயே எல்லாவற்றையும்விட மிக இன்றியமையாத விஷயத்தின்மீது அவரை நான் கவனம் செலுத்தச் செய்தேன் என்பதை நான் கண்டேன்.

உண்மையான பிரச்சனை அல்லது விவகாரம் எது என்பதைக் கண்டுபிடிப்பது மிக முக்கியமானது என்பதை எனக்கு உணர்த்தியது ஆபிரகாம் லிங்கன் கூறிய ஒரு விஷயம்தான். “ஒரு வழக்கில் வெற்றி பெறுவதற்கு ஏழாவது அம்சம்தான் மிகவும் முக்கியமானது என்று நான் கருதினால், முதல் ஆறு அம்சங்களை எதிர்த்தரப்பு வழக்கறிஞருக்குக் கொடுக்க நான் எப்போதும் தயாராக இருந்தேன். ஒரு வழக்கறிஞராக நான் அனுபவித்தப் பெரும்பான்மை வெற்றிக்கு அதுதான் காரணம்,” என்று லிங்கன் கூறினார்.

லிங்கன் எவ்வாறு இந்த விதியைச் செயல்படுத்தினார் என்பதற்கு ‘ராக் ஐலேண்ட் ரயில்வே வழக்கு’ ஒரு மிகச் சிறந்த எடுத்துக்காட்டாகும். வழக்கின் இறுதி நாளன்று, தனது வாதத்தைத் தொகுத்துக் கூறுவதற்கு எதிர்த்தரப்பு வழக்கறிஞர் இரண்டு மணிநேரத்தை எடுத்துக் கொண்டார். அவர் கூறிய பல விஷயங்களை விவாதிப்பதற்கு லிங்கனால் தனது நேரத்தைச் செலவிட்டிருக்க முடியும். ஆனால், பொதுமக்கள் அடங்கிய நடுவர் குழு குழம்பிப் போய்விடக்கூடாது என்பதற்காக, ஒரே ஒரு விஷயத்தைத் தவிர, மற்ற அனைத்து விஷயங்களையும் லிங்கன் கண்டுகொள்ளாமல் இருந்துவிட்டார். ஆனால் அந்த ஒரே ஒரு முக்கியமான விஷயத்தின்மீது மட்டும் அவர் கவனம் செலுத்தினார்.

அதற்கு ஒரு நிமிடத்திற்கும் குறைவாகவே ஆனது. ஆனால் இறுதியில் அதுதான் அவருக்கு வெற்றியைப் பெற்றுக் கொடுத்தது. இந்த வழக்கைப் பற்றிப் பின்வரும் அத்தியாயம் ஒன்றில் நாம் மீண்டும் பார்க்கலாம்.

நான் ஆயிரக்கணக்கான விற்பனையாளர்களுடன் பேசியுள்ளதில், அவர்களில் பெரும்பாலானவர்கள் முக்கியமான விஷயத்தின்மீது எந்தவிதமான கவனமும் செலுத்துவதில்லை என்பதை நான் காண்கிறேன். அவர்கள் அது பற்றிப் படித்திருக்கின்றனர் என்பது உண்மைதான். ஆனால் எது முக்கியமான விஷயம்? அதை நாம் இவ்வாறு எளிமையாகக் கூறலாம்:

"எது அடிப்படைத் தேவை?"

அல்லது

"எது மிகவும் ஆர்வமூட்டும் முக்கிய விஷயம்? எது மிகவும் பலவீனமான பகுதி?"

முக்கிய விஷயத்தை எப்படிக் கண்டுபிடிப்பது? உங்களுக்கு வாடிக்கையாளராக ஆகக்கூடிய சாத்தியமுள்ளவரை நீங்கள் பேச வைக்க வேண்டும். பேசுவதற்கு அவரை நீங்கள் ஊக்குவிக்க வேண்டும். உங்களிடமிருந்து ஒன்றை ஏன் தான் வாங்கப் போவதில்லை என்பதற்கான நான்கு அல்லது ஐந்து காரணங்களை அவர் உங்களிடம் கூறியவுடன், நீங்கள் அந்த ஒவ்வொரு காரணத்தையும் விவாதிக்க முயற்சித்தால், உங்களால் அவரிடம் உங்கள் பொருளை விற்பனை செய்ய முடியாது.

ஆனால் அவர் தொடர்ந்து பேசுவதற்கு அவரை உங்களால் ஊக்குவிக்க முடிந்தால், நீங்கள் அவரிடம் விற்பதற்கு அவரே உங்களுக்கு உதவுவார். ஏன்? ஏனெனில், அவர் அந்த நான்கைந்து விஷயங்களில், தனக்கு மிக முக்கியமான ஒன்றைத் தேர்ந்தெடுத்து, தொடர்ந்து அதைப் பற்றியே பேசுவார். சில சமயங்களில், நீங்கள் ஒரு வார்த்தைகூடப் பேச வேண்டியிருக்காது. அவர் தானே எல்லாவற்றையும் பேசி முடித்தப் பிறகு, நீங்கள் மீண்டும் அந்த விஷயத்திற்கு வாருங்கள். வழக்கமாக, அதுதான் உண்மையிலேயே முக்கியமான விஷயமாக இருக்கும்.

பல வருடங்களுக்கு முன்பு, பிட்ஸ்பர்க் நகரில் நடந்த ஒரு தேசிய விற்பனைக் கருத்தரங்கில் நான் கலந்து கொண்டேன். செவர்லே மோட்டார் நிறுவனத்தின் மக்கள் தொடர்பு அதிகாரியாக இருந்த வில்லியம் ஜி. பவர் அங்கு இக்கதையைக் கூறினார்: "டெட்ராய்ட் நகரில் நான் ஒரு வீடு வாங்குவதாக இருந்தேன். எனவே, வீடுமனை விற்பனைத் தொழிலில் ஈடுபட்டிருந்த ஒருவரை நான் அழைத்தேன். நான் சந்தித்துள்ளதிலேயே மிகவும்

சாமர்த்தியமான விற்பனையாளர்களில் ஒருவர் அவர். நான் பேசியபோது அவர் காதுகொடுத்துக் கேட்டார். சிறிது நேரம் பேசிய பிறகு, எனக்கென்று சொந்தமாக ஒரு மரத்தை என் வாழ்நாள் முழுவதும் நான் விரும்பி வந்திருந்தேன் என்பதை நான் கண்டறிந்தேன். டெட்ராய்ட்டிலிருந்து பன்னிரண்டு மைல்கள் தொலைவில் ஓரிடத்திற்கு அவர் என்னைத் தன் காரில் அழைத்துச் சென்று, மரங்கள் அடர்ந்த ஒரு பகுதியில் இருந்த ஒரு வீட்டின் பின்னால் இருந்த தோட்டத்திற்கு என்னைக் கூட்டிச் சென்றார். 'அந்த அழகான மரங்களைப் பாருங்கள். மொத்தம் பதினெட்டு மரங்கள் இருக்கின்றன,' என்று அவர் கூறினார்.

"நான் அந்த மரங்களைப் பார்த்தேன். அவற்றைக் கண்டு பிரமித்தேன். பிறகு அந்த வீட்டின் விலையை அவரிடம் கேட்டேன். அவர் ஒரு தொகையைக் குறிப்பிட்டார். 'விலை அதிகம்,' என்று நான் கூறினேன். விலையில் ஒரு நயா பைசாவைக்கூடக் குறைப்பதற்கு அவர் தயாராக இல்லை. 'நீங்கள் என்ன இப்படி உடும்புப் பிடியாகப் பிடித்துக் கொண்டிருக்கிறீர்கள்? இதே போன்ற ஒரு வீட்டை இதைவிடக் குறைவான விலைக்கு என்னால் வாங்க முடியும்,' என்று நான் கூறினேன். 'அது உண்மையாக இருக்கலாம், ஆனால் அந்த மரங்களைப் பாருங்கள் – ஒன்று . . . இரண்டு . . . மூன்று . . . நான்கு . . .' என்று அவர் தொடர்ந்து எண்ணிக் கொண்டே போனார்.

"நான் ஒவ்வொரு முறை விலையைப் பற்றிப் பேசியபோதும், அவர் அந்த மரங்களை எண்ணினார். இறுதியில் அவர் அந்தப் பதினெட்டு மரங்களை என்னிடம் விற்றார் . . . அந்த வீடு எனக்கு இலவசமாக வந்து சேர்ந்தது!

"அதுதான் விற்பனைத்திறம். எனக்கு என்ன வேண்டும் என்பதைத் தெரிந்து கொள்ளும்வரை அவர் கவனமாகக் காதுகொடுத்துக் கேட்டார், பிறகு அவர் எனக்கு அதை விற்றார்."

சுற்றி வளைத்துப் பேசி என்னைக் குழப்புவதற்கு நான் பலரை அனுமதித்துள்ளேன். அவர்களிடம் எதையும் விற்க முடியாமல் நான் வெற்றுக் கைகளுடன் திரும்பியிருக்கிறேன். அவர்கள் அனைவருக்கும் நான் முழுமையாக விடையளிக்க முயற்சித்திருக்கிறேன். பிறகு அவர்களிடமிருந்து எனக்குத் தொலைபேசி அழைப்பு வரும். "சிறிது காலம் நான் எதையும் வாங்கப் போவதில்லை," என்று அவர்கள் கூறுவர். அவர் ஏன் வாங்க மறுக்கிறார் என்பதற்கான உண்மையான காரணத்தை நான் கண்டுபிடிக்கும்வரை, அவர் கூறும் எல்லாவற்றுடனும் நான் ஒத்துப் போவதுதான் நான் செய்ய வேண்டிய விஷயம் என்பதை அனுபவத்தின் மூலமாக நான் கண்டுபிடித்துள்ளேன்.

வாடிக்கையாளர்களாக ஆகக்கூடிய சாத்தியமுள்ள பலர் உங்களைத் தவறாக வழிநடத்த முயற்சிப்பார்கள். அவர்கள் கூறும்

ஒரு மறுப்பு உண்மையானதா இல்லையா என்பதைத் தீர்மானிப்பதற்கு எந்த இரண்டு கேள்விகளை நான் கேட்கிறேன் என்பதை அடுத்த இரண்டு அத்தியாயங்களில் நான் உங்களுக்குக் காட்டவிருக்கிறேன். அதோடு, அந்த மறுப்புக்குப் பின்னால் உள்ள உண்மையான காரணத்தை வெளியே கொண்டு வருவதற்கு உதவுகின்ற ஒரு வழிமுறையையும் நான் உங்களுக்குக் கூறவிருக்கிறேன்.

11

விற்பனைத் தொழிலில் அமோக வெற்றி பெறுவதற்கான இரண்டெழுத்து மந்திரம்

'ஏன்' என்ற மிகச் சிறிய வார்த்தைதான் உலகிலேயே மிகவும் சக்திவாய்ந்த வார்த்தை என்று நான் நம்புகிறேன். ஆனால் தட்டுத் தடுமாறி இதைக் கண்டுபிடிப்பதற்கு எனக்குப் பல ஆண்டுகள் ஆனது. இச்சிறிய ஒற்றை வார்த்தையின் முக்கியத்துவத்தை நான் கற்றுக் கொள்வதற்கு முன்பு, எவரேனும் எனக்கு மறுப்புத் தெரிவித்தபோதெல்லாம், நான் உடனடியாக அது குறித்து அவருடன் விவாதித்தேன்.

ஒருநாள் என் நண்பர் ஒருவர் என்னைத் தொலைபேசியில் அழைத்து, தன்னுடன் மதிய உணவருந்த வருமாறு எனக்கு அழைப்பு விடுத்தபோதுதான், அதிசயங்களை நிகழ்த்துகின்ற இந்த அற்புதமான வார்த்தையின் சக்தியை நான் உண்மையிலேயே உணர்ந்தேன். என் நண்பரின் பெயர் ஜேம்ஸ் சி. வாக்கர். ஃபிலடெல்பியாவில் அமைந்த 'ஜிப்சன் – வாக்கர் மர நிறுவன'த்தின் உரிமையாளர் அவர். நாங்கள் மதிய உணவை ஆர்டர் செய்த பிறகு, ஜேம்ஸ் என்னிடம், "பெட்ஜர், நான் ஏன் உங்களைப் பார்க்க விரும்பினேன் என்பதை நான் கூறிவிடுகிறேன். சமீபத்தில், விர்ஜீனியா மாநிலத்திலுள்ள ஷெனன்டோவா வனவிலங்குச் சரணாலயத்திலுள்ள ஸ்கைலேன்ட் ரிசார்ட்டிற்கு நான் என் நண்பர்களுடன் விடுமுறையைக் கழிக்கச் சென்றிருந்தேன். நாங்கள் மிகவும் மகிழ்ச்சியாகப் பொழுதைக் கழித்தோம். இரவில் ஒரு பெரிய, ஒற்றை அறையைக் கொண்ட ஒரு குடிலில் நாங்கள் எங்கள் கட்டில்களில் படுத்துத் தூங்கினோம். முதல் நாள் இரவில் என்ன நடந்தது தெரியுமா? படுத்தவுடன் தூங்குவதற்குப் பதிலாக, நாங்கள் ஒவ்வொருவரும் பேசத் துவங்கினோம். பிறகு ஒவ்வொருவராகத்

தூங்கிவிட்டனர். இறுதியில், நான் ஒருவன் மட்டுமே பேசிக் கொண்டிருந்ததை நான் கவனித்தேன். நான் என் பேச்சை நிறுத்திய ஒவ்வொரு முறையும், எனக்குப் பக்கத்தில் இருந்தவர், 'ஜிம், ஏன் அப்படி? ஏன்?' என்று என்னிடம் கேட்பார். நானும் ஒரு முட்டாளைப்போலத் தொடர்ந்து பேசுவேன், இன்னும் அதிக விபரங்களுடன் பேசுவேன். இறுதியில் அவரும் குறட்டைவிட்டுத் தூங்கிவிடுவார். என்னால் எவ்வளவு நேரம் பேச முடியும் என்று பார்ப்பதற்காக அவர் செய்த முயற்சி அது என்பதைப் பிறகுதான் நான் உணர்ந்தேன்," என்று கூறினார்.

நாங்கள் இருவரும் மிகச் சத்தமாகச் சிரித்தோம்.

"எனது முதல் ஆயுட்காப்பீட்டை நான் இவ்வழியில்தான் வாங்கினேன் என்பது அக்கணத்தில் திடீரென்று எனக்கு உறைத்தது. பெட்ஜர், நீங்கள் என்ன செய்து கொண்டிருந்தீர்கள் என்று நீங்கள் உணர்ந்தீர்களா இல்லையா என்று எனக்குத் தெரியாது. ஆனால் முதன்முறையாக நீங்கள் என்னை வந்து பார்த்தபோது, என்னைச் சந்திக்க வந்த ஒவ்வொரு காப்பீட்டு விற்பனையாளரிடமும் 'ஆயுட்காப்பீட்டில் எனக்கு நம்பிக்கை இல்லை' என்று நான் கூறிய அதே விஷயத்தைத்தான் உங்களிடமும் கூறப் போவதாக உங்களிடம் நான் கூறினேன்.

"ஆனால் மற்ற விற்பனையாளர்களைப்போல் ஒரு நீண்ட விவாதத்தைத் துவக்காமல், நீங்கள் வெறுமனே 'ஏன்?' என்று கேட்டீர்கள். அதற்கான காரணத்தை நான் உங்களிடம் விளக்கியபோது, 'ஏன்?' என்ற கேள்வியை என்னிடம் தொடர்ந்து கேட்டு, நான் தொடர்ந்து பேசுவதற்கு என்னை நீங்கள் ஊக்குவித்தீர்கள். நான் எவ்வளவுக்கு எவ்வளவு அதிகமாகப் பேசினேனோ, அவ்வளவுக்கு அவ்வளவு என் எண்ணம் தவறு என்பதை நான் உணர்ந்தேன். இறுதியில், என் நம்பிக்கை தவறு என்று என்னையே நான் ஒப்புக் கொள்ளச் செய்தேன். ஆயுட்காப்பீட்டை நீங்கள் என்னிடம் விற்கவில்லை, எனக்கு நானே அதை விற்றுக் கொண்டேன். ஆனால், ஸ்கைலேண்டில் அன்றிரவு நான் அளவுக்கதிகமாகப் பேசியபோதுதான், நான் முதன்முதலில் ஆயுட்காப்பீட்டை எப்படி வாங்கினேன் என்பதை முழுவதுமாக உணர்ந்தேன்.

"பெட்ஜர், நான் கூற வரும் விஷயம் இதுதான்: நான் ஸ்கைலேண்டிலிருந்து திரும்பி வந்த பிறகு, 'ஏன்?' என்ற கேள்வியைக் கேட்டதன் மூலமாக, வெறுமனே தொலைபேசியின் வழியாகவே, முன்பு எப்போதும் நான் விற்றதைவிட மிக அதிக அளவிலான மரத்தை நான் விற்றேன். எனவே, என்னுடைய முதல் ஆயுட்காப்பீட்டை நீங்கள் என்னிடம் எப்படி விற்றீர்கள் என்பது உங்களுக்கு ஏற்கனவே தெரிந்திருக்காவிட்டால், இப்போது நீங்கள் தெரிந்து கொள்ள வேண்டும் என்று நான் விரும்புகிறேன்."

ஜேம்ஸ் வாக்கர், ஃபிலடெல்பியாவின் மிகவும் வெற்றிகரமான மர வியாபாரிகளில் ஒருவர். அவர் படு சுறுசுறுப்பானவரும்கூட. 'ஏன்' என்ற சிறிய வார்த்தையின் சக்தியை எனக்கு உணர்த்துவதற்குத் தனது நேரத்தைச் செலவிட்டதற்காக நான் அவருக்கு என்றென்றும் நன்றியுடையவனாக இருந்து வருகிறேன்.

பல விற்பனையாளர்கள் அந்த வார்த்தையைப் பயன்படுத்துவதற்குப் பயப்படுவது எனக்கு ஆச்சரியமாக இருக்கிறது.

ஒருசில வருடங்களுக்கு முன்பு எங்களுடைய தொடர்ச் சொற்பொழிவுகளில் ஒன்றில் இக்கதையை நான் கூறினேன். அமெரிக்கா நெடுகிலுமிருந்தும் அப்பயிற்சி வகுப்பில் கலந்து கொண்ட பல விற்பனையாளர்களும் பிற தொழிலில் ஈடுபட்டிருந்தவர்களும், 'ஏன்' என்ற வார்த்தையை அடுத்த நாள் தாங்கள் பயன்படுத்திய விதத்தையும், அது எவ்வாறு தங்களுக்கு உதவியது என்பதயும் என்னிடம் கூறினர். ஓர் எடுத்துக்காட்டை இப்போது நாம் பார்க்கலாம். புளோரிடா மாநிலத்திலுள்ள தம்பா எனும் நகரில், ஓர் இரவன்று, எங்கள் பயிற்சி வகுப்பில் கலந்து கொண்டிருந்த இயந்திர விற்பனையாளர் ஒருவர் எழுந்து நின்று இவ்வாறு கூறினார்: "'ஏன்' என்ற வார்த்தை குறித்து நேற்றிரவு பெட்ஜர் பேசியதை நான் கேட்டபோது, அதைப் பயன்படுத்துவதற்கு எனக்கு பயமாக இருக்கும் என்று நான் நினைத்தேன். ஆனால் இன்று காலையில் ஒருவர் எங்கள் அலுவலகத்திற்கு வந்து, ஒரு பெரிய இயந்திரத்தின் விலை என்னவென்று என்னிடம் கேட்டார். அதன் விலை *27,000* டாலர்கள் என்று நான் கூறினேன். 'அது எனக்கு மிக அதிகம்,' என்று அவர் கூறினார். 'ஏன்?' என்று நான் கேட்டேன். 'ஏனெனில், அந்த இயந்திரத்திலிருந்து வரும் பணம் அந்த இயந்திரத்தைப் பராமரிப்பதற்கே போதாது,' என்று அவர் கூறினார். 'ஏன்?' என்று மீண்டும் நான் கேட்டேன். 'அது முடியும் என்று நீங்கள் நினைக்கிறீர்களா?' என்று அவர் என்னிடம் வெளிப்படையாகக் கேட்டார். 'ஏன் முடியாது? இதை வாங்கிச் சென்றுள்ள ஒவ்வொருவருக்கும் இது ஓர் அற்புதமான முதலீடாக இருந்து வருகிறது,' என்று நான் கூறினேன். 'ஆனால் இந்த விலை எனக்குக் கட்டுப்படியாகாது,' என்று அவர் கூறினார். 'ஏன்?' என்று நான் கேட்டேன். அவர் ஒவ்வொரு முறை ஒரு மறுப்பைத் தெரிவித்தபோதும், 'ஏன்' என்று நான் அவரிடம் கேட்டேன். பிறகு அவர் தனது காரணங்களை என்னிடம் விரிவாக எடுத்துரைத்தார். அவர் தொடர்ந்து பேசுவதற்கு நான் அவரை அனுமதித்தேன். அவர் நீண்ட நேரம் பேசிய பிறகு, அவரது காரணங்கள் அவருக்கே தவறாகத் தோன்றின. இறுதியில் அவர் அந்த இயந்திரத்தை வாங்கினார். நான் இதுவரை செய்துள்ள மிக விரைவான விற்பனைகளில் ஒன்று அது. எனது வழக்கமான நீண்ட விற்பனைப் பேச்சை நான் அவரிடம் கட்டவிழ்த்துவிட்டிருந்தால் என்னால்

அந்த இயந்திரத்தை அவரிடம் விற்றிருக்க முடியாது என்பதை நான் அறிவேன்."

இந்தக் கதையைப் படியுங்கள்: காலம் சென்ற மில்டன் எஸ். ஹெர்ஷே, தனது துவக்கக் காலத்தில் தெருத்தெருவாகச் சுற்றித் திரிந்து, தள்ளுவண்டியில் மிட்டாய்களை விற்றவர். பின்னாளில் 'சாக்லேட் பார்'களை விற்றதன் மூலம் பெரும் கோடீஸ்வரரானவர். 'ஏன்' என்ற கேள்வி மிக முக்கியமானது என்று அவர் நினைத்ததால், தனது ஒட்டுமொத்த வாழ்க்கையை அவர் அதற்கு அர்ப்பணித்தார். கேட்பதற்கு இது சுவாரசியமானதாக இருக்கிறது, இல்லையா? அது எவ்வாறு நிகழ்ந்தது என்பதை நாம் பார்க்கலாம். மில்டன் ஹெர்ஷே தனது நாற்பதாவது வயதை அடைவதற்குள் மூன்று முறை தோல்விகளைச் சந்தித்திருந்தார். "ஏன்?" என்று அவர் தன்னைத் தானே கேட்டுக் கொண்டார். "மற்றவர்கள் வெற்றி பெறும்போது நான் மட்டுமே ஏன் தோல்வியைச் சந்திக்கிறேன்?" அவர் நீண்ட நேரம் யோசித்து, தன்னைத் தானே இக்கேள்வியைக் கேட்டப் பிறகு, தனது தோல்விகளுக்கு ஒரே ஒரு காரணம்தான் இருக்க முடியும் என்ற தீர்மானத்திற்கு வந்தார். "அனைத்துத் தகவல்களும் என் கைவசம் இல்லாமல் நான் வெறுமனே ஓடிக் கொண்டிருந்தேன்," என்று அவர் தன்னைப் பற்றிக் கண்டறிந்தார். அன்றிலிருந்து, தனது எண்பத்தெட்டாவது வயதில் அவர் காலமாகும்வரை, 'ஏன்?' என்று கேட்பதற்கு அவர் தனது ஒட்டுமொத்த வாழ்க்கையை அர்ப்பணித்தார். "ஹெர்ஷே அவர்களே, இது சாத்தியமில்லை," என்று யாரேனும் அவரிடம் கூறினால், "ஏன்? ஏன் முடியாது?" என்று அவர் கேட்பார். அனைத்துக் காரணங்களும் தன்வசப்படும்வரை அவர் தொடர்ந்து ஏன் என்று கேட்டார். பிறகு, "நம்மில் ஒருவர் இதற்கான விடையைக் கண்டுபிடித்துத்தான் ஆக வேண்டும்," என்று அவர் கூறுவார்.

விற்பதில் தன்னிடம் இருந்த தவறைத் தான் கண்டறிந்ததாக நியூயார்க்கில் எல்லியட் ஹால் கூறியபோது, இதே விஷயத்தைத்தான் அவர் கூறினார், இல்லையா? எல்லாத் தகவல்களும் தன்வசம் இல்லாமல் அவர் வெறுமனே முன்னே செல்ல முயற்சித்துக் கொண்டிருந்தார். அவரிடமிருந்து நான் கற்றுக் கொண்ட ஒரு மிகப் பெரிய படிப்பினையின் ஒரு பகுதி இது.

தகவல்களைப் பெறுவதற்கு 'ஏன்' என்ற கேள்வி எவ்வாறு எனக்கு உதவுகிறது என்பதை விளக்குவதற்கு இரண்டு உண்மையான சந்திப்புகளை அடுத்த அத்தியாயத்தில் நான் பயன்படுத்தியிருக்கிறேன். அதோடு, 'ஏன்' என்ற வார்த்தையை, அதனோடு தொடர்புடைய இன்னொரு பொதுவான சிறிய சொற்றொடருடன் பயன்படுத்தி, எவ்வாறு ஆச்சரியகரமான விளைவுகளைப் பெற்றேன் என்பதையும் நான் உங்களுக்குக் காட்டவிருக்கிறேன்.

12

வாடிக்கையாளர்கள் உண்மையில் எதற்காக உங்களது பொருளை வாங்க மறுக்கிறார்கள்

ஒரு சமயத்தில், நான் மேற்கொண்ட சந்திப்புகளில் ஐயாயிரத்திற்கும் அதிகமானவற்றை நான் பதிவு செய்து வைத்திருந்தேன். மக்கள் ஏன் வாங்கினர், அல்லது ஏன் வாங்கத் தவறினர் என்பதைக் கண்டுபிடிப்பதற்காக நான் அவற்றைப் பதிவு செய்தேன். 62 சதவீதத்தினரின் விஷயத்தில், என்னிடமிருந்து காப்பீட்டை வாங்குவதற்கு முதலில் அவர்கள் தெரிவித்த மறுப்பு உண்மையான மறுப்பே அல்ல. தாங்கள் என்னிடமிருந்து வாங்காததற்கான உண்மையான காரணத்தை 38 சதவீத நேரம் மட்டுமே அவர்கள் எனக்குக் கொடுத்தனர்.

இதற்கு என்ன காரணம்? மற்ற அனைத்து விதங்களிலும் முற்றிலும் நேர்மையாக இருக்கின்ற மக்கள், விற்பனையாளர்களிடம் மட்டும் ஏன் உண்மைத் தகவல்களைத் திரித்துக் கூறி அவர்களைத் தவறாக வழிநடத்துகின்றனர்? இதைப் புரிந்து கொள்வதற்கு எனக்கு நீண்ட காலம் ஆனது.

காலம் சென்ற ஜே.பியர்பான்ட் மோர்கன் சீனியர், வரலாற்றிலேயே மிகவும் சாமர்த்தியமான தொழிலதிபர்களில் ஒருவராக இருந்தார். அவர் ஒருமுறை, "ஒரு விஷயத்தைச் செய்வதற்கு ஒரு மனிதனிடம் பொதுவாக இரண்டு காரணங்கள் இருக்கும் – ஒன்று, கேட்பதற்கு நன்றாக இருக்கின்ற காரணம், இன்னொன்று உண்மையான காரணம்," என்று கூறினார். நான் அந்த ஐயாயிரத்திற்கும் அதிகமான பதிவுகளைப் பல வருடங்களாக வைத்திருந்தது, மோர்கனின் இந்த வாக்கியத்திலுள்ள உண்மையை நிச்சயமாக எனக்கு நிரூபித்தது. எனவே, என்னிடம் கொடுக்கப்படும்

காரணம் உண்மையானதா அல்லது கேட்பதற்கு நன்றாக இருக்கின்ற ஒன்றா என்று கண்டு கொள்ள ஏதேனும் ஒரு வழியைக் கண்டுபிடிக்க நான் முயன்று வந்தேன். இறுதியில், ஆச்சரியகரமான விளைவுகளைப் பெற்றுக் கொடுத்த ஓர் எளிய, சிறிய சொற்றொடரை நான் கண்டுபிடித்தேன். அது எனக்கு ஆயிரக்கணக்கான டாலர்கள் மதிப்புவாய்ந்ததாக அமைந்து வந்துள்ளது. இது அன்றாடம் பயன்படுத்தப்படுகின்ற மிகச் சாதாரணமான சொற்றொடர்தான். அதனால்தான் அது சிறப்பான ஒன்றாக இருக்கிறது. அந்தச் சொற்றொடர் இதுதான்: "அதோடு கூடவே, . . ." இதை நான் எப்படிப் பயன்படுத்துகிறேன் என்பதை நான் உங்களுக்கு விளக்குகிறேன்.

மூன்று நபர்களை உரிமையாளர்களாகக் கொண்ட ஒரு பெரிய கம்பளத் தயாரிப்பு நிறுவனத்திற்கு ஒரு வியாபாரக் காப்பீட்டை விற்பதற்கு நான் பல வருடங்களாக முயற்சித்து வந்திருந்தேன். அந்த மூவரில் இருவர் எனது யோசனையை ஏற்றுக் கொண்டனர், ஆனால் மூன்றாமவர் அதை எதிர்த்தார். அவர் வயதானவராகவும், சற்றுக் காது கேளாதவராகவும் இருந்தார். காப்பீடு தொடர்பாக நான் அவரிடம் பேசிய ஒவ்வொரு முறையும், அவரது செவித்திறன் திடீரென்று மேலும் மோசமானது. நான் கூறிய ஒரு வார்த்தையைக்கூட அவரால் புரிந்து கொள்ள முடியவில்லை.

ஒருநாள் நான் காலை உணவருந்திக் கொண்டிருந்தபோது, அவரது திடீர் மரணம் பற்றி ஒரு செய்தித்தாளில் வெளிவந்திருந்த ஓர் அறிவிப்பை நான் படித்தேன்.

அந்த அறிவிப்பைப் படித்தவுடன், என் மனத்தில் இயல்பாக முளைத்த எண்ணம், "இப்போது என்னால் நிச்சயமாக அங்கு விற்க முடியும்," என்பதாகத்தான் இருந்தது.

பல நாட்களுக்குப் பிறகு, அந்நிறுவனத்தின் தலைவரைத் தொலைபேசியில் அழைத்து, அவரைச் சந்திப்பதற்கு நான் முன்னனுமதி பெற்றேன். முன்பு அவருடன் கணிசமான அளவில் நான் வியாபாரம் செய்திருந்தேன். நான் அவரது ஆலைக்குச் சென்று, அவரது அறைக்குள் நுழைந்தபோது, அவரிடம் வழக்கமாக இருந்த உற்சாகமும் இனிமையும் அப்போது அவரிடம் இருக்கவில்லை.

நான் அங்கிருந்த நாற்காலியில் உட்கார்ந்தேன். அவர் என்னைப் பார்த்தார். நான் அவரைப் பார்த்தேன். இறுதியில் அவர் என்னிடம், "அந்த வியாபாரக் காப்பீட்டைப் பற்றிப் பேசுவதற்குத்தான் நீங்கள் இங்கு வந்திருக்கிறீர்கள், இல்லையா?" என்று கேட்டார்.

நான் வெறுமனே பெரிதாகப் புன்னகைத்தேன்.

அவர் பதிலுக்கு என்னைப் பார்த்துப் புன்னகைக்கவில்லை. "நாங்கள் அந்தக் காப்பீடு குறித்து எதுவும் செய்யப் போவதில்லை," என்று அவர் கூறினார்.

"பாப், அதற்கான காரணம் என்னவென்று நான் தெரிந்து கொள்ளலாமா?

"ஏனெனில், நாங்கள் பணத்தை இழந்து கொண்டிருக்கிறோம். எங்கள் நிலைமை பிரச்சனைக்குரியதாக ஆகியுள்ளது. இந்த வருடம் முழுவதும் எங்கள் நிலைமை இப்படித்தான் இருந்து வந்துள்ளது. அந்தக் காப்பீட்டை நாங்கள் வாங்கினால், ஒவ்வொரு வருடமும் எங்களுக்கு எட்டு அல்லது பத்து லட்சம் டாலர்கள் செலவாகும், சரிதானே?" என்று அவர் கேட்டார்.

"ஆமாம்," என்று நான் ஒப்புக் கொண்டேன்.

"எனவே, நாங்கள் ஒரு தீர்மானத்திற்கு வந்திருக்கிறோம். இந்த நிலைமை எவ்வளவு காலம் நீடிக்கும் என்பது எங்களுக்குத் தெரியும்வரை, அத்தியாவசியச் செலவுகளுக்குத் தவிர வேறு எதற்கும் ஒரு நயா பைசாவைக்கூட இனி நாங்கள் செலவிடப் போவதில்லை," என்று அவர் கூறினார்.

ஒருசில கணநேர அமைதிக்குப் பிறகு, "பாப், அதோடு கூடவே, உங்கள் மனத்தில் வேறு ஏதோ ஒன்றும் இருப்பதுபோல எனக்குத் தோன்றுகிறது. இத்திட்டத்திற்கு ஒப்புதல் வழங்குவதற்கு அனுமதி கொடுக்க நீங்கள் தயங்குவதற்கு வேறு ஏதோ ஒரு காரணமும் இருக்கிறது, இல்லையா?" என்று நான் கேட்டேன்.

பாப் (இப்போது அவரது முகத்தில் ஒரு சிறு புன்னகை மலரத் துவங்கியிருந்தது): ஆமாம், இன்னொரு விஷயமும் என் மனத்தில் இருக்கிறது.

நான்: அது என்னவென்று உங்களால் கூற முடியுமா?

பாப்: எனக்கு இரு மகன்கள் இருக்கின்றனர். அவர்கள் கல்லூரிப் படிப்பை முடித்துவிட்டு இப்போது இங்கு வேலை பார்த்துக் கொண்டிருக்கின்றனர். இந்த ஆலையில், தொழிலாளர்களுக்கான சீருடை அணிந்து, தினமும் காலையில் எட்டு மணியிலிருந்து மாலை ஐந்து மணிவரை அவர்கள் வேலை பார்த்து வருகின்றனர். அவர்கள் அந்த வேலையை மிகவும் நேசிக்கின்றனர். நீங்கள் முன்வைத்துள்ள காப்பீட்டுத் திட்டத்திற்கு நான் உடன்பட்டால், ஒருவேளை நான் இறந்துவிடும் பட்சத்தில், இந்நிறுவனத்தில் என் வியாபாரப் பங்கை அது விழுங்கிவிடும். பிறகு என் மகன்களின் நிலை என்ன? அவர்கள் இங்கிருந்து துரத்தப்படுவார்கள். நான் கூறுவது சரிதானே?

அவரது மறுப்பிற்கான உண்மையான காரணம் வெளிவந்துவிட்டது. அவரது முதல் மறுப்பு, கேட்பதற்கு நன்றாக இருந்தது. இப்போது உண்மையான காரணம் எனக்குத் தெரிந்துவிட்டிருந்ததால், அவரிடம் விற்பதற்கு எனக்கு ஒரு

வாய்ப்புக் கிடைத்தது. இப்போது அவருடைய மகன்களுக்காக ஏதேனும் ஒன்றைச் செய்வது அவருக்கு முன்பைவிட மிக முக்கியமானதாக ஆகியிருந்ததை நான் அவரிடம் சுட்டிக்காட்டினேன். அவரது மகன்களை உள்ளடக்கிய ஒரு திட்டத்தை நாங்கள் இருவருமாகச் சேர்ந்து வகுத்தோம். யார் முதலில் இறந்தாலும் சரி, அவர்கள் எப்போது இறந்தாலும் சரி, அவரது மகன்களின் நிலைமை முற்றிலும் பாதுகாப்பானதாக இருக்குமாறு நாங்கள் அத்திட்டத்தை வடிவமைத்தோம்.

அந்த விற்பனை எனக்கு மட்டும் 3,860 டாலர்களைப் பெற்றுக் கொடுத்தது.

நான் ஏன் அவரிடம் அந்தக் கேள்வியைக் கேட்டேன்? நான் அவரது வார்த்தையைச் சந்தேகித்தது அதற்குக் காரணமா? இல்லவே இல்லை. அவரது முதல் மறுப்பு, என்னால் சந்தேகிக்க முடியாத அளவுக்கு அறிவார்ந்ததாகவும் உண்மையானதாகவும் இருந்தது. உண்மையில் நான் அதை நம்பினேன். ஆனால், வேறு ஏதோ ஒரு காரணம் இருந்தாவதற்கான வாய்ப்பு அதிகம் என்பதைப் பல வருட அனுபவங்கள் எனக்குக் கற்றுக் கொடுத்திருந்தன. எனது ஆவணங்கள் அதை நிரூபித்தன. எனவே, எதற்கும் இருக்கட்டும் என்று இக்கேள்வியைக் கேட்டு வைப்பது எனது ஒரு பழக்கமாக ஆகிவிட்டிருந்தது. அந்தக் கேள்வியைக் கேட்டு எவரும் இதுவரை ஒருமுறைகூட என்னிடம் கோபப்பட்டதில்லை.

எனக்குக் கொடுக்கப்படும் மறுப்பு உண்மையான காரணமாக இருக்கும்போது நான் என்ன செய்கிறேன்? அதற்கான ஓர் எடுத்துக்காட்டை நான் இங்கே கொடுக்கிறேன். ஒருநாள், ஃபிலடெல்பியா யூனியன் லீகில் எனது இரண்டு நண்பர்களுடன் நான் மதிய உணவருந்திக் கொண்டிருந்தேன். அவர்களில் ஒருவர் நீல் மெக்னீல் ஜூனியர். ஃபிலடெல்பியா நகரில் அமைந்த சான்டோஸ் வேதியல் நிறுவனத்தில் அவர் விற்பனை மேலாளராக இருந்தார். இன்னொருவர், ஃபிராங்க் ஆர். டேவிஸ். அவர் ஃபிலடெல்பியாவில் ஒரு வீடுமனை முகவராக இருந்தார். "உங்களுக்கு வாடிக்கையாளராக ஆவதற்குச் சாத்தியமுள்ள ஒருவரை எங்களுக்குத் தெரியும். அவரது பெயர் டான் லின்ட்ஸே. காப்பீடு ஒன்றை வாங்குவது பற்றி நேற்று அவர் எங்களிடம் பேசிக் கொண்டிருந்தார். அவர் ஏராளமாகச் சம்பாதித்துக் கொண்டிருக்கிறார். ஐம்பதாயிரம் டாலர்கள் அல்லது ஒரு லட்சம் டாலர்கள் பெறுமானமுள்ள காப்பீட்டை நிச்சயமாக உங்களால் அவரிடம் விற்க முடியும். டேவிஸ், நான் கூறுவது சரிதானே?" என்று நீல் கேட்டார்.

டான் லின்ட்ஸே குறித்து ஃபிராங்க் டேவிஸ் மிகவும் உற்சாகமாகக் காணப்பட்டார். அடுத்த நாள் காலையிலேயே டானைச் சந்திக்குமாறு டேவிஸ் எனக்கு அறிவுறுத்திவிட்டு, "நானும்

நீலும்தான் உங்களை அவரிடம் அனுப்பி வைத்தோம் என்பதை அவரிடம் கூற மறந்துவிடாதீர்கள்," என்று கூறினார்.

அடுத்த நாள் காலை பத்து மணிக்கு, ஃபிலடெல்பியாவின் பாஸ்சல் அவென்யூவின் 54வது தெருவில் அமைந்திருந்த லின்ட்ஸேயின் தொழிற்சாலைக்குள் நான் நுழைந்தேன். அவரது நிறுவனம் மின்சாரப் பொருட்களுக்கான பொருத்திகளை உற்பத்தி செய்தது. அவரைப் பார்ப்பதற்காக மெக்னீலும் டேவிஸும் என்னை அனுப்பி வைத்திருந்ததாக நான் அவரது செயலாளரிடம் கூறினேன்.

அச்செயலாளர் என்னை லின்ட்ஸேயின் அறைக்குள் அழைத்துச் சென்றபோது, லின்ட்ஸே ஒரு மூலையில் நின்று கொண்டிருந்தார். அவரது முகபாவம், குத்துச்சண்டை துவங்குவதற்கு முன்பு ஜாக் டெம்ப்ஸீயின் முகம் எப்படி இருக்குமோ அதை எனக்கு நினைவுபடுத்தியது.

நான் காத்திருந்தேன், ஆனால் அவர் எதுவும் பேசவில்லை. எனவே, "லின்ட்ஸே அவர்களே, மெக்னீலும் டேவிஸும் உங்களைப் பார்த்து வருவதற்காக என்னை அனுப்பி வைத்தனர். நீங்கள் ஏதோ ஆயுட்காப்பீடு வாங்கவிருப்பதாக அவர்கள் கூறினர்," என்று நான் கூறினேன்.

"இது என்ன முட்டாள்தனம்?" என்று அவர் கத்தியது அந்த ஒட்டுமொத்தப் பஸ்சல் அவென்யூ முழுவதற்கும் கேட்டிருக்கும். "இரண்டு நாட்களில் அவர்கள் என்னிடம் அனுப்பி வைத்துள்ள ஐந்தாவது காப்பீட்டு நபர் நீங்கள். இது அவர்களுக்கு வேடிக்கையாக இருக்கிறதா?"

இது எனக்கு ஆச்சரியமூட்டியதா? நான் மிகப் பெரிதாகச் சிரித்திருப்பேன், ஆனால் அவரது கண்கள் உண்மையிலேயே நெருப்பாகக் கொதித்துக் கொண்டிருந்தன. இறுதியில் நான், "நீங்கள் ஆயுட்காப்பீடு வாங்கப் போவதாக அவர்கள் கருதும் விதத்தில் நீங்கள் அப்படியென்ன விஷயத்தை நீலிடமும் டேவிஸிடமும் கூறினீர்கள்?" என்று கேட்டேன்.

அவர் இன்னும் கத்தியவாறே, "என் வாழ்நாளில் நான் ஒருபோதும் எந்தவோர் ஆயுட்காப்பீடும் வாங்கியதில்லை! ஆயுட்காப்பீட்டில் எனக்கு நம்பிக்கை இல்லை!" என்று கூறினார்.

"லின்ட்ஸே அவர்களே, நீங்கள் மிக வெற்றிகரமான ஒரு தொழிலதிபராக இருந்து வந்திருக்கிறீர்கள். ஆயுட்காப்பீடு வாங்காமல் இருப்பதற்கு உங்களிடம் நிச்சயமாக ஏதேனும் ஒரு வலிமையான காரணம் இருந்தாக வேண்டும். உங்களுக்கு ஆட்சேபனை இல்லையென்றால், நீங்கள் ஏன் ஆயுட்காப்பீடு வாங்குவதில்லை என்று என்னிடம் கூற முடியுமா?"

"அதில் எனக்கு எந்த ஆட்சேபனையும் இல்லை." (அவரது குரல் சற்று வேகம் குறைந்தது.) "எனக்குத் தேவையான அனைத்துப் பணமும் என்னிடம் இருக்கின்றது. எனக்கு ஏதேனும் நிகழ்ந்தால்,

என் மனைவிக்கும் மகள்களுக்கும் தேவையான பணமும் அவர்களிடம் இருக்கும்."

அவர் கூறியதைப் பற்றிச் சிந்திக்க நான் சற்று அமைதியானேன். பிறகு, "லின்ட்ஸே அவர்களே, அந்தக் காரணத்தோடு கூடவே, நீங்கள் ஒருபோதும் ஆயுட்காப்பீடு வாங்காமல் இருந்து வந்துள்ளதற்கு வேறு ஏதேனும் ஒரு காரணமும் இருக்கிறது, சரிதானே?" என்று கேட்டேன்.

அவர்: இல்லை. அது மட்டும்தான் ஒரே காரணம். அது ஒரு நியாயமான காரணமாக உங்களுக்குத் தோன்றவில்லையா?

நான்: உங்களிடம் ஒரு தனிப்பட்டக் கேள்வியை நான் கேட்கலாமா?

அவர்: தாராளமாகக் கேளுங்கள்.

நான்: நீங்கள் யாருக்கேனும் கடன் பாக்கி வைத்திருக்கிறீர்களா?

அவர்: இவ்வுலகில் நான் யாருக்கும் ஒரு நயா பைசாகூடக் கடன் பாக்கி வைக்கவில்லை.

நான்: கணிசமான அளவு பணத்தை நீங்கள் யாருக்கேனும் திருப்பிக் கொடுக்க வேண்டியிருந்தால், உங்கள் மரணத்திற்குப் பிறகு அந்தக் கடனை அடைப்பதற்கு நீங்கள் ஆயுட்காப்பீடு வாங்குவதைப் பற்றி யோசிப்பீர்களா?

அவர்: ஒருவேளை நான் அவ்வாறு செய்யக்கூடும்.

நான்: நீங்கள் இன்றிரவு இறந்து போனால், உங்கள் சொத்துக்கள் அனைத்தின்மீதும் அரசாங்கம் ஒரு பெரிய வரித் தொகையை விதிக்கும் என்பதைப் பற்றி நீங்கள் எப்போதேனும் யோசித்திருக்கிறீர்களா? உங்கள் மனைவிக்கும் மகள்களுக்கும் ஒரு டாலர் பணம் கிடைப்பதற்குள், அந்தத் தவணைத் தொகையை அடைப்பதற்கு அவர்கள் பணத்தைத் திரட்ட வேண்டியிருக்கும் என்பதைப் பற்றி நீங்கள் நினைத்துப் பார்த்தது உண்டா?

தன் வாழ்நாளில் தான் ஒருபோதும் வாங்கியிராத முதல் காப்பீட்டை டான் லின்ட்ஸே அன்று வாங்கினார்.

அடுத்த நாள், மெக்னீலையும் டேவிஸையும் மதிய உணவின்போது நான் சந்தித்தேன். லின்ட்ஸே என்னிடமிருந்து ஆயுட்காப்பீடு வாங்கியிருந்ததாக நான் அவர்களிடம் தெரிவித்தபோது, அவர்கள் இருவரும் பெரும் ஆச்சரியத்திற்கு ஆளாயினர். சிறிது நேரம் அவர்கள் அதை நம்பவில்லை. பிறகு, நான் வேடிக்கையாகப் பேசவில்லை என்பதை உணர்ந்த அவர்கள் பெரும் உற்சாகமடைந்தனர்.

"அந்தக் காரணத்தோடு கூடவே, உங்கள் மனத்தில் வேறு ஏதோ ஒரு விஷயமும் இருக்கிறதல்லவா?" என்ற கேள்விக்கு உங்களுக்கு பதில் கிடைக்க வேண்டும் என்றால், அடுத்தவர் மனம் திறந்து வெளிப்படையாகப் பேசுவதற்கு அவருக்குக் கூடுதல் தூண்டுதல் தேவைப்படும். வழக்கத்திற்கு மாறான ஓர் அனுபவத்தைக் கொண்டு இதை நான் உங்களுக்கு விளக்குகிறேன். புளோரிடா மாலத்திலுள்ள ஆர்லேன்டோ நகரில் ஒருநாள் காலையில் ஓர் இளம் விற்பனையாளர் ஒரு தீவிரப் பிரச்சனையுடன் என்னைச் சந்திப்பதற்காக நான் தங்கியிருந்த ஹோட்டலுக்கு வந்தார். நியூயார்க்கைச் சேர்ந்த ஒரு வேதியல் நிறுவனத்தில் அவர் வேலை செய்து வந்தார். சுமார் இரண்டு வருடங்களுக்கு முன்பு அவரது நிறுவனம் மர்மமான முறையில் புளோரிடாவில் ஒரு பெரிய வாடிக்கையாளரை இழந்திருந்தது. அதற்கான காரணத்தை அவர்களால் ஒருபோதும் கண்டுபிடிக்க முடியவில்லை. அந்த வாடிக்கையாளரை மீண்டும் பெறுவதற்காக அவர்கள் எவ்வளவு முயற்சித்தும் அவர்களால் அது முடியவில்லை. அவர்களுடைய துணைத் தலைவர்களில் ஒருவர் நியூயார்க்கிற்கு வந்திருந்தார். அவராலும் எதுவும் செய்ய முடியவில்லை.

மிகவும் புத்திசாலியாகத் தோன்றிய அந்த இளம் விற்பனையாளர், "நான் ஒரு வருடத்திற்கு முன்பு அந்நிறுவனத்தில் சேர்ந்தபோது, அந்த வாடிக்கையாளரை மீண்டும் எங்கள் வசம் இழுக்க வேண்டியதன் அவசியத்தை எனது நிறுவனத்தினர் என்னிடம் வலியுறுத்தி, அவரது வியாபாரம் எங்கள் நிறுவனத்திற்குத் திரும்பவும் கிடைக்கும்வரை நான் ஓயக்கூடாது என்று என்னிடம் கூறினர். கடந்த ஒரு வருடமாக நான் அந்நிறுவனத்தினரைச் சந்தித்து வந்து கொண்டிருக்கிறேன், ஆனால் இது முற்றிலும் நம்பிக்கையற்ற ஒன்றாகத் தோன்றுகிறது," என்று என்னிடம் கூறினார்.

அவர்களுடன் அவர் நிகழ்த்திய சந்திப்புகள் பற்றிப் பல கேள்விகளை நான் அவரிடம் கேட்டேன். குறிப்பாக, அவரது சமீபத்தியச் சந்திப்புகளைப் பற்றி அவரிடம் அதிகமாகக் கேட்டேன்.

"இன்று காலையில்கூட நான் அவர்களைச் சந்தித்தேன். அந்நிறுவனத்தின் தலைவரான ஜோன்ஸிடம் நான் பேசினேன், ஆனால் அதே பழைய கதைதான். அவர் அது பற்றிப் பேச மறுத்துவிட்டார். அவர் வெறுமனே அங்கு சலிப்பாக உட்கார்ந்திருந்தார். நான் பேசுவதை நிறுத்திய பிறகு, அங்கு ஒரு நீண்ட மௌனம் நிலவியது. இறுதியில், நான் மிகவும் தர்மசங்கடமாக உணர்ந்ததால் அங்கிருந்து வெளியேறிவிட்டேன்," என்று அந்த இளைஞர் கூறினார்.

அந்த விற்பனையாளர் மீண்டும் அன்று மதியம் அந்நிறுவனத்திற்குச் சென்று, ஜோன்ஸை மீண்டும் சந்திக்க வேண்டுமென்று தனது தலைமையகத்திலிருந்து தனக்கு உத்தரவு

வந்திருந்ததாக ஜோன்ஸிடம் கூறுமாறு அந்த விற்பனையாளருக்கு நான் பரிந்துரைத்தேன். ஜோன்ஸிடம் அந்த விற்பனையாளர் என்ன கூற வேண்டும் என்பதை நானும் அவரும் திட்டமிட்டோம். பிறகு, அதை என்னிடம் திருப்பிக் கூறுமாறு அந்த விற்பனையாளரை நான் கேட்டுக் கொண்டேன். அவரும் அவ்வாறே செய்தார்.

அன்று மாலையில் அந்த விற்பனையாளர் என்னைத் தொலைபேசியில் அழைத்தார். அவரால் பேசக்கூட முடியாத அளவுக்கு அவர் பெரும் உற்சாகத்தில் இருந்தார். "உங்களை நான் இப்போதே வந்து பார்க்கலாமா? ஜோன்ஸிடமிருந்து விற்பனைக்கான ஓர் ஆர்டர் எனக்குக் கிடைத்திருக்கிறது. மொத்தப் பிரச்சனையும் தீர்க்கபட்டுவிட்டதாக நான் நம்புகிறேன். எங்களுடைய அட்லான்டா மேலாளர் விமானம் மூலமாக இன்றிரவு இங்கு வந்து சேரவிருக்கிறார்," என்று அவர் கூறினார்.

அவர் கூறியது நம்புதற்கரியதாக இருந்தது. அவர் எவ்வளவு உற்சாகமாக இருந்தாரோ, நானும் அதே அளவுக்கு உற்சாகமாக இருந்தேன். "இப்போதே புறப்பட்டு வந்து, நடந்தவற்றை என்னிடம் கூறுங்கள்," என்று நான் கூறினேன்.

அவர் ஜோன்ஸுடனான தனது சந்திப்பை இவ்வாறு விவரித்தார்:

"எல்லாம் மிகவும் எளிமையாகத் தோன்றியது. என்னால் நம்பவே முடியவில்லை. நான் ஜோன்ஸின் அலுவலகத்திற்குள் நுழைந்தபோது, அவர் என்னை ஆச்சரியத்துடன் ஏறிட்டுப் பார்த்தார்."

விற்பனையாளர்: ஜோன்ஸ் அவர்களே, இன்று காலையில் நான் உங்களைப் பார்த்துவிட்டுப் போன பிறகு, உங்களை உடனடியாக மீண்டும் சந்தித்து, உங்களுடைய வியாபாரத்தை நாங்கள் ஏன் இழந்தோம் என்பதற்கான அனைத்துத் தகவல்களையும் திரட்டுமாறு நியூயார்க்கில் உள்ள எங்கள் தலைமையகத்திலிருந்து எனக்கு உத்தரவு வந்தது. நீங்கள் எங்களுடன் வியாபாரம் செய்வதை நிறுத்தியதற்கு உங்களிடம் நிச்சயமாக ஒரு வலிமையான காரணம் இருந்தாக வேண்டும் என்று எங்கள் நிறுவனத்தினர் கருதுகின்றனர். எங்களுடைய நிறுவனத்தைச் சேர்ந்த யாரோ ஒருவர் நிச்சயமாக ஏதோ தவறு இழைத்திருக்க வேண்டும். அது என்ன விஷயமென்று தயவு செய்து உங்களால் என்னிடம் கூற முடியுமா?

ஜோன்ஸ்: நான் முன்பே உங்களிடம் அதற்கான காரணத்தைக் கூறியுள்ளேன். நான் வேறொரு நிறுவனத்தை முயற்சித்துப் பார்ப்பதென்று தீர்மானித்தேன். அவர்களது சேவை எங்களுக்கு மிகவும் திருப்திகரமாக உள்ளது. இனி அதை மாற்றுவதைப் பற்றி நான் யோசிப்பதாக இல்லை.

விற்பனையாளர்: நீங்கள் எங்களிடம் வியாபாரம் செய்யாமல் இருப்பதற்கு வேறு ஏதேனும் காரணம் இருந்தால், அது என்னவென்று நீங்கள் என்னிடம் கூறினால், அதை எங்களால் உங்களுக்குத் தெளிவுபடுத்த முடியவில்லை என்றால், குறைந்தபட்சம் எங்களுக்கு ஒரு வாய்ப்புக் கொடுத்தத் திருப்தி உங்களுக்கு இருக்கும். ஆனால் அது நாங்கள் வேண்டுமென்றே செய்த தவறு அல்ல என்பதோ அல்லது அது எங்கள் பார்வையிலிருந்து எப்படியோ தப்பிவிட்டது என்பதோ சந்தேகத்திற்கு இடமின்றி உங்களுக்கு நிரூபணமானால், நடந்த தவறைச் சரி செய்வதற்கு எங்களுக்கு ஒரு வாய்ப்புக் கொடுப்பது உங்களை நல்லவிதமாக உணரச் செய்யும். நான் கூறுவது சரிதானே?

(அதே பழைய கதை. ஜோன்ஸ் தனது சன்னல் வழியாக வெளியே வெறித்துப் பார்த்தபடி அமைதியாக அமர்ந்தார். ஆனால் இம்முறை நானும் பேசாமல் அமைதியாகக் காத்திருந்தேன். அது ஒரு நீண்ட மௌனமாக இருந்ததுபோலத் தோன்றியது, ஆனால் இறுதியில் அவர் பேசத் துவங்கினார்.)

ஜோன்ஸ்: உங்கள் நிறுவனம் எங்களுக்குக் கொடுத்து வந்த ஒரு சிறப்புத் தள்ளுபடியை எந்தவிதமான முன்னறிவிப்பும் இன்றி நிறுத்திவிட்டது. அதை நான் தெரிந்து கொண்டவுடன், உங்களது நிறுவனத்துடனான தொடர்பை நான் துண்டித்துவிட்டேன்!

உண்மையான காரணம் இறுதியில் வெளிப்பட்டுவிட்டது.

நடந்தது இதுதான்: அந்த எச்சரிக்கையான விற்பனையாளர் தனக்குக் கிடைத்த ஒரு வினாடி நேரத்தைக்கூட வீணாக்கவில்லை. தனக்குக் கொடுக்கப்பட்டத் தகவலுக்காக அவர் ஜோன்ஸுக்கு நன்றி கூறிவிட்டு, அருகிலிருந்த பொதுத் தொலைபேசிக் கூடத்திற்கு உடனடியாகச் சென்று, தனது அட்லான்டா அலுவலகத்தை அழைத்தார். அவர்கள் தங்களது ஆவணங்கள் அனைத்தையும் புரட்டிப் பார்த்துவிட்டு, பிறகு தங்களது நியூயார்க் நகரத்தை அழைத்தனர். இரண்டு இடங்களிலும் இருந்த ஆவணங்களை ஒப்பிட்டுப் பார்த்தபோது, தனக்குக் கொடுக்கப்பட்டு வந்த சிறப்புத் தள்ளுபடி நிறுத்தப்பட்டுவிட்டிருந்ததாக ஜோன்ஸ் நம்பியதற்கு வலிமையான காரணம் இருந்தது தெரிய வந்தது. ஆனால் உண்மையில் அவரது தள்ளுபடி நிறுத்தப்பட்டிருக்கவில்லை. ஜோன்ஸின் அலுவலகத்திற்கு உடனடியாகத் திரும்பிச் செல்லுமாறு அந்த விற்பனையாளருக்கு உத்தரவிடப்பட்டது. அவர் அந்த அலுவலகத்தை அடைந்தபோது, உண்மைத்

தகவல்கள் ஜோன்ஸுக்குத் தெரிவிக்கப்பட்டிருந்தன. ஜோன்ஸும் திருப்தி அடைந்திருந்தார். ஒரு புதிய வகையான பில்லிங் முறையைப் பற்றி ஜோன்ஸுக்கு முறையாகத் தெரிவிக்கத் தவறியதற்கான முழுமையான பழியை அட்லான்டா மேலாளர் ஏற்றுக் கொண்டார்.

இந்தச் சிறிய சூத்திரத்தை மற்றவர்களுக்கு எடுத்துக்கூறுவதென்று நான் தீர்மானிப்பதற்கு எனக்குச் சிறிது காலம் தேவைப்பட்டது. இதை ஒரு சூழ்ச்சி வேலை என்று மற்றவர்கள் கருதிவிடுவார்களோ என்று நான் பயந்தேன். சூழ்ச்சியில் எனக்கு நம்பிக்கையில்லை. அவை நாம் விரும்பும் விளைவைப் பெற்றுத் தருவதில்லை. நான் அவற்றை முயற்சித்துப் பார்த்திருக்கிறேன். அவை தோல்வியில் முடிந்தது குறித்து எனக்கு மகிழ்ச்சிதான். ஏனெனில், எந்தவொரு வியாபாரத்திலும் சூழ்ச்சிகள் தோல்வியையே பெற்றுக் கொடுத்தன என்பதைக் காலப்போக்கில் நான் தெரிந்து கொண்டேன். முதலிலும் சரி, கடைசியிலும் சரி, எல்லா நேரத்திலும் சரி, முழுமையான நேர்மைக்கு மாற்றுக் கிடையவே கிடையாது!

13

விற்பனைத் தொழிலில் மறக்கப்பட்டுவிட்ட மாயாஜாலக் கலை

ஒருசில வருடங்களுக்கு முன்பு, டேல் கார்னகியுடன் சேர்ந்து கிழக்குக் கடற்கரையிலிருந்து மேற்குக் கடற்கரைப் பகுதிவரை பல நகரங்களில் ஆறுமாத காலம் நீடித்த ஒரு சொற்பொழிவுப் பயணத்தை நான் மேற்கொண்டிருந்தேன். வாரத்திற்கு ஐந்து நாட்கள் என்ற கணக்கில் ஒவ்வொரு வாரமும் நாங்கள் நூற்றுக்கணக்கான மக்களிடையே சொற்பொழிவாற்றினோம். சுருக்கெழுத்தர்கள், ஆசிரியர்கள், உயரதிகாரிகள், குடும்பத் தலைவிகள், வழக்கறிஞர்கள், விற்பனையாளர்கள் போன்ற பல்வேறு வகையான மக்கள் எங்கள் பேச்சைக் கேட்க வந்தனர். தங்களை மேம்படுத்திக் கொள்வதற்கும், மற்றவர்களைக் கையாள்வதற்கான தங்கள் திறனை மேம்படுத்திக் கொள்வதற்கும் அவர்கள் ஆர்வத்துடன் இருந்தனர்.

அதற்கு முன்பு நான் ஒருபோதும் ஒரு சொற்பொழிவுப் பயணத்தை மேற்கொண்டதில்லை. இந்தப் பயணம் என் வாழ்வின் மிக உற்சாகமான சாகசப் பயணமாக அமைந்தது. நான் என் வீட்டிற்குத் திரும்பியபோது, இரண்டு விஷயங்களைச் செய்வதற்கு நான் ஆவலாக இருந்தேன்: ஒன்று, மீண்டும் விற்பனைத் தொழிலுக்குச் செல்வது; இரண்டாவது, எனது உற்சாகமிக்கப் பயண அனுபவத்தை எல்லோரிடமும் கூறுவது.

வீடு திரும்பிய பிறகு விற்பனை தொடர்பாக நான் முதன்முதலில் சந்தித்தது, பால் மற்றும் பால் பொருட்களை மொத்தமாகவும் சில்லறையாகவும் விற்பனை செய்த, ஃபிலடெல்பியாவைச் சேர்ந்த ஒரு நிறுவனத்தின் தலைவரைத்தான். முன்பு நான் அவருடன் கணிசமான அளவு வியாபாரம் செய்திருந்தேன். அவர் என்னைப் பார்ப்பதில் உண்மையிலேயே

மகிழ்ச்சி கொண்டதுபோலக் காணப்பட்டார். நான் அவரது மேசையில் அவருக்கு நேரெதிரே அமர்ந்தபோது, அவர் என்னிடம் ஒரு சிகரெட்டை நீட்டிவிட்டு, “பெட்ஜர், உங்கள் பயணத்தைப் பற்றிக் கூறுங்கள்,” என்று கூறினார்.

“ஜிம், நிச்சயமாக நான் அதைப் பற்றி உங்களிடம் கூறுவேன். ஆனால் அதற்கு முன்பு, உங்களைப் பற்றி அனைத்தையும் தெரிந்து கொள்ள நான் ஆவலாக இருக்கிறேன். நீங்கள் என்ன செய்து வந்திருக்கிறீர்கள்? மேரி எப்படி இருக்கிறார்? உங்களுடைய வியாபாரம் எப்படி இருக்கிறது?” என்று நான் கேட்டேன்.

அவர் தனது வியாபாரத்தைப் பற்றியும் தனது மனைவியைப் பற்றியும் பேசியதை நான் ஆர்வத்துடன் காதுகொடுத்துக் கேட்டேன். பிறகு, முந்தைய நாள் இரவில் தானும் தனது மனைவியும் கலந்து கொண்ட ஒரு சீட்டுக் கச்சேரியைப் பற்றி அவர் கூறத் துவங்கினார். அவர்கள் ‘ரெட் டாக்’ என்ற சீட்டு விளையாட்டை விளையாடியிருந்தனர். ஆனால் ‘ரெட் டாக்’ என்பதை நான் ஒருபோதும் கேள்விப்பட்டிருக்கவில்லை. அவர் இவ்வளவு பேசுவதற்குள் நான் எனது சொற்பொழிவுப் பயணத்தைப் பற்றிய அனைத்தையும் அவரிடம் கூறிவிட்டு, என்னைப் பற்றியும் அவரிடம் சிறிதளவு தம்பட்டம் அடித்திருப்பேன். ஆனால் அந்த விளையாட்டை எப்படி விளையாட வேண்டும் என்பதைப் பற்றியும், அது எவ்வளவு குதூகலமானது என்பது பற்றியும் அவர் என்னிடம் விளக்கியபோது நானும் அவருடன் சேர்ந்து சிரித்தேன்.

அவர் அந்தச் சீட்டுக் கச்சேரியில் மிகவும் மகிழ்ச்சியாகப் பொழுதைக் கழித்திருந்தார் என்பது நன்றாகத் தெரிந்தது. நான் அங்கிருந்து புறப்படத் துவங்கியபோது, அவர் என்னிடம், “பெட்ஜர், எங்கள் தொழிற்சாலையின் கண்காணிப்பாளரின் பெயரில் காப்பீடு எடுப்பது பற்றி நாங்கள் சிந்தித்துக் கொண்டிருக்கிறோம். அவர் பெயரில் 25,000 டாலர்களுக்கான ஆயுட்காப்பீடு ஒன்றை எடுப்பதற்கு எவ்வளவு செலவாகும்?” என்று கேட்டார்.

என்னைப் பற்றி அவரிடம் பேசுவதற்கு அன்று எனக்கு ஒரு வாய்ப்புக்கூடக் கிடைக்கவில்லை. ஆனால் இன்னொரு விற்பனையாளர் இவரிடம் முயற்சித்துப் பார்த்துக் கைவிட்டுச் சென்ற ஒரு நல்ல ஆர்டருடன் நான் அங்கிருந்து புறப்பட்டேன்.

இது நான் கற்றுக் கொள்ள வேண்டியிருந்த ஒரு பாடத்தை எனக்குக் கற்றுக் கொடுத்தது: அடுத்தவர் பேசும்போது நன்றாகக் காதுகொடுத்துக் கேட்பதன் முக்கியத்துவத்தையும், அவர் கூறுவதில் நீங்கள் உண்மையிலேயே ஆர்வமாக இருக்கிறீர்கள் என்பதை அவருக்குக் காட்ட வேண்டியதன் அவசியத்தையும், அவர் எப்போதும் மிகவும் விரும்புகின்ற, ஆனால் அரிதாகவே அவருக்குக் கிடைக்கின்ற ஒருமித்தக் கவனத்தையும் பாராட்டையும் அவருக்குக் கொடுப்பதன் முக்கியத்துவத்தையும் அது எனக்குக் கற்றுக் கொடுத்தது.

உங்களிடம் பேசுகின்ற நபரின் முகத்தை நேராகப் பார்க்க முயற்சியுங்கள். அவர் கூறும் விஷயத்தில் ஆர்வத்தையும் ஆழ்ந்த ஈடுபாட்டையும் வெளிப்படுத்துங்கள் (அது உங்கள் மனைவியாக இருந்தாலும்கூட). இது உங்கள் இருவரிடத்திலும் ஏற்படுத்துகின்ற மாயாஜால விளைவைப் பாருங்கள்.

இதில் புதிதாக ஏதுமில்லை. இரண்டாயிரம் வருடங்களுக்கு முன்பு, ரோமத் தத்துவவியலாளரான சிசேரோ இவ்வாறு கூறியுள்ளார்: "மௌனத்தில் ஒரு கலை இருக்கிறது, அதில் நாவன்மையும்கூட இருக்கிறது." ஆனால் காதுகொடுத்துக் கேட்பது என்பது மறக்கப்பட்டுவிட்ட ஒரு கலையாக ஆகியுள்ளது. நன்றாகக் காதுகொடுத்துக் கேட்பவர்களை அரிதாகவே காண முடிகிறது.

ஒரு பெரிய தேசிய நிறுவனம் சமீபத்தில் இந்தச் சிறப்புச் செய்தியைத் தனது விற்பனையாளர்கள் அனைவருக்கும் அனுப்பியது:

> **அடுத்த முறை நீங்கள் திரைப்படங்களுக்குச் செல்லும்போது, நடிகர்கள் பிற கதாபாத்திரங்கள் கூறுவதை எவ்வாறு காதுகொடுத்துக் கேட்கின்றனர் என்பதைக் கவனியுங்கள். ஒரு சிறந்த நடிகராக இருக்க வேண்டுமென்றால், சிறப்பாகப் பேசுவதோடு கூடவே, காதுகொடுத்துக் கேட்பதில் திறம்படைத்தவராகவும் இருக்க வேண்டியது அவசியம். ஒரு கண்ணாடியில் ஒருவரது உருவம் எப்படிப் பிரதிபலிக்கிறதோ, அதேபோல, பேசுபவரின் வார்த்தைகள் அவரது பேச்சைக் காதுகொடுத்துக் கேட்பவரின் முகத்தில் பிரதிபலிக்கின்றன. ஒரு நடிகர் இன்னொரு கதாபாத்திரம் பேசிக் கொண்டிருப்பதைச் சிறப்பாகக் காதுகொடுத்துக் கேட்பதன் மூலமாக, அந்தக் காட்சியில் பார்வையாளர்களின் ஒட்டுமொத்தக் கவனமும் தன்மீதே இருக்கும்படி பார்த்துக் கொள்ளவும், அக்காட்சி முழுவதையும் தனக்கு முக்கியத்துவம் கிடைக்கும் ஒன்றாக ஆக்கிக் கொள்ளவும் அவரால் முடியும். படைப்புத்திறனுடன் காதுகொடுத்துக் கேட்பது எப்படி என்பதைக் கற்றுக் கொள்ளத் தவறுவதால் பல நடிகர்களால் திரை நட்சத்திரங்களாக ஜொலிக்க முடியாமல் போய்விடுகிறது என்று ஒரு பிரபல திரைப்பட இயக்குனர் கூறியுள்ளார்.**

காதுகொடுத்துக் கேட்கும் கலை விற்பனையாளர்களுக்கும் நடிகர்களுக்கும் மட்டுமே தேவையான ஒன்றா? நமது வேலை எதுவாக இருந்தாலும் சரி, இக்கலை நம் அனைவருக்குமே முக்கியத்துவம் வாய்ந்த ஒன்றாக ஏன் இருக்க முடியாது? நீங்கள் யாரிடமாவது பேசிக் கொண்டிருக்கும்போது, நீங்கள் கூறும் எதுவும் மற்றவருக்கு பிரமிப்பையோ அல்லது அவருக்கு உங்கள்மீது ஒரு நல்ல அபிப்பிராயத்தையோ ஏற்படுத்துவதில்லை என்பதை

எப்போதேனும் நீங்கள் உணர்ந்திருக்கிறீர்களா? விற்பனைச் சந்திப்புகளின்போது நான் கூறும் விஷயங்கள் மக்களின் காதுகளில் சரியாக விழுந்திருந்தாலும், அவர்கள் உண்மையிலேயே காதுகொடுத்துக் கேட்கவில்லை என்பதைப் பல முறை நான் கண்டிருக்கிறேன். என்னுடைய விற்பனைப் பேச்சு அவர்களைப் பொறுத்தவரை அர்த்தமற்றதாக ஆகிவிடுகிறது. எனவே, "பெட்ஜர், அடுத்த முறை நீ யாரிடமேனும் பேசும்போது இதுபோல நிகழ்ந்தால், உன் பேச்சை அப்படியே நிறுத்திவிடு! நீ கூறும் வாக்கியம் முற்றுப் பெறாமல் பாதியில் இருந்தாலும் அங்கேயே நிறுத்திவிடு!" என்று எனக்கு நானே கூறிக் கொண்டேன். சில சமயங்களில், ஒரு வார்த்தையின் நடுவில்கூட நான் என் பேச்சை நிறுத்திவிடுகிறேன்.

இதை மரியாதைக் குறைவான ஒரு செயலாக மக்கள் கருதுவதில்லை. அவர்கள் ஒருபோதும் இதைக் குற்றமாக எடுத்துக் கொள்வதில்லை. பத்தில் ஒன்பது முறை, அவர்கள் வாய்விட்டுக் கூற வேண்டிய ஏதோ ஒரு விஷயம் அவர்களது மனத்தில் இருக்கும். அப்படி இருக்கும்போது, தங்கள் மனத்தில் உள்ளதை அவர்கள் வெளியில் கூறாதவரை, நாம் கூறும் எதிலும் அவர்கள் கவனம் செலுத்த மாட்டார்கள்.

எடுத்துக்காட்டாக, எங்களுடைய விற்பனையாளர்களில் ஒருவர் (அவரை நாம் ஜான் என்று அழைக்கலாம்), காகிதம் மற்றும் காகிதப் பொருட்களை உற்பத்தி செய்த ஒரு பெரிய நிறுவனத்தின் தலைவரான காலம் சென்ற ஃபிரான்சிஸ் ஓநீலைச் சந்திப்பதற்கு என்னை அழைத்துச் சென்றார். ஃபிரான்சிஸ் ஓநீல் ஒரு பேப்பர் விற்பனையாளராகத் தனது தொழில்வாழ்க்கையைத் துவக்கி, பிறகு தனது சொந்தக் காகிதத் தொழிலுக்குள் காலெடுத்து வைத்து, தனது கடினமான, சீரான உழைப்பால், அமெரிக்காவின் முன்னணிக் காகித வியாபாரங்களில் ஒன்றைக் கட்டியெழுப்பினார். ஃபிலடெல்பியாவைச் சேர்ந்த அந்நிறுவனத்தின் பெயர் 'பேப்பர் உற்பத்தியாளர்கள் நிறுவனம்.' காகிதத் துறையில் அவர் மிகவும் உயர்வாக மதிக்கப்பட்ட ஒருவராக இருந்தார். அவர் வெகுசில வார்த்தைகள் மட்டுமே பேசுவதற்குப் பிரசித்தி பெற்றவர்.

வழக்கமான அறிமுகத்திற்குப் பிறகு, ஓநீல் எங்களை உட்காருமாறு கூறினார். அவரது சொத்துக்கள் மற்றும் அவரது வியாபாரம் தொடர்பான வரிகளைப் பற்றி நான் அவரிடம் பேசத் துவங்கினேன். ஆனால் அவர் ஒருபோதும் என்னை ஏறிட்டுப் பார்க்கவே இல்லை. என்னால் அவரது முகத்தைப் பார்க்க முடியவில்லை. அவர் குனிந்து தனது மேசையையே பார்த்துக் கொண்டிருந்ததால், அவரது தலையின் மேற்பகுதியை மட்டுமே என்னால் பார்க்க முடிந்தது. அவர் எனது பேச்சைக் கவனித்துக் கொண்டிருந்தாரா இல்லையா என்று என்னால் தெரிந்து கொள்ள முடியவில்லை. சுமார் மூன்று நிமிடங்களுக்குப் பிறகு, நான் பேசிக்

கொண்டிருந்த ஒரு வாக்கியத்தைப் பாதியிலேயே நிறுத்தினேன். பிறகு தர்மசங்கடமான ஒரு மௌனம் அதைத் தொடர்ந்தது. நான் எனது நாற்காலியில் சௌகரியமாகச் சாய்ந்து அமர்ந்து கொண்டு காத்திருந்தேன்.

எனது சக விற்பனையாளரான ஜானால் சுமார் ஒரு நிமிடம்கூடப் பொறுக்க முடியவில்லை. அவர் தனது இருக்கையில் அமர்ந்தபடியே நெளியத் துவங்கினார். இந்த முக்கியமான நபரின் முன்னால் நான் நிலை தடுமாறிவிட்டதாக ஜான் பயந்தார். அவர் அச்சூழ்நிலையைப் பாதுகாத்தாக வேண்டியிருந்தது. எனவே, ஜான் பேசத் துவங்கினார். என்னால் மட்டும் மேசைக்கு அடியில் அவரைத் தொட முடிந்திருந்தால், அவரது முழங்கால்களில் நான் ஓங்கி மிதித்திருப்பேன். அவரது பேச்சை நிறுத்துமாறு அவரிடம் கூறுவதற்காக, அவர் என்னைப் பார்க்கும்வரை நான் என் தலையை ஆட்டிக் கொண்டிருந்தேன். அதிர்ஷ்டவசமாக, அவர் எனது சமிக்கையைப் பார்த்துவிட்டுத் தனது பேச்சை உடனடியாக நிறுத்தினார்.

அதைத் தொடர்ந்து முழுமையாக ஒரு நிமிடம் இன்னும் அதிக தர்மசங்கடமான மௌனம் நிலவியது. (அது அதைவிட நீண்ட மௌனமாகத் தோன்றியது.) இறுதியில் ஓநீல் தனது தலையை லேசாக உயர்த்தி என்னைப் பார்த்தார். நான் முற்றிலும் ஆசுவாசமாக இருந்ததையும் அவர் ஏதேனும் கூறுவதற்காக நான் காத்துக் கொண்டிருந்ததையும் அவரால் பார்க்க முடிந்தது.

நாங்கள் இருவரும் எதிர்பார்ப்புடன் ஒருவரை ஒருவர் பார்த்தோம். (தான் இதுபோன்ற எதையும் ஒருபோதும் பார்த்ததில்லை என்று பிறகு ஜான் என்னிடம் கூறினார். என்ன நடந்து கொண்டிருந்தது என்பதை அவரால் புரிந்து கொள்ள முடியவில்லை.) இறுதியில், ஓநீல் மௌனத்தைக் கலைத்தார். போதிய நேரம் நீங்கள் காத்திருந்தால், அடுத்தவர் எப்போதும் மௌனத்தைக் கலைப்பார் என்பதை நான் கண்டுபிடித்துள்ளேன். வழக்கமாக ஒருசில வார்த்தைகளை மட்டுமே பேசிய ஓநீல், அப்போது தொடர்ந்து அரை மணிநேரம் ஆர்வத்துடன் பேசினார். அவர் எவ்வளவு நேரம் பேசத் தயாராக இருந்தாரோ, அவ்வளவு நேரம் பேசுவதற்கு அவரை நான் ஊக்குவித்தேன்.

அவர் தனது பேச்சை முடித்தபோது, "ஓநீல் அவர்களே, நீங்கள் எனக்குச் சில முக்கியமான தகவல்களைக் கொடுத்திருக்கிறீர்கள். பெரும்பாலான தொழிலதிபர்களைவிட நீங்கள் இவ்விஷயம் குறித்து மிக அதிகமாகச் சிந்தித்திருக்கிறீர்கள் என்பதை என்னால் பார்க்க முடிகிறது. நீங்கள் மிகப் பெரிய ஒரு வெற்றியாளராக இருந்து வந்திருக்கிறீர்கள். இரண்டு வருடங்களாக நீங்கள் தீர்வு காண முயற்சித்து வந்துள்ள ஒரு பிரச்சனைக்கு, இங்கே வந்து ஒருசில நிமிடங்களில் சரியான தீர்வை என்னால் கொடுக்க முடியும் என்று

எண்ணும் அளவுக்கு நான் அகங்காரம் கொண்டவனாக இருக்கப் போவதில்லை. ஆனாலும், இப்பிரச்சனையை முழுமையாக ஆய்வு செய்வதற்கு நான் சிறிது நேரத்தை எடுத்துக் கொள்ள விரும்புகிறேன். உங்களுக்கு உதவக்கூடிய சில யோசனைகளுடன் என்னால் மீண்டும் உங்களை வந்து பார்க்க முடியும் என்று நான் நம்புகிறேன்," என்று நான் கூறினேன்.

துவக்கத்தில் மிகவும் திருப்திகரமற்ற ஒரு சந்திப்பாகத் தோன்றியது, இறுதியில் வெற்றிகரமாக நிறைவுற்றது. ஏன்? ஏனெனில், தனது பிரச்சனைகளைப் பற்றி அவரை நான் பேச வைத்தேன். நான் அவர் பேசியதைக் காதுகொடுத்துக் கேட்டபோது, தனது தேவைகள் பற்றிய மதிப்புவாய்ந்த சில துப்புக்களை அவர் எனக்குக் கொடுத்தார். ஒருசில சாமர்த்தியமான கேள்விகள், அவரது ஒட்டுமொத்தச் சூழ்நிலைக்கான முக்கியப் பிரச்சனையையும் அவர் சாதிக்க விரும்பிய விஷயத்தையும் அவரிடமிருந்து வெளிக்கொணர்வதற்கு எனக்கு உதவின.

பின்வரும் பிரார்த்தனையை ஒவ்வொரு நாள் காலையிலும் கூறுவது நம் எல்லோருக்கும் நன்மை பயக்கும்: "இறைவா, நான் என்ன பேசிக் கொண்டிருக்கிறேன் என்பது எனக்குத் தெரியும்வரை, நான் எனது பெரிய வாய்க்கு ஒரு பூட்டுப் போட்டுக் கொள்வதற்கு எனக்கு உதவு . . . ஆமென்."

பல சமயங்களில், என் எதிரே அமர்ந்திருந்தவர் எனது பேச்சைக் காதுகொடுத்துக் கேட்டுக் கொண்டிருக்கவில்லை என்பதைக் கவனிக்காமல் நான் தொடர்ந்து பேசிக் கொண்டே இருந்தேன். அதற்காக என் முகத்தில் நானே என்னை அறைந்து கொண்டிருக்க முடியும். அப்படிப்பட்ட நேரங்களில் என் மனம் நான் பேசிக் கொண்டிருந்த விஷயத்திலேயே மும்முரமாக லயித்திருந்ததால், அடுத்தவர் எனது பேச்சில் கவனம் செலுத்தவில்லை என்பது என் மண்டைக்குள் ஏறுவதற்கு அதிக நேரம் தேவைப்பட்டது.

பல சமயங்களில் ஒரு நபரின் மனத்தில் பல்வேறு எண்ணங்கள் அணிவகுத்துச் செல்கின்றன. அவர் சிறிதளவு பேசுவதற்கு அவருக்கு நாம் ஒரு வாய்ப்புக் கொடுக்காதவரை, அவர் என்ன சிந்தித்துக் கொண்டிருக்கிறார் என்பதை நம்மால் ஒருபோதும் கண்டுபிடிக்கவே முடியாது.

சந்திப்பின் முதல் பாதியில், அடுத்தவரும் ஓரளவுக்குத் தன் பங்கிற்குப் பேசுவதை உறுதி செய்வது ஒரு நல்ல விதி என்பதை எனது அனுபவத்தின் மூலம் நான் கற்றுக் கொண்டுள்ளேன். அதன் பிறகு நான் பேசும்போது, எனக்குத் தேவையான தகவல்கள் என்னிடம் இருக்கும். அதனால், நான் பேசுவதை அடுத்தவர் அதிகக் கவனத்துடன் காதுகொடுத்துக் கேட்பதற்கான சாத்தியக்கூறு அதிகரிக்கிறது.

நாம் என்ன கூறவிருக்கிறோம் என்பதை நாம் பேசுவதற்கு முன்பே எப்படியோ தெரிந்து கொள்கின்ற யாரோ ஓர் அதிகப்பிரசங்கி நம்மைச் சூழ்ச்சிகரமாகத் தோற்கடிப்பதையோ, தனது புத்திசாலித்தனத்தால் நம்மை வெல்வதையோ, நமக்கு இடையூறு செய்வதையோ, அல்லது நாம் பேசி முடிக்கும் முன்பாகவே இடைமறிப்பதையோ நாம் அனைவருமே வெறுக்கிறோம். நான் எப்படிப்பட்ட நபரைப் பற்றிப் பேசிக் கொண்டிருக்கிறேன் என்பது உங்களுக்குத் தெரிந்திருக்கும் என்று நான் நினைக்கிறேன். அவரது மூளை சிந்திக்கத் துவங்குவதற்கு முன்பே அவரது வாய் பெருங்குரலெடுத்து, நீங்கள் எங்கே தவறு செய்திருக்கிறீர்கள் என்பதையும், ஏன் தவறாகப் புரிந்து கொண்டிருக்கிறீர்கள் என்பதையும் உங்களுக்கு விளக்குகிறது. நீங்கள் உங்களைத் தெளிவுபடுத்திக் கொள்வதற்கு முன்பாகவே அது உங்களைத் திருத்துகிறது. அதற்குள், அவரது தலையில் பலமாக ஓங்கித் தட்டி அவரைத் தனது இடத்தில் வைக்க வேண்டும்போல உங்களுக்குத் தோன்றும்.

அவர் கூறுவது சரியாகவே இருந்தாலும்கூட, அதை ஒப்புக் கொள்ள நீங்கள் விரும்புவதில்லை. அவர் ஒரு விற்பனையாளராக இருந்தால், அந்த சாமர்த்தியமான நபரை உங்கள் அறையிலிருந்து வெளியேற்றுவதற்காக நீங்கள் சில சமயங்களில் பொய்யுரைக்கக்கூடும். ஆனால் அதன் பிறகு, அவர் உங்களிடம் விற்க விரும்பிய அதே பொருளை, அது அதிக விலையிருந்தாலும்கூட, இரண்டு மைல் தூரம் பயணம் செய்து வாங்கி வருவீர்கள்.

பெஞ்சமின் ஃபிராங்க்ளின் இளைஞராக இருந்தபோது, தனக்கு எல்லாம் தெரியும் என்ற அகங்காரத்துடன் இருந்தார். அவர் மற்றவர்களுடன் இருந்தபோது, தானே பெரும்பான்மை நேரம் பேச விரும்பினார். மற்றவர்கள் எங்கே தவறிழைத்தனர் என்பதைச் சுட்டிக்காட்ட அவர் தவறியதே இல்லை. இதனால், அவர் வருவதைக் கண்டாலே மற்றவர்கள் வேறு பக்கமாகத் திரும்பிச் சென்றனர். மன்னிக்கப்பட முடியாத அவரது இந்தத் தவறை அவரது நண்பர் ஒருவர் அவருக்கு அன்பாக எடுத்துரைத்து, பல நிகழ்வுகளை அதற்கு எடுத்துக்காட்டாகக் குறிப்பிட்டு, தான் செய்து கொண்டிருந்தது தவறு என்பதை ஃபிராங்க்ளின் உணரும்படி செய்தார். சுமார் அரை நூற்றாண்டுக்குப் பிறகு, தனது எழுபத்தொன்பதாவது வயதில், தனது புகழ்பெற்ற சுயசரிதையில் ஃபிராங்க்ளின் இவ்வாறு எழுதினார்:

உரையாடல்களில் அறிவானது நாவின் வழியாகப் பெறப்படுவதற்குப் பதிலாகச் செவிகளின் வழியாகப் பெறப்படுகிறது என்பதைக் கருத்தில் கொள்ளும்போது, நான் என்னிடம் உருவாக்கிக்

கொள்வதென்று தீர்மானித்த மதிப்பான பண்புநலன்களில் மௌனத்திற்கு நான் இரண்டாவது இடத்தைக் கொடுத்தேன்.

நீங்கள் எப்படி? அடுத்தவர் கூறுவதை உன்னிப்பாகக் காதுகொடுத்துக் கேட்பதற்குப் பதிலாக, அடுத்து நீங்கள் என்ன கூறப் போகிறீர்கள் என்பது பற்றி நீங்கள் சிந்தித்துக் கொண்டிருப்பதை நீங்கள் எப்போதேனும் கவனித்திருக்கிறீர்களா? ஒரு நபர் பேசுவதை நான் உன்னிப்பாகக் காதுகொடுத்துக் கேட்காமல் இருக்கும்போது, என்னிடம் இருக்கும் தகவல்கள் குழப்பமாக இருப்பதையும், முக்கியமான பிரச்சனையிலிருந்து எனது கவனம் சிதறிவிடுவதையும், அடிக்கடித் தவறான முடிவுகளுக்கு நான் வருவதையும் நான் பார்த்திருக்கிறேன்.

சில சமயங்களில், தாங்கள் கூறுவதைக் காதுகொடுத்துக் கேட்பதற்கு நாம் ஆர்வமாகவும் ஒருமித்தக் கவனத்துடனும் இருப்பதைக் கண்டு புளகாங்கிதம் அடையும் மக்கள், அளவுக்கதிகமாகப் பேசி நமக்குத் தலைவலியை ஏற்படுத்துகின்றனர் என்பது உண்மைதான். எடுத்துக்காட்டாக, எங்களுடைய விற்பனையாளர்களில் ஒருவர், ஜார்ஜ் ஜே. டீஅர்மான்ட் என்பவரைச் சந்திக்க என்னைக் கூட்டிச் சென்றார். ஃபிலடெல்பியா நகரில் மர அலமாரிகள், கட்டில்கள், நாற்காலிகள், மேசைகள் போன்றவற்றை மொத்த விலையில் வியாபாரம் செய்த மிகப் பிரபலமான தொழிலதிபர் ஜார்ஜ் டீஅர்மான்ட். காலை பதினோரு மணிக்கு அவரைச் சந்திப்பதற்கு நாங்கள் முன்னனுமதி பெற்றிருந்தோம். ஆறு மணிநேரம் கழித்து, நானும் எனது சக விற்பனையாளர் ஜானும் அந்த வணிகரின் அலுவலகத்தைவிட்டுக் களைப்புடன் வெளியேறினோம். எங்கள் தலைவலியிலிருந்து விடுபடுவதற்காக நேராக ஒரு காபிக் கடைக்குள் நாங்கள் புகுந்து கொண்டோம். என்னுடைய விற்பனைப் பேச்சுக் குறித்து ஜான் மிகவும் ஏமாற்றமடைந்திருந்தது வெளிப்படையாகத் தெரிந்தது. எனது விற்பனைப் பேச்சு ஐந்து நிமிடங்களே நீடித்தது என்று கூறுவதுகூட மிகைப்படுத்தப்பட்டதாகவே இருக்கும்.

அதே நபருடனான எங்களது இரண்டாவது சந்திப்பை, மதிய உணவிற்குப் பிறகு ஏற்பாடு செய்வதை நாங்கள் உறுதி செய்து கொண்டோம். இந்த ‘உரையாடல்’ மதியம் இரண்டு மணிக்குத் துவங்கியது. அந்த நபரின் கார் ஓட்டுனர் மட்டும் மாலை ஆறு மணிக்கு எங்களை வந்து விடுவித்திருக்காவிட்டால், நாங்கள் இன்னும் அவரது அலுவலகத்தில்தான் இருந்திருப்போம்!

அந்த நபருடன் நாங்கள் நிகழ்த்திய சந்திப்பில், உண்மையான விற்பனைப் பேச்சு மொத்தமாக அரை மணிநேரமே நீடித்தது என்பதையும், தனது வியாபார வாழ்க்கையின் சாகசக் கதையை அவர் கூறியதை ஒன்பது மணிநேரத்திற்கும் மேலாக நாங்கள்

கேட்டுக் கொண்டிருந்தோம் என்பதையும் நாங்கள் பின்னாளில் கணக்கிட்டோம். அவர் தன் கையில் சல்லிக்காசின்றித் துவக்கி, தனது வியாபாரத்தைக் கட்டியெழுப்பி, பணவீழ்ச்சியில் சிக்கித் தவித்து, தனது ஐம்பதாவது வயதில் நரம்புத் தளர்ச்சியால் பாதிக்கப்பட்டு, ஒருவரைத் தனது வியாபாரத்தில் கூட்டாளியாகச் சேர்த்துப் பிறகு அந்தக் கூட்டணி மோசமாகப் போய், இறுதியில், அமெரிக்காவின் கிழக்குப் பகுதியில் ஒரு பெரிய மொத்த விற்பனை நிறுவனத்திற்கான அடித்தளத்தைத் தான் உருவாக்கியதைப் பற்றி அவர் கூறியதைக் கேட்பது உற்சாகமும் உத்வேகமும் ஊட்டுவதாக இருந்தது உண்மைதான். அவர் தனது கதையை முழுமையாகக் கூறுவதைப் பொறுமையாகக் கேட்பதற்குப் பல வருடங்களாக அவருக்கு யாரும் கிடைத்திருக்கவில்லைபோலும் என்று எங்களுக்குத் தோன்றியது. இப்படிப்பட்ட ஒரு வாய்ப்பிற்காக அவர் பசியோடு இருந்திருக்கிறார். தனது பேச்சின்போது அவர் மிகவும் உற்சாகமாகக் காணப்பட்டார். அவ்வப்போது அவரது கண்கள் உணர்ச்சிப்பெருக்கால் நிரம்பி வழிந்தன.

இவரைச் சந்தித்தப் பலர், அவர் கூறுவதைக் காதுகொடுத்துக் கேட்பதற்குப் பதிலாக, இவரிடம் தங்களது விற்பனைப் பேச்சைக் கொடுத்துவிட்டுச் சென்றிருந்தனர் என்பது வெளிப்படையாகத் தெரிந்தது. நாங்கள் வெறுமனே இந்தச் செயல்முறையை மாற்றினோம். அதற்கு எங்களுக்கு ஒரு நல்ல வெகுமதியும் கிடைத்தது. தனது வியாபாரத்தின் பாதுகாப்பிற்காக அவர் தனது ஐம்பது வயது மகனான ஜே. கெய்சர் டீஅர்மான்ட்டின் பெயரில் ஒரு லட்சம் டாலர்கள் மதிப்புக் கொண்ட ஒரு காப்பீட்டை வாங்கினார்.

பிரபல மத போதகரும் நூலாசிரியரும் செய்திக் கட்டுரையாளருமான டாக்டர் ஜோசப் ஃபோர்ட் நியூட்டன் என்னிடம் இவ்வாறு கூறினார்: “சில நாட்களுக்கு முன்பு, ஒரு பெண்மணி எனது மேசைக்கு எதிரே அமர்ந்து வேகவேகமாகப் பேசிக் கொண்டிருந்தார். நான் பேசியதில் ஒரு வார்த்தைகூட அவரது காதில் விழாத அளவுக்கு அவர் செவிடாக இருந்ததுபோலத் தோன்றியது. அப்பெண்மணி கூறிய கதை பரிதாபமானதாகவும் இதயத்தைக் கசக்கிப் பிழிவதாகவும் இருந்தது. அதை அவர் இம்மி பிசகாமல் விலாவாரியாக எடுத்துக்கூறினார். அவர் தன் இதயத்தில் சுமந்து கொண்டிருந்த பாரத்தை என்னிடம் கொட்டினார். அவரது கதையைப்போன்ற ஒரு சோகமாக கதையை அதுவரை நான் கேட்டிருக்கவில்லை.

“இறுதியில் அப்பெண்மணி, ‘நீங்கள் எனக்கு மிகவும் உதவியிருக்கிறீர்கள். என் கதையை நான் யாரிடமாவது சொல்ல வேண்டியிருந்தது. அதை நீங்கள் பொறுமையாகவும் பரிவாகவும் அன்பாகவும் காதுகொடுத்துக் கேட்டீர்கள்,’ என்று கூறினார்.

“ஆனால் நான் அவரிடம் அவ்வளவு அதிகமாகப் பேசியிருக்கவில்லை. நான் கூறியது அவரது காதுகளில் விழுந்திருப்பது சந்தேகம்தான். அவர் தனது தனிமையையும் வருத்தத்தையும் பகிர்ந்து கொண்டார். அது அவரது பாரத்தை இறக்குவதற்கு அவருக்கு உதவியது. அவர் என்னிடமிருந்து விடைபெற்றுச் சென்றபோது, என்னைப் பார்த்து மிக இனிமையான புன்னகை ஒன்றை உதிர்த்துவிட்டுச் சென்றார்.”

உலக அளவில் மிகவும் பரவலாகப் படிக்கப்படுகின்ற செய்திக் கட்டுரைகளை எழுதிய கட்டுரையாளரான டோரத்தி டிக்ஸ் இதை மிகச் சரியாக எழுதியிருந்தார்: “பிரபலமடைவதற்கான சுருக்குவழி, எல்லோருக்கும் உங்கள் நாக்கைக் கொடுப்பதற்குப் பதிலாக, உங்களது காதுகளைக் கொடுப்பதுதான். ஒருவர் தன்னைப் பற்றிய எந்த விஷயங்களைக் கூறுவதற்காகத் தவித்துக் கொண்டிருக்கிறாரோ, அந்த விஷயங்களுடன் ஒப்பிடும்போது, அவரிடம் நீங்கள் கூறும் எந்தவொரு விஷயத்திலும் அவருக்குப் பாதியளவு சுவாரசியம்கூட இருக்காது. நீங்கள் ஓர் அற்புதமான தோழர் என்ற நற்பெயரைப் பெறுவதற்கு நீங்கள் செய்ய வேண்டியதெல்லாம், ‘மிகப் பிரமாதம்! அது பற்றி இன்னும் சிறிது கூறுங்கள்,’ என்று கூறுவதுதான்.”

ஒரு திறமையான உரையாடலாளராக இருப்பது பற்றி இப்போது நான் கவலைப்படுவதே இல்லை. வெறுமனே சிறப்பாகக் காதுகொடுத்துக் கேட்க மட்டுமே நான் முயற்சிக்கிறேன். இவ்வாறு செய்கின்ற மக்கள் தாங்கள் செல்லுமிடமெல்லாம் சிறப்பான வரவேற்பைப் பெறுவதை நான் கவனிக்கிறேன்.

பகுதி இரண்டு - ரத்தினச்சுருக்கமாக

1. அடுத்தவர் எதை விரும்புகிறார் என்பதைக் கண்டுபிடித்து, அவர் அதைப் பெறுவதற்கான சிறந்த வழியைக் கண்டுபிடிக்க அவருக்கு உதவுவதுதான் விற்பனைத்திறத்தின் மிக முக்கியமான ரகசியம்.

2. நீங்கள் உங்கள் இலக்கைக் குறி வைத்துத் தாக்க விரும்பினால், டேல் கார்னகியின் அறிவுரையை நினைவில் கொள்ளுங்கள்: "மனிதர்களை ஏதேனும் ஒரு காரியத்தைச் செய்ய வைக்க வேண்டும் என்றால் பூமியில் அதற்கு ஒரே ஒரு வழிதான் இருக்கிறது. அதைப் பற்றி நீங்கள் எப்போதேனும் யோசித்திருக்கிறீர்களா? ஆம், ஒரே ஒரு வழிதான் இருக்கிறது. ஒரு காரியத்தைச் செய்வதற்கு அடுத்தவரை விருப்பம் கொள்ளச் செய்வதுதான் அந்த வழி. இதைத் தவிர வேறு வழி எதுவுமில்லை என்பதை நினைவில் கொள்ளுங்கள்."

   தனக்கு என்ன விருப்பம் என்பதை ஒரு நபருக்கு நீங்கள் காட்டும்போது, அதைப் பெறுவதற்கு அவர் விண்ணுலகையும் மண்ணுலகையும் நகர்த்துவார்.

3. கேள்விகள் கேட்கும் கலையை உங்களுக்குள் உருவாக்கிக் கொள்ளுங்கள். நேரடியான கருத்துக்களை அல்லது அபிப்பிராயங்களைத் தெரிவிப்பதற்குப் பதிலாகக் கேள்விகளைக் கேட்பது, ஒரு விற்பனையை மேற்கொள்வதற்கு அல்லது மக்களை உங்களது கண்ணோட்டத்தை ஏற்றுக் கொள்ளச் செய்வதற்கான மிகவும் ஆற்றல் வாய்ந்த வழியாகும். தாக்குவதற்குப் பதிலாக விசாரியுங்கள்.

4. முக்கியப் பிரச்சனை எது, மிகவும் பலவீனமான பகுதி எது என்பதைக் கண்டறிந்து, அதை ஒட்டியே உங்கள் உரையாடலைத் தொடருங்கள்.

5. விற்பனையில் மிக முக்கியமான வார்த்தையான 'ஏன்?' என்ற சக்திவாய்ந்த, சிறிய, ஒற்றை வார்த்தைக் கேள்வியை எவ்வாறு பயன்படுத்துவது என்பதைக் கற்றுக் கொள்ளுங்கள். தனது நாற்பதாவது வயதிற்குள் மூன்று முறை தோல்வியைத் தழுவினாலும், பின்னர் உலகளாவிய விதத்தில் தனது வியாபாரத்தை எடுத்துச் சென்ற மில்டன் ஹெர்ஷே, வியாபாரத்தில் இந்த ஒற்றை வார்த்தை மிகவும் முக்கியம் என்று கருதியதால் தன் ஒட்டுமொத்த

வாழ்க்கையை அதற்கு அர்ப்பணித்தார் என்பதை நினைவில் கொள்ளுங்கள்.

6. மறைந்திருக்கின்ற மறுப்பை, அதாவது, உண்மையான காரணத்தைக் கண்டுபிடிப்பதற்கு, பியர்பான்ட் மோர்கன் கூறியதை நினைவில் வைத்திடுங்கள்: "ஒரு விஷயத்தைச் செய்வதற்கு ஒரு மனிதனிடம் பொதுவாக இரண்டு காரணங்கள் இருக்கும் – ஒன்று, கேட்பதற்கு நன்றாக இருக்கின்ற காரணம், இன்னொன்று உண்மையான காரணம்." உண்மையான காரணம் வேறு ஏதோ ஒன்றாக இருப்பதற்கான வாய்ப்பு அதிகம். 'ஏன்?' என்ற கேள்வியையும், 'அதோடு கூடவே, . . .?' என்ற கேள்வியையும் கேளுங்கள். இவற்றை ஒரு வாரம் பயன்படுத்திப் பாருங்கள். மறுப்புகளிலிருந்து மீள்வதில் உங்களுக்குக் கிடைக்கும் விளைவுகளைக் கண்டு நீங்கள் ஆச்சரியப்படுவீர்கள்.

7. விற்பனைத் தொழிலில் மறக்கப்பட்டுவிட்ட மாயாஜாலக் கலையை நினைவில் கொள்ளுங்கள். காதுகொடுத்துக் கேட்பதில் திறம்படைத்தவராக ஆகுங்கள். அடுத்தவர் கூறிக் கொண்டிருக்கும் விஷயத்தில் நீங்கள் உண்மையிலேயே ஆர்வமாக இருப்பதை அவருக்குக் காட்டுங்கள். பெறுவதற்கு எல்லோரும் பெரிதும் ஏங்கித் தவிக்கின்ற, ஆனால் அவர்கள் அரிதாகவே பெறுகின்ற கவனத்தையும் பாராட்டையும் அவர்களுக்குக் கொடுங்கள். விற்பனைத் தொழிலில் மாயாஜாலத்தை நிகழ்த்துவது இதுதான்!

பகுதி

3

மற்றவர்களின் நம்பிக்கையைப் பெறுவதற்கும் அதைத் தக்க வைத்துக் கொள்வதற்குமான ஆறு வழிமுறைகள்

14

நம்பிக்கையை உருவாக்குவது குறித்து நான் கற்றுக் கொண்ட மிகப் பெரிய பாடம்

நான் விற்பனைத் தொழிலைத் துவக்கியபோது, கார்ல் காலிங்ஸ் என்பவரை எனது கண்காணிப்பாளராக நான் பெற்றது நான் செய்த அதிர்ஷ்டம் என்றுதான் கூற வேண்டும். நாற்பது ஆண்டுகளாக அவர் தனது நிறுவனத்தின் முன்னணி விற்பனையாளர்களில் ஒருவராக இருந்தவர்.

மற்றவர்களுக்குத் தன்மீது நம்பிக்கை ஏற்படும்படி செய்கின்ற அவரது அசாத்தியத் திறன்தான் காலிங்ஸின் மிகப் பெரிய சொத்து. அவர் பேசத் துவங்கியவுடனேயே, “இவரை நாம் நம்பலாம். இவருக்குத் தனது தொழில் பற்றித் தெரிந்திருக்கிறது. இவர் நம்பிக்கைக்கு உரியவர்தான்,” என்ற உணர்வு உங்களுக்கு ஏற்படும். நான் அவரை முதன்முதலில் சந்தித்தபோது இதைக் கவனித்தேன். அதற்கான காரணத்தை ஒருநாள் நான் தெரிந்து கொண்டேன்.

வாடிக்கையாளராக ஆகக்கூடிய மிகப் பெரிய சாத்தியம் இருந்த ஒருவர் என்னிடம், “அடுத்த மாதம் முதலாம் நாளுக்குப் பிறகு மீண்டும் என்னை வந்து பாருங்கள். நான் ஏதேனும் வாங்கக்கூடும்,” என்று கூறினார். ஆனால் அவரிடம் திரும்பிச் செல்வதற்கு நான் பயந்தேன். உண்மையில், அந்த நேரத்தில் நான் என் தொழில் குறித்து மிகவும் ஊக்கமிழந்து இருந்ததால், அத்தொழிலைவிட்டு விலகுவதென்று ஒவ்வொரு நாளும் சிந்தித்துக் கொண்டிருந்தேன். எனவே, அந்த நபரைப் பார்ப்பதற்கு என்னுடன் வர முடியுமா என்று காலிங்ஸிடம் நான் கேட்டேன். என்னுடைய ‘தொங்கிப் போன’ முகத்தைப் பார்த்த அவர், “நிச்சயமாக நான் வருகிறேன்,” என்று கூறினார்.

காலிங்ஸ் அந்த நபரிடம் மிகவும் சுலபமாக விற்றார். நான் பெரும் உற்சாகமடைந்தேன். எனக்கு எவ்வளவு கமிஷன் கிடைக்கும் என்று நான் கணக்கிட்டேன். அது 259 டாலர்கள் என்பதை அறிந்தேன். அப்போது நான் கடன்காரர்களுக்கு பயந்து ஒளிந்து கொண்டிருந்தேன். ஆனால் ஒருசில நாட்களுக்குப் பிறகு, ஒரு மோசமான செய்தி எனக்குக் கிடைத்தது. அப்புதிய வாடிக்கையாளரின் உடல்நிலை தொடர்பான ஒரு சிக்கல் காரணமாக, அவருக்கு வழங்கப்பட்டக் காப்பீட்டில், முதலில் ஒப்புக் கொள்ளப்பட்டதிலிருந்து சிறிது மாற்றம் செய்யப்பட்டிருந்தது.

"இது வழக்கமான காப்பீடு அல்ல என்று நாம் அந்த நபரிடம் கூறித்தான் ஆக வேண்டுமா? நீங்களாக அவரிடம் கூறாதவரை அவருக்கு இது பற்றி ஒருபோதும் தெரியப் போவதில்லை, இல்லையா?" என்று நான் காலிங்ஸிடம் மன்றாடினேன்.

"அவருக்குத் தெரியாமல் போகலாம், ஆனால் உங்களுக்கும் எனக்கும் இது நிச்சயமாகத் தெரியும், இல்லையா?" என்று காலிங்ஸ் என்னிடம் அமைதியாகக் கேட்டார்.

அவர் அந்த நபரிடம், "இந்தக் காப்பீடு வழக்கமானதுதான் என்று என்னால் உங்களிடம் கூறியிருக்க முடியும். உங்களுக்கு எந்த வித்தியாசமும் ஒருபோதும் தெரியப் போவதில்லை. ஆனால் இது வழக்கமான காப்பீடு அல்ல," என்று கூறிவிட்டு, அந்த வேறுபாட்டை அந்நபருக்குச் சுட்டிக்காட்டினார். பிறகு, அவர் அந்நபரை முகத்திற்கு நேராகப் பார்த்து, "ஆனாலும், இந்த ஒப்பந்தம் உங்களுக்குத் தேவையான பாதுகாப்பை வழங்கும் என்று நான் நம்புகிறேன். நீங்கள் இது பற்றித் தீவிரமாக யோசிக்க வேண்டும் என்பது என் விருப்பம்," என்று கூறினார்.

அந்நபர் லேசான தயக்கம்கூட இல்லாமல், "நான் அதை வாங்கிக் கொள்கிறேன்," என்று கூறிவிட்டு, மொத்த வருடத்திற்கான கட்டணத் தொகைக்கு ஒரு காசோலையை உடனடியாக எழுதிக் கொடுத்தார்.

மக்கள் ஏன் காலிங்ஸை நம்பினர் என்பதையும், அவர்கள் ஏன் அவர்மீது மனப்பூர்வமான நம்பிக்கை கொண்டனர் என்பதையும் அச்சந்திப்பு எனக்கு வெளிச்சம் போட்டுக் காட்டியது. கார்ல் காலிங்ஸ் எனக்கு எவ்வளவு போதித்திருந்தாலும், அந்தச் சந்திப்பு எனக்கு உதவிய அளவுக்கு அவரது போதனைகள் எனக்கு உதவியிருக்காது. மக்கள் அவர்மீது நம்பிக்கை கொள்வதற்கு அவர் முற்றிலும் தகுதியானவர்தான்! அது அவரது கண்களில் வெளிப்பட்டது.

"அவருக்குத் தெரியாமல் இருக்கலாம், ஆனால் அது எனக்குத் தெரியுமல்லவா?" என்பது காலிங்ஸின் உண்மையான பண்புநலனுக்கான திறவுகோலாக விளங்கியது. அவரது அந்த எளிய வார்த்தைகளுக்குப் பின்னால் இருந்த ஆழமான அர்த்தத்தை

என்னால் ஒருபோதும் மறக்க முடியவில்லை. விஷயங்கள் எப்போதெல்லாம் இருட்டாகத் தோன்றினவோ, அப்போதெல்லாம், பின்வரும் தத்துவ ஞானத்தின்மீதான எனது நம்பிக்கைதான் எனக்குத் துணிச்சலைக் கொடுத்தது. அத்தத்துவம் இதுதான்: அடுத்தவர் அதை நம்புகிறாரா இல்லையா என்பது கேள்வியல்ல. நீங்கள் அதை நம்புகிறீர்களா இல்லையா என்பதுதான் உண்மையான பரிசோதனை!

ஒரு சமயத்தில், பின்வரும் குறிப்பு ஒன்றை என் பாக்கெட்டில் நான் சுமந்து திரிந்தேன். அது என்னில் ஒரு பகுதியாக ஆகும்வரை அதை நான் தொடர்ந்து படித்து வந்தேன்.

> **தான் விற்கும் பொருளைப் பற்றிய உண்மையை வெளிப்படையாகக் கூறும் ஒருவர்தான் எப்போது மிக அறிவார்ந்த, மிகச் சிறந்த விற்பனையாளராக இருக்கிறார். அவர் தனக்கு வாடிக்கையாளராக ஆகக்கூடிய சாத்தியமுள்ள நபரின் முகத்தை நேருக்கு நேராகப் பார்த்துத் தனது கதையைக் கூறுகிறார். அது எப்போதும் பிரமிப்பூட்டுவதாக இருக்கிறது. முதல் முறை அவரால் விற்க முடியாமல் போனாலும், அவர் நம்பிக்கை எனும் தடத்தைத் தனக்குப் பின்னால் விட்டுச் செல்கிறார். உண்மைக்குப் புறம்பான ஒரு விஷயத்தை பற்றி ஒரு விற்பனையாளர் எவ்வளவு புத்திசாலித்தனமாகப் பேசினாலும் ஒரு வாடிக்கையாளரை இரண்டாம் முறை முட்டாளாக்க முடியாது. மிகச் சிறந்த பேச்சாளர் ஒரு விற்பனையைச் செய்து முடிப்பதில்லை. மாறாக, மிக நேர்மையான பேச்சாளர்தான் அதைச் செய்து முடிக்கிறார். "ஒரு விற்பனையாளரின் பார்வையிலும், வார்த்தைகளை அவர் வரிசைப்படுத்தும் விதத்திலும், அவரது உணர்விலும் உள்ள ஏதோ ஒன்று உடனடியாக ஒரு நபருக்கு அவர்மீது நம்பிக்கையையோ அல்லது அவநம்பிக்கையையோ ஏற்படுத்துகிறது . . . முற்றிலும் உண்மையாக இருப்பதுதான் பாதுகாப்பான வழி, அதுதான் சிறந்த வழி." – ஜார்ஜ் மாத்யூ ஆடம்ஸ்**

'சார்டர்டு லைஃப் அன்டர்ரைட்டர்' அமைப்பில் நான் ஓர் உறுப்பினர் இல்லை என்றாலும், அந்த அமைப்பின் கொள்கையை நான் பின்பற்ற முயற்சித்து வந்திருக்கிறேன். அக்கொள்கையைப் பின்பற்றுவதன் மூலம் எந்தவொரு விற்பனையாளராலும் பயனடைய முடியும்: "எனது வாடிக்கையாளர்களுடனான எனது தொடர்புகள் அனைத்திலும், பின்வரும் தொழில்முறைரீதியான நடத்தையைக் கடைபிடித்து நடப்பதற்கு நான் ஒப்புக் கொள்கிறேன்: எனது வாடிக்கையாளர் எந்தச் சூழ்நிலையில் இருந்தாலும், அதை உறுதி செய்து கொள்வதற்கும் புரிந்து கொள்வதற்கும் நான்

என்னால் முடிந்த அனைத்து முயற்சிகளையும் மேற்கொள்வேன். இதே சூழ்நிலையில் நான் இருந்திருந்தால் எத்தகைய சேவையை நான் எனக்குச் செய்திருப்பேனோ, அதே சேவையை அவருக்கு நான் செய்வேன்."

மற்றவர்களை உங்கள்மீது நம்பிக்கை கொள்ள வைப்பதற்கும், அந்த நம்பிக்கையைத் தக்க வைத்துக் கொள்வதற்குமான முதல் விதி இதுதான்:

அடுத்தவரது நம்பிக்கைக்குத் தகுதியுடையவராக ஆகுங்கள்.

15

நம்பிக்கை தொடர்பாக நான் கற்றுக் கொண்ட ஒரு மதிப்புவாய்ந்த உத்தி

ஒருசில வருடங்களுக்கு முன்பு ஒரு சனிக்கிழமை மாலை நேரத்தில், டெக்சாஸ் மாநிலத்திலுள்ள டல்லாஸ் நகருக்கு நான் வந்து சேர்ந்தபோது, நுண்ணுயிரியால் ஏற்பட்ட ஒரு நோய்த்தொற்று எனது தொண்டையைப் பிடித்துக் கொண்டிருந்தது. என்னால் பேச முடியவில்லை. திங்கட்கிழமை இரவிலிருந்து தொடர்ந்து ஐந்து நாட்கள் நான் ஒரு தொடர்ச் சொற்பொழிவாற்ற வேண்டியிருந்தது. இச்சொற்பொழிவுகள் அனைத்தும் முன்கூட்டியே திட்டமிடப்பட்டு ஒழுங்கமைக்கப்பட்டிருந்தன. எனக்குச் சிகிச்சையளிப்பதற்கு ஒரு மருத்துவரை அழைத்து வந்தனர். அவர் எனக்குச் சிகிச்சையளித்தார், ஆனால் அடுத்த நாள் காலையில் என் நிலைமை மேலும் மோசமானது. சொற்பொழிவுகளைக் கொடுப்பது எனக்கு இயலாத காரியமாக இருக்கப் போவதாகத் தோன்றியது.

அடுத்த நாள் இன்னொரு மருத்துவரிடம் நான் அழைத்துச் செல்லப்பட்டேன். அவரது பெயர் டாக்டர் ஓ.எம்.மார்ச்மேன். என்னைப் பரிசோதித்த முதல் மருத்துவர் 'இயலாத காரியம்' என்று கூறிய ஒன்றை இந்த இரண்டாவது மருத்துவர் செய்து காட்டினார். நான் ஒவ்வோர் இரவும் மேடையேறிச் சொற்பொழிவுகளை நிகழ்த்தினேன்.

ஒருநாள் காலையில் அவர் எனக்குச் சிகிச்சையளித்துக் கொண்டிருந்தபோது, என் வீடு எங்கே என்று அவர் கேட்டார். ஃபிலடெல்பியா என்று நான் அவரிடம் கூறியபோது, அவரது கண்கள் பிரகாசமடைந்தன. "அப்படியா? உலகின் மருத்துவ மையமாக விளங்குகின்ற இடத்திலிருந்து நீங்கள் வந்திருக்கிறீர்கள். உங்களது நகரத்தில் நடக்கும் சொற்பொழிவுகளிலும்

கருத்தரங்குகளிலும் கலந்து கொள்வதற்காக ஒவ்வொரு கோடைக்காலத்திலும் ஆறு வாரங்களை நான் செலவிடுகிறேன்," என்று அவர் கூறினார்.

நான் ஆச்சரியமடைந்தேன். தென்மேற்கில் மிகவும் வெற்றிகரமாக மருத்துவத் தொழிலை நடத்தி வரும் இவர், தனது அறுபத்தியாறாவது வயதிலும், தனது துறையில் ஏற்பட்டுள்ள நவீன அறிவியல் வளர்ச்சி பற்றித் தெரிந்து கொள்வதில் தனக்கு இருந்த ஆர்வமிகுதியால் ஒவ்வொரு வருடமும் தனது ஆறுவார கால விடுமுறையைச் சொற்பொழிவுகள் மற்றும் கருத்தரங்குகளில் கலந்து கொள்வதில் செலவிடுகிறார்! இப்படிப்பட்ட ஒருவரை, காது, மூக்கு, மற்றும் தொண்டை மருத்துவத் துறையில் தனிச்சிறப்புமிக்க நிபுணர் என்று மற்றவர்கள் கொண்டாடுவதில் வியப்பேதும் உள்ளதா?

பல வருடங்களுக்கு முன்பு ஜெனரல் மோட்டார்ஸின் கொள்முதல் முகவராக இருந்த ஃபிராங்க் டெய்லர் இவ்வாறு கூறியுள்ளார்: "தனது வியாபாரத்தைப் பற்றிய தகவல்களைத் தனது விரல்நுனியில் வைத்திருக்கின்ற, நான் பயன்படுத்தக்கூடிய எந்தப் பொருள் தன்னிடம் இருக்கிறது என்று துல்லியமாக எடுத்துக்கூற முடிகின்ற, எனது நேரத்தையோ அல்லது தனது நேரத்தையோ வீணாக்காமல் தன் வேலையைச் செய்கின்ற ஒருவருடன் வியாபாரம் செய்வதை நான் விரும்புகிறேன். பயனுள்ள யோசனைகளைக் கொண்டுள்ள, ஒரே அளவு பணத்திற்கு அதிகமான பொருட்களையோ அல்லது அவற்றைவிடச் சிறப்பான பொருட்களையோ எப்படிப் பெறுவது என்பதை எனக்குக் காட்டக்கூடிய ஒருவரை எனக்கு மிகவும் பிடிக்கும். எனது மேலதிகாரிகளுக்குத் திருப்தியளிக்கும் விதத்தில் எனது வேலையை நான் கையாள்வதற்கு அவர் எனக்கு உதவுகிறார். தனது பொருட்கள் குறித்து முற்றிலும் நேர்மையாக இருக்கின்ற, அவற்றின் குறைபாடுகளையும் மதிப்புகளையும் சமமாகப் பார்க்கின்ற ஒரு விற்பனையாளருக்குச் சாதகமாக நடந்து கொள்ள நான் முயற்சிக்கிறேன். அப்படிப்பட்ட நபர் எவருடனும் எனக்கு ஒருபோதும் தவறான புரிதல் ஏற்பட்டதில்லை."

முன்னேறுவதற்கு நான் மிகவும் போராடிக் கொண்டிருந்த காலகட்டங்களில், எங்களுடைய ஃபிலடெல்பியா விற்பனை அலுவலகத்தில் பதினாறு விற்பனையாளர்கள் வேலை செய்து கொண்டிருந்தனர். அவர்களில் இரண்டு பேர், மொத்த விற்பனையில் 70 சதவீத விற்பனையை உருவாக்கிக் கொண்டிருந்தனர். இந்த இரண்டு பேரிடமும் மற்ற விற்பனையாளர்கள் எப்போதும் ஆலோசனை பெற்று வந்ததை நான் கவனித்தேன். அந்த இருவரின் தயாள குணத்தை, மற்ற எவரொருவரையும்விட நான் அதிகமாகப் பயன்படுத்திக் கொண்டேன் என்று நினைக்கிறேன். இறுதியில், இந்த இரண்டு

முன்னணி விற்பனையாளர்களுக்கும், சமீபத்திய விஷயங்கள் உட்பட, தங்களது தொழில் குறித்த அனைத்து விஷயங்களும் நன்றாகத் தெரிந்திருந்ததை நான் உணர்ந்தேன். இது மிகவும் குறிப்பிடத்தக்க விஷயமாக எனக்குத் தோன்றியது. அவர்கள் எங்கிருந்து அனைத்துத் தகவல்களையும் பெற்றனர் என்று நான் ஒருமுறை அவர்களில் ஒருவரிடம் கேட்டேன். "சட்ட விடைகள், விற்பனை யோசனைகள் போன்றவற்றைக் கொடுக்கின்ற சேவைகளை நான் சந்தா செலுத்திப் பெறுகின்றேன். மிகச் சிறந்த பத்திரிகைகளையும் இதழ்களையும் நான் படிக்கிறேன்," என்று அவர் பதிலளித்தார்.

"இவற்றையெல்லாம் படிப்பதற்கும் ஆய்வு செய்வதற்கும் உங்களுக்கு எங்கிருந்து நேரம் கிடைக்கிறது?" என்று நான் கேட்டேன்.

"நான் அதற்கு நேரத்தை ஒதுக்கிக் கொள்கிறேன்," என்று அவர் பதிலளித்தார்.

அது என்னைக் குற்றவுணர்வு கொள்ளச் செய்தது. "அவரால் நேரத்தை ஒதுக்கிக் கொள்ள முடிந்தால், என்னாலும் அது முடியும். அவரது நேரம் என்னுடைய நேரத்தைவிடப் பத்து மடங்கு அதிக மதிப்புவாய்ந்தது," என்று நான் யோசித்தேன். எனவே, அவர் பரிந்துரைத்தப் பயிற்சி வகுப்பு ஒன்றில் சந்தா செலுத்திச் சேர்ந்தேன். விரைவில் ஒரு நல்ல விற்பனையை நான் செய்து முடித்தேன். பணம் செலுத்தி நான் அந்தப் பயிற்சியில் கலந்து கொண்டிராவிட்டால், அந்த விற்பனைக்கான வாய்ப்பைக்கூட நான் ஒருபோதும் பார்த்திருக்க மாட்டேன். எனவே, என்னால் இந்த விற்பனையைச் செய்ய முடிந்தது இயல்பாக எனக்கு உற்சாகத்தைக் கொடுத்தது. எனது அலுவலகத்தில் இருந்த இன்னொருவரிடமும் இது பற்றி நான் கூறினேன். அந்தப் பயிற்சி வகுப்பில் கலந்து கொள்ளுமாறு நான் அவரை வலியுறுத்தினேன். ஆனால் அவர், "அது எனக்கு இப்போது கட்டுப்படியாகாது," என்று கூறினார்.

அடுத்த நாள், ஒரு நாற்சந்தியில் பிராட் தெருவை நான் கடந்து கொண்டிருந்தபோது, அழகான, அதிவேகக் கார் ஒன்று என்னைக் கிட்டத்தட்ட இடித்துக் கீழே தள்ளியது. நான் ஏறிட்டுப் பார்த்தபோது, அந்தக் காருக்குச் சொந்தக்காரரை நான் அடையாளம் கண்டுகொண்டேன். 48 டாலர்கள் கட்டணத் தொகை கொண்ட பயிற்சிச் சேவை தனக்குக் கட்டுப்படியாகாது என்று முந்தைய நாள் என்னிடம் கூறிய எனது சக விற்பனையாளர்தான் அவர். பின்னாளில் அவருக்கு அந்தக் காரும் கட்டுப்படியாகாமல் போய்விட்டது என்பது தனிக்கதை!

நான் நாடு முழுவதும் பயணம் செய்து, பல விற்பனைச் சந்திப்புகளிலும் கருத்தரங்குகளிலும் கலந்து கொண்டிருக்கிறேன். அந்தச் சந்திப்புகளில், தங்களது தொழிலைப் பற்றி நன்றாகத்

தெரிந்து வைத்திருப்பவர்களே தலைவர்களாக இருப்பதை நான் எப்போதுமே கவனித்துள்ளேன்.

சிறிது காலத்திற்கு முன்பு, 'பிட்சிங் ஹார்ஸ்ஷூஸ்' என்ற தனது செய்திக் கட்டுரையில், பில்லி ரோஸ் இவ்வாறு கூறியிருந்தார்: "நிபுணர்களின் காலம் இது. வசீகரமும் நல்ல இங்கிதங்களும் வாரத்திற்கு முப்பது டாலர்கள் மதிப்புவாய்ந்தவையாக உள்ளன. அதன் பிறகு ஒருவருக்குக் கிடைக்கக்கூடிய சம்பாத்தியம் அவர் தனது துறையில் எவ்வளவு தூரம் நிபுணத்துவம் பெற்றிருக்கிறார் என்பதன் நேர் விகிதத்தில் உள்ளது."

நாம் எவ்வளவு காலம் தொடர்ந்து படிக்கவும் ஆய்வு செய்யவும் வேண்டும்? டல்லாஸ் நகரைச் சேர்ந்த டாக்டர் மார்ச்மேன் தனது அறுபத்தியாறாவது வயதிலும் தொடர்ந்து கற்றுக் கொண்டிருக்கிறார். படிப்பதையும் கற்றுக் கொள்வதையும் நிறுத்துவதற்கு எந்த நேரமும் உகந்த நேரமல்ல என்பதில் அவர் உறுதியாக இருக்கிறார். ஹென்றி ஃபோர்டு இவ்வாறு கூறியுள்ளார்: "கற்பதை நிறுத்தும் எவரொருவருக்கும் வயதாகிவிட்டது என்று அர்த்தம், அவரது வயது இருபதாக இருந்தாலும் சரி அல்லது எண்பதாக இருந்தாலும் சரி. தொடர்ந்து கற்றுக் கொள்ளும் ஒருவர் இளமையாக இருக்கிறார். உங்கள் மனத்தை இளமையாக வைத்திருப்பதுதான் வாழ்வில் உள்ள முக்கியமான விஷயம்."

எனவே உங்களுக்கு உங்கள்மீதே நம்பிக்கை ஏற்பட வேண்டும் என்றால், மற்றவர்கள் உங்கள்மீது நம்பிக்கை கொள்ள வேண்டும் என்று நீங்கள் விரும்பினால், அந்த நம்பிக்கை தொடர்ந்து நீடிக்க வேண்டும் என்ற ஆசை உங்களுக்கு இருந்தால், பின்வரும் விதியைக் கடைபிடியுங்கள்:

உங்கள் தொழிலைப் பற்றிய தகவல்களை நன்றாகத் தெரிந்து வைத்துக் கொள்ளுங்கள். உங்கள் தொழிலைப் பற்றிய தகவல்களைத் தெரிந்து கொள்வதில் தொடர்ந்து ஈடுபடுங்கள்.

16

அடுத்தவரின் நம்பிக்கையைப் பெறுவதற்கான விரைவான வழி

மற்றவர்களின் நம்பிக்கையைப் பெறுவதற்கு நான் கண்டறிந்துள்ள மிக விரைவான வழியை ஓர் உண்மையான விற்பனைச் சந்திப்பின் மூலமாக நான் உங்களுக்கு விளக்க விரும்புகிறேன். நியூஜெர்ஸி மாநிலத்தின் கேம்டன் நகரில் அமைந்துள்ள பெரிய உர உற்பத்தி நிறுவனமான ஐ.பி.தாமஸ் நிறுவனத்தின் பொருளாளரான ஏ. கான்ராட் ஜோன்ஸை அவரது அலுவலகத்தில் நான் சந்தித்தேன். ஜோன்ஸுக்கு என்னைத் தெரிந்திருக்கவில்லை. எனது நிறுவனத்தைப் பற்றியும் அவருக்கு எதுவும் தெரிந்திருக்கவில்லை என்பதை நான் விரைவிலேயே கண்டுகொண்டேன்.

எங்கள் சந்திப்பின்போது என்ன நிகழ்ந்தது என்பதைக் கவனியுங்கள்:

நான்: ஜோன்ஸ் அவர்களே, நீங்கள் எந்தெந்த நிறுவனங்களில் காப்பீடுகள் வாங்கியிருக்கிறீர்கள்?

ஜோன்ஸ்: நியூயார்க் லைஃப், மெட்ரோபாலிட்டன், மற்றும் புராவிடன்ட் காப்பீட்டு நிறுவனங்கள்.

நான்: நீங்கள் மிகச் சிறந்த நிறுவனங்களைத்தான் தேர்ந்தெடுத்திருக்கிறீர்கள்!

ஜோன்ஸ் (வெளிப்படையான மகிழ்ச்சியுடன்): நீங்கள் உண்மையிலேயே அப்படி நினைக்கிறீர்களா?

நான்: இவற்றைவிடச் சிறப்பான நிறுவனங்கள் உலகில் வேறு எதுவும் இல்லை!

(பிறகு அந்த நிறுவனங்களைப் பற்றிய சில தகவல்களையும், அந்நிறுவனங்களை மாபெரும் நிறுவனங்களாக நிலைப்படுத்திய சில விஷயங்களையும் நான் அவரிடம் கூறினேன். எடுத்துக்காட்டாக, மெட்ரோபாலிட்டன் நிறுவனம்தான் உலகிலேயே மிகப் பெரிய பெருநிறுவனம் என்றும், அந்நிறுவனம் சில சமூகங்களில், பெண்கள் மற்றும் குழந்தைகள் உட்பட அனைவருக்கும் காப்பீடுகளை வழங்கியுள்ளது என்றும் நான் அவரிடம் தெரிவித்தேன்.)

நான் கூறிய தகவல்களைக் கேட்டு அவர் சலித்துக் கொண்டாரா? இல்லை! அவர் எந்த நிறுவனங்களில் காப்பீடுகளை வாங்கியிருந்தாரோ, அவற்றைப் பற்றிய சில சிறப்பான விஷயங்களை நான் கூறியபோது அவர் ஆர்வமாகக் காதுகொடுத்துக் கேட்டார். அதற்கு முன்பு ஒருபோதும் அவர் அவ்விஷயங்களைக் கேள்விப்பட்டிருக்கவில்லை என்பது வெளிப்படையாகத் தெரிந்தது. தனது புத்திசாலித்தனத்தைப் பயன்படுத்தி, தலைசிறந்த நிறுவனங்களில் தான் தனது பணத்தை முதலீடு செய்திருந்தது குறித்து அவர் பெருமிதமாக உணர்ந்ததை என்னால் பார்க்க முடிந்தது.

என்னுடைய போட்டி நிறுவனங்களைப் பற்றிய இந்த உண்மையான பாராட்டு என்னை பாதித்ததா? என்ன நிகழ்ந்தது என்று தெரிந்து கொள்வதற்குத் தொடர்ந்து படியுங்கள்.

அந்நிறுவனங்கள் குறித்துச் சுருக்கமான, ஆனால் நல்ல விஷயங்களை நான் அவரிடம் குறிப்பிட்டுவிட்டு, இறுதியில், "ஜோன்ஸ் அவர்களே, ஃபிலடெல்பியாவில்கூட மூன்று தலைசிறந்த நிறுவனங்கள் இருக்கின்றன. புராவிடன்ட், ஃபிடெலிட்டி, பென் முயூச்சுவல் ஆகியவைதான் அவை. அமெரிக்காவின் மாபெரும் நிறுவனங்களின் மத்தியில் இவையும் நிலை கொண்டிருக்கின்றன," என்று கூறினேன்.

எனது போட்டியாளர்கள் பற்றிய எனது அறிவைக் கண்டு அவர் பிரமித்தார். அவர்களை நான் மனமுவந்து பாராட்டியதைக் கண்டு அவர் வியந்தார். அவருக்கு ஏற்கனவே பரிச்சயமான பிற நிறுவனங்களுக்குச் சமமாக நான் எனது சொந்த நிறுவனத்தைக் குறிப்பிட்டபோது, என்னுடைய தகவல்கள் துல்லியமானவை என்பதை ஏற்றுக் கொள்ள அவர் தயாராக இருந்தார்.

அடுத்து நிகழ்ந்தது இதுதான்: தனிப்பட்ட முறையில் தனது பெயரில் கான்ராட் ஜோன்ஸ் என்னிடம் ஓர் ஆயுட்காப்பீட்டை வாங்கினார். ஒருசில மாதங்களுக்குள், தனது நான்கு உயரதிகாரிகளின் பெயர்களில் நான்கு ஆயுட்காப்பீடுகளை அவரது நிறுவனம் வாங்கியது. இவை அனைத்தும் பெரும் தொகைக்கான காப்பீடுகள். அந்நிறுவனத்தின் தலைவரான ஹென்றி ஆர். லிப்பின்காட் , ஃபிடெலிட்டி நிறுவனம் பற்றி என்னிடம்

கேட்டபோது (அவர் அந்நிறுவனத்தில்தான் காப்பீடுகளை வாங்கவிருந்தார்), ஜோன்ஸ் குறுக்கிட்டு, 'ஃபிலடெல்பியாவின் மூன்று தலைசிறந்த நிறுவனங்கள்' பற்றிப் பல மாதங்களுக்கு முன் நான் அவரிடம் எடுத்துக்கூறிய அனைத்து விஷயங்களையும் இம்மி பிசகாமல் வார்த்தைக்கு வார்த்தை அப்படியே திருப்பிக் கூறினார்.

ஐ.பி.தாமஸ் நிறுவனத்தில் நான் காப்பீடுகளை விற்றதற்கு என்னுடைய போட்டியாளர்களை நான் புகழ்ந்தது காரணமல்ல. ஆனால், நான் முதல் தளத்தை எட்டுவதற்கு அது எனக்கு உதவியது. பிறகு, அங்கிருந்து முன்னேறிச் சென்று அந்த விற்பனையைச் செய்து முடிப்பதற்குச் சாதகமான நிலையில் அது என்னைக் கொண்டுபோய் நிறுத்தியது. அதிர்ஷ்டமும் என்னுடன் இருந்ததால், என்னால் அவர்களிடம் இவ்வளவு பெரிய விற்பனையைச் செய்ய முடிந்தது.

போட்டியாளர்களைப் புகழ்வது, கடந்த இருபத்தைந்து ஆண்டுகளாக, வெற்றிகரமாக விற்பனை செய்வதற்கான ஒரு மகிழ்ச்சியான மற்றும் லாபகரமான வழியாக எனக்கு இருந்து வந்துள்ளது. நம் வாழ்நாள் நெடுகிலும், சமூகரீதியாகவும் வியாபாரரீதியாகவும் அன்றாடம் நாம் சந்திக்கின்ற நபர்களின் நம்பிக்கையைப் பெறுவதற்குத்தான் நாம் அனைவரும் முயற்சித்துக் கொண்டிருக்கிறோம், இல்லையா? மற்றவர்களுடைய நம்பிக்கையைப் பெறுவதற்கும், அதைத் தக்க வைத்துக் கொள்வதற்கும் நான் கண்டறிந்துள்ள மிக விரைவான வழி, உலகின் மாபெரும் சாணக்கியர்களில் ஒருவரான பெஞ்சமின் ஃபிராங்க்ளின் கூறிய ஒரு விதியைச் செயல்படுத்துவதுதான்: "நான் எந்தவொரு நபரைப் பற்றியும் இழிவாகப் பேச மாட்டேன். எல்லோரைப் பற்றியும் எனக்குத் தெரிந்துள்ள நல்ல விஷயங்களைப் பற்றி மட்டுமே நான் பேசுவேன்."

ஆக, மூன்றாவது விதி இதுதான்:

உங்களுடைய போட்டியாளர்களைப் பாராட்டுங்கள்

17

விற்பனையில் தோற்பதற்கான உறுதியான வழி

ஃபிலடெல்பியா நகரில் ஜெர்மன்டவுன் பகுதியில் அமைந்துள்ள 'ஹாரிசன், பெர்ட்ஸ், & எம்லென்' நிறுவனத்தின் தலைவரான ஆர்தர் சி. எம்லெனுடன் இறுதியாக ஒரு சந்திப்பை நிகழ்த்துவதற்கு எனக்கு ஒரு வாய்ப்புக் கொடுக்கப்பட்டது. கட்டிடங்களுக்கு வெளியே இருக்கின்ற புறப்பகுதிகளை இயற்கை எழில் கொஞ்சும் விதத்தில் அழகாக வடிவமைக்கின்ற கலைஞர்களையும் பொறியியலாளர்களையும் கொண்ட ஒரு பிரபல நிறுவனம் அது. அவர்களுக்கு விதவிதமான பல தொழில்களும் இருந்தன. அவர்கள் மற்றவர்களுக்குக் கடும் போட்டியாக இருந்தனர். எம்லென் தனது நிறுவனத்தின் மற்ற நான்கு பங்குதாரர்களையும் தனது அறைக்கு வரவழைத்தார். நாங்கள் அனைவரும் அமர்ந்தபோது, நான் அங்கிருந்து வெளியேற்றப்படவிருந்தேன் என்ற உணர்வு எனக்கு ஏற்பட்டது. நான் நினைத்தது சரியாக இருந்தது!

அந்தச் சந்திப்பு இவ்வாறு அமைந்தது:

எம்லென்: பெட்ஜர், உங்களிடம் கூறுவதற்கு நல்ல செய்தி எதுவும் என்னிடம் இல்லை. இந்த விஷயம் குறித்து நாங்கள் மிகவும் கவனமாக ஆய்வு செய்துள்ளோம். இந்தப் பரிவர்த்தனையை இன்னொரு தரகர் மூலமாகச் செய்வதென்று நாங்கள் முடிவு செய்திருக்கிறோம்.

நான்: அதற்கான காரணம் என்னவென்று நான் தெரிந்து கொள்ளலாமா?

எம்லென்: நீங்கள் எங்களிடம் சமர்ப்பித்த அதே முன்மொழிவைத்தான் அவரும் எங்களுக்குக் கொடுத்தார்,

ஆனால் அவரது விலை உங்களது விலையைவிடக் குறைவாக உள்ளது.

நான்: அவர் எனது முன்மொழிவைப் பார்த்தாரா?

எம்லென்: ம்ம்ம் . . . ஆமாம். நீங்கள் கொடுத்த அதே காப்பீட்டுத் திட்டத்தை நாங்கள் பெற விரும்பியதால் உங்களுடையதை நாங்கள் அவருக்குக் காட்டினோம்.

நான்: நீங்கள் அவருக்குக் கொடுத்த அதே அனுகூலத்தை ஏன் எனக்கும் கொடுக்கக்கூடாது? இதில் நீங்கள் இழப்பதற்கு ஏதுமில்லையே.

எம்லென் (தனது கூட்டாளிகளைப் பார்த்து): நீங்கள் நால்வரும் என்ன நினைக்கிறீர்கள்?

பெர்ட்ஸ்: எனக்கு ஆட்சேபனை இல்லை. இதில் நமக்கு எந்த இழப்புமில்லை.

(அந்த மற்றொரு தரகரின் முன்மொழிவை எம்லென் என்னிடம் கொடுத்தார். நான் அதைப் பார்த்தவுடனேயே, அதில் ஏதோ தவறு இருந்ததை அறிந்தேன். அது மிகைப்படுத்தப்பட்டு இருந்ததோடு மட்டுமன்றி, தவறாகவும் விவரிக்கப்பட்டு இருந்தது.)

நான்: உங்களுடைய தொலைபேசியை நான் பயன்படுத்திக் கொள்ளலாமா?

எம்லென் (சற்று ஆச்சரியத்துடன்): பயன்படுத்திக் கொள்ளுங்கள்.

நான்: எம்லென் அவர்களே, உங்களுடைய தனிப்பட்டத் தொலைபேசி இணைப்பில் இந்தத் தொலைபேசி உரையாடலை தயவு செய்து உங்களால் கேட்க முடியுமா?

எம்லென்: நிச்சயமாக.

(அந்தத் தரகர் எந்த நிறுவனத்தின் முன்மொழிவைக் கொடுத்திருந்தாரோ, அந்த நிறுவனத்தின் உள்ளூர் மேலதிகாரியைத் தொலைபேசியில் நான் தொடர்பு கொண்டேன்.)

நான்: வணக்கம், கில்! நான் ஃபிராங்க் பெட்ஜர் பேசுகிறேன். உங்களிடமிருந்து சிலவற்றுக்கான கட்டணத் தொகைகள் எனக்குத் தேவைப்படுகிறது. விலைப் புத்தகம் உங்கள் கைவசம் இருக்கிறதா?

கில்: ஆமாம். நீங்கள் என்ன தெரிந்து கொள்ள விரும்புகிறீர்கள்?

நான்: 'திருத்தப்பட்ட ஆயுட்காப்பீட்டுத் திட்டம்' என்ற உங்களுடைய திட்டத்தின்கீழ் நாற்பத்து ஆறு வயதிற்கான விபரங்களைப் பாருங்கள். அதற்கு என்ன கட்டணம் நிர்ணயிக்கப்பட்டுள்ளது?

(கில் அதற்கான கட்டணத்தைக் குறிப்பிட்டார். என் கையில் இருந்த முன்மொழிவில் குறிப்பிடப்பட்டிருந்த கட்டணம் அவர் கூறியதுடன் அப்படியே ஒத்துப் போனது. எம்லெனின் வயது நாற்பத்து ஆறு.)

நான்: முதல் லாபப் பங்கு எவ்வளவு?

(கில் அதை அந்த விலைப் புத்தகத்திலிருந்து படித்தார். அதுவும் என் கையில் இருந்த முன்மொழிவில் குறிப்பிடப்பட்டிருந்த தொகையுடன் ஒத்திருந்தது.)

நான்: கில், முதல் இருபத்தாறு வருடங்களுக்கான லாபப் பங்கு எவ்வளவு இருக்கும் என்று உங்களால் கூற முடியுமா?

கில்: பெட்ஜர், என்னால் அதைச் செய்ய முடியாது. இரண்டு லாபப் பங்குகளை மட்டுமே எங்களால் குறிப்பிட முடியும்.

நான்: ஏன்?

கில்: இது ஒரு புதிய காப்பீடு. இதில் வருங்கால அனுபவம் எப்படி இருக்கும் என்று எங்கள் நிறுவனத்திற்குத் தெரியாது.

நான்: உங்களால் அதைக் கணித்துக் கூற முடியுமா?

கில்: பெட்ஜர், அது முடியாது. எதிர்காலச் சூழ்நிலைகளை நம்மால் துல்லியமாகக் கணித்துக் கூற முடியாது. எனவே, எதிர்கால லாபப் பங்குகளைக் கணிப்பதற்குச் சட்டம் அனுமதிப்பதில்லை.

(என் கையில் இருந்த முன்மொழிவில், அடுத்த இருபத்தாறு ஆண்டுகளுக்கான லாபப் பங்கு மிகவும் தாராளமாகக் கணிக்கப்பட்டிருந்தது.)

நான்: கில், உங்கள் உதவிக்கு நன்றி. விரைவில் உங்களுக்கு இன்னும் அதிக வியாபாரம் கிடைக்கச் செய்வேன் என்று நான் நம்புகிறேன்.

அந்த ஒட்டுமொத்த உரையாடலையும் எம்லென் கேட்டிருந்தார். நான் தொலைபேசியில் பேசி முடித்தப் பிறகு, ஒரு சிறு அமைதி நிலவியது. நான் எம்லெனைப் பார்த்தபடி அமைதியாக அமர்ந்திருந்தேன். அவர் தன் கண்களை உயர்த்தி என்னை நேராகப் பார்த்து, பிறகு தனது கூட்டாளிகளையும் பார்த்துவிட்டு, "நீங்கள் என்ன கூறுகிறீர்கள்?" என்று கேட்டார்.

எந்தக் கேள்வியும் இன்றி அவர்கள் என்னிடமிருந்து காப்பீட்டை வாங்கினர். என்னுடைய போட்டியாளர் மட்டும் உண்மையைக் கூறியிருந்தால், இந்த வியாபாரம் அவருக்குக் கிடைத்திருக்கும் என்று நான் நம்புகிறேன். அவர் அந்த விற்பனையை மட்டுமன்றி, எதிர்காலத்தில் அந்நிறுவனத்துடன் வியாபாரம் செய்வதற்கான அனைத்து வாய்ப்புகளையும் இழந்துவிட்டிருந்தார். அதோடு, தனது சுயமதிப்பையும் அவர் இழந்தார்.

இது எனக்கு எப்படித் தெரியும் என்று கேட்கிறீர்களா? ஏனெனில், பல வருடங்களுக்கு முன்பு, இதே போன்ற சூழல்களில் நானும் பலமுறை தோற்றுப் போயிருக்கிறேன். அப்போது நான் தவறான பக்கத்தில் இருந்தேன். நான் என்னுடைய நண்பர் ஒருவருடன் போட்டியில் ஈடுபட்டேன். நான் வெறுமனே உண்மைத் தகவல்களைக் கொடுத்திருந்தால், அந்த ஆர்டர் எனக்குக் கிடைத்திருக்கும். குறைந்தபட்சம், அதில் பாதியாவது எனக்குக் கிடைத்திருக்கும். ஏனெனில், எந்த நிறுவனத்திடம் நான் காப்பீட்டை விற்க முயற்சித்துக் கொண்டிருந்தேனோ, அதன் தலைவர் அந்த விற்பனையை எனக்குக் கொடுக்க விரும்பினார். அந்த நேரத்தில் அது எனக்கு மிகவும் மதிப்புவாய்ந்ததாக இருந்தது. ஆனால் எனக்கு சபலம் அதிகமாக இருந்ததால், நான் விற்றுக் கொண்டிருந்த காப்பீட்டின் சாத்தியக்கூறுகளை நான் மிகைப்படுத்தினேன். தகவல்களை நான் உண்மையிலேயே திரித்துக் கூறினேன். யாரோ ஒருவருக்கு இதில் சந்தேகம் எழுந்ததால், எனது நிறுவனத்தை அழைத்துத் தனது சந்தேகத்தை அவர் தெளிவுபடுத்திக் கொண்டார். நான் அந்த வியாபாரத்தை இழந்தேன். எனது நண்பர் என்மீது வைத்திருந்த நம்பிக்கையையும் மதிப்பையும் இழந்தேன். என்னுடைய போட்டியாளரின் மதிப்பையும் இழந்தேன். இதில் மிக மோசமான விஷயம் என்னவென்றால், நான் என் சுயமதிப்பையும் இழந்தேன் என்பதுதான்.

அது ஒரு கசப்பான அனுபவம். என்னுடைய தவறு என்னை அதிர்ச்சிக்கு உள்ளாக்கியதில், அன்று இரவு முழுவதும் அதைப் பற்றியே நினைத்துக் கொண்டிருந்தேன். அந்தச் சம்பவத்தில் எனக்கு ஏற்பட்ட அவமானத்திலிருந்து விடுபடுவதற்கு எனக்குப் பல ஆண்டுகள் ஆனது. ஆனால் அந்த வியாபாரத்தை நான் இழந்தது குறித்து எனக்கு மகிழ்ச்சிதான். ஏனெனில், கார்ல் காலிங்ஸின் தத்துவத்தை அது எனக்குக் கற்றுக் கொடுத்தது: “ஆனால், அது உண்மையில்லை என்று எனக்குத் தெரியுமே?” எனக்குத் தகுதியில்லாத ஒன்றை இனி நான் ஒருபோதும் விரும்பப் போவதில்லை என்று அன்று நான் என் மனத்தில் உறுதி பூண்டேன். ஏனெனில், அதற்குக் கொடுக்கப்பட வேண்டிய விலை மிக அதிகமாக இருந்தது.

18

உங்களுடைய சாட்சிக்காரர்களை உடனழைத்து வாருங்கள்

நீதிமன்றத்தில் ஒரு வழக்கில் வாதாடுகின்ற ஒரு வழக்கறிஞர் செய்கின்ற மிக முக்கியமான விஷயம் தனது சாட்சிகளைக் கொண்டு வருவதுதான் என்று நான் கேள்விப்பட்டிருக்கிறேன். ஒரு வழக்கறிஞர் பாரபட்சமான கண்ணோட்டங்களைக் கொண்டிருப்பார் என்று நீதிபதியும் நீதிக் குழுவினரும் கருதுவதால், அவர் கூறுகின்ற சில விஷயங்களை இவர்கள் கண்டுகொள்ளாமல் இருந்துவிடக்கூடும். ஆனால் ஒரு நம்பகமான சாட்சிக்காரர் கூறுகின்ற ஒரு நல்ல சாட்சியம், அந்த வழக்கறிஞர் கட்டியெழுப்புகின்ற வாதத்தின்மீது நீதிமன்றத்திற்கு நம்பிக்கையை ஏற்படுத்துவதில் மிகவும் சக்திவாய்ந்த ஒரு தாக்கத்தை ஏற்படுத்துகிறது.

விற்பனைத் தொழிலில் சாட்சிக்காரர்கள் எவ்வாறு உதவுகின்றனர் என்று நாம் பார்க்கலாம்.

பல வருடங்களாக, நான் ஒரு காப்பீட்டை விற்று முடித்த ஒவ்வொரு முறையும், அதை என்னிடமிருந்து வாங்கியவரின் கையொப்பத்தை எங்களுடைய நிறுவனத்தின் அச்சிடப்பட்ட 'ஏற்பு ரசீதில்' நான் பெற்றுக் கொள்வேன். இந்த ரசீதுகளைப் பிரதியெடுத்து ஒரு புத்தகத்தில் நான் ஒட்டி வைத்துக் கொண்டேன். எனக்குப் பரிச்சயமில்லாதவர்களுக்கு என்மீது நம்பிக்கையை உருவாக்குவதில் இந்த ரசீதுகள் ஒரு சக்திவாய்ந்த தாக்கத்தை ஏற்படுத்துவதை நான் கண்டிருக்கிறேன். எனது விற்பனை 'நிறைவு பெறும்' தருவாயில் இருக்கும்போது, நான் வழக்கமாக இது போன்ற எதையேனும் கூறுவேன்: "ஆலன் அவர்களே, நான் பாரபட்சமான கண்ணோட்டத்தைக் கொண்டவனாக இருப்பது இயல்புதான்.

இத்திட்டத்தைப் பற்றி நான் கூறும் விஷயங்கள் எனக்குச் சாதகமாக இருப்பதற்கான வாய்ப்பு அதிகமாக உள்ளது. எனவே, இத்திட்டத்தை மற்றவர்களுக்கு விற்பதில் எந்த ஆர்வமும் இல்லாத ஒருவரிடம் நீங்கள் இது பற்றிப் பேசிப் பார்க்க வேண்டும் என்று நான் விரும்புகிறேன். உங்களுடைய தொலைபேசியை ஒரு நிமிடம் நான் பயன்படுத்திக் கொள்ளலாமா?" பிறகு என்னுடைய 'சாட்சிகளில்' ஒருவரை நான் தொலைபேசியில் அழைப்பேன். அந்த சாட்சி, நான் சந்தித்துக் கொண்டிருக்கும் நபர் எனது 'ஏற்பு ரசீதுகள்' புத்தகத்தில் உள்ள கையொப்பங்களைப் பார்க்கும்போது அடையாளம் கண்டுகொள்கின்ற யாரேனும் ஒருவராக இருப்பார். சில சமயங்களில் அவர் அவரது ஓர் அண்டைவீட்டுக்காரராகவோ அல்லது நண்பராகவோ இருப்பார். வேறு சில சமயங்களில், அவர் வெளியூரைச் சேர்ந்த ஒருவராக இருப்பார். தொலைதூரத் தொலைபேசி அழைப்புகள் மிகவும் பலனளிப்பதை நான் கண்டுகொண்டிருக்கிறேன். (ஒரு விஷயத்தை நினைவில் வைத்திடுங்கள்: நான் இந்தத் தொலைபேசி அழைப்பை நான் சந்தித்துக் கொண்டிருக்கும் நபரின் தொலைபேசியில் இருந்து விடுக்கிறேன். ஆனால் நான் பேசி முடித்தப் பிறகு, அதற்கான கட்டணம் எவ்வளவு என்று ஆப்பரேட்டரிடம் கேட்டு, அதை உடனடியாகச் செலுத்திவிடுகிறேன்.)

நான் இதை முதன்முதலில் முயற்சித்துப் பார்த்தபோது, நான் சந்தித்துப் பேசிக் கொண்டிருக்கும் நபர் என்னைத் தடுப்பாரோ என்று பயந்தேன், யாரும் இதுவரை என்னைத் தடுத்ததில்லை. உண்மையைச் சொல்லப் போனால், எனது 'சாட்சிக்காரரோடு' பேசுவதற்கு அவர்கள் மகிழ்ச்சியாக இருந்தனர். சில சமயங்களில் அந்த சாட்சிக்காரர் அவரது பழைய நண்பராக இருப்பார். எனவே அவர்களுடைய உரையாடல் பல திசைகளில் பயணிக்கும். அவர்கள் தங்களது மலரும் நினைவுகளைப் பகிர்ந்து கொள்வர். முதலில் எதற்காகத் தொலைபேசி அழைப்பு விடுக்கப்பட்டதோ, அந்தக் காரணத்தை மறந்துவிட்டு அவர்கள் மற்ற எல்லாவற்றைப் பற்றியும் பேசிக் கொண்டிருப்பர்.

இந்த யோசனை தற்செயலாகத்தான் எனக்குத் தெரிய வந்தது. ஆனால் உங்கள் சாட்சிக்காரர்களைக் கொண்டு வருவது மிகச் சிறந்த ஒரு வழி என்பதை நான் கண்டுகொண்டுள்ளேன். வாடிக்கையாளர்களாக ஆவதற்குச் சாத்தியமான மக்கள் மறுப்புகளைத் தெரிவிக்கும்போது, விற்பனையாளர்களின் புத்திசாலித்தனமான விவாதங்கள் அவ்வளவாக வெற்றியைப் பெற்றுத் தருவதில்லை என்பதை அனுபவரீதியாக நான் அறிந்துள்ளேன். புத்தகங்களில் படிப்பதற்கு அந்த விளக்கங்கள் நன்றாக இருக்கின்றன, ஆனால் நான் அவற்றைப் பயன்படுத்தும்போது, அவை ஒரு விவாதத்திற்குத்தான் இட்டுச்

செல்கின்றன. எனது 'சாட்சிக்காரர்கள்' யாரேனும் ஒருவரிடமிருந்து கிடைக்கின்ற ஒரு நேரடி சாட்சியம் நூறு மடங்கு அதிகப் பலன்களைப் பெற்றுக் கொடுப்பதை நான் கண்டுகொண்டுள்ளேன். பெரும்பாலானவர்கள், ஒரு தொலைபேசியில் கூப்பிடும் தொலைவில்தான் உள்ளனர்.

என்னுடைய சாட்சிக்காரர்கள் இது பற்றி என்ன நினைக்கிறார்கள்? அறிவுரை கொடுக்க அவர்கள் எப்போதுமே மகிழ்ச்சியாக இருக்கின்றனர். அவர்களுடைய அறிவுரைக்கு நன்றி கூறுவதற்காக நான் அவர்களைச் சந்திக்கும்போது, எனது முயற்சி இரட்டிப்புப் பலனைக் கொடுத்திருப்பதை நான் காண்கிறேன். ஏனெனில், எனக்குப் புதிய வாடிக்கையாளராக ஆகவிருந்த ஒருவருக்கு அறிவுரை கூறும் முயற்சியில், நான் அவர்களிடம் ஏற்கனவே விற்றிருந்த காப்பீடுகள் குறித்து அவர்கள் அதிக உற்சாகம் கொண்டவர்களாக ஆகியுள்ளனர்.

பல வருடங்களுக்கு முன்பு, என்னுடைய நெருங்கிய நண்பர் ஒருவர் தனது வீட்டை வெப்பப்படுத்துவதற்கு ஒரு ஹீட்டர் வாங்குவதற்காக விசாரித்துக் கொண்டிருந்தார். பல்வேறு நிறுவனங்களிடமிருந்து கடிதங்களும் விலைப்பட்டியல்களும் அவருக்கு வந்தன. அவற்றில் ஒரு கடிதத்தில் கிட்டத்தட்ட இதுபோல எழுதப்பட்டிருந்தது: "எங்களுடைய ஹீட்டர்களைக் கொண்டு தங்கள் வீடுகளை வெப்பப்படுத்திக் கொள்கின்ற உங்களது அண்டைவீட்டார் சிலரின் பெயர்கள் இத்துடன் இணைக்கப்பட்டுள்ளன. உங்கள் அண்டைவீட்டுக்காரரான ஜோன்ஸுக்குத் தொலைபேசி அழைப்பு விடுத்து, அவருக்கு எங்களது ஹீட்டர் பிடித்திருக்கிறதா இல்லையா என்று நீங்கள் ஏன் விசாரிக்கக்கூடாது?"

என் நண்பர் உடனடியாகத் தொலைபேசியை எடுத்து, அப்பட்டியலில் இடம்பெற்றிருந்த சில அண்டைவீட்டாருக்கு அழைப்பு விடுத்துப் பேசினார். இறுதியில் அவர் அந்த ஹீட்டரை வாங்கினார். இது நடந்து பதினெட்டு வருடங்கள் ஆகியிருந்தபோதிலும், சமீபத்தில் எனது நண்பர், "அந்தக் கடிதத்தின் வார்த்தைகளை எப்போதும் நான் நினைவில் வைத்து வந்திருக்கிறேன்," என்று கூறினார்.

பல வாரங்களுக்குப் பிறகு, ஒக்லஹோமா மாநிலத்தின் துல்சா நகரில் நான் ஒரு பயிற்சி வகுப்பில் பேசினேன். தனது அணுகுமுறையில் இந்த யோசனையைப் பயன்படுத்தித் தான் பெற்ற அற்புதமான விளைவுகளைப் பற்றி ஒரு விற்பனையாளர் எனக்குக் கடிதம் எழுதினார். விற்பனையில் அவரது அணுகுமுறை இவ்வாறு அமைந்திருந்தது:

"ஹாரிஸ் அவர்களே, உங்களுடைய கடையின் அதே அளவில் ஒக்லஹோமா நகரில் ஒரு கடை இருக்கிறது. தேசிய அளவில்

விளம்பரப்படுத்தப்பட்ட ஒரு குறிப்பிட்டப் பொருளை அவர்கள் விற்கத் துவங்கியுள்ளதால், கடந்த மாதம் மட்டும் அவர்களுக்குப் புதிதாக நாற்பது வாடிக்கையாளர்கள் கிடைத்துள்ளனர். அந்தக் கடையின் உரிமையாளரிடம் பேசுவது உங்களுக்குச் சாத்தியப்பட்டால், அது பற்றி நீங்கள் அவரிடம் சில கேள்விகள் கேட்கலாமே?"

"நிச்சயமாக!"

"உங்களுடைய தொலைபேசியை ஒரு நிமிடம் நான் பயன்படுத்திக் கொள்ளலாமா?"

"தாராளமாகப் பயன்படுத்திக் கொள்ளுங்கள்."

அந்த விற்பனையாளர் இவ்வாறு அக்கடிதத்தில் எழுதியிருந்தார்: "நான் உடனடியாக அக்கடையின் உரிமையாளரைத் தொலைபேசியில் அழைத்து, அந்த இரண்டு கடைக்காரர்களையும் பேச வைத்தேன். இது ஒரு கச்சிதமான அணுகுமுறையாக இருப்பது மட்டுமன்றி, இதுவரை நான் பயன்படுத்தியுள்ள விற்பனை யோசனைகளிலேயே இதுதான் மிகச் சிறந்த யோசனை என்பதை நான் கண்டுபிடித்துள்ளேன்."

டேல் கார்னகி என்னிடம் கூறிய ஓர் அனுபவத்தை நான் உங்களிடம் பகிர்ந்து கொள்ள விரும்புகிறேன். டேல் கார்னகியே அதை உங்களிடம் கூறட்டும்:

"கனடா நாட்டில், நல்ல உணவும், நல்ல படுக்கை வசதிகளும், மீன் பிடிப்பதற்கும் வேட்டையாடுவதற்கும் நல்ல வாய்ப்புகளையும் கொண்ட ஓர் அருமையான சாகச முகாம் எங்கு இருக்கிறது என்று நான் தெரிந்து கொள்ள விரும்பினேன். எனவே நியூபிரன்ஸ்விக் பிராந்தியத்தின் கேளிக்கைத் துறைக்கு நான் ஒரு கடிதம் எழுதினேன். சில நாட்களில், முப்பது அல்லது நாற்பது சாகச முகாம்களிலிருந்து எனக்கு பதில்கள் வந்தன. அவற்றைப் பற்றிய பல வகையான குறிப்புப் புத்தகங்களும் அவற்றுடன் இணைக்கப்பட்டிருந்தன. இவை அனைத்தும் எனக்கு இன்னும் அதிகக் குழப்பத்தையே ஏற்படுத்தின. ஆனால் ஒரே ஒருவர் மட்டும் எனக்கு ஒரு கடிதத்தை அனுப்பியிருந்தார். அதில், 'சமீபத்தில் எங்கள் சாகச முகாமிற்கு விஜயம் செய்த, நியூயார்க்கைச் சேர்ந்த இந்த மக்களைத் தொலைபேசியில் அழைத்து, அவர்களிடம் நேரடியாக நீங்களே இது பற்றிக் கேட்டாலென்ன?' என்று எழுதப்பட்டிருந்தது.

"அப்பட்டியலில் குறிப்பிடப்பட்டிருந்த ஒருவரின் பெயரை நான் அடையாளம் கண்டு, அவரைத் தொலைபேசியில் அழைத்தேன். அந்த சாகச முகாமின் சிறப்புகளைப் பற்றி அவர் விலாவாரியாகப் பேசிக் கொண்டே போனார். எனக்குத் தெரிந்த, நான் மிகவும் நம்புகின்ற இந்த மனிதர், நான் தெரிந்து கொள்ள விரும்பிய தகவல்களை எனக்குக் கூறி, ஒரு நேரடி சாட்சியத்தை வழங்கினார். அவர் எனக்கு நம்பகமான தகவல்களைக் கொடுத்தார்.

மற்ற எந்த சாகச முகாம்களும் சாட்சிக்காரர்களை எனக்குக் கொடுக்கவில்லை. அந்த அனைத்து சாகச முகாம்களிலும் நான் விரும்பிய வசதிகள் அனைத்தும் இருந்திருக்கக்கூடும். ஆனால் மற்ற எதுவொன்றையும்விட எனது நம்பிக்கையை விரைவில் தங்களுக்குப் பெற்றுக் கொடுக்கக்கூடிய அந்த ஒரு விஷயத்தைப் பயன்படுத்த அவர்கள் தவறிவிட்டனர்."

ஒரு நபரின் நம்பிக்கையை விரைவாகப் பெறுவதற்கான பிழையற்ற வழி இதுதான்:

உங்களுடைய சாட்சிக்காரர்களை உடனழைத்து வாருங்கள்.

19

சிறப்பாகத் தோற்றமளிப்பதன் முக்கியத்துவம்

முப்பது வருடங்களுக்கு முன்பு எனக்குக் கொடுக்கப்பட்ட ஒரு யோசனை இது. அந்தச் சமயத்திலிருந்து இதை நான் பயன்படுத்தி வந்திருக்கிறேன். எங்கள் நிறுவனத்தின் மிகவும் வெற்றிகரமான மனிதர்களில் ஒருவர் என்னிடம், “உங்களுக்கு ஒரு விஷயம் தெரியுமா? நான் உங்களைப் பார்க்கும்போதெல்லாம் என் சிரிப்பை என்னால் அடக்கிக் கொள்ள முடிவதில்லை. பெரும்பாலான சமயங்களில் நீங்கள் மிகவும் வேடிக்கையாக உடையணிகிறீர்கள்,” என்று கூறினார். அதைக் கேட்பது எனக்குக் கடினமாக இருந்தது. ஆனால், அவர் மிகவும் உண்மையானவர் என்பதை நான் அறிந்திருந்ததால், நான் அவர் கூறியதை கவனமாகக் கேட்டேன்.

பிறகு அவர் மேலும் தொடர்ந்தார். அதுவும் நல்லதற்குத்தான். “நீங்கள் உங்கள் தலைமுடியை நீளமாக வைத்துக் கொள்கிறீர்கள். அது பழைய காலத்துக் கால்பந்து வீரர்போல உங்களைத் தோன்றச் செய்கிறது. ஒரு தொழிலதிபரைப்போல நீங்கள் ஏன் முடி வெட்டிக் கொள்ளக்கூடாது? எல்லா நேரத்திலும் ஒரே மாதிரி தோன்றும்படி ஒவ்வொரு வாரமும் உங்கள் தலைமுடியை லேசாக வெட்டி நேர்த்தி செய்து கொள்ளுங்கள். கழுத்தில் ‘டை’ எப்படி அணிய வேண்டும் என்பதும் உங்களுக்குத் தெரியவில்லை. ஆண்களுக்கான உடையலங்காரத்தில் கைதேர்ந்த ஒருவரிடம் சென்று உடையலங்காரம் தொடர்பான விஷயங்களைக் கற்றுக் கொள்ளுங்கள். நீங்கள் தேர்ந்தெடுக்கும் வண்ணக் கலவைகளும் வேடிக்கையாக இருக்கின்றன. நீங்கள் ஏன் ஓர் உடையலங்கார நிபுணரின் உதவியைப் பெறக்கூடாது? எப்படி உடையணிய வேண்டும் என்பதை அவர் உங்களுக்குக் கற்றுக் கொடுப்பார்.”

“எனக்கு அவையெல்லாம் கட்டுப்படியாகாது,” என்று நான் எதிர்வாதம் செய்தேன்.

“அவையெதுவும் உங்களுக்குக் கட்டுப்படியாகாது என்றால் என்ன அர்த்தம்?” என்று அவர் வெடுக்கென்று கேட்டார். “இதில் உங்களுக்கு நயா பைசாகூடச் செலவு கிடையாது. உண்மையில், இது உங்களுக்குப் பணத்தைச் சேமித்துக் கொடுக்கும். இப்போது நான் கூறுவதை கவனமாகக் கேளுங்கள். ஒரு நல்ல உடையலங்கார நிபுணரைத் தேர்ந்தெடுங்கள். உங்களுக்கு யாரையும் தெரியாது என்றால், ஸ்காட் & ஹன்சிக்கர் கடையின் உரிமையாளரான ஜோ ஸ்காட்டைப் போய்ப் பாருங்கள். உங்களை நான் அனுப்பி வைத்துள்ளதாக அவரிடம் கூறுங்கள். புதிதாக உடைகள் வாங்குவதற்கு உங்களிடம் அவ்வளவாகப் பணம் இல்லை என்று அவரிடம் வெளிப்படையாகக் கூறிவிடுங்கள். ஆனால் சிறப்பாக உடையணிவது எப்படி என்பதை நீங்கள் கற்றுக் கொள்ள விரும்புவதாக அவரிடம் கூறுங்கள். அவர் உங்களுக்கு அறிவுறுத்தி, உங்களுக்குக் கற்றுக் கொடுத்தால், உடைகளில் செலவிடுவதற்கு நீங்கள் உங்களிடம் எவ்வளவு பணம் வைத்திருக்கிறீர்களோ, அதை முழுவதுமாக அவரது கடையில் நீங்கள் செலவிடப் போவதாக அவரிடம் கூறுங்கள். அவர் அதை விரும்புவார். உங்கள்மீது அவர் தனிப்பட்ட ஆர்வம் காட்டுவார். நீங்கள் என்ன உடையணிய வேண்டும் என்பதையும் அவர் உங்களுக்குக் காட்டுவார். அவர் உங்களது நேரத்தையும் பணத்தையும் உங்களுக்கு மிச்சப்படுத்திக் கொடுப்பார். நீங்களும் அதிகப் பணம் சம்பாதிப்பீர்கள். ஏனெனில், உங்களுடைய தோற்றம் மக்களுக்கு உங்கள்மீது அதிக நம்பிக்கையை ஏற்படுத்தும்.”

இப்படிப்பட்ட ஒரு யோசனை ஒருபோதும் என் மனத்தில் உதித்திருக்காது. எவ்வாறு சிறப்பாக உடையணிய வேண்டும் என்பது பற்றி நான் செவிமடுத்துள்ள மிகச் சிறந்த யோசனை அதுதான். எனது சக விற்பனையாளர் கூறியதை நான் கவனமாகக் கேட்டது குறித்து நான் எப்போதும் மகிழ்ச்சியோடு இருந்து வந்திருக்கிறேன்.

ரூபி டே என்ற ஒரு நல்ல சிகையலங்கார நிபுணரிடம் என் தலையை நான் ஒப்படைத்தேன். ஒவ்வொரு வாரமும் நான் அவரது கடைக்கு வரவிருந்ததாகவும், ஒரு தொழிலதிபரைப்போல இருக்குமாறு அவர் எனது தலைமுடியை நேர்த்தியாக வெட்ட வேண்டும் என்றும், எல்லா நேரத்திலும் ஒரே மாதிரி இருக்கும் விதத்தில் அதை ஒழுங்குபடுத்த வேண்டும் என்றும் நான் அவரிடம் கூறினேன். முன்பு நான் சிகையலங்காரக் கடையில் செலவிட்டப் பணத்தைவிட இப்போது அதிகமாகச் செலவிட வேண்டியிருந்தது. ஆனால் நான் எனது அடுத்த நடவடிக்கையில் பணத்தை மிச்சப்படுத்தினேன்.

நான் ஜோ ஸ்காட்டைப் பார்க்கச் சென்றேன். எனது யோசனையை அவர் மகிழ்ச்சியாக ஒப்புக் கொண்டார். கழுத்தில் எவ்வாறு 'டை' அணிய வேண்டும் என்பது பற்றிய பாடங்களை அவர் எனக்குக் கற்றுக் கொடுத்தார். நான் 'டை' அணியப் பழகிப் பார்த்தபோது அவர் என் பக்கத்திலேயே நின்றார். அவரளவுக்கு லாவகமாக அதை நான் அணியும்வரை அவர் அந்த இடத்தைவிட்டு அசையவில்லை. நான் எப்போதெல்லாம் ஒரு கால்சட்டையை அவரிடம் வாங்கினேனோ, அப்போதெல்லாம் அவர் என்மீது தனி ஆர்வம் காட்டினார். அந்தக் கால்சட்டைக்குப் பொருத்தமான சட்டைகளையும் டைகளையும் காலுறைகளையும் தேர்ந்தெடுப்பதற்கு அவர் எனக்கு உதவினார். இவற்றுக்குப் பொருத்தமாக நான் அணிய வேண்டிய தொப்பியைப் பற்றியும் அவர் என்னிடம் கூறினார். மேலும், அந்த உடைக்குப் பொருத்தமான கோட்டைத் தேர்ந்தெடுப்பதிலும் அவர் எனக்கு உதவினார். எப்படிச் சிறப்பாக உடையணிய வேண்டும் என்பது பற்றி அவ்வப்போது சில அறிவுரைகளையும் அவர் எனக்குக் கொடுத்தார். அதோடு, நான் படிப்பதற்காக ஒரு சிறு புத்தகத்தையும் அவர் எனக்குக் கொடுத்தார். அது எனக்கு மிகவும் உதவியது. அவர் எனக்குக் கொடுத்த இன்னொரு மிக முக்கியமான அறிவுரை, இன்னும் பல கால்சட்டைகளையும் அவற்றுக்குப் பொருத்தமான பிற உடைகளையும் வாங்குவதற்குத் தேவையான பணத்தைக் காலப்போக்கில் எனக்கு மிச்சப்படுத்திக் கொடுத்தது. கசங்கிப் போகும்வரை ஒரே கால்சட்டையை அணியும் பழக்கத்தை நான் கொண்டிருந்தேன். பிறகு அதைத் துவைத்து இஸ்திரி போடுவதற்காக சலவைக் கடையில் கொடுத்துவிடுவேன். "அடிக்கடி இஸ்திரி போடுவது, அந்தத் துணியை நாசப்படுத்திவிடும். உங்கள் ஆடைகள் மிக விரைவிலேயே பழையதாகிவிடும். எவரும் ஒரே ஆடையைத் தொடர்ந்து இரண்டு நாட்கள் அணியக்கூடாது. உங்களிடம் இரண்டு கால்சட்டைகளும் கோட்டுகளும் மட்டுமே இருந்தால், அவற்றை மாற்றி மாற்றி அணிந்து கொள்ளுங்கள். ஒவ்வொரு முறை நீங்கள் அவற்றை அணிந்த பிறகு, உங்கள் கோட்டையும் சட்டையையும் ஒரு ஹேங்கரில் தொங்கவிட வேண்டும். உங்கள் கால்சட்டைகள் மடிக்கப்படாமல் நேராகத் தொங்கவிடப்பட வேண்டும். நீங்கள் இவ்வாறு செய்தால், கால்சட்டைகளில் உள்ள சுருக்கங்கள் மறைந்துவிடும். அடுத்த முறை நீங்கள் உங்கள் கால்சட்டைகளைச் சலவை நிலையத்திற்கு அனுப்பி வைக்கும்வரை, அவற்றை இஸ்திரி போடுவதற்கான தேவையே இருக்காது," என்று ஜோ ஸ்காட் விளக்கினார்.

பின்னாளில், பல செட் உடைகளை வாங்குவது எனக்குக் கட்டுப்படியானபோது, அவ்வாறு வாங்குவது ஒரு சிறந்த முதலீடு என்பதை ஜோ எனக்கு நிரூபித்தார். அணியப்பட்டக் கோட்டுகளில்

இருந்த சுருக்கங்கள் போகும்வரை அவற்றைத் தொங்கவிட என்னால் முடிந்தது.

இதே விதிகள் காலணிகளுக்கும் பொருந்தும் என்று காலணிகள் விற்பனையில் ஈடுபட்டிருந்த எனது நண்பர் ஜார்ஜ் கெட்டிங் கூறினார். “இரண்டு ஜோடிக் காலணிகளை தினமும் மாற்றி மாற்றி நீங்கள் பயன்படுத்தினால், காலணிகள் நீண்ட நாட்கள் நிலைத்திருக்கும், அவற்றின் வடிவம் மாறாதிருக்கும். நீங்களும் சௌகரியமாக உணர்வீர்கள்.”

“ஆடைகள் ஒரு மனிதனை உருவாக்குவதில்லை என்றாலும், நீங்கள் ஒருவரிடம் என்ன பார்க்கிறீர்களோ, அதில் தொண்ணூறு சதவீதத்தை அவை நிச்சயமாக உருவாக்குகின்றன,” என்று யாரோ ஒருவர் கூறியுள்ளார். ஒருவர் தனது தொழிலுக்கு ஏற்றாற்போல் உடையணியாவிட்டால், அவர் கூறுவது முக்கியம் என்று மக்கள் நம்ப மாட்டார்கள். இதில் உங்களுக்கு எந்த சந்தேகமும் வேண்டாம். நீங்கள் சிறப்பாக உடையணிந்திருப்பதாக உங்களுக்குத் தோன்றும்போது, அது உங்களைக் குறித்து நீங்கள் கொண்டுள்ள மனப்போக்கை மேம்படுத்துகிறது, உங்களுக்கு அதிகத் தன்னம்பிக்கையைக் கொடுக்கிறது.

உங்களுடைய தோற்றத்தை எவ்வாறு மேம்படுத்துவது என்பது பற்றி நான் கேள்விப்பட்டுள்ள, நடைமுறைக்கு மிகவும் சாத்தியமான ஒரு யோசனை இது: “ஒரு நிபுணரின் கைகளில் உங்களை ஒப்படையுங்கள்.”

எப்போதுமே சிறப்பாகத் தோன்றுங்கள்.

பகுதி மூன்று - ரத்தினச்சுருக்கமாக

1. மற்றவர்களின் நம்பிக்கைக்குத் தகுதியானவராக ஆகுங்கள். நீங்கள் கூறுவதை அடுத்தவர் நம்புகிறாரா இல்லையா என்பது இங்கு முக்கியமல்ல, நீங்கள் அதை நம்புகிறீர்களா என்பதுதான் உண்மையான பரிசோதனை.

2. உங்கள்மீது உங்களுக்கு நம்பிக்கை ஏற்பட வேண்டுமென்றாலும், மற்றவர்களின் நம்பிக்கையைப் பெற்று அதைத் தக்க வைத்துக் கொள்ள வேண்டுமென்றாலும், அதற்கான ஓர் இன்றியமையாத விதி இது:

   "உங்கள் தொழிலைப் பற்றிய தகவல்களை நன்றாகத் தெரிந்து வைத்துக் கொள்ளுங்கள். உங்கள் தொழிலைப் பற்றிய தகவல்களைத் தெரிந்து கொள்வதில் தொடர்ந்து ஈடுபடுங்கள்!"

3. மற்றவர்களின் நம்பிக்கையைப் பெறுவதற்கும் அதைத் தக்க வைத்துக் கொள்வதற்குமான விரைவான வழி, உலகின் மாபெரும் சாணக்கியர்களில் ஒருவரான பெஞ்சமின் ஃபிராங்க்ளினின் விதிகளில் ஒன்றைச் செயல்படுத்துவதுதான்: "நான் எந்தவொரு நபரைப் பற்றியும் இழிவாகப் பேச மாட்டேன். எல்லோரைப் பற்றியும் எனக்குத் தெரிந்துள்ள நல்ல விஷயங்களைப் பற்றி மட்டுமே நான் பேசுவேன்."

4. ஒரு விஷயத்தில் உள்ள நன்மைகளையும் அனுகூலங்களையும் சற்றுக் குறைத்துக் கூறினாலும் பரவாயில்லை, ஆனால் அவற்றை மிகைப்படுத்திக் கூறாமல் இருப்பதை ஒரு பழக்கமாக ஆக்கிக் கொள்ளுங்கள். "அவருக்குத் தெரியாது என்றாலும், நான் அதை அறிவேன், இல்லையா?" என்ற கார்ல் காலிங்ஸின் தத்துவத்தை நினைவில் வைத்துக் கொள்ளுங்கள்.

5. ஒரு நபரின் நம்பிக்கையை விரைவாகப் பெறுவதற்கான பிழையற்ற வழி இது:

   உங்களது சாட்சிக்காரர்களைக் கொண்டு வாருங்கள். பெரும்பாலானவர்கள் ஒரு தொலைபேசியில் கூப்பிடும் தொலைவில்தான் உள்ளனர்.

6. மிடுக்காக உடையணிந்து சிறப்பாகத் தோன்றுங்கள். "ஒரு நிபுணரின் கைகளில் உங்களை ஒப்படையுங்கள்."

பகுதி

4

உங்களுடன் வியாபாரம் செய்வதற்கு மக்களை விருப்பம் கொள்ளச் செய்தல்

20

நண்பர்களை எளிதாக உருவாக்கிக் கொள்வதற்கு எனக்கு உதவிய ஆபிரகாம் லிங்கனின் யோசனை

ஒருநாள் ஓர் இளம் வழக்கறிஞரின் அலுவலகத்தைவிட்டு நான் வெளியேறிக் கொண்டிருந்தபோது நான் கூறிய ஒரு விஷயம் அவர் என்னை ஆச்சரியத்துடன் ஏறிட்டுப் பார்க்கும்படி செய்தது. அவருடனான எனது முதல் சந்திப்பு அது. நான் அவரிடம் விற்க முயற்சித்துக் கொண்டிருந்த பொருள்மீது அவருக்குச் சிறிதளவு ஆர்வத்தைக்கூட என்னால் ஏற்படுத்த முடியவில்லை. ஆனால் அவரிடமிருந்து விடைபெற்றபோது நான் கூறிய ஒன்று அவரை அதிக அளவு ஆர்வம் கொள்ள வைத்தது.

நான் கூறியது இதுதான்: "பார்ன்ஸ் அவர்களே, உங்களுக்கு ஒரு சிறந்த எதிர்காலம் இருக்கிறது என்று நான் நம்புகிறேன். நான் உங்களுக்கு ஒருபோதும் எரிச்சலூட்ட மாட்டேன். ஆனால் உங்களுக்கு ஆட்சேபனை இல்லையென்றால், அவ்வப்போது நான் உங்களை வந்து சந்திக்கிறேன்."

"எனக்கு ஒரு சிறந்த எதிர்காலம் இருக்கிறது என்று நீங்கள் எந்த அர்த்தத்தில் கூறுகிறீர்கள்?" என்று அந்த இளம் வழக்கறிஞர் கேட்டார். அவர் என்னிடம் அக்கேள்வியைக் கேட்ட விதம், தன்னை நான் போலியாக முகஸ்துதி செய்வதாக அவர் நினைத்தார் என்பதை எனக்குத் தெரிவித்தது.

"சீகல் ஹோம்டவுன் அமைப்பின் சந்திப்புக்கூட்டத்தில் ஓரிரு வாரங்களுக்கு முன்பு நீங்கள் பேசியதை நான் கேட்டேன். உங்கள் சொற்பொழிவு நான் கேட்டுள்ளதிலேயே மிக அருமையான சொற்பொழிவுகளில் ஒன்றாக இருந்ததாக எனக்குத் தோன்றியது.

அது என் ஒருவனின் அபிப்பிராயம் மட்டும்தான். ஆனால் நீங்கள் அக்கூட்டத்திலிருந்து வெளியேறிய பிறகு அங்கிருந்த உறுப்பினர்கள் உங்கள் சொற்பொழிவையும் உங்களையும் பற்றிக் கூறிய, நான் செவிமடுத்த சில அருமையான விஷயங்களை நீங்களும் கேட்டிருந்தால் நன்றாக இருந்திருக்கும்," என்று நான் கூறினேன்.

அவர் இதைக் கேட்டு மகிழ்ந்தாரா? அவர் புளகாங்கிதம் அடைந்ததுபோலக் காணப்பட்டார். அவர் எப்போது பொதுமக்கள் முன்னிலையில் சொற்பொழிவாற்றத் துவங்கினார் என்பது பற்றி நான் அவரிடம் கேட்டேன். அவர் சிறிது நேரம் பேசினார். பிறகு நான் அங்கிருந்து புறப்பட்டபோது, "பெட்ஜர், நீங்கள் என்னை எப்போது வேண்டுமானாலும் வந்து பார்க்கலாம்," என்று அவர் என்னிடம் கூறினார்.

காலப்போக்கில் அவர் ஒரு பெரிய சட்ட நிறுவனத்தை உருவாக்கினார். உண்மையில், நகரின் மிகவும் வெற்றிகரமான வழக்கறிஞர்களில் ஒருவராக அவர் உருவானார். நான் அவருடன் நெருக்கமான தொடர்பு வைத்திருந்தேன். அவர் வளர்ந்து செழிப்புற்றபோது, அவரிடம் என்னால் அதிக அளவில் விற்பனை செய்ய முடிந்தது. நாங்கள் இருவரும் சிறந்த நண்பர்களாக ஆனோம். அவர் எனக்குத் தொழில்முறைரீதியாக ஏகப்பட்ட வாய்ப்புகள் கிடைப்பதற்குப் பேருதவியாக இருந்தார்.

இறுதியில், பென்சில்வேனியா சர்க்கரைச் சுத்திகரிப்பு நிறுவனம், மிட்வேல் எஃகு நிறுவனம், ஹார்ன் & ஹார்டார்ட் (பேக்கிங்) நிறுவனம் போன்றவற்றுக்கு அவர் சட்ட ஆலோசனையாளராக ஆனார். இந்நிறுவனங்கள் சிலவற்றின் நிர்வாகக் குழு உறுப்பினர்களில் ஒருவராகவும் அவர் தேர்ந்தெடுக்கப்பட்டார். பின்னாளில், அவர் தனது பணியிலிருந்து ஓய்வு பெற்று, தனது மாநிலத்தின் மிக உயர்ந்த கௌரவங்களில் ஒன்றை ஏற்றுக் கொண்டார். அவர் பென்சில்வேனியா மாநிலத்தின் உச்சநீதிமன்ற நீதிபதியாக ஆனார். அவரது பெயர் எச். எட்கர் பார்ன்ஸ்.

நான் அவர்மீது எவ்வளவு நம்பிக்கை கொண்டிருந்தேன் என்பதை எட்கர் பார்ன்ஸிடம் கூறுவதை நான் ஒருபோதும் நிறுத்தவே இல்லை. தனது முன்னேற்றத்தைப் பற்றி என்னிடம் தனிப்பட்ட முறையில் அவர் அடிக்கடிக் கூறினார். அவரது மகிழ்ச்சியை நான் அவருடன் பகிர்ந்து கொண்டு, "ஃபிலடெல்பியா நகரின் முன்னணி வழக்கறிஞர்களில் ஒருவராக நீங்கள் உருவாவீர்கள் என்று நான் எப்போதுமே அறிந்திருந்தேன்," என்று பல முறை அவரிடம் கூறியிருந்தேன். பல வருடங்களாக நான் அவருக்குக் கொடுத்து வந்த ஊக்குவிப்பு அவரது குறிப்பிடத்தக்க வெற்றிக்கு ஒரு சிறு பங்காற்றி இருந்தது என்று அவர் கருதியாக எங்கள் இருவருக்கும் பரிச்சயமான நண்பர்கள் சிலர் என்னிடம்

கூறினர். ஆனால் நீதிபதி பார்ன்ஸ் இதை என்னிடம் ஒருபோதும் நேரடியாகக் குறிப்பிட்டதில்லை.

நீங்கள் தங்கள்மீது நம்பிக்கை கொண்டுள்ளீர்கள் என்பதையும், தங்களிடமிருந்து மாபெரும் விஷயங்களை எதிர்பார்க்கிறீர்கள் என்பதையும் நீங்கள் வெளிக்காட்ட வேண்டும் என்று மக்கள் விரும்புகிறார்களா? அவர்கள்மீது நீங்கள் கொண்டுள்ள ஆர்வம் உண்மையானதாக இருந்தால், அவர்கள் இதைவிட அதிகமாக விரும்பக்கூடிய பொருள் வேறு எதுவாகவும் இருக்க முடியாது. ஐரோப்பாவிலும் சீனாவிலும் பசியால் வாடுகின்ற மக்களைப் பற்றி ஏராளமான விஷயங்களை நாம் கேள்விப்படுகிறோம். ஆனால் அமெரிக்காவிலும் கோடிக்கணக்கான மக்கள் பசியால் வாடுகின்றனர். உங்கள் நகரத்திலும் எனது நகரத்திலும் ஆயிரக்கணக்கானவர்கள் பசியோடு இருக்கின்றனர். அவர்கள் உண்மையான புகழ்ச்சி குறித்தும் பாராட்டுக் குறித்தும் பசியோடு இருக்கின்றனர்.

வெற்றிகரமாக நண்பர்களைப் பெறுவதைப் பற்றி ஆபிரகாம் லிங்கன் பல வருடங்களுக்கு முன்பு எழுதியுள்ளார். அது மிகப் பழைய அறிவுரைதான். ஆனால் அது எனக்கு மிகவும் உதவியுள்ளதால், அதை நான் உங்களோடு பகிர்ந்து கொள்ளப் போகிறேன்:

> **நீங்கள் ஒருவரை உங்கள் பக்கம் கொண்டு வர விரும்பினால், நீங்கள் தனது உண்மையான நண்பர் என்று நீங்கள் அவரை முதலில் நம்ப வைக்க வேண்டும்.**

பல வருடங்களுக்கு முன்பு, ஃபிலடெல்பியா நகரில் அமைந்துள்ள ஜிரார்டு டிரஸ்ட் நிறுவனத்தில் பணியாற்றிக் கொண்டிருந்த ஓர் இளம் எழுத்தரின் அறிமுகம் எனக்குக் கிடைத்தது. அவருக்கு அப்போது இருப்பத்தியோரு வயது. நான் அவரிடம் ஒரு சிறு காப்பீட்டை விற்றேன். அவரைப் பற்றி நான் அதிகமாகத் தெரிந்து கொண்ட பிறகு ஒருநாள், "கிளின்டன், என்றேனும் ஒருநாள் நீங்கள் ஜிரார்டு டிரஸ்ட் நிறுவனத்தின் தலைவராகவோ அல்லது அதன் உயரதிகாரிகளில் ஒருவராகவோ ஆகப் போகிறீர்கள்," என்று அவரிடம் கூறினேன். அவர் என்னைப் பார்த்துச் சிரித்தார், ஆனால் நான் அதை மீண்டும் வலியுறுத்தினேன். "நான் வேடிக்கையாகப் பேசுவதாக நினைத்துக் கொள்ளாதீர்கள். உங்கள் நிறுவனத்தின் தலைவராகவோ அல்லது உயரதிகாரிகளில் ஒருவராகவோ உங்களால் ஏன் ஆக முடியாது? எது உங்களைத் தடுத்து நிறுத்தப் போகிறது? உங்களிடம் எல்லாத் தகுதிகளும் இயல்பாகவே இருக்கின்றன. நீங்கள் இளமையாக இருக்கிறீர்கள். வாழ்க்கையில் முன்னேற வேண்டும் என்ற குறிக்கோள் உங்களிடம் இருக்கிறது. நீங்கள் மிகச் சிறப்பான

தோற்றத்தைப் பெற்றிருக்கிறீர்கள். உங்களது ஆளுமை பிரமிப்பூட்டுவதாக இருக்கிறது. இந்த வங்கியில் இருக்கும் அனைத்து அதிகாரிகளும் ஒரு காலத்தில் எழுத்தர்களாக இருந்தவர்கள்தான் என்பதை நினைவில் வைத்திடுங்கள். என்றேனும் ஒருநாள் அவர்கள் பணியிலிருந்து ஓய்வு பெறுவார்கள். வேறு யாரோ ஒருவர் அவர்களுடைய இடத்தை எடுத்துக் கொள்வார். அவர்களில் நீங்களும் ஒருவராக ஏன் இருக்கக்கூடாது? நீங்கள் விரும்பினால் நிச்சயமாக அதை நீங்கள் சாதிப்பீர்கள்."

வங்கியியல் பற்றிய ஒரு மேம்பட்டப் பயிற்சித் திட்டத்திலும் மேடைப் பேச்சிற்கான ஒரு பயிற்சித் திட்டத்திலும் சேர்ந்து கொள்ளுமாறு நான் அவரைக் கட்டாயப்படுத்தினேன். அவர் அப்பயிற்சித் திட்டங்களில் சேர்ந்தார். பிறகு ஒருநாள் அவரது வங்கியின் ஊழியர்கள் அனைவரும் ஒரு சந்திப்புக்கூட்டத்திற்கு வரவழைக்கப்பட்டனர். தங்கள் வங்கி எதிர்கொண்டிருந்த ஒரு பிரச்சனை பற்றி ஓர் அதிகாரி அவர்களிடம் எடுத்துக்கூறினார். ஊழியர்களின் பரிந்துரைகளை அனைத்து அதிகாரிகளும் கேட்க விரும்பியதாக அந்த அதிகாரி தெரிவித்தார்.

எனது இளம் நண்பரான கிளின்டன் ஸ்டீஃபெல் அக்கூட்டத்தில் எழுந்து நின்று, அப்பிரச்சனை பற்றிய தனது யோசனைகளை எடுத்துரைத்தார். அவர் மிகுந்த தன்னம்பிக்கையோடும் உற்சாகத்தோடும் தனது கருத்துக்களை முன்வைத்தார். அது அங்கிருந்த அனைவரையும் ஆச்சரியப்படுத்தியது. கூட்டம் முடிந்த பிறகு நண்பர்கள் அவரைச் சூழ்ந்து கொண்டு, அவருக்குப் பாராட்டுக்களைத் தெரிவித்து, அவரால் இவ்வளவு சிறப்பாகப் பேச முடிந்தது குறித்துத் தங்களுக்கு ஏற்பட்டிருந்த பிரமிப்பை வெளிப்படுத்தினர்.

அடுத்த நாள், அந்தச் சந்திப்புக்கூட்டத்தை நடத்திய அதிகாரி எனது நண்பரைத் தனது அறைக்கு வரவழைத்து, அவரைப் பெரிதும் பாராட்டிவிட்டு, அவரது பரிந்துரைகளில் ஒன்றைத் தங்கள் வங்கி செயல்படுத்தவிருந்ததாகத் தெரிவித்தார்.

வெகு விரைவில், கிளின்டன் ஸ்டீஃபெல் ஒரு துறையின் தலைவராக நியமிக்கப்பட்டார். அவர் இன்று எங்கு இருக்கிறார் என்று நினைக்கிறீர்கள்? கிளின்டன் எஸ். ஸ்டீஃபெல், பென்சில்வேனியா மாநிலத்தின் மிகப் பழமையான மற்றும் மிக அருமையான நிறுவனங்களில் ஒன்றான புராவிடன்ட் டிரஸ்ட் நிறுவனத்தின் துணைத் தலைவராக இருக்கிறார்.

அவர் வலிய என்னை மற்றவர்களுக்குப் பரிந்துரைக்கிறார். அவர் தனிப்பட்ட முறையில் அவ்வப்போது என்னிடமிருந்து காப்பீடுகளை வாங்கி வந்திருந்ததால், போட்டி பற்றி நான் ஒருபோதும் கவலைப்பட வேண்டியிருக்கவில்லை.

பல வருடங்களுக்கு முன்பு நான் எனது நண்பர்கள் இருவரைப் பார்க்கச் சென்றேன். பிரகாசமான எதிர்காலத்தைக் கொண்டிருந்த இளம் தொழிலதிபர்கள் அவர்கள். ஆனால் நான் அவர்களைப் பார்க்கச் சென்றபோது, அவர்கள் மிகவும் சோர்வாகக் காணப்பட்டனர். எனவே எனது பேச்சின் மூலம் நான் அவர்களைச் சிறிது ஊக்குவித்தேன். பெரிய நிறுவனங்கள், நீண்டகாலமாக நிலைத்து வந்திருக்கும் வியாபாரங்கள், போட்டியாளர்கள் உட்பட, அந்த இருவரின் தொழில் வட்டாரத்தில் உள்ள அனைவரிடமிருந்தும் அவர்களைப் பற்றி நான் அடிக்கடிக் கேள்விப்பட்ட அருமையான விஷயங்கள் சிலவற்றை நான் அவர்களிடம் கூறினேன். ஐந்து வருடங்களுக்கு முன்பு ஒரே ஓர் அறையில் சிறிய அளவில் அவர்கள் தங்கள் வியாபாரத்தைத் துவக்கியிருந்ததை நான் அவர்களுக்கு நினைவுபடுத்தினேன். “இத்தொழிலை நீங்கள் எப்படித் துவக்கினீர்கள்?” என்று நான் அவர்களிடம் கேட்டேன். இதைக் கேட்டு அவர்கள் இருவரும் சிரித்துவிட்டு, ஆரம்பத்தில் தாங்கள் எதிர்கொண்ட சிரமங்களையும் முட்டுக்கட்டைகளையும் பற்றிப் பேசினர். அவர்கள் கூறிய சில விஷயங்களை முன்பு ஒருபோதும் நான் கேள்விப்பட்டிருக்கவில்லை. எதிர்காலத்தைப் பற்றி அவர்கள் இருவரும் கொண்டிருந்த அதிக புத்திசாலித்தனமான கண்ணோட்டம் அவர்களுடைய தொழில் வட்டாரத்தில் வேறு எவருக்கும் இருந்து நான் பார்த்ததில்லை என்று நான் அவர்களிடம் கூறினேன். அவர்களது துறையைச் சேர்ந்த போட்டியாளர்கள்கூட அவர்களைத் தலைவர்களாகக் கருதியதாக நான் கூறியதைக் கேட்டபோது அவர்களுடைய உற்சாகம் திரும்பி வந்துவிட்டிருந்தது. அவர்களுக்கு இவ்விஷயம் ஏற்கனவே தெரிந்திருக்கக்கூடும், ஆனால் அவர்களை இது குறித்து யாரேனும் பாராட்டி வெகு காலம் ஆகிவிட்டிருந்தது வெளிப்படையாகத் தெரிந்தது. அந்த இருவருக்கும் அந்தப் பாராட்டுதான் மிகமிகத் தேவையாக இருந்தது!

நான் அவர்களிடமிருந்து விடைபெற்றபோது, அவர்களில் இளையவர் என்னுடன் லிஃப்டிற்கு வந்தார். அவர் எனது தோளைச் சுற்றிக் கை போட்டிருந்தார். நான் லிஃப்டிற்குள் நுழைந்தபோது, அவர் சிரித்துவிட்டு, “பெட்ஜர், ஒவ்வொரு திங்கட்கிழமை காலையிலும் இங்கு வந்து, எங்களைச் சிறிது ஊக்குவித்துவிட்டுப் போங்கள். அது உங்களுக்கு முடியுமா?” என்று கேட்டார்.

காலப்போக்கில் பல முறை நான் அங்கு திரும்பிச் சென்று, அவர்களை ஊக்குவித்துப் பேசியிருக்கிறேன். நான் விற்கும் பொருட்களைப் பற்றியும் அவர்களிடம் பேசியிருக்கிறேன். இந்த இருவரும் தொடர்ந்து வளர்ந்து செழிப்புற்றபோது, அவர்களிடம் எனது காப்பீட்டு விற்பனையும் அமோகமாக நடந்தது என்பதைக் கூறத் தேவையில்லை.

வரலாற்றில் ஒருசில மாமனிதர்களைப் பற்றி நான் படித்தது எனக்கு உத்வேகம் அளித்து வந்துள்ளது. ஆனால் நான் காப்பீடுகளை விற்றுள்ள நபர்களும் நான் உருவாக்கிக் கொண்ட நண்பர்களும்தான் எனது மிகப் பெரிய உத்வேகமாக இருந்து வந்துள்ளனர். நான் கற்றுள்ள சில சிறந்த யோசனைகளை நான் அவர்களிடமிருந்துதான் கற்றேன். அவர்களுடைய யோசனைகள் மூலம் நான் பலனடைந்ததால், அதைப் பற்றி அவர்களிடம் கூறுவதை நான் ஒரு வழக்கமாகக் கொண்டிருக்கிறேன். தாங்கள் உங்களுக்கு உதவியுள்ளோம் என்பதை நீங்கள் சொல்லிக் கேட்க மக்கள் பெரிதும் விரும்புவதை நான் பார்க்கிறேன்.

ஒருநாள், ஃபிலடெல்பியா நகரில் அமைந்த 'கார்ரட் பியூக்கனன் காகித நிறுவன'த்தின் விற்பனை மேலாளரான மோர்கன் எச். தாமஸுடன் நான் பேசிக் கொண்டிருந்தேன். "மோர்கன், நீங்கள் எனக்கு மிகப் பெரிய உத்வேகமாக இருந்து வந்திருக்கிறீர்கள். நான் அதிகப் பணத்தைச் சம்பாதிக்கவும் மிகச் சிறந்த ஆரோக்கியத்தை அனுபவிக்கவும் நீங்கள் எனக்கு உதவியுள்ளீர்கள்," என்று நான் அவரிடம் கூறினேன்.

அவர் என்னை நம்பினாரா? "உங்கள் வேடிக்கைக்கு அளவே கிடையாதா?" என்று அவர் என்னிடம் கேட்டார். அதற்கு நான் இவ்வாறு பதிலளித்தேன்: "இல்லை, நான் உண்மையைத்தான் கூறுகிறேன். நீங்கள் இங்கு ஒரு சிறுவனாக வேலைக்குச் சேர்ந்ததாகவும், எல்லோரும் அலுவலகத்திற்கு வருவதற்கு முன்பு காலை ஏழு மணிக்கே நீங்கள் இங்கு வந்து இந்த இடத்தை முழுவதுமாகச் சுத்தப்படுத்த வேண்டியிருந்தது என்றும் உங்கள் நிறுவனத்தின் தலைவரான சைனக்ஸ் ஒருசில வருடங்களுக்கு முன்பு என்னிடம் கூறினார். 'மோர்கன் இப்போது விற்பனை மேலாளராக இருக்கிறார், ஆனால் இன்றளவும் அவர் ஏழு மணிக்கே அலுவலகத்திற்கு வந்துவிடுகிறார். ஒவ்வொரு நாள் காலையிலும் இங்கு முதலில் ஆஜராகும் நபர் அவர்தான்,' என்று சைனக்ஸ் கூறினார்.

"இங்கு ஏழு மணிக்கு வந்து சேர வேண்டும் என்றால், மோர்கன் தாமஸ் தினமும் காலை ஆறு மணிக்குள் எழுந்தாக வேண்டும் என்று நான் நினைத்தேன். அவரால் காலை ஆறு மணிக்கு எழுந்திருக்க முடிந்தால், நானும் அதை முயற்சித்துப் பார்க்கப் போகிறேன் என்று எனக்குள் நான் கூறிக் கொண்டேன். எனவே நானும் அவ்வாறே செய்தேன். 'ஆறு மணி கிளப்'பில் நானும் ஓர் உறுப்பினராக ஆனேன். மோர்கன், என் வாழ்நாளில் இதுபோல் சிறப்பாக நான் உணர்ந்ததே இல்லை. ஏராளமான வேலைகளையும் என்னால் செய்து முடிக்க முடிகிறது. நான் அதிகப் பணம் சம்பாதிப்பதற்கு நீங்கள் எனக்கு உதவியிருக்கிறீர்கள்." தான் எனக்கு

உதவியுள்ளதாக நான் கூறியதைக் கேட்டு மோர்கன் தாமஸ் மகிழ்ந்தார் என்பதை நான் அறிவேன்.

இன்று, மோர்கன் தாமஸ், கார்ரட் பியூக்கனன் காகித நிறுவனத்தின் தலைவராக இருக்கிறார். அமெரிக்காவில் காகிதப் பொருட்களை வினியோகிக்கின்ற இரண்டாவது மிகப் பெரிய நிறுவனமாக அந்நிறுவனம் விளங்கி வருகிறது. மோர்கன் எனது மிகப் பெரிய வாடிக்கையாளர்களில் ஒருவர். அவரது அருமையான நிறுவனத்தில் உள்ள முக்கியமான நபர்கள் பெரும்பாலானோரிடம் நான் காப்பீடுகளை விற்றுள்ளேன்.

பின்வரும் கேள்வியை நான் எண்ணற்ற முறை எனது விற்பனைப் பேச்சில் பயன்படுத்தி வந்திருக்கிறேன்: “ராத் அவர்களே, நீங்கள் எப்படி இத்தொழிலுக்குள் நுழைந்தீர்கள்?”

அக்கேள்விக்கு ஒருவர் வழக்கமாக, “அது ஒரு பெரிய கதை,” என்று பதிலளிப்பார். ஒருவர் தனது சொந்த வியாபாரத்தைப் பற்றி மனம் திறந்து பேசும்போது, அவர் எவ்வாறு அத்தொழிலைத் துவக்கினார் என்பதையும், அவரது சிறிய அளவிலான துவக்கத்தையும், அவரது பல சிரமங்களையும், அவற்றிலிருந்து அவர் எவ்வாறு மீண்டார் என்பதையும் கேட்க நான் எப்போதுமே ஆவலாக இருக்கிறேன். அது எப்போதுமே எனக்கு ஒரு சிலிர்ப்பூட்டும் அனுபவமாக இருக்கும். அவருக்கும் அது ஒரு சிலிர்ப்பூட்டும் அனுபவமாக இருக்கும். தனது கதையை ஆர்வமாகக் கேட்கக்கூடிய நபர்களை ஒருவர் அரிதாகவே சந்திக்கிறார். நீங்கள் அவரை ஊக்குவிக்கும்பட்சத்தில் அவர் தன் கதையை உங்களிடம் கூற விரும்புவார். நீங்கள் அதில் உண்மையிலேயே ஆர்வமாக இருந்தால், அவரது அனுபவங்கள் மூலம் நீங்கள் லாபமடைந்து கொண்டிருந்தால், சில சமயங்களில் அவர் மிகவும் விலாவாரியாகத் தன் கதையை விவரிக்கக்கூடும்.

நான் அப்படிப்பட்ட நபர்களிடமிருந்து விடைபெற்றுக் கொண்ட பிறகு, அவரைப் பற்றிய பல விஷயங்களைக் குறித்து வைத்துக் கொள்வேன். அவர் பிறந்த இடம், அவரது மனைவியின் பெயர், அவரது குழந்தைகளின் பெயர்கள், அவரது குறிக்கோள்கள், அவரது பொழுதுபோக்குகள் ஆகியவை அதில் அடங்கும். இந்த விபரங்களை நான் அட்டைகளில் குறித்து வைத்து, அவற்றைக் கோப்புகளில் போட்டு வைக்கிறேன். கடந்த இருபத்தைந்து ஆண்டுகளாக நான் சேகரித்து வந்துள்ள இத்தகைய தகவல்கள் என்னிடம் பத்திரமாக இருக்கின்றன.

நான் அவர்களைப் பற்றி இவ்வளவு அதிக விஷயங்களை நினைவில் வைத்திருப்பதைக் கண்டு மக்கள் மிகவும் வியக்கின்றனர். மக்கள்மீது உண்மையிலேயே ஆர்வமாக இருப்பது பல இதமான, நீடித்து நிலைக்கின்ற நட்புகளை உருவாக்கிக் கொள்வதற்கு எனக்கு மிகவும் உதவிகரமாக இருந்து வந்துள்ளது.

"நீங்கள் எப்படி இத்தொழிலுக்குள் நுழைந்தீர்கள்?" என்ற கேள்வியில் ஏதோ மாயாஜாலம் இருப்பதுபோலத் தோன்றுகிறது. என்னைச் சந்திப்பதற்குத் தங்களுக்கு நேரமில்லை என்று கூறிய பல கடினமான மனிதர்களுடன் எனக்குச் சாதகமான சந்திப்புகளை நிகழ்த்துவதற்கு இக்கேள்வி எனக்கு அடிக்கடி உதவியுள்ளது. இது குறித்த ஓர் எடுத்துக்காட்டை நாம் இங்கு பார்க்கலாம். எப்போதும் வேலையில் மும்முரமாக இருந்த, மரத் தண்ணீர்த் தொட்டி உற்பத்தியாளர் ஒருவருடனான ஓர் உண்மைச் சந்திப்பு இது. விற்பனையாளர்களைப் பற்றி அவரது மனத்தில் ஒரே ஓர் எண்ணம் மட்டுமே இருந்தது. உடனடியாக அவர்களை வெளியேற்றிவிட வேண்டும் என்பதுதான் அது.

நான்: வணக்கம், ராத் அவர்களே! என் பெயர் பெட்ஜர். ஃபிடெலிட்டி பரஸ்பர ஆயுட்காப்பீட்டு நிறுவனத்தைச் சேர்ந்தவன் நான். ஜிம் வாக்கரை உங்களுக்குத் தெரியுமா? (என்னுடைய அறிமுகக் அட்டையையும், ஜிம் வாக்கரிடமிருந்து நான் பெற்ற ஒரு தனிப்பட்டக் குறிப்பையும் அவரிடம் கொடுக்கிறேன்.)

ராத் (உடன்பாடின்மை அவரது முகத்தில் பிரதிபலிக்கிறது . . . எனது அறிமுக அட்டையைப் பார்க்கிறார் . . . அதைத் தன் மேசைமீது தூக்கி எறிகிறார். பிறகு கோபமாக இவ்வாறு கூறுகிறார்): நீங்கள் இன்னொரு விற்பனையாளரா?

நான்: ஆமாம், ஆனால் . . .

ராத் (நான் இன்னொரு வார்த்தை கூறுவதற்கு முன்னால் என்னை இடைமறித்து): இன்று இங்கு வந்திருக்கின்ற பத்தாவது விற்பனையாளர் நீங்கள். செய்வதற்கு எனக்கு ஏகப்பட்ட முக்கிய வேலைகள் இருக்கின்றன. நாள் முழுவதும் விற்பனையாளர்களின் பேச்சை என்னால் கேட்டுக் கொண்டிருக்க முடியாது. என்னைத் தொந்தரவு செய்யாதீர்கள். எனக்கு இதற்கெல்லாம் நேரமில்லை!

நான்: ராத் அவர்களே, என்னை அறிமுகப்படுத்திக் கொள்ளவே நான் ஒரு கணம் இங்கு வந்துள்ளேன். உங்களை நாளையோ அல்லது இவ்வாரக் கடைசியிலோ சந்தித்துப் பேசுவதற்கு முன்னனுமதி பெறுவதுதான் இந்தச் சந்திப்பின் நோக்கம். ஓர் இருபது நிமிடங்கள் உங்களிடம் பேசுவதற்கு உங்களுக்குக் காலை நேரம் சௌகரியப்படுமா அல்லது நண்பகலுக்குப் பிந்தைய நேரம் வசதிப்படுமா?

ராத்: விற்பனையாளர்களைச் சந்திப்பதற்கு எனக்கு நேரமில்லை!!!

நான் (முழுவதுமாக ஒரு நிமிடம் கரைகிறது. அந்நேரத்தில், தரையில் அழகாக வைக்கப்பட்டிருந்த அவரது பொருட்களில் ஒன்றை நான் ஆய்வு செய்வதில் நான் ஆர்வமாக இருக்கிறேன்.): நீங்கள் இப்பொருட்களை உருவாக்குகிறீர்களா?

ராத்: ஆமாம்.

நான் (இன்னொரு நிமிடம் அவற்றைப் பார்த்துவிட்டு): இந்தத் தொழிலில் நீங்கள் எத்தனை ஆண்டுகளாக இருந்து வந்திருக்கிறீர்கள்?

ராத்: ம்ம்ம் . . . இருபத்தியிரண்டு ஆண்டுகள்.

நான்: நீங்கள் எப்படி இத்தொழிலுக்குள் நுழைந்தீர்கள்?

ராத் (தன் மேசையிலிருந்து கவனத்தை அகற்றி, தன் நாற்காலியில் நன்றாகச் சாய்ந்து அமர்கிறார், அவரது இறுக்கம் தளர்கிறது): அது ஒரு பெரிய கதை. எனக்குப் பதினேழு வயதாக இருந்தபோது ஜான் டோ நிறுவனத்தில் நான் வேலைக்குச் சேர்ந்தேன். பத்து வருடங்கள் அவர்களுக்காக நான் என் உயிரைக் கொடுத்து உழைத்தேன். ஆனாலும் எனக்கு எந்த முன்னேற்றமும் ஏற்படவில்லை. எனவே, நானே எனக்கான பாதையை வகுத்துக் கொண்டேன்.

நான்: நீங்கள் இங்கு செல்டென்ஹாமில்தான் பிறந்தீர்களா?

ராத் (அவரது முகத்தில் இனிமை தென்படுகிறது): இல்லை. நான் சுவிட்சர்லாந்தில் பிறந்தேன்.

நான் (இனிய ஆச்சரியத்துடன்): அப்படியா? நீங்கள் மிக இள வயதிலேயே இங்கு வந்திருக்க வேண்டும், இல்லையா?

ராத் (அதிகத் தோழமையுடன், சிரித்தபடியே): எனக்குப் பதினான்கு வயதாக இருந்தபோது நான் வீட்டைவிட்டு வெளியேறினேன். சிறிது காலம் நான் ஜெர்மனியில் வாழ்ந்தேன். பிறகு அமெரிக்கா வருவதென்று தீர்மானித்தேன்.

நான்: இப்படிப்பட்ட ஒரு பெரிய தொழிற்சாலையைத் துவக்குவதற்கு உங்களுக்கு ஏகப்பட்ட மூலதனம் தேவைப்பட்டிருக்கும், இல்லையா?

ராத் (புன்னகைத்தபடி): நான் இதை 300 டாலர்களைக் கொண்டு துவக்கினேன். ஆனால் இன்று அதன் மதிப்பு 3,00,000 டாலர்களுக்கும் அதிகமாக இருக்கும்.

நான்: இந்த மரத் தொட்டிகள் எவ்வாறு செய்யப்படுகின்றன என்பதைப் பார்ப்பது மிகவும் சுவாரசியமாக இருக்கும், இல்லையா?

ராத் (எழுந்து நிற்கிறார், பிறகு நான் நின்று கொண்டிருக்கும் இடத்தில் உள்ள மரத் தொட்டிக்கு அருகே வருகிறார்): ஆமாம், எங்கள் தொட்டிகள் குறித்து நாங்கள் மிகவும் பெருமிதம் கொள்கிறோம். சந்தையில் உள்ளவற்றிலேயே மிகச் சிறந்த தொட்டிகள் இவைதான் என்று நாங்கள் நம்புகிறோம். நீங்கள் எங்கள் தொழிற்சாலையைச் சுற்றிப் பார்த்து, இவை எவ்வாறு செய்யப்படுகின்ற என்று பார்க்க விரும்புகிறீர்களா?

(ராத் என் தோள்மீது கை போட்டுக் கொண்டு, தனது தொழிற்சாலைக்கு என்னை அழைத்துச் செல்கிறார்.)

இவரது பெயர் எர்னஸ்ட் ராத். பென்சில்வேனியா நகரத்திலுள்ள செல்டென்ஹாம் நகரில் அமைந்துள்ள எர்னஸ்ட் ராத் & சன்ஸ் நிறுவனத்தின் உரிமையாளர் அவர். அவருடனான முதல் சந்திப்பில் நான் அவரிடம் எதையும் விற்கவில்லை. ஆனால் பதினாறு வருட காலத்தில், நான் பத்தொன்பது காப்பீடுகளை அவரிடமும், அவருடைய ஏழு மகன்களில் ஆறு பேரிடமும் விற்றுள்ளேன். அது எனக்கு அதிகப் பணத்தை ஈட்டிக் கொடுத்தது. அவருடன் ஒரு மகிழ்ச்சியான தொடர்பையும் எனக்கு ஏற்படுத்திக் கொடுத்தது.

21

எல்லா இடங்களிலும் எனக்கு அதிக வரவேற்பைப் பெற்றுக் கொடுத்த ஓர் உத்தி

நான் இளைஞனாக இருந்தபோது என்னிடம் ஒரு குறைபாடு இருந்தது. அதை விரைவாகச் சரிப்படுத்துவதற்கு ஒரு வழியை நான் கண்டுபிடித்திருக்காவிட்டால், நிச்சயமாக அது என்னைத் தோல்வியாளனாக ஆக்கியிருக்கும். உலகிலேயே மிகவும் மகிழ்ச்சியற்ற மனிதனாக நான் இருந்தேன். என்னைவிட மகிழ்ச்சியற்ற ஒருவரை உங்களால் பார்த்திருக்க முடியாது. அதற்கு ஒரு காரணமும் இருந்தது.

நான் சிறுவனாக இருந்தபோது எனது தந்தை இறந்துவிட்டார். என் தாயார் ஐந்து சிறு குழந்தைகளுடனும் எந்தக் காப்பீடும் இல்லாமலும் தனித்து விடப்பட்டார். எங்களுக்கு உணவும் உடையும் வழங்குவதற்காகவும், எங்களைத் தொடர்ந்து பள்ளிக்கூடத்தில் படிக்க வைப்பதற்காகவும் எனது தாயார் மற்ற வீடுகளில் துணிகளைத் துவைத்தார், தையல் வேலையும் செய்தார். அந்தக் காலகட்டம் எங்களுக்கு அவ்வளவு மகிழ்ச்சியானதாக இருக்கவில்லை. எங்கள் வீடு எப்போதுமே குளிராக இருந்தது. சமையலறையைத் தவிர வேறு எந்த அறையிலும் எங்கள் வீட்டில் ஒருபோதும் வெப்பம் இருந்ததே இல்லை. தரையில் விரிப்பதற்கு எங்களிடம் எந்தக் கம்பளமும் இருக்கவில்லை. தட்டம்மை, ஸ்கார்லட் காய்ச்சல், டைபாய்டு காய்ச்சல், டிப்தீரியா போன்ற நோய்கள் குழந்தைகளை மிகப் பரவலாகத் தாக்கிய ஒரு காலகட்டம் அது. எங்கள் வீட்டில் யாரேனும் ஒருவரோ அல்லது அதற்கு மேற்பட்டவரோ அவற்றில் ஒன்றால் எப்போதும் தாக்கப்பட்டோம்.

உடல்நலமின்மை, பசி, ஏழ்மை, மரணம் போன்றவற்றால் நாங்கள் தொடர்ந்து அச்சுறுத்தப்பட்டோம். என் தாயார் தனது ஐந்து குழந்தைகளில் மூன்று குழந்தைகளை இந்த நோய்களுக்குப் பலி கொடுத்தார். நாங்கள் புன்னகை புரிவதற்கு அவ்வளவு நல்ல காரணங்கள் ஒருபோதும் எங்களிடம் இருந்ததில்லை என்பது இப்போது உங்களுக்குப் புரிந்திருக்கும். உண்மையில், புன்னகைப்பதற்கும் மகிழ்ச்சியாக நடந்து கொள்வதற்கும் நாங்கள் மிகவும் பயந்து போயிருந்தோம்.

நான் விற்பனைத் தொழிலுக்குள் நுழைந்தபோது, எனது கவலை தோய்ந்த, மகிழ்ச்சியற்ற முகபாவம், இனிமையற்றப் பார்வையாளர்களையும் தோல்வியையுமே எனக்குப் பெற்றுக் கொடுத்ததை நான் கண்டறிந்தேன்.

நான் விரைவில் மீண்டு வெளியே வர வேண்டியிருந்த அந்தத் தீவிரமான குறைபாடு என்னிடம் இருந்ததை நான் உணர்வதற்கு எனக்கு அதிக காலம் தேவைப்படவில்லை. பல வருடங்களாக நான் அனுபவித்தக் கஷ்டங்கள் என் முகத்தில் நிரந்தரமாக விட்டுச் சென்றிருந்த கவலை ரேகைகளை மாற்றுவது அவ்வளவு சுலபமாக இருக்காது என்பதை நான் அறிந்திருந்தேன். வாழ்வு குறித்த எனது ஒட்டுமொத்தக் கண்ணோட்டத்தை நான் முற்றிலுமாக மாற்ற வேண்டியிருந்தது. நான் முயற்சித்துப் பார்த்த வழிமுறை இதுதான். அந்த வழிமுறை என் வீட்டிலும் சமுதாயத்திலும் எனது தொழிலிலும் உடனடியாகச் சிறப்பான விளைவுகளை எனக்குப் பெற்றுத் தரத் துவங்கியது.

ஒவ்வொரு நாள் காலையிலும் எனது பதினைந்து நிமிடக் குளியலின்போது, அந்தப் பதினைந்து நிமிடங்களுக்காவது ஒரு பெரிய, மகிழ்ச்சியான புன்னகையை என் முகத்தில் வரவழைப்பதென்று நான் தீர்மானித்தேன். ஆனாலும், வெறுமனே எனது பாக்கெட்டைப் பணத்தால் நிரப்புவதற்காக நான் வலுக்கட்டாயமாக வரவழைக்கின்ற, ஒரு போலியான, வியாபாரரீதியான புன்னகையாக அது இருக்கக்கூடாது என்பதை விரைவிலேயே நான் கண்டறிந்தேன். என் மனத்தின் ஆழத்திலிருந்து வருகின்ற ஓர் உண்மையான புன்னகையாக அது இருக்க வேண்டும் என்பதையும், எனக்குள் இருக்கும் மகிழ்ச்சியின் வெளிப்புற வெளிப்பாடாக அது இருக்க வேண்டும் என்பதையும் நான் உணர்ந்தேன்.

முதலில் அது எனக்கு மிகவும் கடினமாக இருந்தது. அந்தப் பதினைந்து நிமிடப் பயிற்சியின்போது, சந்தேகம், பயம், கவலை ஆகிய எண்ணங்கள் எனக்குள் உதயமாகியதை நான் கண்டேன். அதன் விளைவாக, மீண்டும் அந்தப் பழைய கவலை தோய்ந்த முகம்தான் எனக்கு மிஞ்சியது. புன்னகையாலும் கவலையாலும் ஒருபோதும் ஒன்றுசேர முடியாது. எனவே, நான் மீண்டும்

வலுக்கட்டாயமாக ஒரு புன்னகையை வரவழைப்பேன். அப்போது மகிழ்ச்சியான எண்ணங்களும் நன்னம்பிக்கை எண்ணங்களும் மீண்டும் என்னிடம் திரும்பிவிடும்.

ஹார்வர்டு பல்கலைக்கழகப் பேராசிரியரும் மாபெரும் தத்துவவியலாளருமான வில்லியம் ஜேம்ஸின் கோட்பாட்டை எனது இந்த அனுபவம் வலியுறுத்துவதுபோல இருந்தது. நீண்டகாலம் இதை நான் உணர்ந்திருக்கவில்லை. வில்லியம் ஜேம்ஸ் இவ்வாறு கூறியுள்ளார்: "செயல்நடவடிக்கையானது உணர்வைப் பின்தொடர்கிறது. ஆனால் உண்மையில், செயல்நடவடிக்கையும் உணர்வும் இணைந்தே செல்கின்றன. செயல்நடவடிக்கையை முறைப்படுத்துவதன் மூலம், உணர்வை நம்மால் மறைமுகமாக முறைப்படுத்த முடியும். ஏனெனில், செயல்நடவடிக்கையானது நமது மனஉறுதியின் நேரடிக் கட்டுப்பாட்டில் உள்ளது, ஆனால் உணர்வு நம்முடைய நேரடிக் கட்டுப்பாட்டில் இல்லை."

காலையில் பதினைந்து நிமிடங்கள் எனது புன்னகைத் தசைகளுக்கு நான் நன்றாகப் பயிற்சி கொடுத்தது அன்றைய தினத்தின்போது எனக்கு எவ்வாறு உதவியது என்பதை நாம் பார்க்கலாம். ஒருவரின் அலுவலகத்திற்குள் நுழைவதற்கு முன்பு, நான் ஒரு கணம் நிதானித்து, நான் நன்றியுடன் இருக்க வேண்டிய பல விஷயங்களை நினைத்துப் பார்த்து, ஒரு பெரிய, உண்மையான புன்னகையை வரவழைப்பேன். அதன் பிறகு, அந்த அலுவலகத்திற்குள் நுழையும்போது என் முகத்திலிருந்த புன்னகை மறையத் துவங்கியிருக்கும். ஆனால் ஒரு பெரிய, மகிழ்ச்சியான புன்னகையை வரவழைப்பது எனக்கு அப்போது மிகவும் சுலபமாக ஆகியிருந்தது. என் முகத்தில் பூத்திருந்த புன்னகையைக் கண்டு, அலுவலகத்தில் இருந்த நபரும் பதிலுக்குப் புன்னகைத்ததை நான் கண்டேன். அச்செயலாளர் தனது முதலாளியின் அறைக்குச் சென்று எனது வரவை அறிவித்தபோது, நானும் அவரும் பரிமாறிக் கொண்ட புன்னகைகளின் சிறு பகுதி அவரது முகத்தில் நிச்சயமாகப் பிரதிபலித்திருக்கும் என்று நான் உறுதியாக நம்பினேன். ஏனெனில், அவர் திரும்பி வரும்போது, அந்தப் புன்னகை அவரது முகத்தில் அப்படியே நிலைத்திருக்கும்.

நான் கவலை தோய்ந்த முகத்துடனோ அல்லது ஒரு போலியான புன்னகையுடனோ அந்த அலுவலகத்திற்குள் நுழைவதாக ஒரு கணம் அனுமானித்துக் கொள்ளுங்கள். இப்படிப்பட்ட ஒரு முகத்தைக் கண்டு அந்தச் செயலாளரின் முகபாவமும் மாறியிருக்கும். அவர் தனது முதலாளியிடம் சென்று எனது வரவை அறிவிக்கும்போது, அந்த முதலாளி என்னைப் பார்க்கக்கூடாது என்று கூறுகின்ற ஒரு பாவனை அந்தச் செயலாளரின் முகத்தில் பிரதிபலித்திருக்கும் என்று உங்களுக்குத் தோன்றவில்லையா?

தெருவில் நடந்து செல்லும்போது, எனக்குத் தெரிந்த நபர்களை நான் எதிர்கொண்டால், அவர்களைப் பார்த்துப் பெரிதாகவும் மகிழ்ச்சியாகவும் புன்னகைத்து, வெறுமனே, "ஹலோ, தாமஸ்!" என்று நான் கூறினால், அது அவர்களுக்கு மிகவும் மகிழ்ச்சியளிப்பதை நான் பார்த்திருக்கிறேன். வழக்கமான "வணக்கம் . . . எப்படி இருக்கிறீர்கள்?" என்பதைவிட அது அவர்களுக்கு அதிக அர்த்தமுள்ளதாக இருக்கிறது. அவர் உங்களுக்கு ஓரளவு நன்றாகப் பரிச்சயமானவராக இருந்தால், ஒரு பெரிய, மகிழ்ச்சியான புன்னகையுடன் வெறுமனே "ஜான்!" என்று அவருடைய முதற்பெயரைச் சொல்லிக் கூப்பிட்டாலே போதும்.

ஓர் உண்மையான, உற்சாகமான புன்னகையைக் கொண்ட ஒருவரின் திசையில் அதிர்ஷ்டக் காற்று வீசுவதையும், திருப்தியற்ற, மகிழ்ச்சியற்ற, வருத்தம் தோய்ந்த முகத்தைக் கொண்ட ஒருவரிடமிருந்து வெற்றி வாய்ப்புகள் கைநழுவிப் போவதையும் நீங்கள் கவனித்திருக்கிறீர்களா?

ஒரு புன்னகையுடன்கூடிய குரல் எப்போதும் வெற்றி பெறுவதைத் தொலைபேசி நிறுவனங்கள் நடத்திய உண்மையான பரிசோதனைகள் நிரூபித்துள்ளன. இக்கணமே உங்கள் தொலைபேசியை எடுத்து, ஒரு பெரிய புன்னகையுடன் உங்கள் உரையாடலைத் துவக்கி, வித்தியாசத்தை உணருங்கள். முகம் பார்க்கும் கண்ணாடியுடன்கூடிய ஒரு தொலைபேசியை யாரேனும் கண்டுபிடித்தால் நன்றாக இருக்கும். வித்தியாசத்தை அப்போது நம்மால் பார்க்க முடியும்.

வெறும் முப்பது நாட்களுக்கு, தாங்கள் பார்க்கும் ஒவ்வோர் உயிரினத்தை நோக்கியும் தங்களது மகிழ்ச்சியான புன்னகையை வெளிப்படுத்துவதற்கு உறுதி எடுத்துக் கொள்ளும்படி அமெரிக்கா நெடுகிலுமுள்ள ஆயிரக்கணக்கான பார்வையாளர்களிடம் நான் கேட்டுக் கொண்டுள்ளேன். பார்வையாளர்களில் குறைந்தபட்சம் 75 சதவீதம் பேர் இதை ஆர்வத்தோடு ஏற்றுக் கொள்கின்றனர். அதன் விளைவு என்னவாக இருக்கும் என்று நீங்கள் நினைக்கிறீர்கள்? டென்னிஸீ மாநிலத்திலுள்ள நாக்ஸ்வில் நகரில் வாழும் ஒரு நபரிடமிருந்து எனக்கு வந்த ஒரு கடிதத்திலிருந்து ஒரு பகுதியை இங்கு நான் கொடுத்திருக்கிறேன்.

> நானும் என் மனைவியும் பிரிந்து போவதென்று சில நாட்களுக்கு முன்புதான் ஓர் உடன்பாட்டிற்கு வந்திருந்தோம். என் மனைவிமீதுதான் மொத்தத் தவறும் இருந்ததாக நான் நினைத்தேன். நீங்கள் கூறிய யோசனையை நான் செயல்படுத்தத் துவங்கிய ஒருசில நாட்களுக்குள், என் வீட்டில் மகிழ்ச்சி மீண்டும் குடியேறியது. என் வியாபாரத்தில் நான் தோல்வியைச் சந்தித்துக் கொண்டிருந்ததற்கு என்னிடம் இருந்த மகிழ்ச்சியற்ற, தோல்வி மனப்போக்குதான் காரணம் என்பதை நான்

உணர்ந்தேன். நாளின் முடிவில், நான் என் வீட்டிற்குச் சென்று, என் மனைவி மற்றும் குழந்தைகள்மீது என் எரிச்சலையும் கோபத்தையும் வெளிப்படுத்தினேன். இதில் தவறு முழுவதும் என்மீதுதான். என் மனைவியின்மீது எந்தத் தவறும் இருக்கவில்லை. ஒரு வருடத்திற்கு முன்பு நான் எப்படி இருந்தேனோ, அதனோடு ஒப்பிடுகையில், இப்போது நான் முற்றிலும் வித்தியாசமான ஒரு மனிதனாக ஆகியிருக்கிறேன். மற்றவர்களை நான் மகிழ்ச்சிப்படுத்தியிருப்பதால் நானும் இப்போது மகிழ்ச்சியாக இருக்கிறேன். இப்போது எல்லோரும் என்னை ஒரு புன்னகையுடன் வரவேற்கிறார்கள். அதோடு, எனது வியாபாரமும் ஆச்சரியகரமான முன்னேற்றத்தைக் காட்டியுள்ளது.

புன்னகைத்ததன் மூலம் தனக்குக் கிடைத்த அற்புதமான விளைவுகள் குறித்து மிகவும் உற்சாகமடைந்திருந்த அந்நபர், அது பற்றித் தொடர்ந்து பல வருடங்களாக எனக்குக் கடிதம் எழுதியுள்ளார்.

பிரபல அமெரிக்கப் பத்திரிகையாளரான டோரத்தி டிக்ஸ் இவ்வாறு கூறியுள்ளார்: “ஆண்களை மிகவும் பலவீனமானவர்களாக ஆக்குவதற்குப் பெண்களிடமுள்ள ஒட்டுமொத்த ஆயுதங்களில் புன்னகையைப் போன்ற ஒரு வலிமையான ஆயுதம் எதுவுமில்லை. மகிழ்ச்சியை ஒரு மதிப்பான பண்புநலனாகவோ அல்லது ஒரு கடமையாகவோகூடப் பெண்கள் கருதுவதில்லை என்பது பரிதாபகரமான விஷயம். ஏனெனில், திருமண வாழ்க்கையை வெற்றிகரமானதாக ஆக்குவதற்கும் கணவனை வசப்படுத்துவதற்கும் புன்னகையைவிட அதிகச் சிறப்பாகப் பலனளிக்கின்ற பண்புநலன் வேறு எதுவுமில்லை. தன் புன்னகையின் மூலம் பிரகாசத்தை வெளிப்படுத்துகின்ற ஒரு பெண் தனக்காகத் தன் வீட்டில் காத்திருக்கிறாள் என்பதை அறிந்துள்ள எந்தவோர் ஆண்மகனும் இரவில் தன் வீட்டை நோக்கி வேகமாக நடைபோடாமல் இருப்பது அரிது.”

ஒரு புன்னகையின் மூலம் மகிழ்ச்சியை உருவாக்கிக் கொள்ள முடியும் என்ற யோசனை நம்புதற்கரிய ஒன்றாகத் தோன்றக்கூடும் என்பதை நான் அறிவேன். ஆனால் வெறும் முப்பது நாட்களுக்கு இதை முயற்சித்துப் பாருங்கள். உங்கள் மனைவி மற்றும் குழந்தைகள் உட்பட, இப்புவியில் நீங்கள் எதிர்கொள்ளும் ஒவ்வொருவருக்கும் உங்களது மிகச் சிறந்த புன்னகையைக் கொடுங்கள். கவலைப்படுவதை நிறுத்திவிட்டு, வாழ்க்கையை வாழத் துவங்குவதற்கு நானறிந்த மிகச் சிறந்த வழிகளில் ஒன்று இது. நான் இதைச் செய்யத் துவங்கியபோது, எல்லா இடங்களிலும் நான் அதிகமாக வரவேற்கப்பட்டதை நான் கண்டேன்.

22

பெயர்களையும் முகங்களையும் சுலபமாக நினைவில் வைத்துக் கொள்வதற்கான எளிய வழி

ஃபிலடெல்பியா நகரின் ஆர்ச் தெருவில் இருந்த ஒய்.எம்.சி.ஏ. அமைப்பில் ஒரு விற்பனைப் பயிற்சி வகுப்பை ஒரு வருடம் நான் நடத்தினேன். அந்தப் பயிற்சி வகுப்பின்போது, நினைவாற்றல் துறையில் நிபுணராக விளங்கிய ஒருவரை நாங்கள் எங்கள் வகுப்பிற்கு வரவழைத்து, மூன்று இரவுகள் அவரை நினைவாற்றல் பயிற்சி அளிக்கச் செய்தோம்.

அந்த சமயத்திலிருந்து, நினைவாற்றல் தொடர்பான பல புத்தகங்களை நான் படித்து வந்துள்ளேன், அது தொடர்பான பல சொற்பொழிவுகளைக் கேட்டுள்ளேன். நான் கற்றுக் கொண்ட யோசனைகள் சிலவற்றை என் தொழிலிலும் சமூக வட்டத்தில் நான் தொடர்பு கொண்டுள்ள நபர்களிடத்திலும் செயல்படுத்த முயற்சித்துள்ளேன். நினைவாற்றல் நிபுணர்கள் அனைவரும் கற்றுக் கொடுக்கின்ற பின்வரும் மூன்று விஷயங்களை நான் நினைவில் வைத்துக் கொண்டபோது, பெயர்களையும் முகங்களையும் நினைவில் வைத்துக் கொள்வது அதிக சுலபமாக இருந்ததை நான் கண்டேன். அந்த மூன்று விஷயங்கள் இவைதான்:

1. காட்சிப்படுத்துதல்

2. மீண்டும் மீண்டும் கூறுதல்

3. தொடர்புபடுத்துதல்

நாம் இவற்றை விரிவாகப் பார்க்கலாம்.

1. காட்சிப்படுத்துதல்

நமது நினைவாற்றல் பிரச்சனைகளில் பெரும்பாலானவை உண்மையில் நினைவாற்றல் பிரச்சனைகளே அல்ல என்று உளவியலாளர்கள் கூறுகின்றனர். அவை வெறுமனே கவனப் பிரச்சனைகள்தான். அதுதான் பெரும்பாலும் என்னுடைய பிரச்சனையாக இருந்தது என்று நினைக்கிறேன். ஒரு நபரின் முகத்தை நான் நன்றாகவே கவனித்தேன், ஆனால் அவரது பெயரை நினைவில் வைத்துக் கொள்ள எப்போதுமே முற்றிலுமாகத் தவறினேன். ஒன்று, அவரை எனக்கு அறிமுகப்படுத்தியபோது நான் ஒழுங்காக கவனிக்கவில்லை, அல்லது அவரது பெயரைத் தெளிவாக என்னால் கேட்க முடியவில்லை. இது குறித்து நான் என்ன செய்தேன் என்று நினைக்கிறீர்கள்? உங்கள் ஊகம் சரிதான். நான் எதுவுமே செய்யவில்லை! அவரது பெயர் எனக்கு முக்கியமல்ல என்பதுபோல நான் அதை ஒதுக்கித் தள்ளினேன். ஆனால் அடுத்தவர் என்னுடைய பெயர்மீது கவனம் செலுத்தத் தவறினால் அது என்னை வேதனைப்படுத்தியது. அவர் எனது பெயரில் ஓர் உண்மையான ஆர்வத்தைக் காட்டி, அதைத் தெளிவாக உச்சரித்தபோது, அது ஒருபோதும் என்னை மகிழ்ச்சிப்படுத்தத் தவறியதில்லை. இந்த முதல் விதியின் முக்கியத்துவம் என்னை மிகவும் பிரமிக்கச் செய்ததால், ஒருவருடைய பெயரில் முழுமையான கவனம் செலுத்தி, நான் அதைச் சரியாகத் தெரிந்து கொள்ளத் தவறினால், அது மன்னிக்கப்பட முடியாத இங்கிதமின்மை என்ற ரீதியில் நான் சிந்திக்கத் துவங்கினேன்.

ஒருவரது பெயரை எவ்வாறு சரியாகத் தெரிந்து கொள்வது? அவருடைய பெயர் உங்கள் காதுகளில் தெளிவாக விழவில்லை என்றால், “தயவு செய்து இன்னொரு முறை உங்கள் பெயரைக் கூற முடியுமா?” என்று கேட்பது முற்றிலும் முறையான விஷயம்தான். அப்படியும் அவரது பெயர் உங்களுக்குச் சரியாகப் பிடிபடவில்லை என்றால், “தயவு செய்து உங்கள் பெயரை எழுத்துக்கூட்டிச் சொல்ல முடியுமா?” என்று கேட்பதும் சரியான விஷயம்தான். ஒருவரது பெயரைத் தெரிந்து கொள்வதில் நீங்கள் உண்மையிலேயே ஆர்வம் காட்டுவது அவருக்குக் கோபத்தை ஏற்படுத்தும் என்று நீங்கள் நினைக்கிறீர்களா? நான் ஒருபோதும் அப்படிக் கேள்விப்பட்டதில்லை.

எனவே, பெயர்களையும் முகங்களையும் நினைவில் வைத்துக் கொள்வதற்கு எனக்கு உதவிய முதல் விஷயம், என்னை மறந்துவிட்டு, அடுத்தவர்மீதும் அவரது முகம் மற்றும் பெயரின்மீதும் என்னால் முடிந்த அளவுக்குக் கடினமாக கவனம் செலுத்துவதுதான். அன்னியர்களைச் சந்திக்கும்போது அளவுக்கதிகமாக என்மீது கவனம் செலுத்துவதிலிருந்து நான் மீள்வதற்கு இது எனக்கு உதவியது.

நாம் பார்க்கின்ற மற்றும் உன்னிப்பாகக் கவனிக்கின்ற விஷயங்களை நமது கண்கள் உண்மையிலேயே மனரீதியான ஒரு புகைப்படம் எடுப்பதாகக் கூறப்படுகிறது. இதை நிரூபிப்பது சுலபமானது. ஏனெனில், உங்கள் கண்களை மூடிக் கொண்டு, ஓர் அன்னியரின் முகத்தை உங்களால் தெளிவாக நினைவுபடுத்திப் பார்க்க முடியும். ஒரு பெயரையும் நீங்கள் இவ்வாறுதான் அணுகுகிறீர்கள்.

ஒரு நபரின் முகத்தை உன்னிப்பாகக் கவனிப்பதற்கும், அவரது பெயரைப் பற்றிய ஒரு தெளிவான, விரிவான காட்சியைப் பெறுவதற்கும் உண்மையிலேயே நான் முயற்சித்தபோது, பெயர்களையும் முகங்களையும் மனப்பாடம் செய்வது மிகவும் சுலபமாக இருந்ததைக் கண்டு ஆச்சரியமடைந்தேன்.

2. மீண்டும் மீண்டும் கூறுதல்

உங்களுக்கு முன்பின் பரிச்சயமில்லாத ஒருவர் உங்களுக்கு அறிமுகப்படுத்தப்பட்டப் பத்து வினாடிகளுக்குள் அவரது பெயர் உங்களுக்கு மறந்துவிடுகிறதா? நான் அவரது பெயரை உடனடியாக என் மனத்தில் விரைவாகப் பல முறை கூறாவிட்டால், அது எனக்கு நிச்சயமாக மறந்துவிடும். அவரது பெயரை நம்மால் உடனடியாக மீண்டும் கூற முடியும்: "முஸ்கிரேவ், நீங்கள் எப்படி இருக்கிறீர்கள்?" என்று அவரிடம் கேட்கலாம்.

பிறகு அவருடனான உரையாடலின்போது, அவரது பெயரை ஏதோ ஒரு வழியில் நான் பயன்படுத்தினால் அது எனக்கு வெகுவாக உதவுகிறது: "முஸ்கிரேவ், நீங்கள் டெஸ் மாயின்ஸில் பிறந்தீர்களா?" உச்சரிப்பதற்கு அது ஒரு கடினமான பெயராக இருந்தால், அதைத் தவிர்ப்பது சிறந்த விஷயம் அல்ல. ஆனால் பெரும்பாலான மக்கள் அதைத் தவிர்த்துவிடுகின்றனர். ஒரு பெயரை எவ்வாறு உச்சரிக்க வேண்டும் என்று எனக்குத் தெரியவில்லை என்றால், நான் வெறுமனே, "உங்கள் பெயரை நான் சரியாக உச்சரிக்கிறேனா?" என்று கேட்கிறேன். தங்கள் பெயரை நீங்கள் சரியாகக் கூறுவதற்கு உங்களுக்கு உதவுவதற்கு மக்கள் மகிழ்ச்சியாக இருப்பதை நான் காண்கிறேன். உங்களுடன் வேறு சிலரும் இருந்தால் அவர்களும் மகிழ்ச்சியடைகின்றனர். ஏனெனில், அவருடைய பெயரைப் புரிந்து கொண்டு அதை நினைவில் வைத்துக் கொள்வதை அது அவர்களுக்கும் சுலபமாக்குகிறது.

இவ்வாறு செய்த பிறகும் நீங்கள் ஒருவருடைய பெயரை மறந்துவிட்டால், அது உங்களை சங்கடத்திற்கு ஆளாக்கும். உரையாடலின்போது அவரது பெயரை உரக்கக் கூறிப் பேசினாலும், என் மனத்திற்குள் அமைதியாக அதை நான் மீண்டும் மீண்டும் கூறாவிட்டால், அதை நான் மறந்துவிடுவதற்கான வாய்ப்புகள் அதிகம்.

அதேபோல, அடுத்தவர் உங்களுடைய பெயரை நினைவில் வைத்துக் கொள்ள வேண்டும் என்று நீங்கள் விரும்பினால், உங்களது பெயரைத் திரும்பத் திரும்பக் கூறுவதற்கான ஒரு வாய்ப்பை வழக்கமாக உங்களால் கண்டுபிடிக்க முடியும். நீங்கள் இப்படிக் கூறலாம்: ". . . பிறகு அவர் என்னிடம், 'பெட்ஜர், இந்த வருடம் எங்களுடைய விற்பனை அமோகமாக இருக்கிறது,' என்று கூறினார்."

நான் ஒருவரிடமிருந்து விடைபெற்றுக் கொண்ட பிறகு, எனக்குக் கிடைக்கும் முதல் வாய்ப்பில் அவரது பெயரைக் குறித்து வைத்துக் கொள்வேன். ஒரு பெயரை எழுத்துப்பூர்வமாகப் பார்ப்பதில் ஒரு பெரிய அனுகூலம் உள்ளது.

ஒரே சமயத்தில் பலருடன் அறிமுகப்படுத்தப்படும்போது அது எவரொருவருக்கும் கடினமானதாகத்தான் இருக்கும். ஃபிலடெல்பியாவில் கட்டுமானப் பொருட்கள் மற்றும் நிலக்கரி விற்பனையில் மிகப் பிரபலமாக விளங்கிய என்னுடைய நண்பர் ஹென்றி ஸ்டிராத்மேனிடமிருந்து இந்த யோசனையை நான் பெற்றேன்.

ஒரு காலத்தில் ஹென்றிக்கு அவ்வளவு நல்ல நினைவாற்றல் இருக்கவில்லை. ஆனால் பெயர்களையும் முகங்களையும் தகவல்களையும் நினைவில் வைத்துக் கொள்வதற்கான ஓர் அசாதாரணமான திறனை அவர் தனக்குள் வளர்த்துக் கொண்டார். பெரும் எண்ணிக்கையிலான பார்வையாளர்கள் அடங்கிய சந்திப்புக்கூட்டங்களில் தனது வழிமுறைகளை மற்றவர்களுக்கு விளக்குவதை அவர் ஒரு பொழுதுபோக்காக ஆக்கிக் கொண்டுள்ளார். தனது யோசனை பற்றி ஸ்டிராத்மேன் இவ்வாறு கூறுகிறார்:

> குழுக்களைச் சந்திக்கும்போது, ஒரு நேரத்தில் மூன்று அல்லது நான்கு பெயர்களை மனப்பாடம் செய்ய முயற்சியுங்கள். பிறகு அவற்றை உள்வாங்கிக் கொள்வதற்கு ஒருசில கணங்களை எடுத்துக் கொள்ளுங்கள். அதன் பிறகு அடுத்தக் குழுவினரிடம் செல்லுங்கள். பெயர்களை உங்கள் மனத்தில் ஆழமாகப் பதிவு செய்வதற்கு அப்பெயர்களில் சிலவற்றைப் பயன்படுத்தி ஒரு வாக்கியத்தை உருவாக்க முயற்சியுங்கள். இந்த வகையான முயற்சி மிகவும் பலனளிப்பதாக இருக்கும். பெயர்களும் உங்கள் நினைவில் நீடித்து நிலைத்திருக்கும்.

யாரோ ஒருவரின் பெயர் தற்காலிகமாக உங்களுக்கு மறந்து போனதால் மற்றவர்களுக்கு அவரை உங்களால் அறிமுகப்படுத்த முடியாமல் போன தர்மசங்கடமான நிலைமை உங்களுக்கு ஏற்பட்டிருக்கிறதா? இப்படிப்பட்ட ஒரு பிரச்சனையிலிருந்து மீள்வதற்கு உதவக்கூடிய எந்தவொரு சூத்திரமும் எனக்குத் தெரியாது. ஆனாலும், பெயர்களைச் சுலபமாக

நினைவுபடுத்துவதற்கான எனது திறனை மேம்படுத்துவதற்கு எனக்குப் பல விஷயங்கள் உதவியுள்ளன.

முதலில் – அளவுக்கதிகமாகக் கவலைப்படாதீர்கள். பெயர்கள் நம் நினைவிலிருந்து தப்பிவிடுகின்ற இத்தகைய ஒரு சூழ்நிலை யாருக்கு வேண்டுமானாலும் ஏற்படலாம். இது அடிக்கடி நிகழ்கின்ற ஒன்றுதான். இதிலிருந்து மீள்வதற்குச் சிறந்த வழி, வெறுமனே சிரித்துவிட்டு, எனக்குப் பதற்றமாக இருப்பதாக வெளிப்படையாக ஒப்புக் கொள்வதுதான் என்பதை நான் கண்டுள்ளேன். அமெரிக்க நகைச்சுவை நடிகரான குருச்சோ மார்க்ஸ் ஒருமுறை ஒருவரது பெயரை மறந்தபோது இவ்வாறு கூறினார்: "நான் எந்தவொரு முகத்தையும் ஒருபோதும் மறப்பதில்லை, ஆனால் உங்கள் விஷயத்தில் நான் இதற்கு விதிவிலக்கு அளிக்கிறேன்!"

இரண்டாவதாக – உங்களுக்குத் தெரிந்த ஒருவரை நீங்கள் கடந்து செல்லும்போதெல்லாம், அவரது பெயரைச் சொல்லி அவரைக் கூப்பிடுங்கள். வெறுமனே "ஹலோ" அல்லது "எப்படி இருக்கிறீர்கள்?" என்று கூறுவதற்குப் பதிலாக, "சினாட்ரா!" அல்லது "ஃபிராங்க்!" என்று கூப்பிடுங்கள். அவர் அங்கிருந்து சென்ற பிறகு, அவரது முழுப் பெயரை உங்கள் மனத்திற்குள் ஒருசில முறைகள் கூறிக் கொள்ளுங்கள்: "ஃபிராங்க் சினாட்ரா . . . ஃபிராங்க் சினாட்ரா."

தங்கள் பெயர்கள் கூறப்படுவதைக் கேட்க மக்கள் பெரிதும் விரும்புவதால், அவர் உங்கள் நிறுவனத்தின் தலைவராக இருந்தாலும் சரி, அல்லது உங்கள் காலணிகளைப் பளிச்சூட்டுபவராகவோ, ஹோட்டல் சிப்பந்தியாகவோ, உங்கள் கார் ஓட்டுனராகவோ, அல்லது உங்கள் தபால்காரராகவோ இருந்தாலும் சரி, உங்களுக்குக் கிடைக்கின்ற ஒவ்வொரு வாய்ப்பிலும் அவர்களது பெயர்களைச் சொல்லி அழைப்பதை நீங்கள் ஏன் ஒரு பழக்கமாக ஆக்கிக் கொள்ளக்கூடாது? மக்களிடம் அது ஏற்படுத்துகின்ற வித்தியாசத்தைக் கண்டு ஆச்சரியப்பட நான் ஒருபோதும் தவறியதில்லை. நான் தொடர்ந்து அதிகமான மக்களைப் பெயர் சொல்லி அழைத்தபோது, பெயர்களை நினைவில் வைத்துக் கொள்வதற்கான எனது ஆற்றல் மேலும் மேலும் சிறப்புற்றதை நான் கண்டேன்.

மூன்றாவதாக – உங்களால் முடிந்தபோதெல்லாம், ஒரு பெயரை முன்கூட்டியே பரிச்சயப்படுத்திக் கொள்வதற்கு நேரத்தை ஒதுக்கிக் கொள்ளுங்கள். நினைவாற்றல் நிபுணர்கள்

இதைச் செய்கின்றனர். ஒரு நிறுவனத்தில் ஒரு மதிய உணவின்போதோ அல்லது இரவு உணவின்போதோ ஒரு கூட்டத்தினரிடையே பேசுவதற்கு முன்பு, அந்நிறுவனத்தின் உறுப்பினர்களின் பெயர்கள் அடங்கிய பட்டியலை அந்த நிபுணர் பெற்றுக் கொள்கிறார். பிறகு அப்பெயர்களையும் அவர்களது தொழில்களையும் அவர் படிக்கிறார். அதன் பிறகு, சந்திப்புக்கூட்டத்தின்போது, அவர் அந்த உறுப்பினர்களில் ஒருவரை அழைத்து, அப்பட்டியலில் உள்ளவர்களைக் கூட்டத்தில் தனக்குச் சுட்டிக்காட்டும்படிச் செய்கிறார். பிறகு தான் பேச எழும்போது, உறுப்பினர்களை அடையாளம் காண்பதற்கும், அவர்கள் ஒவ்வொருவருடைய முழுப் பெயரையும் அவர்களது தொழிலையும் குறிப்பிடுவதற்குமான தனது திறனை வெளிப்படுத்தி அனைவரையும் ஆச்சரியப்படுத்துகிறார்.

ஒரு சிறிய வழியில், இதே யோசனையை நம்மால் பயன்படுத்த முடியும். நான் கூற வரும் விஷயம் இதுதான். பல வருடங்களுக்கு முன்பு, பெஞ்சமின் ஃபிராங்க்ளின் சங்கத்திலும் நன்னம்பிக்கையாளர் சங்கத்திலும் நான் ஓர் உறுப்பினராக இருந்தேன். நான் தவறாமல் அவற்றில் பங்கு கொண்டேன். அங்கிருந்த மற்ற உறுப்பினர்களை நான் அறிந்திருந்தபோதிலும், அவர்களைப் பெயர் கூறி அழைத்துப் பேசுவதற்கான திறன் என்னிடம் இல்லாமல் போனதைக் கண்டு நான் வெட்கப்பட்டேன். பிறகு, சந்திப்புக்கூட்டங்களில் கலந்து கொள்வதற்கு முன்பு உறுப்பினர்கள் பட்டியலைப் படிப்பதை ஒரு பழக்கமாக ஆக்கிக் கொள்ளத் துவங்கினேன். விரைவில், பெயர்களை உடனடியாக நினைவுபடுத்துவதற்கான எனது புதிய திறனால் மிகவும் நம்பிக்கையூட்டப் பெற்ற நான், உறுப்பினர்களைத் தவிர்ப்பதற்குப் பதிலாக, நானே வலியப் போய் அவர்களுடன் கைகுலுக்கிப் பேசுவதைக் கண்டேன். நான் ஒப்புக்குத் தலையாட்டும் ஒருவனாக இருப்பதற்குப் பதிலாக, இவர்களை உண்மையிலேயே எனது நண்பர்களாக ஆக்கிக் கொள்ளத் துவங்கினேன்.

பெயர்களை மீண்டும் மீண்டும் கூறுவது பற்றிய ரகசியம் இதுதான்: குறிப்பிட்ட இடைவேளைகளில் அவற்றை மீண்டும் மீண்டும் கூறிப் பழக வேண்டும். நீங்கள் நினைவில் வைத்துக் கொள்ள விரும்புகின்ற மக்களை அல்லது வேறு ஏதேனும் பொருட்களைப் பற்றிய ஒரு பட்டியலைத் தயாரித்து, இரவில் தூங்கப் போவதற்கு முன்பும், காலையில் எழுந்தவுடன் முதல் வேலையாகவும், அடுத்த நாளும், அதற்கடுத்த வாரமும் அப்பட்டியலைத் தொடர்ந்து படித்து வாருங்கள். ஒரு விஷயத்தைப்

போதுமான அளவுக்கு நீங்கள் அடிக்கடி மீண்டும் மீண்டும் ஒரு குறிப்பிட்ட இடைவேளைகளில் கூறி வந்தால், கிட்டத்தட்ட எதுவொன்றையும் உங்களால் நினைவில் வைத்துக் கொள்ள முடியும் என்று நான் நம்புகிறேன்.

3. தொடர்புபடுத்துதல்

நீங்கள் ஞாபகத்தில் வைத்துக் கொள்ள விரும்புகின்ற ஒரு விஷயத்தை எவ்வாறு தக்க வைத்துக் கொள்வது? தொடர்புபடுத்துவதுதான் இங்கு தனிப்பெரும் முக்கியக் காரணியாகும்.

நமது குழந்தைப்பருவத்தின் ஆரம்பகாலத்தில் நடந்த, அதன் பிறகு அவை பற்றி நாம் அவ்வளவாக நினைத்துப் பார்த்திராத, சில சமயங்களில் நாம் முற்றிலும் மறந்து போய்விட்ட விஷயங்களை நினைவுகூர்வதற்கான நமது திறனைக் கண்டு சில சமயங்களில் நாமே அசந்து போவோம். எடுத்துக்காட்டாக, சமீபத்தில், நியூஜெர்ஸி மாநிலத்தின் ஓஷன் நகரில் உள்ள ஒரு பெரிய பெட்ரோல் நிலையத்தில் பெட்ரோல் வாங்குவதற்காகச் சென்றேன். அந்த நிலையத்தின் உரிமையாளர் என்னை அடையாளம் கண்டுகொண்டார். நாங்கள் இருவரும் சந்தித்து நாற்பது வருடங்களுக்கு மேல் ஆகியிருந்தது. ஆனால் அவரை அதற்கு முன்பு நான் எங்கே பார்த்தேன் என்று என்னால் நினைவுகூர முடியாமல் போனது குறித்து நான் அவமானமாக உணர்ந்தேன்.

தொடர்புபடுத்துதலின் சக்தி இங்கு எவ்வாறு ஒத்துழைக்கத் துவங்கியது என்று பாருங்கள்.

"என் பெயர் சார்லஸ் லாசன். ஜேம்ஸ் பிளெயின் இலக்கணப் பள்ளியில் நாம் இருவரும் ஒன்றாகப் படித்தோம்," என்று அவர் ஆர்வமாகக் கூறினார்.

அவரது பெயர் எனக்கு அவ்வளவு பரிச்சயமானதாகப் படவில்லை. அவர் என்னைப் பெயர் சொல்லி அழைத்து, ஜேம்ஸ் பிளெயின் இலக்கணப் பள்ளியைப் பற்றிக் குறிப்பிட்டிருக்காவிட்டால், அவர் என்னைத் தவறாக அடையாளம் கண்டுகொண்டிருந்ததாக நான் நினைத்திருப்பேன். ஆனால் என் முகத்தில் இருந்த வெறுமையைக் கண்ட அவர், "உங்களுக்கு பில் கிரீனை நினைவிருக்கிறதா? . . . ஹாரி ஷ்மிட்டை ஞாபகம் இருக்கிறதா?" என்று கேட்டார்.

"ஹாரி ஷ்மிட்! நிச்சயமாக அவரது பெயர் எனக்கு நினைவிருக்கிறது. அவர் எனது மிகச் சிறந்த நண்பர்களில் ஒருவர்," என்று நான் பதிலளித்தேன்.

"பெரியம்மை நோய்த்தொற்று ஏற்பட்டதால் பிளெயின் பள்ளி மூடப்பட்டக் காலை வேளை உங்களுக்கு நினைவில்லையா? அன்று நம்மில் ஒருசிலர் ஃபேர்மவுன்ட் பூங்காவிற்குச் சென்று பேஸ்பால்

விளையாடினோமே? நீங்களும் நானும் ஒரே அணியில் விளையாடினோம்.”

“சக் லாஸன்!” என்று நான் கூக்குரலிட்டு என் காரைவிட்டுத் துள்ளி எழுந்து அவரது கையைப் பிடித்து பலமாகக் குலுக்கினேன். தொடர்புபடுத்துதலின் சக்தியைச் சக் லாஸன் பயன்படுத்தியிருந்தார். அது மாயாஜாலம்போல வேலை செய்தது!

உங்கள் பெயரை நினைவில் வைத்துக் கொள்ள மற்றவர்களுக்கு உதவுவது

உங்கள் பெயரை நினைவில் வைத்துக் கொள்வது மக்களுக்குச் சிரமமாக இருக்கிறதா? உங்கள் பெயரை நினைவில் வைத்துக் கொள்ள வேண்டும் என்று பெரும்பாலான மக்கள் உண்மையிலேயே விரும்புகின்றனர், ஆனால் அதை நினைவுகூர முடியாமல் அவர்கள் தர்மசங்கடத்திற்கு ஆளாகின்றனர். உங்கள் பெயரைச் சரியாக உச்சரிப்பதற்கும், அதை நினைவில் வைத்துக் கொள்வதற்கும் ஒரு சுலபமான வழியை உங்களால் அவர்களுக்குப் பரிந்துரைக்க முடிந்தால், அவர்கள் நிச்சயமாக மகிழ்வார்கள்.

நாம் நீண்டகாலமாகப் பார்த்திராத ஒருவரைச் சந்திக்கும்போது, நமது பெயரை உடனடியாக் குறிப்பிட்டுவிடுவது நல்லது என்று நான் நினைக்கிறேன். எடுத்துக்காட்டாக: “ஜோன்ஸ், நீங்கள் எப்படி இருக்கிறீர்கள்? என் பெயர் டாம் பிரவுன். ஃபிலடெல்பியா ரோட்டரி சங்கத்தில் நாம் இருவரும் அடிக்கடி சந்தித்துக் கொள்வது வழக்கம்.” இது தர்மசங்கடத்தைத் தவிர்க்கிறது. மக்களும் இதை விரும்புகின்றனர் என்பதை நான் காண்கிறேன். அடுத்தவருடைய பெயரை எவ்வாறு நினைவில் வைத்துக் கொள்வது என்பதை நீங்கள் வெளிப்படையாக அவரிடமே கேட்டால், அவர் நிச்சயமாக உங்களுக்கு உதவுவார்.

ஒரு பெயரைச் சரியாக உச்சரிப்பதற்கு மிகவும் கடினமாக இருக்கும்போது, நான் அதன் பின்னணியைப் பற்றிக் கேட்கிறேன். அன்னிய தேசத்துப் பெயர்கள் பலவற்றுக்குப் பின்னால் ஒரு சுவாரசியமான வரலாறு இருக்கும். வானிலையைப் பற்றிப் பேசுவதைவிட, தங்களது பெயர்களைப் பற்றிப் பேசுவதற்கு எல்லோருமே ஆர்வமாக இருப்பார்கள். அது உண்மையிலேயே ஆயிரம் மடங்கு அதிக சுவாரசியமானதாக இருக்கும்.

சில சமயங்களில், பெயர்களை நினைவில் வைத்துக் கொள்வதற்கான வெகுமதி, நீங்கள் அதற்கு மேற்கொள்கின்ற முயற்சியைவிட மிகப் பெரிய அளவில் இருக்கும். எனது பழைய நண்பர் ஒருவர் (அவர் தன் பெயரை வெளியிட விரும்பவில்லை என்பதால் நாம் அவரை ஜான் என்று அழைக்கலாம்), தான் வேலை செய்த ‘441 நீ சங்கிலித்தொடர்க் கடை’களில் பணியாற்றிய மேலாளர்கள் அனைவருடைய பெயர்களையும் தான்

மனப்பாடமாகக் கற்றுக் கொண்டதாக என்னிடம் கூறினார். ஒவ்வொரு மேலாளரையும் அவர் அவரது பெயரைச் சொல்லி அழைத்தார். மேலும், அந்த மேலாளர்களின் மனைவி மற்றும் குழந்தைகளின் பெயர்களையும் கேட்டுத் தெரிந்து கொள்வதை அவர் ஒரு வழக்கமாக வைத்திருந்தார். யாருக்கேனும் புதிதாக ஒரு குழந்தை பிறந்தபோதோ அல்லது யாருடைய குடும்பத்திலாவது ஏதேனும் நோயோ அல்லது பிரச்சனையோ ஏற்பட்டபோதோ, ஜான் அவர்களது வீட்டிற்குச் சென்று, தன்னால் ஏதேனும் உதவி செய்ய முடியுமா என்று கேட்டார்.

அவர் தனது பத்தொன்பதாவது வயதில் அயர்லாந்திலிருந்து அமெரிக்காவிற்கு வந்து, அந்தச் சங்கிலித்தொடர்க் கடைகளில் ஒன்றைப் பெருக்கிச் சுத்தப்படுத்துகின்ற வேலையில் சேர்ந்தார். சில வருடங்களுக்குப் பிறகு, அவர் அந்நிறுவனத்தின் துணைத் தலைவராக ஆகி, தனது ஐம்பத்தியிரண்டாவது வயதில் ஒரு செல்வந்தராகப் பணியிலிருந்து ஓய்வு பெற்றார்.

அவர் அந்நிறுவனத்தின் துணைத் தலைவராக ஆனதற்கு அவர் மற்றவர்களின் பெயர்களையும் முகங்களையும் தன் நினைவில் வைத்துக் கொண்டது காரணமல்ல. ஆனால், நிறுவனத்தின் உயர்பதவிகளுக்குச் செல்வதற்கான ஏணியில் மிக முக்கியமான படிகளில் அதுவும் ஒன்று என்று அவர் நம்புகிறார்.

நினைவாற்றல் பயிற்சி வகுப்பு ஏதேனும் ஒன்றில் அவர் கலந்து கொண்டிருந்தாரா என்று நான் அவரிடம் கேட்டேன். அவர் அதைக் கேட்டுச் சிரித்துவிட்டு, “இல்லை. முதலில் என் நினைவாற்றல் அவ்வளவு சொல்லிக் கொள்ளும்படியாக இருக்கவில்லை. எனவே ஒரு பெரிய புத்தகத்தை எப்போதும் என்னுடன் எடுத்துச் சென்றேன். ஒரு கடை மேலாளருடனான சாதாரணமான, தோழமையான உரையாடலில், அவரது குடும்பத்தாரின் பெயர்களையும், அவரது குழந்தைகளின் வயதையும்கூட நான் கேட்டுத் தெரிந்து கொண்டேன். நான் என் வீட்டிற்குச் சென்றவுடன், அப்பெயர்களையும் அவற்றோடு தொடர்புடைய வேறு ஏதேனும் சுவாரசியமான தகவல்களையும் எழுதிக் கொண்டேன். ஒருசில வருடங்களுக்குப் பிறகு, புதிய ஊழியர்களைத் தவிர, மற்றவர்களைப் பற்றிய விபரங்களைத் தெரிந்து கொள்வதற்கு எனது குறிப்புப் புத்தகத்தைப் பார்க்க வேண்டிய அவசியம் எனக்கு இல்லாமல் போய்விட்டது. அவை அனைத்தும் எனக்கு மனப்பாடமாக ஆகிவிட்டன.”

ஒரு விற்பனையாளன் என்ற முறையில் எனது தொழிலில், வாடிக்கையாளர்கள், வாடிக்கையாளர்களாக ஆகக்கூடிய சாத்தியமிருந்தவர்கள் ஆகியோரின் பெயர்கள் மட்டுமன்றி, அவர்களது செயலாளர்கள், வரவேற்பாளர்கள், பிற கூட்டாளிகள் ஆகியோரின் பெயர்களையும் நினைவில் வைத்துக் கொள்வது ஒரு

மிகப் பெரிய சொத்து என்பதை நான் கண்டுகொண்டுள்ளேன். அவர்களுடைய பெயர்களைக் குறிப்பிட்டு அவர்களிடம் பேசும்போது, அது அவர்களை முக்கியமானவர்களாக உணரச் செய்கிறது. அவர்கள் முக்கியமானவர்கள்தான்! உண்மையில், அவர்களுடைய தோழமையான ஒத்துழைப்பின் முக்கியத்துவத்தை நம்மால் உதாசீனப்படுத்த முடியாது.

பெயர்களைத் தங்களால் நினைவில் வைத்துக் கொள்ள முடியவில்லை என்றும், அதனால் தங்களுக்கு மனச்சோர்வு ஏற்படுவதாகவும் கூறுகின்ற, ஆனால் அது குறித்துத் தங்களால் எதுவும் செய்ய முடியாது என்று கருதுகின்ற எண்ணற்ற மக்களைக் கண்டு நான் ஆச்சரியப்படுகிறேன். நீங்கள் ஏன் அதை ஒரு ரகசியப் பொழுதுபோக்காக ஆக்கிக் கொள்ளக்கூடாது? மிகக் குறுகிய காலத்திற்குள், பெயர்களையும் முகங்களையும் நினைவில் வைத்துக் கொள்வதற்கான ஆற்றல் நீங்கள் கற்பனை செய்து வைத்திருந்ததைவிட மிக அதிகமாக உங்களுக்குள் வளர்ந்திருப்பதை நீங்கள் காண்பீர்கள். ஒரு வாரத்திற்கு, *3" x 5"* அளவிலான ஓர் அட்டையை உங்களுடன் எடுத்துச் செல்லுங்கள். பின்வரும் மூன்று விதிகளை அதில் எழுதிக் கொள்ளுங்கள். இந்த விதிகளை ஒரே ஒரு வாரமாவது பின்பற்றி நடப்பதாக உறுதியெடுத்துக் கொள்ளுங்கள்:

1. **காட்சிப்படுத்துதல்:** அவருடைய பெயரையும் முகத்தையும் பற்றிய ஒரு தெளிவான காட்சியைப் பெறுங்கள்.

2. **மீண்டும் மீண்டும் கூறுதல்:** அவரது பெயரைக் குறுகியகால இடைவேளைகளில் மீண்டும் மீண்டும் கூறிப் பழகுங்கள்.

3. **தொடர்புபடுத்துதல்:** அவரது பெயரை ஏதேனும் ஒரு செயலுடன் தொடர்புபடுத்துங்கள். முடிந்தால், அவருடைய தொழிலையும் அதில் சேர்த்துக் கொள்ளுங்கள்.

23

விற்பனையாளர்கள் தங்கள் விற்பனை வாய்ப்பை இழப்பதற்கான முக்கியக் காரணம்

மிஸிஸிப்பி நதியில் படகு வழிச் சரக்குப் போக்குவரத்து மும்முரமாக இருந்த ஒரு சமயத்தில், இல்லினாய் மாநிலத்திலுள்ள ராக் ஐலேன்ட் நகருக்கும் அயோவா மாநிலத்திலுள்ள டேவன்போர்ட் நகருக்கும் இடையே மிஸிஸிப்பி நதிக்குக் குறுக்கே ஒரு பாலம் கட்டுவதென்று ராக் ஐலேன்ட் ரயில்வே தீர்மானித்தது. அப்போது நீராவிப் படகு நிறுவனங்கள் அந்நதியின் வாயிலாக ஒரு மிகப் பெரிய, செழிப்பான வர்த்தகத்தை அனுபவித்துக் கொண்டிருந்தன. நெடுநாட்களுக்கு முன்பு அங்கு வந்து குடியேறியவர்கள் கூடுதலாக உற்பத்தி செய்த ஒருசில பொருட்கள், கோதுமை, இறைச்சி போன்றவற்றைக் காளை மாட்டு வண்டிகளில் வைத்து மிஸிஸிப்பி நதிக்குக் கொண்டு வந்தனர். பிறகு அங்கிருந்து நதி வழியாகப் படகுகள் மூலம் அப்பொருட்கள் வேறு இடங்களுக்குக் கொண்டு செல்லப்பட்டன. பொறாமையின் காரணமாகவே ரயில்வே நிறுவனம் அங்கு ஒரு பாலம் கட்ட முயன்றதாக நீராவிப் படகு உரிமையாளர்கள் கருதினர். நதிவழிப் போக்குவரத்தானது கடவுளால் தங்களுக்குக் கொடுக்கப்பட்ட உரிமை என்பதுபோல அவர்கள் நடந்து கொண்டனர்.

ரயில்வே நிறுவனம் அந்நதியின் குறுக்கே பாலம் கட்டுவதில் வெற்றி பெற்றுவிட்டால் தங்களுக்குத் தீவிரப் போட்டி ஏற்படும் என்று பயந்த நீராவிப் படகு உரிமையாளர்கள், பாலத்தின் கட்டுமானப் பணி துவக்கப்படுவதைத் தடுப்பதற்காக நீதிமன்றத்தில் வழக்குத் தொடுத்தனர். செல்வந்தர்களாக இருந்த நீராவிப் படகு

உரிமையாளர்கள், நதி தொடர்பான வழக்குகளில் அமெரிக்காவிலேயே மிகவும் பிரசித்தி பெற்றவரான ஜட்ஜ் வீட் என்பவரைத் தங்கள் சார்பில் வாதாட நியமித்தனர். இந்த வழக்கு, போக்குவரத்து வரலாற்றில் மிக முக்கியமான ஒரு வழக்காக ஆனது.

வழக்கின் இறுதி நாளன்று, நீதிமன்றத்தில் கூட்டம் நிரம்பி வழிந்தது. தனது இறுதி வாதத்தை எடுத்துரைத்த ஜட்ஜ் வீட், இரண்டு மணிநேரம் தொடர்ந்து பேசி எல்லோரையும் தனது பேச்சுத் திறமையால் கட்டிப் போட்டார். இந்தச் சச்சரவு மத்திய அரசிலிருந்து மாநிலங்களைத் துண்டாடிவிடும் என்றுகூட அவர் பேசினார். அவரது பேச்சின் முடிவில், நீதிமன்றத்தில் அவருக்குக் கிடைத்தக் கரகோஷம் நீதிமன்ற வளாகம் நெடுகிலும் எதிரொலித்தது.

ராக் ஐலேண்ட் சார்பில் ஆஜரான வழக்கறிஞர் தன் பங்கிற்குப் பேச எழுந்தபோது, பார்வையாளர்கள் அவருக்காகப் பரிதாபப்பட்டனர். அந்த வழக்கறிஞர் இரண்டு மணிநேரம் பேசினாரா? இல்லை! அவரது பேச்சு ஒரே ஒரு நிமிடம் மட்டுமே அமைந்தது. மொத்தத்தில் அவர் இவ்வாறு கூறினார்: "முதலில், எதிர்த்தரப்பு வழக்கறிஞரின் அற்புதமான சொற்பொழிவிற்காக நான் அவரைப் பாராட்டுகிறேன். இதுபோன்ற ஓர் அருமையான உரையை நான் ஒருபோதும் கேட்டதில்லை. ஆனால், ஜட்ஜ் வீட், முக்கிய விவகாரத்தை மறைத்துவிட்டார் என்று நீதிக் குழுவிற்கு நான் சுட்டிக்காட்ட விரும்புகிறேன். நதியில் மேலும் கீழுமாகச் சென்று வருபவர்களின் கோரிக்கைகளைவிட, நதியின் இக்கரையிலிருந்து அக்கறைக்குச் செல்பவர்களின் கோரிக்கைகள் ஒன்றும் அவ்வளவு முக்கியத்துவம் குறைந்தவை அல்ல. இங்கு பதிலளிக்கப்பட வேண்டிய ஒரே ஒரு கேள்வி, மனிதனுக்கு நதியின் குறுக்காகச் செல்வதற்கு இருக்கும் உரிமையைவிட, நதியில் மேலும் கீழும் பயணிப்பதற்கான உரிமை அதிகம் உள்ளதா என்று நீங்கள் தீர்மானிப்பதுதான்."

இவ்வாறு கூறிவிட்டு அந்த வழக்கறிஞர் தனது இருக்கையில் அமர்ந்தார்.

ஒரு தீர்மானத்திற்கு வருவதற்கு அங்கிருந்த நீதிக் குழுவினருக்கு அதிக நேரம் ஆகவில்லை. அவர்களுடைய தீர்ப்பு, ரயில்வே சார்பில் வாதிட்ட, மிக மோசமாக உடையணிந்திருந்த, உயரமான, மெலிந்த தேகம் கொண்ட அந்த வழக்கறிஞருக்குச் சாதகமாக அமைந்தது. அந்த வழக்கறிஞரின் பெயர் ஆபிரகாம் லிங்கன்.

நான் பார்த்து மிகவும் பிரமிக்கும் ஒருவர் ஆபிரகாம் லிங்கன். விஷயத்திற்கு விரைவாக வந்துவிடுகின்ற அவரது திறன் அதற்கு ஒரு காரணம். சுருக்கமாகப் பேசுவதில் அவர் பெரும் திறமை பெற்றிருந்தார். உலக வரலாற்றில் மிகப் பிரபலமான ஓர் உரையை அவர் ஆற்றியிருந்தார். அவருக்கு முன்பு மேடையில் பேசிய

எட்வர்டு எவரெட் இரண்டு மணிநேரம் பேசினார். ஆனால் ஆபிரகாம் லிங்கன் துல்லியமாக இரண்டு நிமிடங்கள் மட்டுமே பேசினார். எட்வர்ட் எவரெட் பேசியது யாருக்கும் நினைவில்லை, ஆனால் கெட்டிஸ்பர்க்கில் ஆபிரகாம் லிங்கன் இரண்டு நிமிடங்கள் பேசிய உரை எல்லோர் மனத்திலும் என்றென்றும் நிலைத்திருக்கும். அடுத்த நாள், ஆபிரகாம் லிங்கனின் உரையைப் பற்றிய தனது அப்பிராயத்தை எட்வர்டு எவரெட் ஒரு கடிதத்தில் எழுதி லிங்கனுக்கு அனுப்பி வைத்தார். அது பணிவன்பிற்கும் மேலாக இருந்தது. அதில் இவ்வாறு எழுதப்பட்டிருந்தது: "இரண்டே நிமிடங்களில் நீங்கள் எடுத்துரைத்த முக்கிய விஷயத்தை இரண்டு மணிநேரத்தில் கிட்டத்தட்ட என்னால் எடுத்துக்கூற முடிந்தது என்று என்னை நானே மெச்சிக் கொள்ள முடிந்தால் நான் மிகவும் மகிழ்வேன்."

பல வருடங்களுக்கு முன்பு, பிரபல நூலாசிரியரும் சொற்பொழிவாளருமான ஜேம்ஸ் ஹோாவர்டு பிரிட்ஜைச் சந்திப்பதற்கும் அவரைத் தெரிந்து கொள்வதற்கும் எனக்கு ஓர் அரிய வாய்ப்புக் கிடைத்தது. அவர் இளைஞராக இருந்தபோது, மாபெரும் ஆங்கிலேயத் தத்துவவியலாளரான ஹெர்பர்ட் ஸ்பென்சரின் தனிப்பட்டச் செயலாளராக இருந்தார். ஹெர்பர்ட் ஸ்பென்சர் வெடுக்கென்று கோபப்படக்கூடியவர் என்று அவர் என்னிடம் கூறினார். லண்டன் நகரில் ஸ்பென்சர் தங்கியிருந்த விடுதியில் அவரது நண்பர்கள் பலர் கூடி அடிக்கடிக் கலந்துரையாடினர். யாரேனும் மிக நீண்ட நேரம் பேசினால், அவர்களைவிடத் தான் சாதுரியமானவர் என்று அவர்களுக்குக் காட்டுவதென்று ஸ்பென்சர் தீர்மானித்தார். குளிர்காலத்தில் நாம் அணிந்து கொள்ளும் காதுறைகள் போன்ற ஒருவிதமான காதுறைகளை அவர் கண்டுபிடித்தார். யாருடைய பேச்சாவது மிகவும் சலிப்பூட்டத் துவங்கியபோது, தனது பாக்கெட்டிலிருந்து அந்தக் காதுறைகளை எடுத்துத் தன் காதுகள்மீது அணிந்து கொண்டு, அந்தப் பேச்சிலிருந்து அவர் தன்னை விடுவித்துக் கொண்டார்.

அளவுக்கதிகமாகப் பேசுவது சமுதாயரீதியான குறைபாடுகளில் மிக மோசமான ஒன்று. அந்தக் குறைபாடு உங்களுக்கு இருந்தால், உங்களது சிறந்த நண்பர்கூட அதை உங்களிடம் கூற மாட்டார், ஆனால் அவர் உங்களைத் தட்டிக் கழிக்க முயற்சிப்பார். இந்தக் குறைபாடு என் வாழ்வின் மிகப் பெரிய போராட்டங்களில் ஒன்றாக இருந்து வந்துள்ளதுதான் நான் இவ்விஷயம் பற்றி எழுதுவதற்குக் காரணம். நான் அளவுக்கதிகமாகப் பேசும் பழக்கத்தைக் கொண்டிருந்தேன்.

எனது நெருங்கிய நண்பர்களில் ஒருவர் ஒருநாள் என்னைத் தனியே அழைத்து, "பெட்ஜர், நான் ஒரு கேள்வி கேட்டால், ஒரே

வரியில் அதற்கு பதிலளிப்பதற்குப் பதிலாக, நீங்கள் குறைந்தபட்சம் பதினைந்து நிமிடங்கள் பதிலளிக்கிறீர்கள்," என்று கூறினார். ஆனால் என்னை உண்மையிலேயே துள்ளியெழ வைத்தது, மிக அதிக வேலைகளில் மும்முரமாக இருந்த ஓர் உயரதிகாரியை நான் சந்தித்துப் பேசிக் கொண்டிருந்த நேரம்தான். அவர் என்னிடம், "நேராக விஷயத்திற்கு வாருங்கள்! அந்த விபரங்களெல்லாம் எனக்குத் தேவையில்லை," என்று கூறினார். கணக்கைப் பற்றி அவர் கவலைப்படவில்லை. விடையை மட்டுமே அவர் தெரிந்து கொள்ள விரும்பினார்.

நான் இழந்திருந்த விற்பனை வாய்ப்புகளையும், நான் சலிப்பூட்டியிருந்த நண்பர்களையும், நான் தொலைத்திருந்த நேரத்தையும் பற்றி நான் சிந்திக்கத் தொடங்கினேன். சுருக்கமாகப் பேசுவதன் முக்கியத்துவத்தை அப்போது நான் உணர்ந்து கொண்டேன். நான் அளவுக்கதிகமாகப் பேசினால், தன் கையை உயர்த்தி எனக்கு சைகை காட்டுமாறு என் மனைவியிடம் கூறும் அளவுக்கு நான் அதன் முக்கியத்துவத்தை நன்றாகவே தெரிந்து கொண்டிருந்தேன். ஒரு பாம்பை எவ்வாறு தவிர்க்க முயற்சிப்பேனோ, அதேபோல விபரங்களைத் தவிர்க்கவும் நான் முயற்சித்தேன். இறுதியில், பல மாதங்களுக்குப் பிறகு, நான் குறைவாகப் பேசக் கற்றுக் கொண்டேன். ஆனாலும் அது எனக்கு ஒரு போராட்டமாகத்தான் இருக்கிறது. உண்மையில், நான் வாழும்வரை இந்தப் போராட்டத்தை நான் தொடர்ந்து சமாளிக்க வேண்டியிருக்கும் என்று நினைக்கிறேன். அன்றொரு நாள், நான் கூற வேண்டியிருந்த எல்லாவற்றையும் கூறி முடித்தப் பிறகும்கூடப் பதினைந்து நிமிடங்கள் நான் பேசிக் கொண்டிருந்ததை நான் கண்டேன். பேசுவதில் எனக்கு இருந்த விருப்பம்தான் அதற்குக் காரணம் என்பதை நான் உணர்ந்தேன்.

பேச்சை முடிப்பதற்கான திறன் உங்களுக்கு இருக்கிறதா? அல்லது நிறுத்த முடியாத அளவுக்கு நீங்கள் தொடர்ந்து பேசுகிறீர்களா? அளவுக்கதிகமான விபரங்களை அள்ளி வீசுகிறீர்களா? நீங்கள் அளவுக்கதிகமாகப் பேசுவதாக உங்களுக்குத் தோன்றினால், உங்கள் பேச்சை உடனடியாக நிறுத்திவிடுங்கள். உங்கள் பேச்சை அளவோடு வைத்துக் கொள்ளுங்கள்.

ஒரு விற்பனையாளரால் அளவுக்கதிகமாகத் தெரிந்து வைத்திருக்க முடியாது. ஆனால் அவரால் அளவுக்கதிகமாகப் பேச முடியும். உலகில் மிகப் பெரிய அளவில் கொள்முதல் செய்கின்ற ஜெனரல் எலெக்ட்ரிக் நிறுவனத்தின் துணைத் தலைவரான ஹாரி எர்லிச்சர் இவ்வாறு கூறுகிறார்: "கொள்முதல் முகவர்களுக்கான சமீபத்திய சந்திப்புக்கூட்டம் ஒன்றில், விற்பனையாளர்கள் ஏன் தங்கள் விற்பனை வாய்ப்பை இழக்கின்றனர் என்பதற்கான மிகப் பெரிய காரணத்தைக் கண்டுபிடிப்பதற்காக நாங்கள் ஒரு

வாக்கெடுப்பு நடத்தினோம். விற்பனையாளர்கள் அளவுக்கதிகமாகப் பேசுகின்றனர் என்று மூன்றில் ஒருவர் வாக்களித்தது மிகவும் குறிப்பிடத்தக்க விஷயமாகும்."

எனது தொலைபேசி உரையாடல்களை நான் எவ்வாறு பாதியிலேயே நிறுத்திவிடுகிறேன் என்று என்னால் கூற முடியும். நான் ஒருவரைத் தொலைபேசியில் அழைப்பதற்கு முன்பு, அவரிடம் நான் என்ன பேச விரும்புகிறேன் என்பது பற்றிய ஒரு பட்டியலை நான் உருவாக்கிக் கொள்கிறேன். பிறகு அவரை அழைத்து இவ்வாறு கூறுகிறேன்: "நீங்கள் வேலையில் மும்முரமாக இருக்கிறீர்கள் என்பதை நான் அறிவேன். நான்கு விஷயங்களை மட்டும் நான் உங்களிடம் தெளிவுபடுத்த வேண்டியுள்ளது. அவற்றை ஒவ்வொன்றாகக் கூறிவிடுகிறேன் . . . ஒன்று . . . இரண்டு . . . மூன்று . . . நான்கு . . ."

நான்காவது விஷயத்தை நான் பேசி முடிக்கும்போது, எங்களது உரையாடல் நிறைவடையப் போவதையும், தான் பதிலளித்தப் பிறகு தொலைபேசி இணைப்பை நான் துண்டித்துவிடுவேன் என்பதையும் அவர் அறிவார். நான் எனது உரையாடலை, "மிக்க நன்றி," என்று கூறி முடித்துவிட்டுத் தொலைபேசியைக் கீழே வைத்துவிடுவேன்.

உரையாடலை நாம் திடுதிப்பென்று முடிக்க வேண்டும் என்று நான் கூறவில்லை. இவ்வாறு நறுக்கென்று முடிக்கும் நபர்களை நாம் விரைவிலேயே வெறுக்கத் துவங்கிவிடுகிறோம். ஆனால் சுருக்கமாகப் பேசுகின்ற, நேராக விஷயத்திற்கு வருகின்ற நபர்களை நாம் மெச்சுகிறோம்.

உலகம் படைக்கப்பட்டது பற்றி பைபிளில் கொடுக்கப்பட்டுள்ள கதை 442 வார்த்தைகளில் கூறப்பட்டுள்ளது. இந்த அத்தியாயத்தில் நான் பயன்படுத்தியுள்ள வார்த்தைகளில் பாதிக்கும் குறைவு அது. சுருக்கத்திற்கான எப்பேற்பட்ட உதாரணம் அது!

24

பெரிய மனிதர்களை அணுகுவது குறித்த பயத்திலிருந்து மீள்வது எப்படி

நான் எப்போதாவது பயந்திருக்கிறேனா என்று அன்றொரு நாள் யாரோ ஒருவர் என்னிடம் கேட்டார். பயந்திருக்கிறேனா என்பதைவிட நடுநடுங்கிப் போயிருக்கிறேனா என்று அவர் கேட்டிருந்தால் பொருத்தமாக இருந்திருக்கும். நான் பயந்து நடுங்கிய சம்பவம் நடந்து வெகுகாலம் ஆகிவிட்டது. காப்பீடுகளை விற்று ஒரு சுமாரான வாழ்க்கை நடத்துவதற்கு அப்போது நான் மிகவும் போராடிக் கொண்டிருந்தேன். நான் அதிக வெற்றிகரமாக ஆக விரும்பினால், பெரிய மனிதர்களைச் சந்தித்து, அவர்களிடம் பெரிய காப்பீடுகளை விற்றாக வேண்டும் என்பது மெல்ல மெல்ல எனக்கு உறைக்கத் துவங்கியது. வேறு வார்த்தைகளில் கூறினால், நான் மாவட்ட அணிகளுக்காக விளையாடிக் கொண்டிருந்தேன், ஆனால் இப்போது தேசிய அணிகளுக்காக விளையாட விரும்பினேன்.

நான் சந்தித்த முதல் பெரிய மனிதர், ஃபிலடெல்பியா நகரில் அமைந்த ஃபாஸ்–ஹியூஸ் நிறுவனத்தின் தலைவரான ஆர்ச்சீ ஏ. ஹியூஸ். கார்கள் உற்பத்தித் துறையைச் சேர்ந்த பெரும் தொழிலதிபர்களில் அவரும் ஒருவர். அவர் ஏகப்பட்ட வேலைகளில் மும்முரமாக இருந்தார். அவரைச் சந்திப்பதற்கு நான் பல முறை முயற்சித்துள்ளேன்.

மிக ஆடம்பரமாக அமைக்கப்பட்டிருந்த அவரது அறைக்குள் அவரது செயலாளர் என்னை அழைத்துச் சென்றபோது, நான் அளவுக்கதிகமாகப் பதற்றமடைந்தேன். நான் பேசத் துவங்கியபோது எனது குரல் நடுங்கியது. நான் முற்றிலும் பயந்து போனேன். என்னால் எதுவுமே செய்ய முடியவில்லை. பயத்தில் நடுங்கியவாறு நான் அங்கு வெறுமனே நின்றேன். ஹியூஸ் என்னை

ஆச்சரியத்துடன் ஏறிட்டுப் பார்த்தார். பிறகு, என்னையும் அறியாமல் நான் ஒரு புத்திசாலித்தனமான காரியத்தைச் செய்தேன். அந்த எளிய விஷயம், அந்தச் சந்திப்பு ஒரு கேலிக்கூத்தான தோல்வியாக முடிவடைவதைத் தவிர்த்து, அதை ஒரு வெற்றிகரமான சந்திப்பாக மாற்றியது. நான் திக்கித் திக்கிப் பேசினேன். "ஹியூஸ் அவர்களே . . . நான் . . . ம்ம்ம் . . . உங்களைச் சந்திக்க நான் நெடுங்காலமாக முயற்சித்து வந்துள்ளேன் . . . இப்போது நான் உங்கள் முன் இருக்கிறேன் . . . ஆனால் நான் பதற்றமாகவும் பயந்துபோயும் இருக்கிறேன் . . . என்னால் பேச முடியவில்லை!"

நான் பேசியபோது, என்னுடைய பயம் என்னைவிட்டு விலகத் துவங்கியதைக் கண்டு நான் ஆச்சரியமடைந்தேன். குழம்பிப் போயிருந்த எனது தலை விரைவில் தெளிவடைந்தது. எனது கைகள் மற்றும் கால்களின் நடுக்கம் நின்றது. ஹியூஸ் திடீரென்று எனது நண்பராக ஆகியிருந்ததுபோலத் தோன்றியது. தன்னை ஒரு முக்கியமான நபராக நான் கருதியது அவரை மகிழ்ச்சிப்படுத்தி இருந்தது வெளிப்படையாகத் தெரிந்தது. அவரது முகம் அன்பைப் பிரதிபலித்தது. "பெட்ஜர், இதில் எந்தப் பிரச்சனையும் இல்லை. உங்களை ஆசுவாசப்படுத்திக் கொள்வதற்கு நேரத்தை எடுத்துக் கொள்ளுங்கள். நான் இளைஞனாக இருந்தபோது பல முறை நானும் இதேபோல உணர்ந்திருக்கிறேன். உட்காருங்கள். நிதானமாகப் பேசுங்கள். ஒன்றும் அவசரமில்லை," என்று அவர் கூறினார்.

அவர் என்னிடம் கேள்விகள் கேட்டதன் மூலம், நான் தொடர்ந்து பேசுவதற்கு அவர் என்னைச் சாமர்த்தியமாக ஊக்குவித்தார். அவருக்குப் பயன்படக்கூடிய ஏதேனும் ஒரு யோசனை என்னிடம் இருக்கும்பட்சத்தில், தன்னிடம் நான் ஒரு காப்பீட்டை விற்பதற்கு அவராகவே எனக்கு நிச்சயமாக உதவப் போகிறார் என்பது வெளிப்படையாகத் தெரிந்தது.

ஹியூஸிடம் அன்று நான் எதையும் விற்கவில்லை, ஆனால் மிக முக்கியமான ஒன்றை நான் அவரிடமிருந்து சம்பாதித்திருந்தேன். அவரிடம் அன்று நான் விற்றிருந்தால் எனக்குக் கிடைத்திருக்கக்கூடிய கமிஷன் தொகையைவிட மிக மிக அதிக மதிப்புவாய்ந்ததாக அது பின்னாளில் எனக்கு அமைந்தது. நான் இந்த எளிய விதியைக் கண்டுபிடித்தேன். அது இதுதான்: நீங்கள் பயந்து போயிருக்கும்போது . . . அதை ஒப்புக் கொண்டுவிடுங்கள்!

முக்கியமான நபர்களிடம் பேசுவது குறித்த பய உணர்வானது துணிச்சலின்மையால் ஏற்படுகின்ற ஒன்று என்று நான் நினைத்தேன். நான் அது குறித்து அவமானமாக உணர்ந்தேன். அதை நான் ஒரு ரகசியமாக வைக்க முயற்சித்தேன். ஆனால், பொது விவகாரங்களில் பிரபலமாக இருக்கின்ற பல வெற்றிகரமான மனிதர்கள்கூட இதே பயங்களால் அலைக்கழிக்கப்படுகின்றனர் என்பதை நான் தெரிந்து கொண்டுள்ளேன். எடுத்துக்காட்டாக, 1937ம் ஆண்டின் வசந்தகாலத்

துவக்கத்தில், நியூயார்க் நகரிலிருந்த உலகப் புகழ்பெற்ற எம்பயர் நாடக அரங்கில், அமெரிக்க நாடகக் கலை மையத்தின் அவ்வருடத்திய பட்டமளிப்பு விழாவில், பட்டம் பெற்றுக் கொண்டிருந்த மாணவர்கள் மற்றும் அவர்களது பெற்றோர்கள் அடங்கிய பெருந்திரளான பார்வையாளர்களுக்கு முன்னால், தானும் பதற்றத்திற்கு விதிவிலக்கு அல்ல என்று, ஷேக்ஸ்பியர் நாடக நடிகர்களில் உலகிலேயே சிறந்த நடிகர் என்று கருதப்பட்ட மாரிஸ் எவன்ஸ் ஒப்புக் கொண்டதைக் கேட்டு நான் பெரிதும் ஆச்சரியமடைந்தேன். என் மகன் லைலும் அன்று பட்டம் பெற்றுக் கொண்டிருந்ததால் நானும் அங்கு ஒரு பார்வையாளனாக இருந்தேன்.

மாரிஸ் எவன்ஸ் அன்றைய நிகழ்ச்சியின் முக்கியப் பேச்சாளராக இருந்தார். ஒருசில வார்த்தைகளைப் பேசிய பிறகு அவர் தடுமாறினார். இது அவருக்கு தர்மசங்கடத்தை ஏற்படுத்தியது வெளிப்படையாகத் தெரிந்தது. பிறகு அவர், "நான் மிகவும் பயந்து போயுள்ளேன். முக்கியமான நபர்களாகத் தோன்றுகின்ற பெருந்திரளான பார்வையாளர்கள் அடங்கிய இப்படிப்பட்ட ஒரு பெரிய கூட்டத்தில் நான் பேசவிருந்தேன் என்பதை நான் உணரவில்லை. இந்த நிகழ்ச்சியில் கூறுவதற்குப் பொருத்தமாக இருக்கும் என்று எனக்குத் தோன்றிய சில விஷயங்களை நான் தயாரித்து வைத்திருந்தேன். ஆனால் அவையெல்லாம் இப்போது என்னிடமிருந்து ஓடிப் போய்விட்டன," என்று கூறினார்.

அதற்காக மக்கள் அவரைப் பெரிதும் விரும்பினர். தான் மிகவும் பயந்து நடுங்கிப் போயிருந்ததை அவர் வெளிப்படையாக ஒப்புக் கொண்டது இறுக்கத்தைத் தளர்த்தியதுபோல இருந்தது. அவர் மீண்டும் தன்னை சுதாரித்துக் கொண்டு பேசத் துவங்கினார். அவர் தனது இதயபூர்வமான பேச்சால், வயது வரம்பின்றி, அங்கிருந்த அனைவரையும் கவர்ந்தார்.

இரண்டாம் உலகப் போரின்போது, ஃபிலடெல்பியா நகரில் அமைந்த பெல்லவூ-ஸ்டிராட்ஃபோர்டு ஹோட்டலில் மதிய உணவு நேரத்தில் அமெரிக்கக் கடற்படை அதிகாரி ஒருவர் பேசியதை நான் கேட்டேன். சாலமன் தீவுகளில் தனது துணிச்சலால் தன்னைத் தனித்துவமானவனாக ஆக்கிக் கொண்ட ஒருவர் இவர். உற்சாகமும் ரத்தம் தோய்ந்த அனுபவங்களும் நிரம்பிய ஓர் உரையை அங்கிருந்த பார்வையாளர்கள் அவரிடமிருந்து எதிர்பார்த்தனர். அவர் எழுந்து நின்று, தனது பாக்கெட்டிலிருந்து சில காகிதங்களை வெளியே எடுத்தார். பிறகு, அவர் அக்காகிதங்களிலிருந்து தனது உரையைப் படிக்கத் துவங்கியபோது பார்வையாளர்கள் ஏமாற்றமடைந்தனர். அவர் மிகவும் பதற்றமாக இருந்தார். ஆனால் அதைத் தன் பார்வையாளர்களிடமிருந்து மறைக்க அவர் முயற்சித்துக் கொண்டிருந்தார். அவரது கைகள் பெரிதும் நடுங்கியதால் அவர்

கஷ்டப்பட்டுப் படித்தார். திடீரென்று அவரது குரலும் அவரிடமிருந்து விடைபெற்றுக் கொண்டது. தர்மசங்கடத்துடன், ஆனால் உண்மையான பணிவடக்கத்துடன், அவர் இவ்வாறு கூறினார்: "குவாடல்கனால் தீவில் ஜப்பானியர்களை நான் எதிர்கொண்டபோது எனக்கு ஏற்பட்ட பயத்தைவிட, இப்போது உங்களை எதிர்கொள்வது எனக்கு அதிக பயத்தை ஏற்படுத்தியுள்ளது."

தனது பயத்தை இவ்வாறு அவர் நேர்மையாக ஒப்புக் கொண்ட பிறகு, தனது குறிப்புகளை முற்றிலுமாகப் புறக்கணித்துவிட்டு, நம்பிக்கையோடும் உற்சாகத்தோடும் அவர் பேசத் துவங்கினார். அவரது பேச்சு நூறு மடங்கு அதிக சுவாரசியமானதாகவும் ஆற்றல்மிக்கதாகவும் அமைந்தது.

மாரிஸ் எவன்ஸூம் நானும் இன்னும் ஆயிரக்கணக்கான மக்களும் கண்டுபிடித்துள்ளதை இந்தக் கடற்படை அதிகாரியும் கண்டுபிடித்தார் – நீங்கள் ஓர் இக்கட்டான சூழ்நிலையில் இருக்கும்போது, பயம் உங்களை விழுங்கிக் கொண்டிருந்தால், அதை ஒப்புக் கொண்டுவிடுங்கள்! நீங்கள் ஒரு மோசமான சூழ்நிலையில் இருந்து, நீங்கள் தவறான பக்கத்தில் இருந்தால், அதை உடனடியாக 100 சதவீதம் ஒப்புக் கொண்டுவிடுங்கள்.

இந்த விஷயம் தொடர்பான ஒரு கட்டுரையை 1944ம் ஆண்டில் 'யுவர் லைஃப்' பத்திரிகைக்காக நான் எழுதினேன். அது வெளியிடப்பட்ட சில நாட்களில், பின்வரும் கடிதம் எனக்கு வந்தது. இக்கடிதம் என்னை மிகவும் உற்சாகப்படுத்தியது:

பசிபிக் பெருங்கடலில் ஏதோ ஓர் இடத்தில்
செப்டம்பர் 11, 1944

அன்புள்ள ஃபிராங்க் பெட்ஜர் அவர்களுக்கு,

'யுவர் லைஃப்' பத்திரிகையின் செப்டம்பர் மாதப் பதிப்பில் நீங்கள் எழுதியுள்ள ஒரு கட்டுரையை இப்போதுதான் நான் படித்து முடித்தேன். நான் இன்னும் அது குறித்துச் சிந்தித்துக் கொண்டிருக்கிறேன். 'நீங்கள் பயந்து போயிருக்கும்போது, அதை ஒப்புக் கொண்டுவிடுங்கள்!' என்று உங்கள் கட்டுரைக்கு நீங்கள் தலைப்பிட்டிருக்கிறீர்கள். இது எப்பேற்பட்ட நல்ல அறிவுரை என்பது பற்றி நான் சிந்தித்துக் கொண்டிருக்கிறேன். குறிப்பாக, போர்க்களத்தில் உள்ள என்னைப் போன்ற ராணுவ வீரர்களின் விஷயத்தில் இது முற்றிலும் உண்மை என்பதை நான் உணர்கிறேன்.

நீங்கள் தொடர்புபடுத்திக் கூறியுள்ள அனுபவங்களைப் போன்ற அதே அனுபவங்கள் எனக்கும் நிகழ்ந்துள்ளன. உயர்நிலைப் பள்ளியிலும் கல்லூரியிலும் மேடைப்பேச்சு;

வேலைக்கான நேர்முகத் தேர்வுகள்; வேலை கிடைத்தப் பிறகு மேலதிகாரிகளுடனான சந்திப்புகள்; ஒரு குறிப்பிட்ட இளம்பெண்ணுடனான முதல் தீவிரமான உரையாடல் – இவை அனைத்தும் எனக்குப் பெரிதும் பயமூட்டியுள்ளன.

நான் ஏன் உங்கள் கருத்துக்களை வழிமொழிகிறேன் என்று நீங்கள் வியந்து கொண்டிருக்கக்கூடும். ஏனெனில், நான் நிச்சயமாக மேடைப்பேச்சு எதிலும் கலந்து கொள்ளப் போவதுமில்லை, ஒரு வேலை தேடி அலையப் போவதுமில்லை. எனக்கு அந்தக் கட்டாயங்கள் எதுவும் இல்லை. ஆனால் பயம் என்றால் என்ன, அது ஒருவரை எவ்வாறு பாதிக்கிறது என்பதை நான் நன்றாகவே அறிவேன். “அதை ஒப்புக் கொண்டுவிடுங்கள்!” என்ற உங்கள் அறிவுரை, ஒரு ஜப்பானியத் தாக்குதலை எதிர்கொள்ளும்போதும் மிகப் பொருத்தமாகவும் மிகச் சரியாகவும் இருப்பதை நாங்கள் கண்டுகொண்டுள்ளோம்.

தங்கள் பயங்களை ஒப்புக் கொள்ள மறுப்பவர்கள்தான் போரில் தாக்குப்பிடிக்க முடியாமல் உடைந்து போகின்றனர் என்பது காலங்காலமாக மீண்டும் மீண்டும் நிரூபிக்கப்பட்டு வந்துள்ளது. ஆனால் நீங்கள் மிகவும் பயந்து போயிருக்கிறீர்கள் என்பதை நீங்கள் ஒப்புக் கொள்ளும்போதும், அதை எதிர்த்துச் சண்டையிட நீங்கள் முயற்சிக்காமல் இருக்கும்போதும், பெரும்பாலான நேரங்களில் நீங்கள் உங்கள் பயத்திலிருந்து மீள்வதற்கான சரியான பாதையில் பயணித்துக் கொண்டிருக்கிறீர்கள் என்று அர்த்தம்.

நீங்கள் அந்தக் கட்டுரையை எழுதியதற்கு நான் என் நன்றியைத் தெரிவித்துக் கொள்கிறேன். உங்களுடைய அறிவுரையைப் பயன்படுத்திக் கொள்ளக்கூடிய அதிர்ஷ்டக்கார மாணவர்களும் ஊழியர்களும் உண்மையிலேயே உங்கள் அறிவுரையைப் பயன்படுத்திப் பலனடைவார்கள் என்று நான் நம்புகிறேன்.

உண்மையுடன்,

சார்லஸ் தாம்ஸன்

16143837 – ‘சி’ பிரிவு

382 அமெரிக்கக் காலாட்படை

ஏ.பி.ஓ. *#96*,

அஞ்சல் அதிகாரி,

சான் பிரான்சிஸ்கோ,

கலிபோர்னியா

போர்முனையிலிருந்து வந்த இக்கடிதம், நிச்சயமாக மிக பயங்கரமான ஒரு சூழலில் எழுதப்பட்டிருந்தது. இப்போது இந்த அத்தியாயத்தைப் படித்துக் கொண்டிக்கும் மக்களில் பலர், ஒருவரைச் சந்திப்பதற்குத் துணிச்சலின்றி, அவரது அறைக்கு வெளியே பல முறை மேலும் கீழும் நடந்துள்ளனர். அவர்களில் நீங்களும் ஒருவரா? பெரிய மனிதர்கள் – அவர்களது மனைவியர் அவர்கள் முன்னிலையில் பயந்து நடுங்குவதில்லை! ஒருவரின் முன்னிலையில் இருப்பது உங்களுக்கு பயத்தை ஏற்படுத்துவதாக நீங்கள் அவரிடம் கூறும்போது, நீங்கள் அவருக்கு மிகப் பெரிய பாராட்டு ஒன்றைக் கொடுக்கிறீர்கள் என்பதைத் தெரிந்து கொள்ளுங்கள்.

நான் இப்போது என் வாழ்க்கையைத் திரும்பிப் பார்க்கும்போது, முக்கியமான நபர்களிடம் பேசுவதற்கு நான் கொண்டிருந்த பயத்தின் காரணமாக, பல முறை நான் பல நல்ல வாய்ப்புகளை எனக்குச் சாதகமாகப் பயன்படுத்திக் கொள்ளாமல் தவறவிட்டுள்ளதையும், நான் எவ்வளவு பெரிய முட்டாளாக இருந்துள்ளேன் என்பதையும் நான் உணர்கிறேன். ஆர்ச்சீ ஹியூஸை நான் சந்தித்தது எனது விற்பனைத் தொழில்வாழ்க்கையில் மிக முக்கியமான ஒரு மைல்கல்லாக அமைந்தது. அவரது அறைக்குள் சென்று அவரைச் சந்திப்பதற்கு நான் நடுங்கினேன். உள்ளே நுழைந்த பிறகும் பயம் என்னை விடவில்லை. நான் பயந்து போயிருந்ததை நான் அவரிடம் ஒப்புக் கொண்டிருக்காவிட்டால், அது எனக்கு மிக மோசமான ஒரு சந்திப்பாக அமைந்திருக்கும். எனது வருமானம் பெருமளவு அதிகரிப்பதற்கு அந்த ஓர் அனுபவம் எனக்குப் பெரிதும் உதவியுள்ளது. அவர் பெரிய மனிதராக இருந்தாலும்கூட, உண்மையிலேயே அவர் மிக எளிமையான, அணுகுவதற்குச் சுலபமான ஒரு நபர் என்பதை அந்த அனுபவம் எனக்குக் காட்டியது. உண்மையைக் கூறினால், அவர் இவ்வளவு பெரிய மனிதராக இருப்பதற்கான காரணங்களில் இதுவும் ஒன்று.

நீங்கள் பயந்து போயிருக்கிறீர்கள் என்பதை ஒப்புக் கொள்வதில் எந்த மதிப்புக் குறைச்சலும் இல்லை. ஆனால் முயற்சி செய்யத் தவறுவது மதிப்புக் குறைவான விஷயம்தான். எனவே, நீங்கள் ஒரே ஒரு நபரிடம் பேசிக் கொண்டிருந்தாலும் சரி அல்லது ஆயிரம் நபர்களிடம் பேசிக் கொண்டிருந்தாலும் சரி, பொதுமக்களின் மிகப் பெரிய எதிரியான 'பயம்' திடீரென்று உங்களைத் தாக்கினால், வார்த்தைகள் உங்கள் வாயிலிருந்து வெளிவர மறுத்தால், இந்த எளிய விதியை நினைவில் கொள்ளுங்கள்:

நீங்கள் பயந்து போயிருக்கும்போது,
அதை ஒப்புக் கொண்டுவிடுங்கள்!

பகுதி நான்கு - ரத்தினச்சுருக்கமாக

1. "ஒருவரை நீங்கள் உங்கள் வழிக்குக் கொண்டு வர விரும்பினால், நீங்கள் தனது உண்மையான நண்பர் என்று முதலில் நீங்கள் அவரை நம்ப வைக்க வேண்டும்," என்று ஆபிரகாம் லிங்கன் கூறியுள்ளார்.

2. நீங்கள் எல்லா இடங்களிலும் வரவேற்கப்பட வேண்டும் என்று நீங்கள் விரும்பினால், நீங்கள் சந்திக்கின்ற ஒவ்வொருவரை நோக்கியும் ஒரு புன்னகையை வீசுங்கள். அது உண்மையான, உங்கள் மனத்தின் ஆழத்திலிருந்து வருகின்ற ஒரு புன்னகையாக இருக்க வேண்டும்.

3. பின்வரும் மூன்று விஷயங்களை நீங்கள் நினைவில் வைத்துக் கொண்டால், பெயர்களையும் முகங்களையும் நினைவில் வைத்துக் கொள்வது உங்களுக்கு அவ்வளவு சிரமமாக இருக்காது:

   (1) காட்சிப்படுத்துதல்: அவருடைய பெயரையும் முகத்தையும் பற்றிய ஒரு தெளிவான காட்சியைப் பெறுங்கள்.

   (2) மீண்டும் மீண்டும் கூறுதல்: அவரது பெயரைக் குறுகியகால இடைவேளைகளில் மீண்டும் மீண்டும் கூறிப் பழகுங்கள்.

   (3) தொடர்புபடுத்துதல்: அவரது பெயரை ஏதேனும் ஒரு செயலுடன் தொடர்புபடுத்துங்கள். முடிந்தால், அவருடைய தொழிலையும் அதில் சேர்த்துக் கொள்ளுங்கள்.

4. சுருக்கமாகப் பேசுங்கள். ஒரு விற்பனையாளரால் அளவுக்கதிகமாகத் தெரிந்து வைத்திருக்க முடியாது. ஆனால் அவரால் அளவுக்கதிகமாகப் பேச முடியும். ஜெனரல் எலெக்ட்ரிக் நிறுவனத்தின் துணைத் தலைவரான ஹாரி எர்லிச்சர் இவ்வாறு கூறுகிறார்: "கொள்முதல் முகவர்களுக்கான சமீபத்திய சந்திப்புக்கூட்டம் ஒன்றில், விற்பனையாளர்கள் ஏன் தங்கள் விற்பனை வாய்ப்பை இழக்கின்றனர் என்பதற்கான மிகப் பெரிய காரணத்தைக் கண்டுபிடிப்பதற்காக நாங்கள் ஒரு வாக்கெடுப்பு நடத்தினோம். விற்பனையாளர்கள் அளவுக்கதிகமாகப் பேசுகின்றனர் என்று மூன்றில் ஒருவர் வாக்களித்தது மிகவும் குறிப்பிடத்தக்க விஷயமாகும்."

5. பெரிய மனிதர்களை அணுகுவதில் உங்களுக்கு ஏதேனும் பயம் இருந்தால், அந்தக் குறைபாட்டை ஒரு சொத்தாக மாற்றுங்கள். நீங்கள் சந்திக்க பயப்படுகின்ற நபரைச் சந்தியுங்கள். நீங்கள் அவரைக் கண்டு பயப்படுவதை அவரிடம் ஒப்புக் கொள்ளுங்கள். ஒருவரது முன்னிலையில் நீங்கள் பயப்படுகிறீர்கள் என்பதை நீங்கள் அவரிடம் கூறும்போது, நீங்கள் அவருக்கு ஒரு பெரிய பாராட்டைக் கொடுக்கிறீர்கள். அவருக்குப் பயன்படக்கூடிய ஒரு யோசனை உங்களிடம் இருக்கும்பட்சத்தில், அவரிடம் உங்கள் பொருளை விற்பதற்கு அது உங்களுக்கு உதவும்.

பகுதி

5

வெற்றிகரமான விற்பனைப் படிக்கட்டுகள்

25

பொருளை விற்கும் முன்பு எதை விற்க வேண்டும்

ஒரு சமயம், நான் பயணம் செய்து கொண்டிருந்த ஒரு பெரிய கப்பலின் மேற்தளத்தில் நான் நின்று கொண்டிருந்தேன். எங்கள் கப்பல் ஃபுளோரிடா மாநிலத்தின் மயாமி துறைமுகத்தை நெருங்கிக் கொண்டிருந்தது. அப்போது நான் கண்ட ஒரு விஷயம், எனக்கு வாடிக்கையாளராக ஆகக்கூடிய சாத்தியமிருந்தவர்களை நான் அணுகுவது குறித்த, எனக்கு மிக மிகத் தேவையாக இருந்த ஒரு முக்கியமான படிப்பினையை எனக்குக் கற்றுக் கொடுத்தது. ஆனால் அந்த நேரத்தில், விற்பனை குறித்த எண்ணம் என் மனத்திலிருந்து வெகு தூரத்தில் இருந்தது. ஏனெனில் நான் விடுமுறையை மகிழ்ச்சியாகக் களித்துக் கொண்டிருந்தேன்.

எங்கள் கப்பலானது துறைமுகத்திற்குள் நுழைந்தபோது, ஒரு மெல்லிய கயிற்றுடன் பொருத்தப்பட்டிருந்த, ஒரு பேஸ்பால் போலத் தோற்றமளித்த ஏதோ ஒன்றை, கப்பலின் பணிக்குழு ஊழியர்களில் ஒருவர் தூக்கி எறிந்தார். துறைமுகத் தளத்தில் இருந்த ஓர் ஊழியர் தன் கைகளை அகல விரித்தபடி நின்று கொண்டிருந்தார். ஆனால் அந்தப் பந்து அவரது தலைக்கு மேலே சென்றது. அதனோடு இணைக்கப்பட்டிருந்த மெல்லிய கயிறு அவரது ஒரு கையில் விழுந்தது. அவர் அந்தக் கயிற்றைப் பிடித்து இழுக்க இழுக்க, அதிகத் தடிமனான ஒரு பெரிய கயிறு தண்ணீரின் ஊடாக இழுக்கப்பட்டு, துறைமுகத் தளத்தின்மீது வந்து விழுந்ததை நான் கவனித்தேன். அந்த ஊழியர் அந்தப் பெரிய கயிற்றை எடுத்து, அங்கிருந்த ஓர் உறுதியான, பெரிய இரும்புத் தூணைச் சுற்றிக் கட்டினார். அப்போது, கப்பல் மெல்ல மெல்லத் துறைமுகத் தளத்தை வந்தடைந்தது.

இது பற்றிக் கப்பல் தலைவரிடம் நான் கேட்டபோது, "சிறிய கயிற்றுக்கு 'இழுப்புக் கயிறு' என்று பெயர். அதனோடு இணைக்கப்பட்டுள்ள பந்திற்கு 'குரங்கின் முஷ்டி' என்று பெயர். கப்பலைத் துறைமுகத் தளத்தோடு இணைக்கின்ற பெரிய கயிறு 'வடக்கயிறு' என்று அழைக்கப்படுகிறது. கப்பலைத் துறைமுகத் தளத்தோடு இணைப்பதற்கு இந்த வடக்கயிற்றைக் கப்பலில் இருந்து துறைமுகத் தளத்திற்கு எறிவது இயலாத காரியம்," என்று அவர் கூறினார்.

நிச்சயமாக வாடிக்கையாளர்களாக ஆகக்கூடிய சாத்தியமிருந்த பலரை எனது அணுகுமுறையால் நான் ஏன் இழந்து கொண்டிருந்தேன் என்பது அப்போது எனக்குப் புரிந்தது. அவர்களிடம் வடக்கயிற்றை வீச நான் முயற்சித்துக் கொண்டிருந்தேன். எடுத்துக்காட்டாக, ஒருசில நாட்களுக்கு முன்பு, ஒட்டுமொத்த வியாபாரம் செய்து வந்த ஒரு பேக்கரி உரிமையாளர், என்னைத் தனது பேக்கரியிலிருந்து வெளியே தூக்கி எறிந்துவிடப் போவதாக என்னை அச்சுறுத்தியிருந்தார். நான் அவரைச் சந்திப்பதற்கு முன்னனுமதி எதுவும் பெறாமல் அவரது பேக்கரிக்குள் திடுதிப்பென்று நுழைந்து, நான் யார் என்பதையும், நான் எந்த நிறுவனத்தின் பிரதிநிதி என்பதையும், எனக்கு என்ன வேண்டும் என்பதையும் அவர் புரிந்து கொள்வதற்கு முன்பாகவே எனது விற்பனைப் பேச்சை அவரிடம் கட்டவிழ்த்துவிடத் துவங்கியிருந்தேன். அவர் என்னிடம் மரியாதைக் குறைவாக நடந்து கொண்டதில் வியப்பில்லை. நான் அவருக்குச் செய்திருந்ததை அவர் எனக்குத் திருப்பிச் செய்தார். எப்படி இப்படிப்பட்ட ஒரு முட்டாள்தனமான ஒரு காரியத்தை என்னால் செய்ய முடிந்தது என்று நான் வியந்தேன்.

அந்த விடுமுறை முடிந்து நான் என் வீட்டிற்குத் திரும்பியவுடன், 'அணுகுமுறை' தொடர்பாக எனக்குக் கிடைத்தவற்றையெல்லாம் நான் படிக்கத் துவங்கினேன். வயதான, அதிக அனுபவம் வாய்ந்த விற்பனையாளர்களிடம் அது பற்றிக் கேட்டேன். "அணுகுமுறைதான் விற்பனையில் மிகவும் கடினமான அம்சம்," என்று அவர்களில் சிலர் கூறியதைக் கேட்டு நான் ஆச்சரியமடைந்தேன்.

பல சமயங்களில், ஒருவரைச் சந்திப்பதற்கு அவரது அலுவலகத்திற்குள் நுழைவதற்கு முன்பாக, நான் ஏன் பதற்றத்துடன் அவரது அலுவலக வாசலில் மேலும் கீழும் நடந்தேன் என்பது எனக்குப் புரிபடத் துவங்கியது. அவரை எவ்வாறு அணுக வேண்டும் என்பது எனக்குத் தெரிந்திருக்கவில்லை! என்னுடைய கதையை அவரிடம் எடுத்துரைப்பதற்கு எனக்கு ஒரு வாய்ப்புக் கிடைப்பதற்கு முன்பாகவே நான் வெளியேற்றப்பட்டுவிடுவேன் என்று நான் பயந்தேன்.

எவ்வாறு அணுக வேண்டும் என்பது பற்றிய மிகச் சிறந்த ஆலோசனை எனக்கு எங்கிருந்து கிடைத்தது என்று நினைக்கிறீர்கள்? நிச்சயமாக அது விற்பனையாளர்களிடமிருந்து எனக்குக் கிடைக்கவில்லை. நான் சந்திக்கச் சென்ற நபர்களிடமிருந்து நான் அதைக் கேட்டுத் தெரிந்து கொண்டேன். அவர்களிடமிருந்து நான் கற்றுக் கொண்ட பின்வரும் இரண்டு விஷயங்கள் எனக்கு மிகவும் உதவியுள்ளன:

1. தாங்கள் யார் என்பதையும், தாங்கள் எந்த நிறுவத்தின் பிரதிநிதிகள் என்பதையும், தங்களுக்கு என்ன வேண்டும் என்பதையும் தெரியப்படுத்தாத விற்பனையாளர்களை மக்கள் வெறுக்கின்றனர். தங்களது வியாபாரத்தைப் பற்றியோ அல்லது தங்கள் வரவிற்கான காரணத்தைப் பற்றியோ மழுப்பலாகப் பேசுகின்ற, அல்லது திரித்துப் பேசுகின்ற, அல்லது ஒரு பொய்யான தோற்றத்தை வெளிப்படுத்துகின்ற ஒரு விற்பனையாளர்மீது அவர்கள் ஆக்ரோஷமாகக் கோபம் கொள்கின்றனர். மாறாக, தனது அணுகுமுறையில் இயல்பாகவும் உண்மையாகவும் நேர்மையாகவும் இருக்கின்ற, தனது வரவிற்கான காரணத்தை நேரடியாக எடுத்துரைக்கின்ற ஒரு விற்பனையாளரை அவர்கள் மெச்சுகின்றனர்.

2. ஒரு விற்பனையாளர் எந்த முன்னனுமதியும் பெறாமல் அவர்களைச் சந்திக்கச் சென்றால், நேரடியாக விற்பனைப் பேச்சைத் துவக்குவதற்குப் பதிலாக, இப்போது பேசுவது சௌகரியப்படுமா என்று விற்பனையாளர்கள் தங்களிடம் கேட்க வேண்டும் என்று அவர்கள் விரும்புகின்றனர்.

பல வருடங்களுக்குப் பிறகு, விற்பனை குறித்தச் சொற்பொழிவுகளையும் ஆலோசனைகளையும் வழங்குவதில் அமெரிக்காவில் தலைசிறந்து விளங்கியவர்களில் ஒருவரான, நியூயார்க் நகரைச் சேர்ந்த எனது நண்பர் ரிச்சர்டு பார்டன் இவ்வாறு கூறியதை நான் கேட்டேன்: "ஒன்றை விற்பது தொடர்பாக நீங்கள் ஒருவரைச் சந்திக்கும்போது, உங்கள் பேச்சைச் செவிமடுக்க வேண்டியதன் முக்கியத்துவத்தைப் பற்றி அவருக்கு வலியுறுத்தாமல் உங்கள் விற்பனைப் பேச்சைக் கட்டவிழ்த்துவிடுவதும் உங்கள் கதையைக் கூறுவதும் எந்த விதத்திலும் உங்களுக்கு உதவாது. உங்களுடைய சந்திப்பின் முதல் பத்து வினாடிகளை, உங்களது முழுக் கதையையும் எடுத்துக்கூறுவதற்கான நேரத்தைப் பெறுவதற்குப் பயன்படுத்திக் கொள்ளுங்கள். ஒருவரிடம் ஒரு பொருளை விற்க முயற்சிப்பதற்கு முன்பாக, அவரிடம் அந்தச் சந்திப்பை முதலில் விற்பனை செய்யுங்கள்."

முன்னனுமதி எதுவும் பெறாமல் நான் ஒருவரைத் திடுதிப்பென்று சந்திக்கச் சென்றால், நான் வெறுமனே, "வில்சன் அவர்களே, என் பெயர் ஃபிராங்க் பெட்ஜர். நான் ஃபிடெலிட்டி பரஸ்பர ஆயுட்காப்பீட்டு நிறுவனத்தின் பிரதிநிதி. அடுத்த முறை உங்கள் பகுதிக்கு நான் விஜயம் செய்யும்போது, உங்களைப் பார்த்து வருமாறு உங்களுடைய நண்பரான விக் ரிடெனார் என்னிடம் கூறினார். இப்போது ஒருசில நிமிடங்கள் பேச உங்களுக்குச் சௌகரியப்படுமா அல்லது வேறு ஏதேனும் ஒரு சமயத்தில் நான் உங்களைச் சந்திக்க வேண்டும் என்று நீங்கள் விரும்புகிறீர்களா?" என்று கேட்பேன்.

அவர் வழக்கமாக, "பரவாயில்லை, இப்போதே பேசலாம்," என்று கூறுவார், அல்லது "நீங்கள் என்னிடம் எதைப் பற்றிப் பேச விரும்புகிறீர்கள்?" என்று கேட்பார்.

"உங்களைப் பற்றித்தான்!" என்று நான் பதிலளிப்பேன்.

"என்னைப் பற்றி என்ன?" என்று அவர் பொதுவாகக் கேட்பார்.

அணுகுமுறையின் மிக முக்கியமான கணம் அதுதான். அந்தக் கேள்விக்கு உடனடியாகவும் திருப்திகரமாகவும் விடையளிக்க நீங்கள் தயாராக இல்லை என்றால், நீங்கள் அவரைச் சந்திக்கச் செல்லாமல் இருப்பது நல்லது.

அவருக்குச் செலவு வைக்கக்கூடிய ஒன்றை அவரிடம் நீங்கள் விற்க விரும்புகிறீர்கள் என்பதை நீங்கள் அவருக்கு உணர்த்தினால், அவரது பிரச்சனைகளை நீங்கள் அதிகரிக்க விரும்புகிறீர்கள் என்று அவரிடம் கூறிக் கொண்டிருக்கிறீர்கள் என்று அர்த்தம். தான் செலுத்த வேண்டிய கட்டணங்களைப் பற்றியும், தனது செலவுகளை எவ்வாறு குறைப்பது என்பது பற்றியும் அவர் ஏற்கனவே கவலைப்பட்டுக் கொண்டிருக்கிறார். அவரது முக்கியமான பிரச்சனை எதையேனும் பற்றி நீங்கள் அவரிடம் கலந்துரையாட விரும்பினால், அப்பிரச்சனையைத் தீர்ப்பதற்குத் தனக்கு உதவக்கூடிய ஏதேனும் ஒரு யோசனையைப் பற்றித் திறந்த மனத்துடன் பேசுவதற்கு அவர் ஆர்வமாக இருக்கிறார். ஒரு புதிய குளிர்பதனப் பெட்டியை வாங்குவதைப் பற்றி ஒரு விற்பனையாளரிடம் பேச ஒரு குடும்பத் தலைவிக்கு நேரமில்லை. ஏனெனில், மாமிசம், முட்டைகள், பால், வெண்ணெய் ஆகியவற்றின் அதிகரிக்கும் விலையைப் பற்றி அவர் கவலைப்படுகிறார். பொருட்கள் வீணாவதை எவ்வாறு குறைப்பது என்பதைப் பற்றியும், உணவிற்கு ஆகும் செலவுகளை எவ்வாறு குறைப்பது என்பதைப் பற்றியும் பேசுவதில் அவர் அதிக ஆர்வமாக இருக்கிறார். அதிக வேலைகளில் மும்முரமாக இருக்கின்ற ஓர் இளைஞருக்கு வர்த்தகச் சங்கத்தில் சேர்வதற்கு ஆர்வம் இருப்பதில்லை. ஆனால், அதிகமான நண்பர்களைப் பெறுவதிலும், பிரபலமானவராக ஆவதிலும், தனது சமுதாயத்தில் தான் மிக உயர்வாக மதிக்கப்பட வேண்டும்

என்பதிலும், தனது வருமானத்தை அதிகரிப்பதற்கான சாத்தியக்கூறுகளிலும் அவர் ஆர்வமாக இருக்கிறார்.

சில சமயங்களில், எந்தவிதமான 'அணுகுமுறைப் பேச்சும்' இல்லாமலேயே ஒரு வெற்றிகரமான அணுகுமுறை நடந்தேறுகிறது. இதற்கான ஒருசில எடுத்துக்காட்டுகளை நான் உங்களுக்குக் கொடுக்கிறேன். சமீபத்தில் என் வீட்டில் ஒருநாள் மாலையில், ஒரு தலைசிறந்த உற்பத்தி நிறுவனத்தில் நீண்டகாலமாகப் பணியாற்றி வந்த எனது நண்பர் ஒருவர் என்னிடம் இக்கதையைக் கூறினார்:

"ஒரு விற்பனையாளன் என்ற முறையில் ஃபிலடெல்பியா நகருக்கு வெளியே நான் மேற்கொண்ட முதல் விற்பனைப் பயணம் அது. நியூயார்க் நகருக்கு அதற்கு முன்பு நான் ஒருபோதும் சென்றதில்லை. அங்கு ஒருவரிடம் விற்பனை செய்வதற்காக நான் அவரது கடைக்குள் நுழைந்தபோது, அவர் ஒரு வாடிக்கையாளருடன் மும்முரமாக இருந்தார். அவரது ஐந்து வயது மகள் தரையில் அமர்ந்து விளையாடிக் கொண்டிருந்தாள். அவள் மிகவும் இனிமையானவளாக இருந்தாள். கண்ணிமைக்கும் நேரத்திற்குள் நாங்கள் இருவரும் நண்பர்களானோம். நான் அவளுடன் அக்கடையைச் சுற்றி விளையாடினேன். அவளது தந்தை அந்த வாடிக்கையாளருடனான பரிவர்த்தனையை முடித்தப் பிறகு, நான் என்னை அவரிடம் அறிமுகப்படுத்திக் கொண்டபோது, 'நாங்கள் உங்கள் நிறுவனத்திடமிருந்து பொருட்கள் வாங்கி நெடுங்காலம் ஆகிவிட்டது,' என்று அவர் கூறினார். நான் அவரிடம் விற்பனை பற்றி எதுவும் பேசவில்லை. அவரது மகளைப் பற்றி மட்டுமே அவரிடம் பேசினேன். 'உங்களுக்கு என் மகளைப் பிடித்துப் போய்விட்டதுபோலத் தெரிகிறது. இன்றிரவு அவளுக்காகப் பிறந்தநாள் விருந்து ஒன்றை நாங்கள் ஏற்பாடு செய்திருக்கிறோம். அதில் கலந்து கொள்ள உங்களுக்கு விருப்பமா? இந்தக் கடைக்கு மேலேதான் எங்கள் வீடு,' என்று அவர் கூறினார்.

"பிறகு நியூயார்க்கின் முதல் தரிசனத்திற்காக நான் நகருக்குள் சென்றேன். அதன் பிறகு நான் எனது ஹோட்டலுக்குத் திரும்பி வந்து, குளித்து முடித்து உடை மாற்றிவிட்டு, அச்சிறுமியின் பிறந்தநாள் விருந்தில் கலந்து கொண்டேன். அன்றைய மாலைப் பொழுது முழுவதும் மிகவும் மகிழ்ச்சியூட்டுவதாக இருந்தது. நான் நள்ளிரவுவரை அங்கு இருந்தேன். பிறகு நான் அங்கிருந்து விடைபெற்றுக் கொண்டபோது, எங்கள் நிறுவனத்திற்கு அவர் அதுவரை கொடுத்திராத மிகப் பெரிய ஆர்டர் ஒன்றை என்னிடம் கொடுத்தபோது எனக்கு ஏற்பட்ட மகிழ்ச்சியை என்னால் கட்டுப்படுத்திக் கொள்ள முடியவில்லை. நான் அவரிடம் எதுவுமே விற்க முயற்சிக்கவில்லை. ஒரு சிறுமியிடம் இனிமையாக நடந்து கொள்வதற்குச் சிறிது நேரத்தை எடுத்துக் கொண்டதன் மூலம், வெகுமதியளிக்கத் தவறாத ஓர் அணுகுமுறையை நான் உருவாக்கிக் கொண்டிருந்தேன், அவ்வளவுதான்."

தனது பெயரை வெளியிட வேண்டாம் என்று என் நண்பர் என்னிடம் கேட்டுக் கொண்டார். ஆனால் அவர் தனது நிறுவனத்தின் விற்பனை மேலாளராகவும், பிறகு பொது மேலாளராகவும், இறுதியில் அந்நிறுவனத்தின் தலைவராகவும் ஆனார். நூறு வருடத்திற்கும் மேலாகச் சிறப்பான சேவை செய்து வருகின்ற ஒரு நிறுவனம் அது. மேலும் அவர் என்னிடம், "என்னுடைய இருபத்தைந்தாண்டு கால விற்பனை வாழ்க்கையில் நான் கண்டுகொண்டுள்ள மிகச் சிறந்த அணுகுமுறை, விற்பனை நிமித்தமாக நீங்கள் சந்திக்கின்ற நபரின் பொழுதுபோக்கு என்னவென்பதை முதலில் கண்டுபிடித்து, பிறகு அதைப் பற்றிப் பேசுவதுதான்," என்று கூறினார்.

ஒருவரைச் சந்திக்கும்போது, உங்களுடன் விளையாடுவதற்கு ஒரு குழந்தையோ அல்லது பேசுவதற்கு ஒரு பொழுதுபோக்கோ எப்போதும் இருக்கும் என்று கூற முடியாது. ஆனால் தோழமையாக நடந்து கொள்வதற்கு எப்போதுமே ஒரு வழி அங்கு இருக்கும். சமீபத்தில், நியூஜெர்ஸி மாநிலத்தின் காம்டென் நகரில் அமைந்துள்ள ஷிங்கில் தோல் நிறுவனத்தின் தலைவரும் எனது நெருங்கிய நண்பர்களில் ஒருவருமான லெஸ்டர் எச். ஷிங்கில்லுடன் நான் மதிய உணவருந்திக் கொண்டிருந்தேன். எனக்குத் தெரிந்த மிகத் திறமையான விற்பனையாளர்களில் அவரும் ஒருவர். அவர் என்னிடம் இவ்வாறு கூறினார்:

"பல வருடங்களுக்கு முன்பு, நான் ஓர் இளம் விற்பனையாளனாக இருந்தபோது, நியூயார்க் மாநிலத்தில் ஒரு மிகப் பெரிய உற்பத்தியாளரைச் சந்தித்தேன். ஆனால் அவரிடம் என்னால் எதையும் விற்க முடியவில்லை. ஒருநாள், நான் அந்த வயதான மனிதரின் அலுவலகத்திற்குள் நுழைந்தபோது, அவர் எரிச்சலுடன், 'உங்களுடன் பேசுவதற்கு இன்று எனக்கு நேரமில்லை. நான் இப்போது மதிய உணவருந்தப் புறப்பட்டுக் கொண்டிருக்கிறேன்,' என்று கூறினார்.

"வழக்கத்திற்கு மாறான அணுகுமுறை இங்கு தேவை என்பதை உணர்ந்த நான், விரைவாக, 'என்னையும் உங்களுடன் மதிய உணவருந்த அழைத்துச் செல்ல உங்களுக்குச் சம்மதமா?' என்று கேட்டேன். அவர் சற்று ஆச்சரியமடைந்ததுபோலத் தோன்றியது, ஆனால், 'சரி, வாருங்கள்,' என்று கூறினார்.

"நாங்கள் உணவருந்தியபோது விற்பனையைப் பற்றி நான் அவரிடம் ஒரு வார்த்தைகூடப் பேசவில்லை. சாப்பிட்டப் பிறகு நாங்கள் அவரது அலுவலகத்திற்குத் திரும்பி வந்தபோது அவர் எனக்கு ஒரு சிறிய ஆர்டரைக் கொடுத்தார். அவரிடமிருந்து எங்களுக்குக் கிடைத்த முதல் ஆர்டர் அதுதான். ஆனால், எங்கள் நிறுவனத்திற்கும் அவருக்கும் பல வருடங்களாகத் தொடர்ந்து நீடித்த ஒரு நல்ல வியாபாரத்தின் துவக்கமாக அது அமைந்தது."

1945ம் ஆண்டு மே மாதத்தில், ஒக்லஹோமா மாநிலத்தின் எனிட் நகரில் நான் இருந்தேன். அந்த சமயத்தில், ஒரு சில்லறை விற்பனைக் கடையில் காலணிகள் விற்பனையாளராக வேலை செய்த டீன் நீமேயர் என்பவரைப் பற்றி நான் கேள்விப்பட்டேன். அவர் ஒரே நாளில் 105 ஜோடிக் காலணிகளை விற்று ஓர் உலக சாதனையை ஏற்படுத்தியிருந்தார். அவை ஒவ்வொன்றையும் தனித்தனியாக 87 பெண்கள் மற்றும் குழந்தைகளிடம் அவர் விற்றிருந்தார். நான் அவரிடம் பேச விரும்பினேன். எனவே அவர் வேலை பார்த்தக் கடைக்குச் சென்று, அவர் எவ்வாறு அத்தனைக் காலணிகளை விற்றார் என்று அவரிடம் கேட்டேன். அதற்கு அவர், "எல்லாம் அணுகுமுறையில்தான் இருக்கிறது. கடை வாசலில் ஒரு வாடிக்கையாளரை நீங்கள் எவ்வாறு அணுகுகிறீர்களோ, அதுதான் நீங்கள் அவரிடம் விற்பதையோ அல்லது விற்கத் தவறுவதையோ தீர்மானிக்கிறது," என்று பதிலளித்தார்.

அவர் கூறியதன் அர்த்தத்தைப் புரிந்து கொள்ள நான் மிகவும் ஆவலாக இருந்ததால், அன்று காலையில் அவர் விற்பதை நான் கவனித்தேன். ஒரு வாடிக்கையாளரை மிகவும் சௌகரியமாக உணரச் செய்வதில் அவர் திறமைசாலியாக இருந்தார். கடையின் வாசலில் ஒரு பெண்மணியை அவர் சந்திக்கும்போது, அவர் அப்பெண்மணியைப் பார்த்து ஓர் உண்மையான, அன்பான புன்னகையை உதிர்க்கிறார். டீனின் இயல்பான, சுலபமான, உதவிகரமான போக்கு, தான் அக்கடைக்கு வந்தது குறித்து அப்பெண்மணியை மகிழ்ச்சியடையச் செய்கிறது. எதுவொன்றையும் விற்பதில் முதலாவது மற்றும் மிக முக்கியமான அம்சமான 'வாடிக்கையாளர்களிடம் முதலில் உங்களை விற்றுவிடுங்கள்!' என்ற அம்சத்தை இந்த மூன்று விற்பனையாளர்களும் தங்களது அணுகுமுறையில் செயல்படுத்தினர்.

அணுகுமுறையில் நான் என்ன செய்கிறேன் என்பதுதான், வாடிக்கையாளராக ஆவதற்குச் சாத்தியமுள்ள ஒருவரது மனத்தில் நான் எங்கு நிற்கிறேன் என்பதை வழக்கமாகத் தீர்மானிப்பதை நான் கண்டுகொண்டுள்ளேன். நான் 'ஆர்டர் எடுக்க வந்திருக்கிறேனா' அல்லது 'அறிவுரை கொடுக்க வந்திருக்கிறேனா' என்பதை அவர் கண்டுகொள்கிறார். என்னுடைய அணுகுமுறை சரியானதாக இருந்தால், நான் எனது விற்பனைப் பொருள் குறித்த விளக்கத்தைக் கொடுக்கும்போது, அந்தச் சந்திப்பு எனக்குச் சாதகமாக அமைகிறது. நான் என் அணுகுமுறையில் தோற்றுப் போனால், அது அவருக்குச் சாதகமாக அமைந்துவிடுகிறது.

நான் பயன்படுத்துகின்ற ஓர் அணுகுமுறைப் பேச்சைக் கொண்டு இந்த அத்தியாயத்தை நிறைவு செய்யப் போகிறேன். பல வருடங்களாக நான் உருவாக்கி வந்துள்ள இப்பேச்சு, எனக்கு மிகவும் மதிப்புவாய்ந்த ஒன்றாக இருந்து வந்துள்ளது. இதன் சில பகுதிகளை,

உங்களது சொந்த விற்பனைத் துறைக்கு ஏற்றாற்போல நீங்கள் மாற்றியமைத்துக் கொள்ள வேண்டும்.

நான்: தாமஸ் அவர்களே, நான் ஒரு மருத்துவரிடம் சென்று, எதுவும் பேசாமல் வெறுமனே அமர்ந்திருந்தால், எப்படி அந்த மருத்துவரால் எனது பிரச்சனை என்னவென்று கண்டுபிடிக்க முடியாதோ, அதேபோல, உங்கள் கண்களின் நிறத்தை வைத்தோ அல்லது உங்கள் தலைமுடியின் நிறத்தை வைத்தோ உங்கள் சூழ்நிலை என்ன என்பதை என்னால் கண்டுபிடிக்க முடியாது. நான் எதுவும் பேசாவிட்டால், அந்த மருத்துவரால் எனக்கு எதுவும் செய்ய முடியாது, இல்லையா?

தாமஸ் (வழக்கமான சிரிப்புடன்): நீங்கள் கூறுவது சரிதான்.

நான்: நீங்கள் என்மீது ஒரு குறிப்பிட்ட அளவுக்கு நம்பிக்கை வைக்காவிட்டால், உங்களுடனான எனது நிலையும் அப்படித்தான் இருக்கிறது. வேறு வார்த்தைகளில் கூறினால், எதிர்காலத்தில் உங்களுக்கு மிகவும் மதிப்பு வாய்ந்ததாக இருக்கக்கூடிய ஒன்றை உங்களிடம் நான் காட்ட வேண்டுமென்றால், உங்களிடம் ஒருசில கேள்விகளை நான் கேட்டாக வேண்டும். அதற்கு உங்கள் அனுமதி உண்டா?

தாமஸ்: என்ன கேள்விகள்?

நான்: நான் இப்போது உங்களிடம் சில கேள்விகளைக் கேட்டு, அதற்கு நீங்கள் பதிலளிக்காவிட்டால் அதை நான் தவறாக எடுத்துக் கொள்ள மாட்டேன். ஆனால் நீங்கள் இப்போது சொல்லவிருக்கும் எதுவும் வேறு யாருக்கேனும் தெரியும் என்றால், அது நான் அவர்களிடம் இதைப் பற்றிக் கூறுவதால் இருக்காது, மாறாக, நீங்களாகவே அவர்களிடம் கூறுவதால்தான் இருக்கும். நீங்கள் என்னிடம் கூறவிருக்கும் விஷயங்கள் எனக்குள் மட்டுமே ரகசியமாக இருக்கும்.

கேள்விப் பட்டியல்

எனது முதல் கேள்விக்கு அவர் பதிலளித்தப் பிறகு என் பாக்கெட்டிலிருந்து கேள்விக் குறிப்புகளை நான் எடுக்கும்போது, கேள்விகளை என்னால் சுலபமாகவும் சுமூகமாகவும் கேட்க முடிவதை நான் காண்கிறேன். கேள்விக் குறிப்புகளை நான் வெளியே எடுக்கும்போது, அவரது கண்களை நேராகப் பார்த்து, அவர் கூறுவதை ஆர்வத்துடன் கவனிக்கிறேன். பல வருடங்களாக நான் இந்தக் கேள்விகளைத் தயாரித்து வந்திருக்கிறேன். அது சுருக்கமான ஒன்றுதான், ஆனால் என் எதிரில் இருப்பவரின் சூழ்நிலையைப் பற்றிய ஒரு முழுமையான படத்தை அது எனக்குக் கொடுக்கிறது.

என்னால் முடிந்த அளவுக்கு விரைவாக அக்கேள்விகளை நான் கேட்டுவிடுகிறேன். அவர் எவ்வளவு பேசுகிறார் என்பதைப் பொறுத்து இந்த மொத்தச் செயல்முறைக்கும் ஐந்திலிருந்து பத்து நிமிடங்கள் ஆகும்.

நான் அவரிடம் கேட்கத் தயங்காத சில தனிப்பட்டக் கேள்விகள் இவை:

- ***நீங்கள் இறந்துவிட்டால் உங்கள் மனைவிக்கு ஒவ்வொரு மாதமும் குறைந்தபட்சம் எவ்வளவு வருமானம் தேவைப்படும்?***
- ***உங்களுக்கு அறுபத்தைந்து வயதாகும்போது உங்களுக்குக் குறைந்தபட்சம் எவ்வளவு வருமானம் தேவைப்படும்?***
- ***உங்களுடைய சொத்தின் தற்போதைய மதிப்பு எவ்வளவு?***
- ***பங்குகள், பத்திரங்கள், மற்றும் பிற பாதுகாப்புகள் உங்களிடம் இருக்கின்றனவா?***
- ***வீடுமனைகள்? (தவணைகள்)***
- ***கையிருப்பு?***
- ***சம்பாதித்துள்ள ஆண்டு வருமானம்?***
- ***உங்கள் ஆயுட்காப்பீடு?***
- ***காப்பீட்டிற்காக ஒவ்வொரு வருடமும் நீங்கள் எவ்வளவு பணத்தைச் செலவிடுகிறீர்கள்?***

உங்களுக்கு வாடிக்கையாளராக ஆகக்கூடிய சாத்தியமுள்ள ஒருவரை, நான் மேலே குறிப்பிட்டுள்ள அணுகுமுறைப் பேச்சைக் கொண்டு உங்கள் கேள்விகளுக்கு விடையளிப்பதற்குத் தயார்படுத்தினால், உங்களது குறிப்பிட்டத் தொழிலுக்குரிய இதே வகையான தனிப்பட்டக் கேள்விகளைக் கேட்பதில் உங்களுக்கு எந்த பயமும் இருக்க வேண்டியதில்லை.

நான் எப்படி என் கேள்விக் குறிப்புகளை என் பாக்கெட்டிலிருந்து மெதுவாக எடுத்தேனோ, அதேபோல் அதை நான் மீண்டும் என் பாக்கெட்டுக்குள் போட்டுவிடுகிறேன். எனது கடைசிக் கேள்வி இதுவாக இருக்கும் (புன்னகையுடன்): "தாமஸ், நீங்கள் வேலை செய்யாத நேரத்தில் நீங்கள் என்ன செய்கிறீர்கள்? வேறு வார்த்தைகளில் கேட்டால், உங்களுக்கு ஏதேனும் ஒரு பொழுதுபோக்கு இருக்கிறதா?"

இக்கேள்விக்கான விடை பின்னாளில் எனக்கு மிகவும் மதிப்புவாய்ந்ததாக அமையும். அவர் அக்கேள்விக்கு விடையளித்துக் கொண்டிருக்கும்போது, நான் என் கேள்விக் குறிப்புகளை என் பாக்கெட்டுக்குள் வைத்துவிடுவேன். இதற்கிடையே அவரது ஆர்வம் மிகவும் அதிகரித்திருக்கும் என்பதால், அவருடனான இரண்டாவது

சந்திப்பிற்கான வாய்ப்புகளை அது அதிகரிக்கிறது. எனக்கு வேண்டிய தகவல்களை அவரிடமிருந்து நான் பெற்றவுடன், என்னால் முடிந்த அளவுக்கு வேகமாக அங்கிருந்து வெளியேறிவிடுவேன். "தாமஸ் அவர்களே, நீங்கள் என்மீது நம்பிக்கை கொண்டதற்கு நன்றி. நான் இதைப் பற்றிச் சிறிது சிந்திக்கப் போகிறேன். உங்களுக்கு மதிப்புவாய்ந்ததாக அமையக்கூடிய ஒரு யோசனை என்னிடம் இருக்கிறது என்று நான் நினைக்கிறேன். நான் அது குறித்துச் சிந்தித்துவிட்டு, உங்களைச் சந்திப்பதற்கு முன்னனுமதி பெறுவதற்கு உங்களைத் தொலைபேசியில் அழைக்கிறேன். இது உங்களுக்குச் சம்மதம்தானே?" என்று நான் கேட்பேன். அவரும், "ஆமாம்," என்று பதிலளிப்பார்.

அடுத்த வாரம் அவரைச் சந்திப்பதற்கு அக்கணத்திலேயே நான் முன்னனுமதி பெற்றுக் கொள்ள வேண்டுமா அல்லது பிறகு அவரைத் தொலைபேசியில் அழைக்கலாமா என்பது பற்றி நான் கூட்டிக் கழித்துத் தீர்மானித்துக் கொள்வேன்.

இங்கு ஒரு முக்கியமான விஷயத்தை நீங்கள் கவனிக்க வேண்டும். ஒரு மருத்துவர் தனது நோயாளிகளைப் பற்றிய விபரங்களை எவ்வாறு கோப்பிலிட்டு வைப்பாரோ, அதேபோல் நீங்கள் இந்தக் கேள்விகள் அனைத்தையும் ஒரு கோப்பில் இட்டு வைக்க வேண்டும். உங்கள் வாடிக்கையாளரைப் பற்றிய தகவல்களை இது உங்களுக்கு வழங்குகிறது. உங்கள் வாடிக்கையாளர் தொடர்ந்து வெற்றி பெறும்போது அவரைப் பற்றிய தகவல்களும் வளரும். அவர்கள் வளர வளர, தங்களது முன்னேற்றத்தைப் பற்றி உங்களிடம் கூற அவர்கள் அதிக ஆர்வமாக இருப்பதை நான் பார்த்திருக்கிறேன். நீங்கள் அவர்கள்மீது உண்மையிலேயே ஆர்வமாக இருக்கும்போது, தங்களது பிரச்சனைகளையும் சரி, வெற்றி மற்றும் மகிழ்ச்சியையும் சரி, உங்களோடு தங்களால் பகிர்ந்து கொள்ள முடியும் என்பதை அவர்கள் அறிவார்கள்.

அணுகுமுறைப் பேச்சு மனப்பாடம் செய்யப்படக்கூடாது என்று நான் நம்புகிறேன். ஆனால் அது எழுதப்பட்டு, தினமும் பல முறை படிக்கப்பட வேண்டும் என்பதில் எனக்கு உறுதியான நம்பிக்கை இருக்கிறது. பிறகு திடீரென்று ஒருநாள் அது உங்களுக்கு மனப்பாடமாக ஆகிவிடும். இவ்வழியில் நீங்கள் அதைக் கற்றுக் கொண்டால், நீங்கள் வெறுமனே மனப்பாடம் செய்து வைத்துள்ளீர்கள் என்பதுபோல அது தோன்றாது. உங்கள் அணுகுமுறைப் பேச்சை உங்கள் மனைவியிடம் கூறுங்கள். அது உங்களில் ஒரு பகுதியாக ஆகும்வரை, அதை அவரிடம் மீண்டும் மீண்டும் பேசிப் பழகுங்கள்.

26

முன்னனுமதி பெறுவதிலுள்ள ரகசியம்

கடந்த முப்பத்தியோரு வருடங்களாக ஒரே சிகையலங்கார நிபுணரிடம்தான் ஒவ்வொரு வாரமும் நான் சென்று கொண்டிருக்கிறேன். அவரது பெயர் ரூபி டே. அவருக்கு ஒன்பது வயதாக இருந்தபோது, அவரது மாமா அவரைத் தன் உதவியாளராகச் சேர்த்திருந்தார். ரூபி டே மிகவும் குள்ளமாக இருந்ததால், ஒரு முக்காலியின்மீது அவர் நிற்க வேண்டியிருந்தது. உலகின் மிகச் சிறந்த சிகையலங்கார நிபுணர்களில் ஒருவர் அவர் என்று அவரது வாடிக்கையாளர்கள் நினைக்கின்றனர். அதோடு, அவர் மிகவும் மலர்ந்த முகத்தைக் கொண்டவர்.

இத்தனை அற்புதமான பண்புநலன்கள் இருந்தும், 1927ம் ஆண்டில், ரூபி டேயின் வியாபாரம் கீழ்நோக்கிச் சென்று கொண்டிருந்தது. அவரது வியாபாரம் மிகவும் மோசமடைந்ததாலும், அவருக்குப் பணப் பற்றாக்குறை ஏற்பட்டதாலும், நான்கு மாதங்களாக அவரால் தன் கடைக்கு வாடகை கொடுக்க முடியவில்லை. தனியொருவராகக் கடை நடத்தி வந்த அவரை, கடையிலிருந்து வெளியேற்றப் போவதாக அக்கடை அமைந்திருந்த கட்டிடத்தின் உரிமையாளர் மிரட்டிக் கொண்டிருந்தார்.

ஒரு வெள்ளிக்கிழமை மதியம், அவர் எனக்கு முடி வெட்டிக் கொண்டிருந்தபோது, அவர் உடல்நலமின்றி இருந்ததை நான் கவனித்தேன். என்ன பிரச்சனை என்று நான் அவரிடம் கேட்டேன். இறுதியில், தனது இக்கட்டான சூழ்நிலையைப் பற்றி அவர் என்னிடம் வெளிப்படையாகக் கூறினார். இது போதாதென்று, அவரது மனைவி அப்போதுதான் ஓர் ஆண் குழந்தைக்குத் தாயாகியிருந்தார்.

நாங்கள் பேசிக் கொண்டிருந்தபோது, இன்னொரு வாடிக்கையாளார் உள்ளே வந்து, எவ்வளவு நேரம் தான் காத்திருக்க

வேண்டும் என்று ரூபியிடம் கேட்டார். அதிக நேரம் ஆகாது என்று ரூபி பதிலளித்தார். எனவே விருப்பமின்றி அந்த வாடிக்கையாளர் அங்கு அமர்ந்து, அங்கிருந்த பத்திரிகைகளில் ஒன்றைப் படிக்கத் துவங்கினார்.

"ரூபி, முடி வெட்ட வருபவர்களை நீங்கள் ஏன் முன்கூட்டியே பதிவு செய்து கொள்ளக்கூடாது?" என்று நான் ரூபியிடம் கேட்டேன்.

"பெட்ஜர், என்னால் அப்படி வேலை செய்ய முடியாது. முடி திருத்தும் ஒருவரிடம் மக்கள் முன்னனுமதி பெற மாட்டார்கள்," என்று அவர் பதிலளித்தார்.

"ஏன் மாட்டார்கள்?" என்று நான் கேட்டேன்.

"ஒரு மருத்துவருக்கோ அல்லது ஒரு வழக்கறிஞருக்கோ அது சரிப்பட்டு வரும். ஆனால் முடி திருத்துபவரிடம் மக்கள் முன்னனுமதி பெற மாட்டார்கள்."

"ஏன் வர மாட்டார்கள் என்று எனக்குப் புரியவில்லை," என்று நான் தொடர்ந்து வலியுறுத்தினேன். "என் விற்பனைத் தொழிலைப் பற்றியும் நான் அப்படித்தான் நினைத்திருந்தேன். ஆனால் முன்னனுமதி பெற்று வேலை செய்வதுதான் ஒரே வழி என்று என் சக விற்பனையாளர் எனக்குப் புரிய வைத்தார்.

"ரூபி, உங்கள் வேலை உங்கள் வாடிக்கையாளர்களுக்கு மிகவும் பிடித்திருக்கிறது. அவர்களுக்கு உங்களையும் பிடித்திருக்கிறது, ஆனால் காத்திருப்பதில் அவர்களுக்கு விருப்பமில்லை. இப்போது இங்கே காத்துக் கொண்டிருக்கும் இந்நபர், ஒவ்வொரு வாரமும் உங்களிடம் வந்து முடி வெட்டிக் கொள்வதற்கு முன்கூட்டியே பதிவு செய்து கொள்ள ஆர்வமாக இருப்பார் என்று நிச்சயமாக என்னால் கூற முடியும்," என்று கூறிவிட்டு, அங்கு அமர்ந்திருந்த வாடிக்கையாளரைப் பார்த்து, "நீங்கள் என்ன நினைக்கிறீர்கள்?" என்று நான் கேட்டேன்.

"நிச்சயமாக நான் முன்பதிவு செய்து கொள்ள விரும்புவேன்," என்று கூறி அவர் தலையசைத்தார்.

ஒவ்வொரு வாரமும் ஒரு குறிப்பிட்ட நாளில் முடி வெட்டுவதற்கு ரூபியும் அந்த வாடிக்கையாளரும் உடன்படிக்கை செய்து கொண்டனர்.

"விஷயம் அவ்வளவுதான்," என்று கூறிய நான், ரூபியிடம், "ஒவ்வொரு வெள்ளிக்கிழமை காலையிலும் நான் முடி வெட்ட வருவேன். அதைக் குறித்துக் கொள்ளுங்கள்," என்று கூறினேன்.

அடுத்த நாள், ரூபியிடம் ஒரு முன்பதிவு நொட்டுப் புத்தகம் இருந்தது. அவர் தனது பழைய வாடிக்கையாளர்களைத் தொலைபேசியில் அழைக்கத் துவங்கினார். அவர்களில் பலர் அவரது கடைப் பக்கம் வந்து மாதக்கணக்கில் ஆகியிருந்தது. அவரது முன்பதிவுப் புத்தகம் மெல்ல மெல்ல நிரம்பியது. அவரது

பொருளாதாரப் பிரச்சனைகள் மறைந்தன. இப்போது இருபது வருடங்களாக அவர் முன்பதிவின் மூலமாகவே முடி வெட்டி வருகிறார். தனது வாடிக்கையாளர்களையும் அவர் அவ்வாறே பயிற்றுவித்துள்ளார். அது அவர்களது நேரத்தை மிச்சப்படுத்துவதால் அவர்களும் அதை விரும்புகின்றனர். இன்று, ரூபி டே, ஹாலிவுட் பகுதியில் ஓர் அழகிய, சிறிய வீட்டிற்குச் சொந்தக்காரராக இருக்கிறார். போதிய வசதியுடன்கூடிய, ஒரு மகிழ்ச்சியான தொழிலதிபர்போல அவர் தோன்றுகிறார்.

கலிபோர்னியாவின் பசடீனா பகுதியில் நாங்கள் நடத்தி வந்த ஒரு விற்பனைப் பயிற்சியில் ஒருநாள் இரவு நான் இக்கதையைக் கூறினேன். அந்த வகுப்பில் ஒரு டாக்ஸி ஓட்டுனரும் இருந்தார். அந்த வாரக் கடைசியில், அவர் எங்களிடம் வந்து, "இப்போது நானும் ஒரு தொழிலதிபராக ஆகிவிட்டேன்!" என்று கூறினார். அவர் கூறியதற்கு என்ன அர்த்தம் என்று நாங்கள் அவரிடம் கேட்டபோது, "செவ்வாய்க்கிழமை இரவன்று நீங்கள் பேசியதைக் கேட்டப் பிறகு, முடி திருத்தும் ஒருவரால் முன்பதிவு செய்ய முடியும் என்றால், நானும் அதை முயற்சித்துப் பார்க்க வேண்டும் என்று நினைத்தேன். அடுத்த நாள் காலையில், ஒரு பெரிய நிறுவனத்தின் தலைவரை கிளென்டேல் ரயில் நிலையத்திற்கு என் டாக்ஸியில் அழைத்துச் சென்றேன். ரயில் நிலையத்திற்குச் செல்லும் வழியில், அவர் திரும்பி வர எவ்வளவு நாட்களாகும் என்று நான் அவரிடம் கேட்டேன். அன்றிரவே தான் திரும்பி வரவிருந்ததாகக் கூறிய அவர், மீண்டும் அவரைத் தனது வீட்டிற்கு நான் என் டாக்ஸியில் அழைத்துச் செல்ல ஒப்புக் கொண்டார். அன்றிரவு அவரைத் தனது வீட்டில் நான் இறக்கிவிட்டபோது, அவர் மிகவும் மகிழ்ச்சியாக இருந்ததுபோலத் தோன்றியது. அவர் எனக்கு ஒரு நல்ல தொகையை டிப்ஸாகக் கொடுத்தார். அவர் ஒவ்வொரு வாரமும் இந்த வெளியூர்ப் பயணத்தை மேற்கொண்டதையும், டாக்ஸி கிடைப்பதற்கு அவர் மிகவும் சிரமப்பட்டதையும் நான் தெரிந்து கொண்டேன். எனவே, இந்த வேலைக்கு ஒவ்வொரு வாரமும் நான் ஒரு நாளை ஒதுக்கினேன். அதோடு, தனது நிறுவனத்தைச் சேர்ந்த வேறு பல அதிகாரிகளின் பெயர்களையும் அவர் எனக்குக் கொடுத்து, அவர்களிடம் முன்பதிவு செய்து கொள்ளும்படி கூறினார். நான் அவர்களைத் தொலைபேசியில் தொடர்பு கொண்டபோது, அவர்களது தலைவரின் பரிந்துரையின் பேரில் நான் அவர்களை அழைத்ததாகக் கூறினேன். இந்தத் தொலைபேசி அழைப்புகளை விடுத்ததன் மூலம், அடுத்த நாள் காலைக்கு எனக்கு இன்னும் இரண்டு சவாரிகள் கிடைத்தன. இன்று நான் ஒரு முன்பதிவு நோட்டுப் புத்தகத்தை வாங்கினேன். உங்களது சிகையலங்கார நிபுணர் செய்ததுபோலவே, நானும் சவாரிகளை முன்பதிவு செய்யப் போகிறேன். இப்போது நான் ஒரு தொழிலதிபரைப்போல உணர்கிறேன்!"

இதே யோசனையை எனது உடையலங்கார நிபுணருக்கும் பரிந்துரைத்தேன். விரைவில், அவரது பெரும்பாலான வாடிக்கையாளர்கள் முன்பதிவுடன் வரத் துவங்கினர்.

நானும், கிட்டத்தட்ட எல்லாத் தொழிலிலும் இருக்கும் ஆயிரக்கணக்கானவர்களும் கண்டுபிடித்துள்ள ஓர் உண்மையைத்தான் இந்நபர்கள் கண்டுபிடித்துள்ளனர். 'மக்கள் முன்னனுமதியுடன் வேலை செய்ய விரும்புகின்றனர்' என்பதுதான் அந்த உண்மை.

1. இது நேரத்தை மிச்சப்படுத்துகிறது, பெரும்பாலான விற்பனையாளர்கள் கவலைப்படுகின்ற ஏராளமான நேர விரயத்தைக் களைகிறது. அதேபோல, இது வாடிக்கையாளர்களின் நேரத்தையும் மிச்சப்படுத்துகிறது.

2. வாடிக்கையாளர்களிடம் முன்னனுமதி கேட்பதன் மூலம், அவர்களுக்கு அதிக வேலை இருப்பதை நாம் உணர்கிறோம் என்பதை நாம் அவர்களுக்குத் தெரியப்படுத்துகிறோம். நான் ஒருவரைச் சந்திப்பதற்கு முன்னனுமதி பெற்றுச் செல்லும்போது, நான் கூறுவதை அவர் அதிக உன்னிப்பாகக் கவனிக்கிறார், என் பேச்சிற்கு அவர் அதிக மதிமூப்புக் கொடுக்கிறார்.

3. இது ஒவ்வொரு சந்திப்பையும் ஒரு நிகழ்வாக ஆக்குகிறது. ஒரு முன்னனுமதி ஒரு விற்பனையாளரின் மதிப்பை அதிகரிக்கிறது.

விற்பனையைப் பொறுத்தவரை, முன்னனுமதிகள் பெறுவது என்பது அடித்தளத்தை அமைப்பதைப் போன்றது என்பதை நான் கண்டறிந்தேன். சந்திப்பதற்கு அனுமதி பெறுவதில்தான் விற்பனையின் அடித்தளம் அமைந்துள்ளது. நல்ல, கவனத்துடன்கூடிய, சுமூகமான சந்திப்புகளுக்கான ரகசியம் முன்னனுமதிகளை விற்பதில் அடங்கியுள்ளது. வானொலிகள், வாக்குவம் கிளீனர்கள், புத்தகங்கள், அல்லது காப்பீடுகளை விற்பனை செய்வதைவிட முன்னனுமதிகளைப் பெறுவது அதிக சுலபமானது. அதை என் மனத்தில் தெளிவுபடுத்திக் கொண்டவுடன் நான் பெரும் நிம்மதி அடைந்தேன். விற்க முயற்சிப்பதை நிறுத்திவிட்டு, வெறுமனே அடித்தளத்தை அமைப்பதில் நான் கவனம் செலுத்தினேன்.

எனக்குத் தெரிந்த யாரையேனும் நான் தொலைபேசியில் அழைக்கும்போது, வெறுமனே அவரைச் சந்திப்பதற்கு நான் முன்னனுமதி கேட்கிறேன். வழக்கமாக எந்தக் கேள்வியும் கேட்காமல் அதை அவர் எனக்குக் கொடுத்துவிடுவார். ஆனால் அந்நபர் நான் ஒருபோதும் சந்தித்திராத ஒருவராக இருந்தால்,

"நீங்கள் எது விஷயமாக என்னைப் பார்க்க விரும்புகிறீர்கள்?" என்ற கேள்வி தவறாமல் அவரிடமிருந்து வரும்.

அணுகுமுறையின் மிக முக்கியமான கணம் இதுதான். நான் அவரிடம் எதையோ விற்க விரும்புகிறேன் என்பதை நான் அவருக்கு உணர்த்தினால், அவரைச் சந்திப்பதற்கு முன்னனுமதி பெறுவதற்கான வாய்ப்புகள் பாழாகிவிடும். உண்மை என்னவென்றால், நான் விற்கும் பொருள் அவருக்குத் தேவையா இல்லையா என்றுகூட எனக்குத் தெரியாமல் இருக்கக்கூடும். எனவே, வெறுமனே கலந்துரையாடுவதற்காகவே ஒரு முன்னனுமதி பெறப்பட வேண்டும். அதுதான் முன்னனுமதியின் நோக்கமாக இருக்க வேண்டும். இன்றளவும்கூட, தொலைபேசியில் எனது விற்பனைப் பேச்சைத் தொடங்கிவிடாமல் இருப்பது குறித்து நான் மிகவும் எச்சரிக்கையாக இருக்க வேண்டியுள்ளது. நான் ஒரே ஒரு விஷயத்தில் மட்டுமே கவனம் செலுத்த வேண்டும்: ஒரு முன்னனுமதியை விற்பனை செய்வதுதான் அது.

இதற்குப் பொருத்தமான ஓர் எடுத்துக்காட்டை இப்போது நாம் பார்க்கலாம். அன்றொரு நாள், ஒவ்வொரு மாதமும் பத்தாயிரம் மைல்களுக்கும் அதிகமான தூரம் விமானத்தில் பயணிக்கும் ஒருவரை நான் தொலைபேசியில் அழைத்தேன். எங்களது உரையாடல் இவ்வாறு அமைந்திருந்தது:

நான்: ஆலே அவர்களே, என் பெயர் ஃபிராங்க் பெட்ஜர். நான் ரிச்சர்டு ஃபிளிக்கரின் நண்பர். உங்களுக்கு ரிச்சர்டை நினைவிருக்கிறது, இல்லையா?

ஆலே: ஆமாம்.

நான்: ஆலே, நான் ஓர் ஆயுட்காப்பீட்டு விற்பனையாளன். நான் உங்களைத் தெரிந்து கொள்ள வேண்டும் என்று ரிச்சர்டு பரிந்துரைத்தார். நீங்கள் பல வேலைகளில் மும்முரமாக இருக்கிறீர்கள் என்பதை நான் அறிவேன். ஆனால் இந்த வாரம் என்றேனும் ஒருநாள் சுமார் ஐந்து நிமிடங்கள் உங்களை நான் வந்து பார்ப்பதற்கு உங்கள் அனுமதி தேவை.

ஆலே: நீங்கள் என்னை எது குறித்துப் பார்க்க விரும்புகிறீர்கள்? காப்பீடுகளா? ஒருசில வாரங்களுக்கு முன்புதான் அதிகப்படியான காப்பீடுகளை நான் வாங்கினேன்.

நான்: அது ஒரு பிரச்சனையே அல்ல. நான் உங்களிடம் ஏதேனும் விற்க முயற்சித்தால், அது உங்கள் தவறாக இருக்குமே தவிர என் தவறாக இருக்காது. நாளை காலை ஒன்பது மணியளவில் ஒருசில நிமிடங்கள் நான் உங்களை வந்து பார்க்கலாமா?

ஆலே: ஒன்பதரை மணிக்கு வேறொருவருவரை நான் சந்தித்தாக வேண்டியுள்ளது.

நான்: ஐந்து நிமிடங்களுக்கு மேல் நான் உங்களிடம் பேசிக் கொண்டிருந்தால், அது உங்கள் தவறாக இருக்குமே தவிர, என் தவறாக இருக்காது.

ஆலே: சரி. நீங்கள் ஒன்பதேகால் மணிக்கு வாருங்கள்.

நான்: மிக்க நன்றி. குறித்த நேரத்தில் நான் இங்கு இருப்பேன்.

அடுத்த நாள் காலையில் அவரது அலுவலகத்தில் நான் அவருடன் கைகுலுக்கியபோது, நான் எனது கைக்கடிகாரத்தைக் கையில் எடுத்து, "ஒன்பதரை மணிக்கு நீங்கள் வேறொருவரைச் சந்திக்க வேண்டியிருப்பதால், ஐந்து நிமிடங்களுக்கு நான் அலாரம் வைக்கப் போகிறேன். ஐந்து நிமிடங்களுக்குள் நான் என் பேச்சை முடித்துக் கொள்வேன்," என்று கூறினேன்.

எனது கேள்விகளை என்னால் இயன்ற அளவுக்குச் சுருக்கமாகக் கேட்டேன். எனக்கான ஐந்து நிமிடங்கள் முடிந்தபோது, நான், "எனக்குரிய ஐந்து நிமிடங்கள் முடிந்துவிட்டன. நீங்கள் என்னிடம் ஏதேனும் கூற விரும்புகிறீர்களா?" என்று கேட்டேன். அடுத்தப் பத்து நிமிடங்களுக்கு, நான் அவரைப் பற்றி உண்மையிலேயே தெரிந்து கொள்ள விரும்பிய அனைத்து விஷயங்களையும் அவர் என்னிடம் கூறினார்.

சில சமயங்களில், எனது ஐந்து நிமிடம் முடிந்த பிறகும்கூட, ஒரு மணிநேரத்திற்கும் மேலாக என்னிடம் பேசிக் கொண்டிருக்கும் நபர்களும் உண்டு. ஆனால் அது என் தவறு அல்ல. அது முழுக்க முழுக்க அவர்களுடைய தவறு. ஏனெனில், அந்த நேரம் முழுவதும் அவர்கள் தங்களைப் பற்றியே பேசிக் கொண்டிருப்பார்கள்.

தங்களது வழக்கமான வாடிக்கையாளர்களைச் சந்திக்கச் செல்லும்போது முன்னனுமதி எதுவும் பெறாமல் செல்கின்ற பல வெற்றிகரமான விற்பனையாளர்களை எனக்குத் தெரியும். இது பற்றி நான் அவர்களிடம் கேட்டபோது, அவர்கள் தங்களது வழக்கமான வாடிக்கையாளர்களைச் சில குறிப்பிட்ட நாட்களில் சந்தித்ததாகவும், அந்தச் சந்திப்புகள் வழக்கமாக ஒரு குறிப்பிட்ட நேரத்திலேயே நிகழ்ந்ததாகவும் என்னிடம் கூறினர். வேறு வார்த்தைகளில் கூறினால், அவர்கள் எதிர்பார்க்கப்பட்டனர்.

"சந்திப்பிற்காக அவர்கள் நம் அலுவலகத்திற்கு வர மாட்டார்கள்." இந்த அறிவிப்பு எங்கள் அலுவலகச் சுவர் ஒன்றில் பெரிய அளவில் தொங்கவிடப்பட்டிருந்தது. நானும் அதில் நம்பிக்கை கொண்டிருந்தேன். ஆனால், சிக்காகோ நகரைச் சேர்ந்த ஒரு மிகச் சிறந்த விற்பனையாளரான ஹாரி ரைட், ஒருநாள் இரவில் ஒரு சந்திப்புக் கூட்டத்தில் பேசியதைக் கேட்டப் பிறகு நான் என்

கருத்தை மாற்றிக் கொண்டேன். அவர் இவ்வாறு கூறினார்: "என்னுடைய விற்பனையின் அறுபத்தைந்து சதவீதத்தை நான் என் அலுவலகத்தில் வைத்தே முடித்துவிடுகிறேன். ஒருவரைச் சந்திப்பதற்கு அவருக்கு நான் எனது அலுவலகத்தைப் பரிந்துரைக்கிறேன். அங்கு எந்த இடையூறுகளும் இல்லாமல், அதிக வேகமாகவும் அதிகத் திருப்திகரமாகவும் எங்களது விற்பனைப் பரிவர்த்தனையை நிறைவு செய்ய முடியும் என்று நான் அவர்களுக்கு விளக்குகிறேன்."

அது குறித்து முதலில் எனக்கு பயமாக இருந்தது. ஆனால் பலரும் அதை விரும்பினர் என்பதைக் கண்டு நான் ஆச்சரியமடைந்தேன். அவர்கள் எனது அலுவலகத்திற்கு வரும்போது, எந்த இடையூறுகளையும் நான் அனுமதிப்பதில்லை. எனது தொலைபேசி ஒலித்தால், நான் இவ்வாறு பதிலளிக்கிறேன்:

"ஹலோ, வெர்னன். நீங்கள் கொஞ்ச நேரம் அங்குதானே இருப்பீர்கள்? சுமார் இருபது நிமிடங்களில் நான் உங்களை அழைக்கலாமா? இங்கு நான் ஒருவரைச் சந்தித்துக் கொண்டிருக்கிறேன். அவரை நான் காக்க வைக்க விரும்பவில்லை. நன்றி, வெர்னன். விரைவில் நான் உங்களை அழைக்கிறேன்." பிறகு நான் எங்கள் நிறுவனத்தின் வரவேற்பாளரை அழைத்து, எங்களது சந்திப்பு முடியும்வரை, எனக்கு வரும் தொலைபேசி அழைப்புகள் எதையும் எனக்குக் கொடுக்க வேண்டாம் என்று அவரிடம் கூறுவேன். என்னைச் சந்திக்க வந்திருக்கும் நபரை இது மகிழ்விக்கத் தவறுவதே இல்லை.

அவர் அங்கிருந்து புறப்பட்டுச் செல்வதற்கு முன்பு, அவருக்கு அவ்வளவு அவசரமான வேலை எதுவும் இல்லை என்றால், அவருக்குச் சேவை செய்வதற்கு உதவியுள்ள அல்லது அவர் எங்கள் வாடிக்கையாளராக ஆகும்பட்சத்தில் அவருக்குச் சேவை செய்யவிருக்கின்ற, எங்கள் அலுவலகத்திலுள்ள மற்றவர்களை அவருக்கு அறிமுகப்படுத்துவதை நான் உறுதி செய்து கொள்கிறேன்.

தங்கள் அலுவலகங்கள், தொழிற்சாலைகள் ஆகியவற்றுக்குத் தங்கள் வாடிக்கையாளர்களை அழைத்துச் சென்று, தங்களது பொருட்கள் எவ்வாறு தயாரிக்கப்படுகின்றன என்பதைக் காட்டுவதற்கான ஒரு சிறந்த வாய்ப்பாக இதைப் பார்க்கின்ற பல விற்பனையாளர்களை நான் அறிவேன்.

சந்திப்பதற்குக் கடினமான நபர்கள்

முன்னனுமதிகளைப் பெறுவதற்கு மீண்டும் மீண்டும் பயிற்சி செய்வது, அவற்றைப் பெறுவதில் எவரொருவரின் உத்தியையும் மேம்படுத்தும். ஆனால், சந்திப்பதற்கு மிகவும் கடினமான நபர்கள் சிலர் எப்போதும் இருந்துகொண்டுதான் இருப்பார்கள். ஆனாலும், அவர்களை எப்படியாவது என்னால் பார்க்க முடிந்தால், அவர்கள்

வாடிக்கையாளர்களாக ஆவதற்குச் சிறந்த சாத்தியமுள்ளவர்களாக இருப்பதை நான் காண்கிறேன். நான் பணிவன்போடு நடந்து கொள்ளும்வரை, நான் விடாப்பிடியாக இருப்பது குறித்து அவர்கள் கோபப்படுவதில்லை. விற்பனைச் சந்திப்புகளில் நான் பயன்படுத்துகின்ற ஒருசில கேள்விகளையும், எனக்கு உதவியுள்ள சில யோசனைகளையும் நான் இங்கு கொடுத்திருக்கிறேன்:

1. "ஜான் அவர்களே, உங்களைச் சந்திப்பதற்கு உகந்த நேரம் எது – அதிகாலை நேரமா அல்லது மாலை நேரமா?"

   "உங்களுக்கு எது சௌகரியப்படும் – வாரத் துவக்கத்தில் சந்திப்பதா அல்லது வாரக் கடைசியில் சந்திப்பதா?"

   "இன்று மாலையில் நான் உங்களைச் சந்திக்கலாமா?"

2. நீங்கள் எத்தனை மணிக்கு மதிய உணவருந்தப் போவீர்கள்? இந்த வாரத்தில் என்றேனும் ஒருநாள் நாம் இருவரும் சேர்ந்து மதிய உணவருந்தலாம். நாளை மதியம் சுமார் பன்னிரண்டு அல்லது பன்னிரண்டரை மணிக்கு யூனியன் லீக் சங்கத்தில் உங்களால் என்னுடன் உணவருந்த முடியுமா?

3. அவருக்கு அவ்வளவு நேரம் இல்லை என்றால், ஆனால் என்னைச் சந்திப்பதற்கு அவர் உண்மையிலேயே ஆர்வமாக இருந்தால், சில சமயங்களில் நான் அவரிடம், "உங்கள் கார் உங்களிடம் இருக்கிறதா?" என்று கேட்பேன். அவர் "இல்லை," என்று கூறினால், என் காரில் அவரை அவரது வீட்டில் கொண்டுவிடுவதாக நான் கூறுவேன். பிறகு, "நாம் இருவரும் பேசுவதற்கு நமக்கு ஒருசில நிமிடங்கள் கிடைக்கும்," என்று கூறுவேன்.

4. முன்னனுமதி கொடுக்க விரும்பாத பலர், பல நாட்களுக்குப் பிறகு நான் அவர்களைச் சந்திப்பதற்கு மிக முன்னதாகவே முன்னனுமதி கேட்டால் என்னைச் சந்திக்க ஒப்புக் கொள்வதைக் கண்டு நான் ஆச்சரியப்படுகிறேன். எடுத்துக்காட்டாக, வெள்ளிக்கிழமை காலைவேளைகளில் நான் எனது அடுத்த வார வேலைகளை முன்கூட்டியே திட்டமிட்டுக் கொண்டிருக்கும்போது, என் தொலைபேசியை எடுத்து, "ஜோன்ஸ், அடுத்த வாரம் புதன்கிழமை உங்கள் பகுதியில் எனக்குச் சிறிது வேலை இருக்கிறது. அப்போது ஒருசில நிமிடங்கள் நான் உங்களை வந்து பார்க்கலாமா?" என்று கேட்டால், பொதுவாக அவர் ஒப்புக் கொள்வார். பிறகு, அவரைச் சந்திப்பதற்குக் காலை நேரம் சிறந்ததா அல்லது மதிய நேரம் சிறந்ததா என்று

அவரிடம் கேட்பேன். சில சமயங்களில், அவர் ஒரு குறிப்பிட்ட நேரத்தைக் குறிப்பிடுவார்.

நான் அனைத்து முயற்சிகளையும் மேற்கொண்ட பிறகும், அவர் என்னுடன் உண்மையாக ஒத்துழைக்க முயற்சிக்கவில்லை என்று எனக்குத் தோன்றினால், நான் அவரை அதோடு மறந்துவிடுவேன்.

சந்திப்பதற்கு மிகவும் கடினமான நபர்களாக இருந்த சிலர்தான் எனது மிகச் சிறந்த தொடர்புகளாக மாறியுள்ளனர். எடுத்துக்காட்டாக, ஃபிலடெல்பியா நகரைச் சேர்ந்த ஒரு பொறியியலாளரின் பெயர் என்னிடம் கொடுக்கப்பட்டது. ஓரிரு முறை நான் அவருக்குத் தொலைபேசியில் அழைப்பு விடுத்தப் பிறகு, காலை 7 மணி முதல் 7.30 மணி வரை தவிர, மற்ற நேரங்களில் அவர் தன் அலுவலகத்தில் அரிதாகவே இருந்ததை நான் தெரிந்து கொண்டேன்.

அடுத்த நாள் காலை ஏழு மணிக்கு நான் அவரது அலுவலகத்திற்குள் நுழைந்தேன். குளிர்காலத்தின் உச்சகட்டம் அது. வெளியே இரவைப்போல இருட்டாக இருந்தது. அவர் தனது மேசையில் இருந்த சில கடிதங்களைப் படித்துக் கொண்டிருந்தார். திடீரென்று, அவர் ஒரு பெரிய பிரீஃப்கேஸைத் தூக்கிக் கொண்டு, என்னை வேகமாக உரசிக் கொண்டு சென்றார். நான் அவரது கார்வரை அவரைப் பின்தொடர்ந்தேன். அவர் தனது காரின் டிக்கியைத் திறந்தபோது, என்னைப் பார்த்து, "எதைப் பற்றி நீங்கள் என்னிடம் பேச விரும்பினீர்கள்?" என்று கேட்டார்.

"உங்களைப் பற்றித்தான்," என்று நான் கூறினேன்.

"இன்று காலையில் யாருடனும் பேசுவதற்கு எனக்கு நேரமில்லை," என்று அவர் கூறினார்.

"இன்று காலை நீங்கள் எங்கே சென்று கொண்டிருக்கிறீர்கள்?" என்று நான் கேட்டேன்.

"நியூஜெர்ஸி மாநிலத்திலுள்ள காலிங்ஸ்வுட் நகருக்குச் சென்று கொண்டிருக்கிறேன்," என்று அவர் பதிலளித்தார்.

"நான் என் காரில் உங்களை அங்கே அழைத்துச் செல்கிறேன்," என்று நான் பரிந்துரைத்தேன்.

"இல்லை! எனக்கு இன்று தேவையான பல விஷயங்கள் என் காரில் இருக்கின்றன," என்று அவர் கூறினார்.

"நீங்கள் காரோட்டும்போது உங்கள் பக்கத்தில் நான் உட்கார்ந்து வருவதில் உங்களுக்கு ஆட்சேபனை உள்ளதா?" என்று கேட்டுவிட்டு, "நீங்கள் காரோட்டும்போது நாம் பேசலாம். அது உங்கள் நேரத்தை மிச்சப்படுத்தும்," என்று நான் கூறினேன்.

"நான் அங்கிருந்து நேராக டெலாவேர் மாநிலத்திலுள்ள வில்மிங்டன் நகருக்குச் செல்லவிருக்கிறேன். நீங்கள் எப்படி இங்கே திரும்பி வருவீர்கள்?" என்று அவர் கேட்டார்.

"நான் திரும்பி வருவதைப் பற்றிப் பிறகு யோசித்துக் கொள்கிறேன். அது ஒரு பெரிய பிரச்சனை இல்லை," என்று நான் அவருக்கு உறுதியளித்தேன்.

அவர் என்னைப் பார்த்துச் சிரித்துவிட்டு, "சரி, வாருங்கள்," என்று கூறினார்.

அந்த நேரத்தில், என் பெயரோ அல்லது நான் அவரிடம் எதைப் பற்றிப் பேச விரும்பினேன் என்பதோ அவருக்குத் தெரியாது. ஆனால் வில்மிங்டனில் நான் அவரிடமிருந்து விடைபெற்று மதிய ரயிலில் ஃபிலடெல்பியா திரும்பியபோது, அவர் கையொப்பமிட்ட ஒரு காப்பீட்டு ஆர்டர் என் கையில் இருந்தது.

வேறு எந்த வழியிலும் முன்னனுமதி பெற்றுச் சந்திக்க எந்தவொரு சாத்தியமும் இல்லாத பலருடன் பால்டிமோர், வாஷிங்டன், நியூயார்க் போன்ற நகரங்களுக்கு நான் ரயிலில் பயணித்திருக்கிறேன்.

தொலைபேசியைப் பயன்படுத்துவது பற்றி நான் கற்றுக் கொண்ட முக்கியமான விஷயங்கள்

நான் எங்கிருந்தாலும் சரி, அங்குள்ள பொதுத் தொலைபேசிகளைப் பயன்படுத்துவதற்கு ஏதுவாக என் பாக்கெட்டில் நான் எப்போதும் சில்லறைகளை வைத்திருப்பதை ஒரு பழக்கமாக ஆக்கிக் கொண்டுள்ளேன். பல சமயங்களில், எனது அலுவலகத்தில் ஏகப்பட்ட இடைஞ்சல்கள் இருந்ததால் நான் என் அலுவலகத்தைவிட்டு வெளியே சென்று, தெருமுனையில் இருக்கும் பொதுத் தொலைபேசியைப் பயன்படுத்தியிருக்கிறேன்.

என் வேலைகளைத் திட்டமிடுவதற்கு வெள்ளிக்கிழமை காலை நேரத்தை ஒதுக்கிய பிறகு, அடுத்த வாரம் நான் சந்திக்க விரும்புகின்ற நபர்களில் பெரும்பாலானோரைத் தொலைபேசியில் அழைக்கத் துவங்குகிறேன். அந்த வாரத்தில் தங்களைச் சந்திப்பதற்கு எனக்கு அனுமதியளிக்கின்ற நபர்களின் நீண்ட பட்டியலைக் கண்டு நான் சில சமயங்களில் வியந்து போயிருக்கிறேன்.

என்னைத் திருப்பி அழைக்குமாறு என் வாடிக்கையாளர்களிடமோ அல்லது வாடிக்கையாளர்களாக ஆகக்கூடிய சாத்தியமுள்ளவர்களிடமோ தகவல் கொடுப்பது குறித்து நான் பயப்பட வேண்டியதில்லை என்பதைத் தெரிந்து கொள்ள எனக்கு நீண்டகாலம் ஆனது. பல முறை அழைத்தும் என்னால் ஒருவரைத் தொடர்பு கொள்ள முடியாமல் போனால், எனக்குத் தேவையான ஏதோ ஒன்றைத் தன்னிடமிருந்து பெறுவதற்குத்தான் தன்னை நான் துரத்திக் கொண்டிருப்பதாக அவர் நினைப்பார். என்னை அழைக்குமாறு அவருக்குத் தகவல் கொடுப்பதன் மூலம், தனக்குத் தேவையான ஒன்று என்னிடம் இருக்கிறது என்ற எண்ணம் அவருக்குத் தோன்றுகிறது. 'அவருக்கு முக்கியமான ஏதோ ஒன்று!'

முதலில் முன்னனுமதியை விற்பனை செய்வதன் முக்கியத்துவத்தை நான் அங்கீகரிக்கத் தொடங்கிய பிறகு, என்னால் சமாளிக்கக்கூடிய அனைத்துச் சந்திப்புகளையும் என்னால் பெற முடிந்தது.

நான் நீண்டகாலமாக முயற்சித்துக் கற்றுக் கொண்ட ஒரு விதியை நான் மீண்டும் ஒருமுறை கூறுகிறேன்:

முதலில், முன்னனுமதியை விற்பனை செய்யுங்கள்.
இரண்டாவதாக, உங்கள் பொருளை விற்பனை செய்யுங்கள்.

27

செயலாளர்களையும் வரவேற்பாளர்களையும் திறமையாகக் கையாள்வதற்கான வழி

செயலாளர்களையும் வரவேற்பாளர்களையும் திறமையாகக் கையாள்வது எப்படி என்பது பற்றிக் கடந்தவாரத்தில் ஒருநாள் நான் செவிமடுக்க நேர்ந்தது. எங்களுடைய வழக்கமான குழுவுடன் யூனியன் லீக் சங்கத்தில் நான் மதிய உணவருந்திக் கொண்டிருந்தேன். எங்கள் உறுப்பினர்களில் ஒருவரான, ஃபிலடெல்பியா நகரில் அமைந்த மார்லின் உற்பத்தி நிறுவனத்தின் தலைவரான டொனால்டு ஈ. லின்ட்ஸே, இக்கதையை எங்களிடம் கூறினார்.

"இன்று காலையில் ஒரு விற்பனையாளர் எங்கள் தொழிற்சாலைக்கு வந்து என்னைப் பார்க்க விரும்பியதாகக் கூறினார். எனது செயலாளர் அவரிடம் சென்று, என்னைச் சந்திப்பதற்கு அவரிடம் முன்னனுமதி இருந்ததா என்று கேட்டார். 'இல்லை,' என்று கூறிய அவர், 'நான் முன்னனுமதி எதுவும் பெறவில்லை. ஆனால் திரு. லின்ட்ஸே விரும்பக்கூடிய சில தகவல்கள் என்னிடம் இருக்கின்றன,' என்று தெரிவித்தார். அவரது பெயரையும், அவர் எந்த நிறுவனத்தின் பிரதிநிதியாக வந்திருந்தார் என்பதையும் எனது செயலாளர் அவரிடம் கேட்டார். தனது பெயரைத் தெரிவித்த அந்த விற்பனையாளர், இது தனிப்பட்ட விஷயம் என்று கூறினார். அதற்கு எனது செயலாளர், 'நான் திரு. லின்ட்ஸேயின் தனிப்பட்டச் செயலாளர். அது அவரது தனிப்பட்ட விஷயமாக இருந்தாலும், அதை என்னால் கையாள முடியும் என்று நினைக்கிறேன். திரு. லின்ட்ஸே இப்போது வேறு ஏதோ வேலையில் மிகவும் மும்முரமாக இருக்கிறார்,' என்று பதிலளித்தார்.

"'இது ஒரு தனிப்பட்ட விஷயம்,' என்று வலியுறுத்திய அந்த விற்பனையாளர், 'நான் திரு. லின்ட்ஸேயுடன் நேரடியாக அதைப் பற்றிப் பேசுவதுதான் நல்லது என்று நினைக்கிறேன்,' என்று கூறினார்.

"சரியாக அந்த நேரத்தில், நான் எங்கள் தொழிற்சாலையின் பின்பகுதியில் இருந்தேன்," என்று டொனால்டு லின்ட்ஸே எங்களுக்கு விளக்கினார். "என் கைகள் அழுக்காக இருந்தன. எங்கள் பழுதுநீக்குனர்கள் இருவருக்குப் பிரச்சனை அளித்துக் கொண்டிருந்த ஒரு விஷயம் தொடர்பாக நான் அவர்களுடன் சேர்ந்து வேலை செய்து கொண்டிருந்தேன். நான் என் கைகளைக் கழுவிவிட்டு வரவேற்பறைக்கு வந்தேன்.

"அந்த விற்பனையாளரை எனக்கு அடையாளம் தெரியவில்லை, ஆனால் அவர் தன்னை அறிமுகப்படுத்திக் கொண்டு, என்னுடன் கைகுலுக்கிவிட்டு, எனது தனிப்பட்ட அலுவலகத்தில் ஓர் ஐந்து நிமிடங்கள் என்னால் அவருடன் பேச முடியுமா என்று என்னிடம் கேட்டார். 'எது குறித்து நீங்கள் பேச விரும்புகிறீர்கள்?' என்று நான் அவரிடம் கேட்டேன். 'இது முற்றிலும் ஒரு தனிப்பட்ட விஷயம். ஆனால் அதை ஒருசில நிமிடங்களில் என்னால் உங்களிடம் கூறிவிட முடியும்,' என்று அவர் பதிலளித்தார்.

"நாங்கள் என் அறைக்கு வந்தபோது, 'லின்ட்ஸே அவர்களே, உங்களுக்குக் கணிசமான பணத்தைச் சேமித்துக் கொடுக்கக்கூடிய வரி ஆய்வுச் சேவை ஒன்றை நாங்கள் உருவாக்கியுள்ளோம். இது ஓர் இலவசச் சேவை. நீங்கள் இதற்காக எங்களுக்குக் கட்டணம் எதுவும் செலுத்த வேண்டியதில்லை. ஆனால், உங்களிடமிருந்து சில தகவல்கள் எங்களுக்குத் தேவை. நீங்கள் கொடுக்கும் தகவல்களை நாங்கள் வேறு யாரிடமும் பகிர்ந்து கொள்ள மாட்டோம்,' என்று அவர் என்னிடம் கூறினார்.

"அவர் அவ்வாறு கூறிவிட்டு, ஒரு கேள்வி குறிப்பை வெளியே எடுத்து, என்னிடம் சில கேள்விகளைக் கேட்கத் துவங்கினார். அப்போது நான் குறுக்கிட்டு, 'ஒரு நிமிடம் பொறுங்கள். நீங்கள் என்னிடம் ஏதோ விற்க விரும்புகிறீர்கள். அது என்ன? நீங்கள் எந்த நிறுவனத்தின் பிரதிநிதி?' என்று கேட்டேன்.

"'லின்ட்ஸே அவர்களே, நீங்கள் என்னை மன்னிக்க வேண்டும், ஆனால் . . .' என்று அவர் கூறினார்.

"'நீங்கள் எந்த நிறுவனத்தின் பிரதிநிதி?' என்று நான் அதிகாரமாகக் கேட்டேன்.

"'ஏ.பி.சி. காப்பீட்டு நிறுவனம். நான் . . .'

"'இங்கிருந்து வெளியேறிவிடுங்கள்!' என்று நான் கூறினேன். 'நீங்கள் ஏமாற்றி உள்ளே நுழைந்திருக்கிறீர்கள். இங்கிருந்து நீங்கள் விரைவில் வெளியேறாவிட்டால், நானே உங்களை வெளியே தூக்கி எறிந்துவிடுவேன்!'"

பென்சில்வேனியா பல்கலைக்கழகத்தில் படித்துக் கொண்டிருந்த காலத்தில், டொனால்டு லின்ட்ஸே அப்பல்கலைக்கழகத்தின் குத்துச்சண்டை அணியில் இருந்திருந்தார். அதைப் பற்றி எங்களுக்குத் தெரிந்திருந்ததால் நாங்கள் நன்றாக வயிறு குலுங்கச் சிரித்தோம். வெளியே தூக்கி எறிவது எப்படி என்பதை அவர் உண்மையிலேயே நன்றாக அறிவார். லின்ட்ஸே இக்கதையைக் கூறியபோது, கோபத்தில் அவரது முகம் சிவந்ததை எங்களால் பார்க்க முடிந்தது. அந்த விற்பனையாளர் அவரது அலுவலகத்தைவிட்டு உடனடியாக வெளியேறியது நல்லதுதான் என்று நாங்கள் நினைத்தோம்.

இந்த விற்பனையாளர் மிகச் சிறப்பாகத் தோற்றமளித்ததாகவும் நன்றாகப் பேசியதாகவும் லின்ட்ஸே கூறினார். ஆனால் அந்த விற்பனையாளரின் அணுகுமுறையை ஒருசில கணங்கள் ஆய்வு செய்யலாம்:

1. அவர் முன்னனுமதி பெற்றிருக்கவில்லை. லின்ட்ஸேயை அவர் ஒரு தவறான நேரத்தில் சந்தித்தார். உங்கள் வரவு எதிர்பார்க்கப்படாதபோது வழக்கமாக இப்படித்தான் நிகழும்.
2. அவர் அச்செயலாளரிடம் தனது பெயரைக் கூறினார். அதனால் எந்தப் பிரயோஜனமும் இல்லை. ஏனெனில், "நீங்கள் எந்த நிறுவனத்தின் பிரதிநிதி?" என்ற கேள்வியை அவர் ஏய்த்தார். அது எப்போதும் சந்தேகத்தை எழுப்புகின்ற ஒன்று.
3. லின்ட்ஸே ஏதோ வேலையில் மும்முரமாக இருந்ததாக அச்செயலாளர் அவரிடம் கூறியபோது, தான் அவரை நம்பவில்லை என்பதை அந்த விற்பனையாளர் குறிப்பால் உணர்த்தினார். இது அச்செயலாளருக்குக் கோபத்தை ஏற்படுத்தியது.
4. அவ்விற்பனையாளர் ஏமாற்றி உள்ளே நுழைந்தார். மீண்டும் அத்தொழிற்சாலைக்குள் அடியெடுத்து வைப்பதற்கான அனைத்து வாய்ப்புகளையும் அவர் இழந்தார். அவர் ஒரு நல்ல நிறுவனத்தின் பிரதிநிதியாக இருந்தும்கூட, அந்நிறுவனத்தைச் சேர்ந்த வேறு எந்தவொரு பிரதிநிதியும் அங்கே நுழைய முடியாதபடி அவர் செய்துவிட்டார்.

அதிக வேலைகளில் மூழ்கியிருக்கும் நபர்களைச் சந்திக்க முயற்சிப்பதற்கு, புத்திசாலித்தனமான தந்திர வேலையைவிடப் பொது அறிவு அதிகம் தேவை என்பதை என் அனுபவம் எனக்குக் கற்றுக் கொடுத்துள்ளது. ஒருவருடைய செயலாளர் தங்களுக்கு மிகவும் முக்கியமானவராக இருக்கக்கூடும் என்பதைப் பல

விற்பனையாளர்கள் உணர்வதில்லை. பலரது விஷயங்களில், அச்செயலாளர்தான் சிம்மாசனத்திற்குப் பின்னால் இருக்கும் சக்தியாக விளங்குகிறார். நான் ஒரு பெரிய மனிதரைச் சந்திக்க விரும்பினால், என்னை அவரது செயலாளரின் கைகளில் ஒப்படைப்பதுதான் சிறந்தது என்பதை நான் தெரிந்து கொண்டேன். வழக்கமாக, அவர்தான் என்னைத் தனது முதலாளியின் அறைக்கு வழிநடத்திச் செல்வார். அந்தப் பெரிய மனிதரின் நேர நிர்வாகத்தைப் பொறுத்தவரை, பெரும்பாலான சமயங்களில் அச்செயலாளர்தான் அந்தப் பெரிய மனிதரின் முதலாளியாக இருக்கிறார். ஒரு நபரின் செயலாளருடன் நாம் வேலை செய்யும்போது, அந்நபரின் 'வலது கரத்துடன்' நாம் வேலை செய்து கொண்டிருக்கிறோம். அச்செயலாளரின் நம்பிக்கைக்கு நான் பாத்திரமாகி, அவருடன் உண்மையாகவும் நேர்மையாகவும் நடந்து கொண்டு, அவரது பதவிக்கு மதிப்புக் கொடுக்கும்போது, நான் அவரது முதலாளியைச் சந்திப்பதற்கான வாய்ப்புகள் அதிகரிப்பதைக் காண்கிறேன்.

துவக்கத்தில், அவரது பெயரை அவரது அலுவலகத்தில் இருக்கும் வேறு எவரிடமிருந்தாவது தெரிந்து கொள்ள முயற்சிக்கிறேன். பிறகு, அவரது பெயரைச் சொல்லியே அவரிடம் நான் பேசுகிறேன். அவரது பெயரை நான் மறந்து போகாமல் இருப்பதற்காக, அதை நிரந்தரமாக ஒரு நோட்டுப் புத்தகத்தில் பதிவு செய்து கொள்கிறேன். பின்னாளில் ஏதேனும் முன்னனுமதி கோரி அவரை நான் தொலைபேசியில் அழைக்கும்போது, வழக்கமாக, "கேத்தலீன், காலை வணக்கம்! நான் பெட்ஜர் பேசுகிறேன். இன்றோ அல்லது இந்த வாரத்தில் ஏதேனும் ஒரு நாளோ ஓர் இருபது நிமிடங்கள் திரு. தாமஸைச் சந்திப்பதற்கு உங்களால் ஏற்பாடு செய்து கொடுக்க முடியுமா?" என்று கேட்கிறேன்.

விற்பனையாளர்களை வெளியே துரத்துவதுதான் தங்கள் கடமை என்பதுபோலப் பல செயலாளர்களும் வரவேற்பாளர்களும் நினைக்கின்றனர் என்பதை நான் அறிவேன். ஆனால் அவர்களைத் தந்திரமாகவோ அல்லது ஏமாற்று வழிகளிலோ கையாள்வதில் எனக்கு நம்பிக்கை இல்லை. ஓர் ஆதிக்கமான ஆளுமையைக் கொண்ட ஒரு புத்திசாலி நபரால் தனது வருகையின் நோக்கத்தைக் கூறாமலேயே ஒரு செயலாளரைக் கடந்து செல்ல முடியும். ஏகப்பட்டத் துணிச்சலும் நல்ல பேச்சுத்திறனும் உள்ள ஒரு விற்பனையாளரால் எப்போதாவது ஒரு முறை வேண்டுமானால் அவ்வாறு செய்ய முடியும். ஆனால் செயலாளர்களையும் வரவேற்பாளர்களையும் ஏய்க்க முயற்சிக்காமல் இருப்பதுதான் அவர்களைப் புத்திசாலித்தனமாகக் கையாள்வதற்கான சிறந்த வழி என்று நான் நம்புகிறேன்.

28

முன்னணி விற்பனையாளர்களின் இடத்தைப் பிடிக்க எனக்கு உதவிய யோசனை

விற்பனையில் நான் பயன்படுத்தி வந்துள்ள பல யோசனைகளை நான் முதலில் பேஸ்பாலில்தான் கற்றேன் என்பதைக் கண்டு நான் ஆச்சரியமடைந்துள்ளேன். எடுத்துக்காட்டாக, தெற்குக் கரோலினா மாநிலத்தின் கிரீன்வில் அணிக்காக நான் விளையாடியபோது, அதன் மேலாளரான டாமி ஸ்டவுச் என்னிடம் ஒருநாள், "பெட்ஜர், மட்டையைக் கொண்டு பந்தை உங்களால் குறி வைத்து அடிக்க முடிந்தால், பெரிய அணிகள் உங்களைத் தங்கள் பக்கம் இழுக்கத் துடியாய்த் துடிக்கும்," என்று கூறினார்.

"எப்படி அடிக்க வேண்டும் என்று நான் கற்றுக் கொள்வதற்கு ஏதேனும் வழி இருக்கிறதா?" என்று நான் கேட்டேன்.

"ஜெஸ்ஸீ பர்க்கெட் உங்களைவிடச் சிறந்த பேஸ்ட்மேன் அல்ல. ஆனால், பேஸ்பாலில் மிகச் சிறந்த பேட்ஸ்மேன்களில் ஒருவராக அவர் ஆனார்," என்று அந்த மேலாளர் கூறினார்.

"அவர் எப்படி அதைச் செய்தார்?" என்று நான் சந்தேகத்துடன் கேட்டேன்.

"குறி வைத்து அடிப்பது எப்படி என்பதைத் தான் கற்றுக் கொள்ளப் போவதாக பர்க்கெட் தன் மனத்தில் தீர்மானித்தார். எனவே, அவர் தினமும் விளையாட்டு மைதானத்திற்குச் சென்று, முன்னூறு பந்துகளை அடித்தார். அவற்றைப் பொறுக்குவதற்கு அவர் சில சிறுவர்களுக்குச் சில்லறைக் காசுகளைக் கொடுத்தார். ஒரு சிறுவன் அவருக்குப் பந்து வீசினான். அவர் அந்தப் பந்தைத் தவிர்க்க முயற்சிக்கவில்லை. மாறாக, தன்னால் கச்சிதமாகக் குறி

வைத்து அடிக்க முடியும்வரை, அவர் தனது மட்டையை மிக லாவகமாகச் சுழற்றுவதற்குப் பயிற்சி செய்தார்.”

அக்கதையை நம்புவது கடினமாக இருந்தது. நானே அதை உறுதி செய்து கொள்ள விரும்பினேன். எனவே சாதனைப் புத்தகங்களை நான் புரட்டிப் பார்த்தேன். அதில் இரண்டு பேட்ஸ்மென் மட்டுமே ஒரே விளையாட்டுப் பருவத்தில் .400 புள்ளிகளுக்கு மேலாகப் பெற்றிருந்தனர். அதில் ஒருவர் லஜோயீ, இன்னொருவர் ஜெஸ்ஸீ பர்க்கெட்!

அந்த யோசனை எனக்கு உற்சாகமூட்டியது. எங்கள் அணியில் இருந்த சில விளையாட்டு வீரர்களிடம் எனக்குப் பந்து வீசுமாறு நான் கேட்டபோது, எனக்குப் பைத்தியம் பிடித்துவிட்டதாக அவர்கள் என்னிடம் கூறினர். வடக்கு மாவட்டத்தைச் சேர்ந்த ஒருவரால், தென்மாநில வெப்பத்தைக் காலையிலும் மதிய வேளையிலும் தாக்குப்பிடிக்க முடியாது என்று அவர்கள் கூறினர். ஆனால் என்னுடன் தங்கியிருந்த, ஜார்ஜியா மாநிலத்தின் நார்கிராஸ் நகரைச் சேர்ந்த பேஸ்பால் வீரரான ஐவீ விங்கோ எனக்கு உதவுவதாகக் கூறினார். எனவே நாங்கள் சிறிது சில்லறையைக் கொடுத்து ஒருசில சிறுவர்களை ஒன்றுதிரட்டி, ஒவ்வொரு நாளும், வெப்பம் அதிகரிப்பதற்கு முன்பாக அதிகாலையிலேயே விளையாடச் சென்றோம். விங்கோவும் நானும் ஆளுக்கு முந்நூறு பந்துகளை அடித்தோம்.

எங்கள் கைகளில் சில பெரிய காய்ப்புகள் ஏற்பட்டன. அதைத் தவிர வேறு எவ்விதத்திலும் அது எங்களைக் காயப்படுத்தவில்லை. நாங்கள் குதூகலமாகவே விளையாடினோம்.

அந்தக் கோடைக்காலத்தில் நானும் விங்கோவும் மிகப் பெரிய அணியான புனித லூயிஸ் கார்டினல்ஸ் அணிக்காக விளையாடினோம்.

அதற்கும் விற்பனைக்கும் என்ன தொடர்பு? பத்து வருடங்களுக்குப் பிறகு நான் பேஸ்பால் விளையாடுவதை விட்டுவிட்டு இரண்டு வருடங்களாக விற்பனைத் தொழிலில் ஈடுபட்டிருந்த சமயத்தில், தென்மாநிலம் ஒன்றைச் சேர்ந்த, பெரிய, வசீகரமான தோற்றத்தைக் கொண்ட ஃபிரெட் ஹேகன் என்பவர் எங்கள் நிறுவனத்தின் அட்லான்டா அலுவலகத்திலிருந்து ஃபிலடெல்பியாவிற்கு மாற்றப்பட்டார். மனத்தைக் கொள்ளை கொள்ளும் புன்னகையும் ஆளுமையும் கொண்டவர் அவர். ஆனால் அவரது விற்பனை அனுபவம் முழுவதும் தென்மாநில விவசாயிகளுடனேயே இருந்ததால், அவர் சில புதிய விற்பனைப் பேச்சுக்களை உருவாக்க வேண்டியிருந்தது. அவர் அவற்றை என்னுடன் பேசிப் பழகிக் கொண்டார்.

பேஸ்பாலில் முதலில் நான் கற்றுக் கொண்ட அதே யோசனைதான் அது. ஜெஸ்ஸீ பர்க்கெட்டைப் பற்றியும்,

விங்கோவும் நானும் முந்நூறு பந்துகளை அடித்ததைப் பற்றியும் நான் ஹேகனிடம் கூறினேன். அந்த யோசனையைக் கேட்டு உற்சாகமடைந்த அவர், என்னுடைய விற்பனைப் பேச்சுக்களைத் தன்னிடம் பேசுமாறு என்னை வலியுறுத்தினார். எங்கள் விற்பனைப் பேச்சு எங்களுக்குத் தலைகீழ்ப் பாடமாக ஆகும்வரை, நாங்கள் இருவரும் பரஸ்பரம் ஒருவரிடம் மற்றொருவர் அதைப் பேசிப் பயிற்சி செய்தோம். அது எனக்கு மிகவும் பிடித்துப் போனது. நான் எதிர்கொண்ட ஒவ்வொருவரிடமும் நான் ஒரு விற்பனைப் பேச்சைக் கொடுக்க விரும்பினேன். அதன் விளைவாக, நான் அதிக நபர்களைச் சந்திக்கத் துவங்கினேன். போதுமான சந்திப்புகளை நிகழ்த்துவதை ஒரு விற்பனையாளர் நிறுத்தும்போது, தனது சொந்த விற்பனைக் கதையின்மீதான ஆர்வத்தையும் உற்சாகத்தையும் அவர் இழந்துவிட்டார் என்பதுதான் அதற்கான உண்மையான காரணமாக அமைகிறது.

ஹேம்லெட் நாடகத்தில் ஐம்பத்தாறாவது முறையாக நடித்து முடித்திருந்த ஜான் பேரிமோரை ஒரு செய்திப் பத்திரிகையாளர் பேட்டி காணச் சென்றார். அடுத்த நாடக அரங்கேற்றத்திற்கான ஒத்திகை முடியும்வரை ஒன்றரை மணிநேரம் அப்பத்திரிகையாளர் காத்திருக்கும்படி ஆனது. இறுதியில் அந்த மாபெரும் நடிகர் அங்கு வந்தபோது, அந்தப் பத்திரிகையாளர், "பேரிமோர் அவர்களே, ஐம்பத்தாறு முறை பிராட்வே அரங்குகளில் நீங்கள் நடித்தப் பிறகும் உங்களுக்கு ஒத்திகை தேவைப்படுவது எனக்கு ஆச்சரியத்தை ஏற்படுத்துகிறது. ஹேம்லெட் கதாபார்த்திரத்தை ஏற்று நடித்துள்ள நடிகர்களில் நீங்கள்தான் தலைசிறந்தவர் என்று எல்லோரும் ஒப்புக் கொண்டுள்ளனர். நாடக மேதையான நீங்கள் ஏன் இப்போதும்கூட ஒத்திகை செய்து கொண்டிருக்கிறீர்கள்?" என்று கேட்டார். பேரிமோர் இதைக் கேட்டு விழுந்து விழுந்து சிரித்தார். பிறகு இவ்வாறு பதிலளித்தார்: "உங்களிடம் உண்மையைக் கூறட்டுமா? ஐந்து மாதங்களாக, தினமும் ஒன்பது மணிநேரம், நான் என் கதாபாத்திரத்திற்கான வசனங்களை மீண்டும் மீண்டும் படித்து ஒப்பித்தேன். அது என் தலைக்குள் ஒருபோதும் ஏறப் போவதில்லை என்று நான் நினைத்தேன். சில சமயங்களில், அதிலிருந்து விலகிவிடலாமா என்றுகூட நான் யோசித்திருக்கிறேன். என் வாழ்க்கையின் உண்மையான குறிக்கோளை நான் தவறவிட்டுவிட்டதாக நான் நினைத்தேன். நான் நடிக்க வந்தது ஒரு மிகப் பெரிய தவறு என்று எனக்குத் தோன்றியது. ஆமாம், ஒரு வருடத்திற்கு முன்பு நான் இத்துறையிலிருந்து விலக விரும்பினேன். ஆனால் இன்று எல்லோரும் என்னை ஒரு மேதை என்று அழைக்கின்றனர். இது வேடிக்கையாக இருக்கிறதல்லவா?"

அக்கதையை நான் படித்தபோது என் விற்பனைத் தொழிலில் நான் மிகவும் பின்தங்கியிருந்தேன். எங்கள் நிறுவனத்தினரின்

முன்னிலையில் விற்பனை விளக்கப் பேச்சு ஒன்றைக் கொடுக்க என்னை அனுமதிக்குமாறு எனது மேலாளரிடம் கேட்பதற்கு அக்கதை என்னைத் தூண்டியது. அவர் என்னைப் பார்த்த விதத்தை வைத்துப் பார்க்கும்போது, இதுபோல் யாரும் அவரிடம் இதுவரை கேட்டதில்லை என்று எனக்குத் தோன்றியது. இப்போது எனக்கு நானே ஏற்படுத்திக் கொண்ட சவாலை நான் எதிர்கொள்ள வேண்டியிருந்தது. எனவே, நான் என் விற்பனை விளக்கப் பேச்சை ஒத்திகை பார்த்தேன். மீண்டும் மீண்டும் அதை ஒத்திகை பார்த்தேன். என் பேச்சு மேம்பட்டபோது, என் உரையை நான் இன்னும் மெருகேற்றினேன். அது குறித்து நான் பெரும் உற்சாகம் அடைந்தேன். நான் எனது விளக்கப் பேச்சைக் கச்சிதமாகக் கொடுக்க முயற்சித்தபோது, என் பேச்சை நிறைவு செய்வது குறித்த ஒரு புதிய யோசனையும் எனக்கு உதித்தது. நான் எங்கள் அலுவலகத்தில் விற்பனை விளக்கப் பேச்சை வழங்கிய சில நாட்களுக்குள், ஒரு பெரிய ஆர்டர் எனக்குக் கிடைத்தது. நான் எனது விற்பனைப் பேச்சைப் பல முறை ஒத்திகை பார்த்திருக்காவிட்டால், என்னால் அந்தப் பெரிய ஆர்டரைப் பெற்றிருக்க முடியாது என்பதை நான் அறிவேன். ஒரு விற்பனைச் சந்திப்பை ஒரு குழுவின் முன்னால் உணர்ச்சிவசமாக எடுத்துரைக்கும்படி என்னிடம் கேட்டுக் கொள்ளப்பட்ட ஒவ்வொரு முறையும், நான் எனது பார்வையாளர்களைவிட அதிகமாகப் பலனடைந்து வந்திருக்கிறேன். நான் முற்றிலுமாகத் தயார் என்பதை நான் அறியும்வரை, என் விற்பனைப் பேச்சைத் தயாரிப்பதற்கும், அதை மீண்டும் மீண்டும் ஒத்திகை பார்ப்பதற்கும் என்னைத் தூண்டுவது எனது பெருமிதம்தான் என்று நான் நினைக்கிறேன்.

சமீபத்தில் காலமான, நாட்டர் டேம் அணியின் பிரபல கால்பந்துப் பயிற்றுவிப்பாளரான நூட் ராக்னே, அமெரிக்காவின் மிகப் பெரிய விற்பனை நிறுவனம் ஒன்றில் ஓர் உரையாற்றினார். விற்பனைத் தொழில் குறித்து நான் படித்துள்ளதிலேயே அதிக நடைமுறைச் சாத்தியமுள்ள, அதிக உத்வேகமூட்டுகின்ற செய்திகளில் ஒன்று அது. அவர் கூறியதன் மையக் கருத்து இதுதான்:

> **நாட்டர் டேமில் எங்கள் அணியில் சுமார் முந்நூறு பேர் இருக்கின்றனர். பல்கலைக்கழகங்களுக்காக விளையாடும் அனுபவமிக்க வீரர்களில் இருந்து, விளையாட்டிற்குப் புதியவர்களாக உள்ளவர்கள்வரை அதில் அடங்குவர். அவர்கள் தங்கள் விளையாட்டின் அடிப்படைகளை தினமும் பயிற்சி செய்கின்றனர். சுவாசத்தைப்போலவே அந்த அடிப்படைகளும் அவர்களது இயல்பாக மாறும்வரை, அவை அவர்களது ஆழ்மனத்திற்குள் ஆழப் பதியும்வரை, அவர்கள் அவற்றைத் தொடர்ந்து பயிற்சி செய்து கொண்டே**

இருக்கின்றனர். பிறகு, போட்டியில் விளையாடும்போது, விரைவாக நடவடிக்கை எடுக்க வேண்டிய நேரத்தில், அடுத்துத் தாங்கள் என்ன செய்ய வேண்டும் என்று அவர்கள் யோசிக்க வேண்டியிருப்பதில்லை. கால்பந்து விளையாட்டிற்கான இதே கொள்கைகள் விற்பனைக்கும் பொருந்தும். விற்பனை எனும் விளையாட்டில் நீங்கள் ஒரு நட்சத்திரமாக ஜொலிக்க விரும்பினால், உங்களுடைய தொழிலின் அடிப்படைகள் உங்களுக்கு அத்துப்படியாக இருக்க வேண்டும். உங்கள் தொழிலின் அடிப்படை நுணுக்கங்கள் அனைத்தும் உங்கள் மனத்தில் ஆழமாகப் பதிந்திருக்க வேண்டும். அவை உங்களின் ஒரு பகுதியாக ஆகியிருக்க வேண்டும். நீங்கள் ஒருவரிடம் கிட்டத்தட்ட விற்றுவிட்டிருக்கும் சமயத்தில், விற்பனை முடியப் போவதாக நீங்கள் கருதும் சமயத்தில், ஏதோ காரணத்திற்காக அவர் உங்களிடமிருந்து வாங்காமல் போக முயற்சிக்கும்போது, என்ன நிகழ்கிறது என்பதை நீங்கள் இருவரும் அறியும் முன்பாகவே, அவரை மீண்டும் உங்கள் வழிக்கு உங்களால் கொண்டுவர முடியும். வெறுமனே உங்கள் உருவத்தை ஒரு கண்ணாடியில் பார்த்து, உங்கள் நிறுவனம் உங்களை வேலைக்கு எடுத்துக் கொண்டதற்காக அதைப் பாராட்டுவதன் மூலம் இந்தக் கச்சிதத்தை உங்களால் பெற முடியாது. நீங்கள் மீண்டும் மீண்டும் ஒத்திகை பார்த்தாக வேண்டும், மீண்டும் மீண்டும் பயிற்சி செய்தாக வேண்டும்!

நாடக உலகிலிருந்து விலக விரும்பிய ஜான் பேரிமோரை, அந்த முடிவை எடுப்பதிலிருந்து அதுதான் காப்பாற்றியது. ஹேம்லெட் பாத்திரத்தை ஏற்று நடித்தவர்களில் தலைசிறந்த நடிகராக இன்றளவும் அவர் ஜொலிப்பதற்கு அதுதான் அவருக்கு உதவியது.

ஒரு பலவீனமான பேட்ஸ்மேனாக இருந்த ஜெஸ்ஸீ பர்க்கெட்டை பேஸ்பாலின் தலைசிறந்த வீரர்களில் ஒருவராக உயர்த்தியது அதுதான். ஒரே பருவத்தில் பேட்டிங்கில் .400 புள்ளிகளுக்கும் அதிகமாகப் பெற்று மாபெரும் சாதனைகளைப் படைத்தவர்கள், டை காப்ஸ், ரோஜர்ஸ் ஹார்ன்ஸ்பீ, லஜோயீ, பர்க்கெட் ஆகிய நான்கு பேர் மட்டுமே.

பேஸ்பாலிலும் சரி, விற்பனையிலும் சரி, நான் சிறிய போட்டிகளில் விளையாடுவதிலிருந்து வெளியேறி, பெரிய போட்டிகளில் நுழைவதற்கு எனக்கு உதவியது இதுதான்.

29

நீங்கள் உங்கள் வாடிக்கையாளரிடம் விற்பனை செய்வதற்கு அவரே முன்வந்து உங்களுக்கு உதவும்படிச் செய்வது எப்படி

பழம்பெரும் சீனப் பழமொழி ஒன்று இவ்வாறு கூறுகிறது: "ஒரு செயல்விளக்கம் ஓராயிரம் வார்த்தைகளைவிட அதிக மதிப்பு வாய்ந்தது." உங்களால் ஒரு விஷயத்தை ஜோடனைப்படுத்த முடியும் என்றால், வாய் வார்த்தைகளுக்கு அங்கு வேலையே கிடையாது என்பது நான் கற்றுக் கொண்டுள்ள ஒரு நல்ல விதி. இன்னும் சொல்லப் போனால், உங்கள் வாடிக்கையாளராலோ அல்லது உங்களுக்கு வாடிக்கையாளராக ஆகக்கூடிய சாத்தியமுள்ளவராலோ ஒரு விஷயத்தை ஜோடனைப்படுத்த முடியுமென்றால், அந்த விஷயத்தை நீங்கள் ஜோடனைப்படுத்தாதீர்கள். உங்கள் வாடிக்கையாளரே அதைச் செய்யட்டும். அவர் செயலில் இறங்க அவரை அனுமதியுங்கள். வேறு வார்த்தைகளில் கூறினால், நீங்கள் அவரிடம் விற்பனை செய்வதற்கு அவர் உங்களுக்கு உதவட்டும்.

வெற்றிகரமான விற்பனைகளில் ஜோடனைப்படுத்துதல் எவ்வாறு பயன்படுத்தப்பட்டது என்பதற்கான ஒருசில எடுத்துக்காட்டுகளை இப்போது நாம் பார்க்கலாம்:

1. ஜெனரல் எலெக்ட்ரிக் நிறுவனமும் அதேபோன்ற வேறு சில நிறுவனங்களும், பள்ளி வகுப்பறைகள் நவீன விளக்குகளைக் கொண்டு ஒளியூட்டப்பட வேண்டியதற்கான அவசியத்தைப் பள்ளி நிர்வாகிகளிடம் பல வருடங்களாக வலியுறுத்தி வந்துள்ளன, அவர்களை ஒப்புக் கொள்ள வைப்பதற்கு முயற்சித்து வந்துள்ளன.

எண்ணற்ற சந்திப்புக்கூட்டங்கள் நடத்தப்பட்டன . . . ஆயிரக்கணக்கான வார்த்தைகள் பரிமாறிக் கொள்ளப்பட்டன . . . விளைவு? ஒன்றும் நிகழவில்லை! திடீரென்று ஒரு விற்பனையாளருக்கு ஓர் யோசனை உதித்தது – ஜோடனைப்படுத்திக் கூற வேண்டும் என்ற யோசனைதான் அது. ஒரு நகரத்திலிருந்த ஒரு பள்ளி நிர்வாகக் குழுவினரின் முன்னிலையில், அவர் ஓர் எஃகுக் கம்பியைத் தன் தலைக்கு மேலே உயர்த்திப் பிடித்தபடி நின்றார். தனது இரண்டு கைகளால் அதன் இரு முனைகளையும் பிடித்துக் கொண்டு, அக்கம்பியை லேசாக வளைத்தார். பிறகு, "கனவான்களே, இந்தக் கம்பியை இவ்வளவு தூரம் வளைத்தால், அதை நான் விடுவிக்கும்போது அது மீண்டும் தன் பழைய நேர்க்கோட்டு நிலைக்கு வந்துவிடும் (அவர் அக்கம்பியின் பிடியை விடுவித்து அதை நேராக்கினார்). ஆனால் ஒரு குறிப்பிட்ட அளவுக்கு மேலே நான் அதை வளைத்தால், அது நிரந்தரமாகப் பாழாகிவிடும். பிறகு ஒருபோதும் அது நேராகாது (அவர் அதை அளவுக்கதிகமாக வளைத்தபோது, அது தன் வளைவுத்தன்மையை இழந்து நடுவில் முறிந்தது). பள்ளி வகுப்பறைகளில் உங்கள் குழந்தைகள் விஷயத்திலும் இதுதான் நடக்கிறது. அவர்களுடைய கண்களால் ஓரளவுக்கு மட்டுமே அழுத்தத்தைத் தாங்கிக் கொள்ள முடியும். அந்த நிலைக்கு அப்பால் போனால், அவர்களுடைய கண்கள் நிரந்தரமாக பாதிக்கப்பட்டுவிடும்," என்று கூறினார்.

இதன் விளைவு என்னவாகியிருக்கும் என்று நீங்கள் நினைக்கிறீர்கள்? அப்பள்ளியில் உடனடியாக நவீன விளக்குகள் பொருத்தப்பட்டன!

2. தேசிய அளவில் மிகவும் பிரபலமாக இருந்த ஒரு குளிர்பதனப் பெட்டியின் மிக முக்கியமான அம்சம் ஒன்றை ஜோடனைப்படுத்துவதற்கு ஒரு பழைய பாணித் தீக்குச்சி எவ்வாறு பயன்படுத்தப்பட்டது என்பதைப் பார்க்கலாம். எரிந்து கொண்டிருக்கும் தீக்குச்சி ஒன்றை ஒரு வாடிக்கையாளரின் முன்னால் பிடித்தபடி, அந்த விற்பனையாளர் இவ்வாறு கூறினார்: "திருமதி ஹூட்னானி அவர்களே, இந்தத் தீக்குச்சி எவ்வளவு அமைதியாக எரிந்து கொண்டிருக்கிறதோ, அதேபோல எங்களுடைய குளிர்பதனப் பெட்டியும் முற்றிலும் சத்தமின்றி அமைதியாக இயங்குகின்ற ஒன்று."

3. தாங்கள் விற்கும் பொருளின் விற்பனை எண்ணிக்கையைத் தங்களது வாடிக்கையாளர்களிடம் கொடுக்க வேண்டியிருப்பதன் தேவையைப் பெரும்பாலான விற்பனையாளர்கள் பல சமயங்களில் உணர்கின்றனர். வாடிக்கையாளரே அதை மதிப்பிட்டுக் கொள்ளும்படி நான் செய்யும்போது, அது இன்னும் அதிக ஆற்றல் வாய்ந்ததாக இருப்பதை நான் அறிந்து வைத்துள்ளேன். நான் வெறுமனே, "ஹென்ஸீ அவர்களே, நான் சொல்லச் சொல்ல, இந்த எண்களை நீங்கள் எழுதிக் கொள்வீர்களா?" என்று கேட்கிறேன். இது அவரது கவனத்தைச் சிறப்பாக ஈர்க்கிறது, அவரை அதிக ஆர்வம் கொள்ள வைக்கிறது, அவரது கவனம் சிதறுவதற்கான வாய்ப்பைக் குறைக்கிறது என்பதை நான் காண்கிறேன். ஏனெனில், அந்த நேரத்தில் அது அவரது சொந்த யோசனைபோல இருக்கிறது! அவர் சிறப்பாகப் புரிந்து கொள்கிறார். தனது சொந்தக் கணக்கைக் கொண்டு அவர் தன்னைத் தானே ஒப்புக் கொள்ளச் செய்கிறார். வேறு வார்த்தைகளில் கூறினால், அவர் அவற்றின்மீது நடவடிக்கை எடுக்கிறார், செயலில் இறங்குகிறார். இறுதியில், நான் விற்பனையை முடிக்கவிருக்கும் கட்டத்தில், அவரே அனைத்தையும் தொகுத்துக் கூறும்படி நான் விட்டுவிடுகிறேன். நான் மீண்டும், "ஹென்ஸீ அவர்களே, நான் சொல்லச் சொல்ல, இந்த எண்களை நீங்கள் எழுதிக் கொள்வீர்களா?" என்று கேட்கிறேன். அதன் பிறகு, நான் அவரது தொகுப்புரையை மீண்டும் கூறுகிறேன், ஆனால் இம்முறை வெறும் ஒருசில வார்த்தைகளில் முடித்துவிடுகிறேன்: முதலாவது . . . இரண்டாவது . . . மூன்றாவது . . . நான்காவது . . . இதுதான் இயல்பான உச்சகட்டம். என் பொருளைத் தன்னிடம் விற்பதற்கு அவரே எனக்கு உதவுகிறார்.

4. ஒரேகான் மாநிலத்தின் போர்ட்லேண்ட் நகரில் ஒரு விற்பனைப் பயிற்சி வகுப்பில் ஒருநாள் இரவன்று, பயிற்சியின் ஒரு பகுதியாக, மருந்துக்கடை பற்றிய துணுக்கு நாடகம் ஒன்றை நான் கொடுத்துக் கொண்டிருந்தேன். ஒரு புதிய வகையான பல்துலக்கியை ஒரு 'வாடிக்கையாளரிடம்' நான் ஜோடனைப்படுத்தியதைக் கம்பளித் துணி வினியோகிப்பாளராக இருந்த ஒருவர் பார்த்தார். ஒரு பெரிய பூதக்கண்ணாடியை நான் அந்த வாடிக்கையாளரின் கையில் திணித்துவிட்டு, ஒரு சாதாரண வகையான பல்துலக்கியையும், அந்தப் புதிய வகையான பல்துலக்கியையும் அவரிடம் கொடுத்தேன். பிறகு, "இந்த இரண்டு பல்துலக்கிகளையும் அந்த பூதக்கண்ணாடியின்

வழியாகப் பாருங்கள். பிறகு அவற்றுக்கு இடையேயான வித்தியாசத்தைக் கவனியுங்கள்," என்று கூறினேன். அந்தக் கம்பளித் துணி வினியோகிப்பாளர், மலிவான துணிகளை விற்றத் தனது போட்டியாளர்களிடம் தோற்று வந்து கொண்டிருந்தார். நல்ல தரம்தான் நல்ல பொருளாதாரம் என்று வாடிக்கையாளர்களை ஒப்புக் கொள்ள வைக்க முடியாமல் இருந்தார். இதைப் பார்த்தப் பிறகு, பல்துலக்கிகளை ஜோடனைப்படுத்துவதற்கு நான் ஒரு பூதக்கண்ணாடியை எவ்வாறு பயன்படுத்தினேனோ, அதேபோல் அதைத் தனது தொழிலில் பயன்படுத்தப் போவதாக அவர் தீர்மானித்தார். அவர் பின்னாளில் என்னிடம் இவ்வாறு கூறினார்: "துணிகளுக்கு இடையே இருந்த வித்தியாசத்தை வாடிக்கையாளர்கள் சிறப்பாக அங்கீகரித்ததைக் கண்டு நான் வியந்து போனேன். எனது விற்பனை உடனடியாக அதிகரித்தது."

5. தனது கடை சன்னலில் தொடர்ந்து ஒரு விளம்பரத் திரைப்படத்தை ஓடவிட்டதன் மூலம் தனது துணி விற்பனையை 40 சதவீதம் அதிகரித்ததாக நியூயார்க் நகரில் ஆண்களுக்கான உடைகளை விற்ற உடையலங்கார நிபுணர் ஒருவர் என்னிடம் கூறினார். அந்த விளம்பரத் திரைப்படத்தில், ஒரு நிறுவனத்தில் வேலைக்காக விண்ணப்பித்திருந்த, காமாசோமாவென்று உடையணிந்த ஒருவர் அதிகமாகக் கண்டுகொள்ளப்படாமல் விரைவாக அங்கிருந்து வெளியேற்றப்படுவதாகக் காட்டப்படுகிறது. மிடுக்காக உடையணிந்த அடுத்த விண்ணப்பதாரருக்கு உடனடியாக வேலை கிடைக்கிறது. நல்ல ஆடைகள் ஒரு நல்ல முதலீடு என்று கூறி அத்திரைப்படம் நிறைவடைகிறது.

6. ஃபிலடெல்பியா நகரில் மிகவும் தனிச்சிறப்புடன் திகழ்ந்த பல் மருத்துவரும் எனது நண்பருமான டாக்டர் ஆலிவர் ஆர். கேம்பெல், ஜோடனைப்படுத்துதலின் மதிப்பை அங்கீகரிக்கிறார். அவர் தனது நோயாளிகளின் பற்களை எக்ஸ்ரே எடுத்து, அதைத் தனது ஆலோசனை அறையின் சுவரில் அவர்களுக்குப் போட்டுக் காட்டுகிறார். அவரது நோயாளி அங்கு அமர்ந்து, தனது பற்கள் மற்றும் ஈறுகளைப் பற்றிய ஒரு திரைப்படத்தைப் பார்க்கிறார். எதுவும் செய்ய முடியாத ஒரு நிலை ஏற்படுவதற்கு முன்பாகவே தங்களது பற்களைப் பராமரிக்க வேண்டியதன் அவசியத்தைத் தனது நோயாளிகளுக்கு எடுத்துரைக்க முயற்சித்துத் தான் களைத்துப் போயிருந்ததாக டாக்டர் கேம்பெல் கூறினார். அவர் இவ்வாறு ஜோடனைப்படுத்தத் துவங்கியவுடன் அவரது நோயாளிகள் நடவடிக்கை எடுக்கத் துவங்கினர்.

7. என்னுடைய தொழிலில் மற்றவர்களைச் செயலில் இறங்கச் செய்வதற்கு நான் பயன்படுத்துகின்ற ஒரு செயல்விளக்கம் இது. புள்ளிவிபரங்களை ஜோடனைப்படுத்துவதற்கு நான் அதைப் பயன்படுத்துகிறேன். செல்வந்தர்களிடையே அது மிகச் சிறப்பாக வேலை செய்வதை நான் பார்க்கிறேன். நான் ஒரு கறுப்பு நிறப் பேனாவை அவரது மேசையில் அவருக்கு நேராக வைக்கிறேன். அதனருகே ஒரு பளபளப்பான '25 சென்ட்' நாணயத்தை வைக்கிறேன். பிறகு '10 சென்ட்' நாணயத்தை அந்தப் பேனாவிற்கு நேரெதிரே வைத்துவிட்டு, "இது என்ன என்று உங்களுக்குத் தெரியுமா?" என்று நான் அவரிடம் கேட்கிறேன். அதற்கு அவர் வழக்கமாக, "இல்லை. என்ன இது?" என்று கேட்பார். நான் புன்னகைத்தபடியே, "இந்தப் பேனா, இறந்துவிட்ட உங்களைக் குறிக்கிறது; அந்த '25 சென்ட்' நாணயம் இப்போது உங்களிடம் இருப்பதைக் குறிக்கிறது; இந்த '10 சென்ட்' நாணயம், உங்கள் மரணத்திற்குப் பிறகு, சட்டரீதியாக உங்கள் சொத்துக்களைப் பட்டுவாடா செய்பவர்கள் அரசாங்கத்திற்கான வரிகள் மற்றும் பிற செலவுகளுக்கான தொகைகளைச் செலுத்திய பிறகு உங்கள் மனைவிக்கும் குழந்தைகளுக்கும் என்ன எஞ்சியிருக்குமோ அதைக் குறிக்கிறது," என்று கூறுவேன். பிறகு நான் அவரிடம், "மெஹ்ரர் அவர்களே, நான் உங்களை ஒன்று கேட்கலாமா? கடந்த மாதம் நீங்கள் இறந்துவிட்டதாக நாம் வைத்துக் கொள்வோம். நீங்களும் நானும்தான் உங்கள் சொத்துக்களைப் பட்டுவாடா செய்ய வேண்டியவர்கள். இந்த வரிகளைச் செலுத்துவதற்கு உங்கள் சொத்தில் ஐந்தில் மூன்று பாகத்தை நாம் பணமாக மாற்ற வேண்டும். இதை நாம் எவ்வாறு செய்யப் போகிறோம்?" என்று கேட்பேன். பிறகு, அவர் பேசட்டும் என்று நான் விட்டுவிடுவேன்!

சமீப காலங்களில் ஜோடனைப்படுத்துதலில் அதிவேக வளர்ச்சி ஏற்பட்டு வந்துள்ளது. உங்களது யோசனைகளை விற்பதற்கான நிச்சயமான வழிமுறை இது. இதை நீங்கள் உங்களுக்குச் சாதகமாகப் பயன்படுத்திக் கொண்டிருக்கிறீர்களா?

30

புதிய வாடிக்கையாளர்களைக் கண்டுபிடிப்பதற்கும் பழைய வாடிக்கையாளர்களை உங்களது கொள்கை பரப்புச் செயலாளர்களாக ஆக்குவதற்குமான வழி

நான் என் வாழ்நாளில் எத்தனைக் கார்களை வாங்கியுள்ளேன் என்பதை அன்றொரு நாள் நான் கணக்கிட்டுப் பார்த்தேன். சுமார் முப்பத்து மூன்று கார்களை நான் வாங்கியிருந்ததைக் கண்டு நான் ஆச்சரியமடைந்தேன்.

இப்போது நான் உங்களிடம் ஒரு கேள்வி கேட்க விரும்புகிறேன்: அந்த முப்பத்து மூன்று கார்களை எத்தனை விற்பனையாளர்கள் என்னிடம் விற்றனர் என்று உங்களால் ஊகிக்க முடியுமா? சரியாக முப்பத்து மூன்று விற்பனையாளர்கள்! இது ஆச்சரியமாக இருக்கிறது, இல்லையா? என் அறிவுக்கு எட்டியவரை, அவர்களில் ஒருவர்கூட என்னை மீண்டும் தொடர்பு கொள்ள முயற்சிக்கவில்லை. நான் அவர்களிடமிருந்து ஒரு காரை வாங்குவதற்கு முன்பு அவர்கள் என்னிடம் ஆர்வமாக இருந்தனர். ஆனால் எல்லாம் சரியாக இருக்கிறதா என்று கேட்டு ஒருமுறைகூட அவர்கள் என்னைத் தொலைபேசியில் தொடர்பு கொள்ளவில்லை. காருக்கான பணத்தை நான் செலுத்தியவுடன் தங்களது கமிஷன்களைப் பெற்றுக் கொண்டு, அவர்கள் திடீரென்று இந்த உலகத்திலிருந்தே மாயமாய் மறைந்துவிட்டதுபோலத் தோன்றியது.

இது வழக்கத்திற்கு மாறானதா? இதே அனுபவம் வேறு யாருக்கேனும் நிகழ்ந்திருக்கிறதா என்று பார்ப்பதற்காக நாடு முழுவதிலுமிருந்து பதினைந்தாயிரத்திற்கும் அதிகமான பார்வையாளர்களிடம் நான் இது பற்றிக் கேட்டேன். அவர்களில் ஐம்பது சதவீதத்திற்கும் அதிகமானோர் தங்கள் கைகளை உடனடியாக உயர்த்தினர்.

கார்களை விற்பது மற்றப் பொருட்களின் விற்பனையிலிருந்து வேறுபட்டது என்பதை இது நிரூபிக்கிறதா? தனது பழைய வாடிக்கையாளர்களை மறந்துவிட்டு, புதிய வாடிக்கையாளர்களைத் தேடுவதில் தங்கள் நேரம் முழுவதையும் அர்ப்பணிப்பது கார் விற்பனையாளர்களுக்கு வெகுமதியளிக்கிறதா? ஒரு பெரிய விற்பனை நிறுவனம் தனது விற்பனையாளர்களுக்கு இந்தக் குறிக்கோள் வாசகத்தைக் கொடுத்தது: ஒரு வாடிக்கையாளரை ஒருபோதும் மறவாதீர்கள்; ஒரு வாடிக்கையாளர் உங்களை மறக்க ஒருபோதும் அனுமதிக்காதீர்கள்.

உங்கள் ஊகம் சரிதான். அந்தக் குறிக்கோள் வாசகத்தைத் தனது விற்பனையாளர்களுக்குக் கொடுத்தது ஒரு கார் விற்பனை நிறுவனம். அதன் பெயர் 'ஷெவர்லே மோட்டார் கம்பெனி.' இதைத் தங்களது குறிக்கோள் வாசகமாக சுவீகரித்துக் கொண்ட அவர்கள், கார் விற்பனையில் முதலிடத்தைப் பிடித்தனர். கடந்த பதினைந்து ஆண்டுகளில் பதிமூன்று ஆண்டுகள் அவர்கள் முதலிடத்தில் இருந்தனர் என்பதற்குப் புள்ளிவிபரங்கள் சான்று பகர்கின்றன.

அவரது உடமையை நேசியுங்கள்

எந்தவொரு பொருளையும் வாங்குகின்ற எவரொருவரும் பணிவன்பையும் தங்கள்மீதான ஒருமித்தக் கவனத்தையும் சேவையையும் விரும்புகின்றனர் என்று என்னால் உறுதியாகக் கூற முடியும். எனவே நாம் அதைப் பற்றிப் பேசுவதில் நேரத்தை வீணாக்க வேண்டியதில்லை. நாம் இங்கு வெளிப்படையாக இருந்துவிடுவது நல்லது. இதை முற்றிலும் சுயநலமான கண்ணோட்டத்திலிருந்து பார்க்கலாம்.

நான் என்னுடைய விற்பனை வாழ்க்கையைத் திரும்பிப் பார்க்கும்போது, எனது வாடிக்கையாளர்களைச் சந்திப்பதிலும், அவர்களுடைய ஆர்வங்களை ஆய்வு செய்வதிலும், அது தொடர்பான சேவைகளை அவர்களுக்குச் செய்வதிலும் நான் இரண்டு மடங்கு நேரத்தைச் செலவிடவில்லை என்பதுதான் எனக்குள் இருக்கின்ற மிகப் பெரிய பின்வருத்தம் என்பதை நான் காண்கிறேன். இது உண்மை. இதுதான் யதார்த்தம். நான் அவ்வாறு செய்திருந்தால், குறைந்த மன அழுத்தத்தோடும் குறைவான முயற்சியோடும் அதிகப்படியான மகிழ்ச்சியோடும் அது எனக்கு அதிகப் பொருளாதார வெகுமதிகளைக் கொடுத்திருக்கும் என்பதற்கு ஆதாரமாக நான் பதிவு செய்து வைத்துள்ளவற்றிலிருந்தே

நூறு எடுத்துக்காட்டுகளை என்னால் உங்களுக்குக் கொடுக்க முடியும்.

என் தொழில்வாழ்க்கையை மீண்டும் துவக்கத்திலிருந்து என்னால் வாழ முடிந்தால், முன்பு நாம் பார்த்தக் குறிக்கோள் வாசகத்தை என்னுடைய குறிக்கோள் வாசகமாக சுவீகரித்துக் கொண்டு, சுவரில் என் மேசைக்கு மேலே அதை நான் தொங்கவிடுவேன்: ஒரு வாடிக்கையாளரை ஒருபோதும் மறவாதீர்கள்; ஒரு வாடிக்கையாளர் உங்களை மறக்க ஒருபோதும் அனுமதிக்காதீர்கள்.

பல வருடங்களுக்கு முன்பு நான் ஒரு பெரிய வீட்டை வாங்கினேன். அது எனக்கு மிகவும் பிடித்திருந்தது, ஆனால் அதன் விலை மிகவும் அதிகமாக இருந்தது. வீட்டுப் பரிவர்த்தனை முடிந்த பிறகு, இவ்வளவு அதிக விலை கொடுத்து அந்த வீட்டை வாங்கி நான் ஒரு தவறு செய்துவிட்டேனோ என்றுகூட நான் நினைத்தேன். எனவே நான் கவலைப்படத் துவங்கினேன். அந்தப் புதிய வீட்டிற்குள் நாங்கள் குடியேறிய இரண்டு அல்லது மூன்று வாரங்களுக்குப் பிறகு, எங்களிடம் வீட்டை விற்ற வீடுமனைத் தரகர் என்னைத் தொலைபேசியில் அழைத்து, தான் என்னைப் பார்க்க விரும்பியதாக என்னிடம் கூறினார். அன்று சனிக்கிழமை காலை நேரம். அவர் வந்தபோது நான் மிகவும் ஆவலாக இருந்தேன். அவர் நிதானமாக அமர்ந்து, என் வீட்டை நான் புத்திசாலித்தனமாகத் தேர்ந்தெடுத்ததற்காக என்னைப் பாராட்டினார். பிறகு, அந்த வீட்டைப் பற்றிய பல விஷயங்களையும், அந்த வீட்டைச் சுற்றியிருந்த புறநகர்ப் பகுதி குறித்த சில சுவாரசியமான வரலாற்றுத் தகவல்களையும் என்னிடம் கூறினார். அதன் பிறகு, அந்தப் பகுதியைச் சுற்றி அவர் என்னைக் காலாற நடத்திக் கூட்டிச் சென்று, வெவ்வேறு அழகான வீடுகளைச் சுட்டிக்காட்டி, அவற்றின் உரிமையாளர்களின் பெயர்களை என்னிடம் கூறினார். அவர்களில் சிலர் பிரபலமான நபர்களாக இருந்தனர். அவர் என்னைப் பெருமிதம் கொள்ளச் செய்தார். என் வீட்டை என்னிடம் விற்க முயற்சித்தபோது அந்த விற்பனையாளர் என் வீட்டின்மீது எவ்வளவு உற்சாகமும் விருப்பமும் கொண்டிருந்தாரோ, அதைவிட அதிக உற்சாகத்தையும் விருப்பத்தையும் அவர் இப்போது வெளிப்படுத்தினார். அப்போது அவரால் இதே வீட்டைப் பற்றி இதைவிட அதிக உற்சாகமாகப் பேசியிருக்க முடியாது. ஏனெனில், இப்போது அவர் என்னுடைய வீட்டைப் பற்றிப் பேசிக் கொண்டிருந்தார்.

அவரது வரவு, நான் தவறு ஏதும் செய்திருக்கவில்லை என்று எனக்கு மறு உத்தரவாதம் அளித்தது. அதோடு, அவர் என்னை மகிழ்ச்சியாகவும் உணரச் செய்தார். நான் அவர்பால் நன்றி கொண்டேன். உண்மையில், அன்று காலையில் அந்த

விற்பனையாளர்மீது எனக்கு ஓர் ஆழமான விருப்பம் உருவானது. எங்களது உறவு வெறுமனே வாங்குபவர் மற்றும் விற்பவர் என்ற நிலையைவிட மேலாக அமைந்தது. நாங்கள் இருவரும் நண்பர்களானோம்.

இதற்காக அவர் அந்தச் சனிக்கிழமைக் காலைநேரம் முழுவதையும் என்னுடன் செலவிட்டார். அவர் விரும்பியிருந்தால், அதற்குப் பதிலாக, ஒரு புதிய வாடிக்கையாளரைச் சந்திக்கச் சென்றிருக்கலாம். இது நடந்து சுமார் ஒரு வாரத்திற்குப் பிறகு, நான் அவரை அழைத்து, எனது வீட்டிற்கு அருகே இருந்த இன்னொரு வீட்டின்மீது ஆர்வம் காட்டிய எனது நெருங்கிய நண்பர் ஒருவரின் பெயரை அவருக்குக் கொடுத்தேன். என் நண்பர் அந்த வீட்டை வாங்கவில்லை. ஆனால் மிகக் குறுகிய காலத்தில், அந்தத் தரகர் என் நண்பருக்கு ஏற்ற ஒரு வீட்டைக் கண்டுபிடித்துக் கொடுத்தார். அந்த விற்பனை சுமூகமாக முடிந்தது.

ஃபுளோரிடா மாநிலத்தின் புனித பீட்டர்ஸ்பர்க் நகரில் ஒருநாள் மாலை நான் இந்த விஷயம் தொடர்பாகப் பேசினேன். அடுத்த நாள் இரவில், பார்வையாளர் கூட்டத்திலிருந்த ஒருவர் என்னிடம் வந்து, பின்வரும் கதையைக் கூறினார்:

“இன்று காலையில், சற்று வயதான ஒரு பெண்மணி எங்கள் கடைக்குள் வந்து, பெண்கள் தங்கள் ஆடைகள் விலகாமல் இருக்கப் பயன்படுத்துகின்ற ஓர் அழகான வைர ஊசியைப் பார்த்தார். இறுதியில் அவர் அதை வாங்கிக் கொண்டு, அதற்கான காசோலையில் கையொப்பமிட்டுக் கொடுத்தார். நான் அதை அவருக்குக் கொடுப்பதற்காக அலங்காரத் தாளில் அதைச் சுற்றிக் கொண்டிருந்தபோது, ‘ஒருவரது உடமையை நேசியுங்கள்’ என்று நீங்கள் கூறியது என் நினைவிற்கு வந்தது. நான் அந்தப் பொட்டலத்தை அவரிடம் கொடுத்தபோது, அந்த அலங்கார ஊசியை அவரிடம் விற்பதற்கு முன்பு அது பற்றி நான் எவ்வளவு உற்சாகமாகப் பேசினேனோ, அதைவிட அதிக உற்சாகத்தை இப்போது நான் வெளிப்படுத்தத் துவங்கினேன். அந்த அலங்கார ஊசியை நான் மிகவும் நேசித்ததாக அவரிடம் தெரிவித்தேன். அவர் வாங்கிய வைரம், எங்களிடமிருந்த மிக அருமையான வைரங்களில் ஒன்று என்றும், தென்னாப்பிரிக்காவின் மிகப் பெரிய மற்றும் மிக அருமையான வைரச் சுரங்கம் ஒன்றிலிருந்து பெறப்பட்ட வைரம் அது என்றும், அதை அணிந்து மகிழ்வதற்கு அவர் இன்னும் நீண்ட ஆயுளோடு இருப்பார் என்று நான் நம்பியதாகவும் அவரிடம் கூறினேன்.

“பெட்ஜர், அவரது கண்கள் கண்ணீரால் நிரம்பின. நான் தனக்கு மகிழ்ச்சி ஏற்படுத்தியதாக அவர் என்னிடம் கூறினார். ஏனெனில், தனக்காக ஒரு நகையை வாங்குவதில் முட்டாள்தனமாக ஏராளமான பணத்தைத் தான் செலவிட்டுவிட்டோமோ என்று

அவர் சந்தேகப்படவும் கவலைப்படவும் தொடங்கியிருந்தார். நான் வாசல்வரை அவரோடு சென்று, அவருக்கு உண்மையிலேயே நன்றி தெரிவித்துவிட்டு, எப்போது வேண்டுமானாலும் அவர் எங்கள் கடைக்கு வரலாம் என்று அவரிடம் கூறினேன். ஒரு மணிநேரத்திற்குள், அதே ஹோட்டலில் தங்கியிருந்த இன்னொரு வயதான பெண்மணியை அழைத்துக் கொண்டு அவர் எங்கள் கடைக்குத் திரும்பி வந்தார். நான் அவரது சொந்த மகன் என்பதுபோல அவர் தன் தோழிக்கு என்னை அறிமுகப்படுத்தி வைத்து, அவருக்குக் கடையைச் சுற்றிக் காட்டுமாறு என்னிடம் கூறினார். அந்த இரண்டாவது பெண்மணி, முதலாமவரைப்போல விலையுயர்ந்த பொருள் எதையும் வாங்கவில்லை. ஆனால் அவர் எங்கள் கடையில் ஏதோ ஒன்றை வாங்கினார். அவர்கள் இருவரையும் வாசல்வரை சென்று நான் வழியனுப்பி வைத்தபோது, இரண்டு புதிய நண்பர்களை நான் உருவாக்கியிருந்தேன் என்பதை நான் அறிந்தேன்."

யார் எப்போது உங்களை அளவிடுகிறார்கள் என்று உங்களுக்கு ஒருபோதும் தெரியாது. பல வருடங்களுக்கு முன்பு, சாதாரணமாக உடையணிந்திருந்த ஒரு வயதான பெண்மணி ஒரு பேரங்காடிக்கு வந்தார். அங்கிருந்த மற்ற விற்பனையாளர்கள் யாரும் அவரைக் கண்டுகொள்ளவில்லை. ஆனால், ஒரே ஓர் இளம் விற்பனையாளர் மட்டும் அவருக்குப் பணிவன்புடன் சேவை செய்து, அவர் வாங்கிய பொருட்களை வாசல்வரை எடுத்துச் சென்று கொடுத்தார். அப்போது வெளியே மழை பெய்து கொண்டிருந்ததைப் பார்த்த அந்த விற்பனையாளர், தனது குடையை விரித்து, அப்பெண்மணியின் கையைப் பிடித்துக் கொண்டு, தெருமுனைவரை அவரை நடத்திச் சென்று, ஒரு டிராலி வண்டியில் அவரை ஏற்றிவிட்டார். ஒருசில நாட்களுக்குப் பிறகு, தன் தாயாரிடம் காட்டிய பணிவன்பிற்கு நன்றி தெரிவித்து அக்கடையின் மேலாளாருக்கு ஆன்ட்ரூ கார்னகியிடமிருந்து ஒரு கடிதம் வந்தது. தான் கட்டியிருந்த புதிய வீட்டிற்குத் தேவையான கட்டில்கள், மேசைகள், நாற்காலிகள், மற்றும் பிற அலங்காரப் பொருட்களுக்கான ஒரு ஆர்டரையும் கார்னகி அக்கடைக்குக் கொடுத்தார்.

ஒரு வாடிக்கையாளர் குறித்து அத்தகைய சேவை உணர்வைக் கொண்டிருந்த அந்த இளம் விற்பனையாளர் இப்போது எங்கே இருக்கிறார் என்று தெரிந்து கொள்ள ஆர்வமாக இருக்கிறீர்களா? கிழக்கு மாநில நகரம் ஒன்றில் அமைந்த ஒரு மாபெரும் பேரங்காடியின் தலைவராக அவர் இருக்கிறார்.

சில நாட்களுக்கு முன்பு, குளிர்பதனப் பெட்டிகளின் மிகப் பெரிய வினியோகிப்பாளர்களில் ஒருவரான, ஃபிலடெல்பியா நகரைச் சேர்ந்த ஜே.ஜே.போகாக்கிடம், "வியாபார விருத்திக்கான

மிகச் சிறந்த மூலாதாரம் எது?" என்று நான் கேட்டேன். அவர் என் கேள்விக்கு ஒரே வார்த்தையில் விடையளித்தார்: "புதிய வாடிக்கையாளர்கள்." அதன் பிறகு அவர் மிகவும் வலியுறுத்திக் கூறிய விஷயம் என் நினைவைவிட்டு ஒருபோதும் அகலாது. அதிக உத்வேகமூட்டும் தகவல்கள் சிலவற்றையும் அதற்கு ஆதரவாக அவர் எடுத்துக்கூறினார். அவரது யோசனை எனக்குப் பலனளிக்குமா என்பதை அடுத்த நாளே நான் கண்டுபிடிக்க முயற்சித்தேன். அது எனக்கு மாயாஜாலம்போல வேலை செய்தது. அது எப்போதுமே பலளிக்கிறது. அதன் குறி ஒருபோதும் தவறுவதில்லை. ஜே.ஜே.போகாக் என்னிடம் கூறியது இதுதான்:

"புதிய வாடிக்கையாளர்கள்தான் வியாபார விருத்திக்கான மிகச் சிறந்த மூலாதாரம்."

அது ஏன் என்று நான் அவரிடம் கேட்டேன். அதற்கு அவர், "தாங்கள் வாங்கியுள்ள புதிய பொருளைப் பற்றி, குறிப்பாக, தாங்கள் பயன்படுத்திக் கொண்டிருக்கின்ற ஒரு புதிய வீட்டு உபயோகப் பொருள் குறித்துப் புதிய வாடிக்கையாளர்கள் உற்சாகமாகவும் மகிழ்ச்சியாகவும் இருக்கின்றனர். வழக்கமாக அவர்கள் அது குறித்துப் புளகாங்கிதம் அடைகின்றனர், பெருமிதம் கொள்கின்றனர். தங்கள் நண்பர்களிடமும் அண்டைவீட்டாரிடமும் அப்பொருள் பற்றிக் கூறுவதற்கு அவர்கள் ஆவலாக இருக்கின்றனர். எங்கள் விற்பனையாளர்கள் எங்களது மின்பொருட்களை வாடிக்கையாளர்களின் வீடுகளில் பொருத்திக் கொடுத்த ஓரிரு வாரங்களுக்குப் பிறகு, மரியாதை நிமித்தமாக அவர்களது வீடுகளுக்குச் சென்று அவர்களைச் சந்தித்து வருவார்கள். எங்களிடமிருந்து புதிதாக வாங்கிய குளிர்பதனப் பெட்டி ஒழுங்காக வேலை செய்கிறதா என்று எங்கள் வாடிக்கையாளர்களிடம் கேட்டுத் தெரிந்து கொள்வர். சில பரிந்துரைகளையும் அவர்களுக்குக் கொடுப்பர். ஏதேனும் உதவியோ அல்லது சேவையோ தேவைப்பட்டால், அதையும் வழங்க முன்வருவர். வேறு எவரொருவரையும்விட இந்தப் புதிய வாடிக்கையாளர்கள் மூலமாக இன்னும் அதிகமான புதிய வாடிக்கையாளர்கள் எங்களுக்குக் கிடைப்பார்கள்," என்று பதிலளித்தார்.

அமெரிக்காவின் பல்வேறு பகுதிகளில் தாங்கள் நடத்திய பல்வேறு கணக்கெடுப்புகள் பற்றி அவர் என்னிடம் கூறினார். அனைத்துக் கணக்கெடுப்புகளின் முடிவுகளும் கிட்டத்தட்ட ஒரே மாதிரியாகத்தான் இருந்தன. எடுத்துக்காட்டாக, மத்தியமேற்கு மாநிலம் ஒன்றில், புதிதாகக் குளிர்பதனப் பெட்டிகளை வாங்கிய ஐம்பத்தைந்து நபர்களிடம் கணக்கெடுப்புத் தொடர்பான கேள்விகள் கேட்கப்பட்டன. விற்பனைக்குப் பிறகு அவர்களில் பதினேழு நபர்களை மட்டுமே விற்பனையாளர்கள் மரியாதை நிமித்தமாக மீண்டும் சந்தித்திருந்தனர் என்பது அப்போது தெரிய

வந்தது. அந்தப் பதினேழு பேரில் எட்டுப் பேர், தங்களுக்குத் தெரிந்தவர்களின் பெயர்களை அந்த விற்பனையாளர்களுக்குக் கொடுத்தனர். அந்தப் புதிய நபர்கள் 1,500 டாலர்கள் மதிப்புவாய்ந்த பொருட்களை அந்த விற்பனையாளர்களிடம் இருந்து வாங்கினர். ஆனால் ஒரு விஷயத்தைக் கவனியுங்கள்: அந்த ஐம்பத்தைந்து நபர்களுடனும் மரியாதை நிமித்தமான சந்திப்புகள் நிகழ்த்தப்பட்டிருந்தால், என்ன நடந்திருக்கும் என்று நினைக்கிறீர்கள்? நீங்களே கணக்குப் போட்டுக் கொள்ளுங்கள்: 1,500 டாலர்களை 17 சந்திப்புகளால் வகுத்தால் ஒரு சந்திப்பிற்கு 90 டாலர்கள். 90 டாலர்களை 55ஆல் பெருக்கினால் மொத்தம் 4,900 டாலர்கள்.

"அனுபவம் எங்களுக்கு ஒரு பாடத்தைக் கற்றுக் கொடுத்துள்ளது: ஒருவரிடம் ஒன்றை விற்றப் பிறகு, அவரை மறந்துவிடாதீர்கள்!" என்று போகாக் கூறினார்.

அவர் கூறிய இன்னொரு குறிப்பிடத்தக்க உண்மை இது: "நாங்கள் வாக்கெடுப்பு நடத்துபவர்களில் ஐம்பது சதவீதத்திற்கும் அதிகமானவர்கள், தங்களது நண்பர் அல்லது உறவினர் ஒருவர்தான் அப்பொருளை வாங்குவதில் தங்களுக்கு ஆர்வத்தை ஏற்படுத்தியதாக எங்களிடம் கூறுகின்றனர்."

போகாக் என்னிடம் கூறிய இறுதி விஷயம் இது: "நீங்கள் உங்கள் வாடிக்கையாளர்களை அக்கறையோடு கவனித்துக் கொண்டால், அவர்கள் உங்களை அக்கறையோடு கவனித்துக் கொள்வார்கள்."

நான் ஒரு கடிதத்தைப் பல வருடங்களாக என்னுடைய பாக்கெட்டில் சுமந்து திரிந்திருக்கிறேன். அதை நான் பயன்படுத்தும்போதெல்லாம், அது ஒன்றுக்கு மேற்பட்டப் புதிய வாடிக்கையாளர்களை எனக்குக் கொடுக்கத் தவறுவதில்லை. இதைச் சிறிதளவு மாற்றியமைத்தால், உங்களாலும் இதைப் பயன்படுத்த முடியும்:

திரு. வில்லியம் ஆர். ஜோன்ஸ்
ரியல் எஸ்டேட் டிரஸ்ட் பில்டிங்
ஃபிலடெல்பியா, பென்சில்வேனியா

அன்புள்ள வில்லியம் அவர்களுக்கு:

நீங்கள் ஃபிராங்க் பெட்ஜரைத் தெரிந்து கொள்ள வேண்டும் என்று நான் விரும்புகிறேன். என்னுடைய அபிப்பிராயத்தில், ஃபிலடெல்பியாவிலுள்ள மிகத் தகுதிவாய்ந்த ஆயுட்காப்பீட்டு விற்பனையாளர்களில் ஒருவர் அவர். நான் அவரை முழுமையாக நம்புகிறேன். நான் அவரது பரிந்துரைகளின்பேரில் நடவடிக்கைகள் எடுத்துள்ளேன்.

ஆயுட்காப்பீட்டைப் பற்றி நீங்கள் சிந்திக்காமல் இருந்திருக்கக்கூடும். ஆனால் திரு. பெட்ஜர் கூறுவதைக் காதுகொடுத்துக் கேட்பது உங்களுக்குப் பெரிதும் பலனளிக்கும் என்று நான் நம்புகிறேன். ஏனெனில், உங்களுக்கும் உங்கள் குடும்பத்தினருக்கும் பல நன்மைகளைச் செய்யக்கூடிய சில ஆக்கபூர்வமான யோசனைகளும் சேவைகளும் அவரிடம் உள்ளன.

உங்கள் உண்மையுள்ள,
பாப்

சமீபத்தில் நான் இக்கடிதத்தை எவ்வாறு பயன்படுத்தினேன் என்பதை உங்களுக்கு விளக்குகிறேன். எனது நண்பரும் பிரபலக் கட்டிட ஒப்பந்தக்காரர்களான குவிக்லி நிறுவனத்தின் தலைவருமான ராபர்ட் குவிக்லிக்கு ஒரு புதிய கட்டுமானப் பணி கிட்டியிருந்ததாக அன்றைய காலைச் செய்தித்தாள் ஒன்றில் நான் படித்தேன். இருபது நிமிடங்களுக்குள், ராபர்ட் குவிக்லியைத் தொலைபேசியில் அழைத்து, அவரைச் சந்திப்பதற்கு முன்னனுமதி பெற்றேன். நான் அவரது தனிப்பட்ட அலுவலகத்திற்குள் நுழைந்தபோது, அவரைப் பார்த்துப் பெரிதாகவும் மகிழ்ச்சியாகவும் புன்னகை புரிந்து, “ராபர்ட், வாழ்த்துக்கள்!” என்று கூறினேன்.

அவர் என்னுடன் கைகுலுக்கியபோது, “எதற்காக என்னை வாழ்த்துகிறீர்கள்?” என்று கேட்டார்.

“யூஜீஐ. கட்டிடத்தைப் புதிதாக நீட்டிப்பதற்கான கட்டுமானப் பணித்திட்டம் உங்களுக்கு வழங்கப்பட்டிருப்பதாக இன்று காலையில் ‘இன்குயரர்’ செய்தித்தாளில் நான் படித்தேன்,” என்று நான் பதிலளித்தேன்.

அவர் புன்னகைத்தபடி, “ஓ, அப்படியா? மிக்க நன்றி,” என்று கூறினார். அவர் மகிழ்ச்சியடைந்தாரா? அவரால் மகிழ்ச்சியடையாமல் வேறு என்ன செய்ய முடியும்? அப்பணித்திட்டம் பற்றி எல்லாவற்றையும் கூறுமாறு நான் அவரிடம் கேட்டேன். பிறகு நான் வெறுமனே அவரது பேச்சை உன்னிப்பாகக் காதுகொடுத்துக் கேட்டேன்.

இறுதியாக, நான் அவரிடம், “ராபர்ட், இந்தக் கட்டுமானப் பணித்திட்டத்திற்கான ஏலத்தில் கலந்து கொள்ளத் தேவையானவற்றை நீங்கள் தயாரித்துக் கொண்டிருந்தபோது, பல உப ஒப்பந்தக்காரர்களிடமும் நீங்கள் ஏலம் கேட்டிருப்பீர்கள், இல்லையா?” என்று கேட்டேன்.

“நிச்சயமாக,” என்று அவர் பதிலளித்தார்.

அப்போது எனது அறிமுகக் கடிதத்தை நான் வெளியே எடுத்தேன். அதை நான் அவரிடம் கொடுத்தபடி, “இந்தக் கட்டுமானப் பணி தொடர்பான வேலைகளை, குறைவான

விலையில் செய்து கொடுக்க முன்வந்த சில உப ஒப்பந்தக்காரர்களுக்குக் கொடுப்பதாக நீங்கள் ஏற்கனவே அவர்களுக்கு வாக்குக் கொடுத்திருப்பீர்கள், சரிதானே?" என்று கேட்டேன்.

அவர் தன் பற்கள் தெரியப் பெரிதாகச் சிரித்தபடி, "ஆமாம், ஓரிருவருக்கு வாக்குக் கொடுத்திருக்கிறேன்," என்று கூறினார்.

அவர் எனது அறிமுகக் கடிதத்தைப் படித்து முடித்தப் பிறகு, "பெட்ஜர், நான் என்ன செய்ய வேண்டும் என்று நீங்கள் எதிர்பார்க்கிறீர்கள்? எங்களது நிறுவனத்தின் முகவரி தாங்கிய கடிதத் தாள்களில் இவர்களில் சிலருக்கு உங்கள் அறிமுகக் கடிதத்தை நான் எழுதிக் கொடுக்க வேண்டுமா?" என்று என்னிடம் கேட்டார்.

அந்த அலுவலகத்திலிருந்து நான் வெளியேறியபோது, குழாய் வேலை, வெப்பமூட்டும் வேலை, மின்வேலை, வண்ணப்பூச்சு ஆகியவற்றைச் செய்து கொண்டிருந்த நான்கு வெவ்வேறு ஒப்பந்தக்காரர்களுக்கு எழுதப்பட்ட, என்னைப் பற்றிய நான்கு அறிமுகக் கடிதங்கள் என் கையில் இருந்தன.

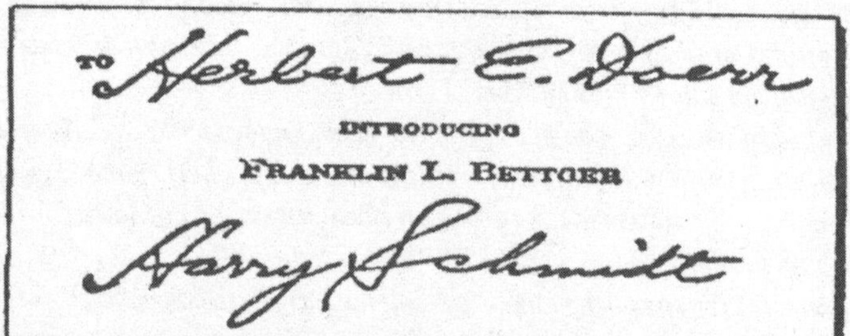

TO Herbert E. Doerr

INTRODUCING

FRANKLIN L. BETTGER

Harry Schmitt

எனக்கு ஓர் அறிமுகக் கடிதத்தைக் கொடுப்பது எல்லா நேரத்திலும் ஒருவருக்குச் சரிப்படு வருவதில்லை என்பதால், 4" x 2½" அளவிலான அட்டைகளை நான் எப்போதும் என்னுடன் சுமந்து செல்கிறேன். அவற்றில் இவ்வாறு எழுதப்பட்டிருக்கும்:

எனக்கு வாடிக்கையாளராக ஆகக்கூடிய சாத்தியமுள்ளவரின் பெயரை என் நண்பர் அந்த அட்டையின் மேற்பகுதியில் எழுதுவார். அட்டையின் கீழ்ப்பகுதியில் தன் கையொப்பத்தை இடுவார்.

அவர் அதற்குத் தயங்கினால், "உங்கள் நண்பர் இக்கணத்தில் நம்முடன் இருந்தால், என்னை அவரிடம் அறிமுகப்படுத்தி வைக்க நீங்கள் தயங்க மாட்டீர்கள், இல்லையா?" என்று நான் கேட்பேன்.

அவர் வழக்கமாக, "நிச்சயமாகத் தயங்க மாட்டேன்," என்று கூறுவார். பிறகு அந்த அட்டையை நிரப்புவார். சில சமயங்களில்,

பல அட்டைகளில் கையொப்பமிட்டு, பலருக்கு என்னை அவர் அறிமுகப்படுத்தி வைப்பார்.

மற்றவர்களுக்கு என்னை அறிமுகப்படுத்தி வைக்க எப்போதாவது யாராவது தயங்குவது உண்டு. சுமார் ஒரு வருடத்திற்கு முன்பு, மிகவும் கடினமான எனது வாடிக்கையாளர் ஒருவர் எனக்கு இவ்வாறு பதிலளித்தார்: “என்னுடைய மிக மோசமான எதிரிக்குக்கூட நான் உங்களை அறிமுகப்படுத்த மாட்டேன்.”

“ஏன்?” என்று நான் கேட்டேன்.

அதற்கு அவர், “பெட்ஜர், காப்பீட்டு விற்பனையாளர்களை நான் வெறுக்கிறேன். அவர்கள் இங்கு வந்து என்னைப் பார்ப்பதை நான் அடியோடு வெறுக்கிறேன். அவர்களில் யாரேனும் இங்கு வந்து, எனது நண்பர்களில் ஒருவர் என்னைப் பார்ப்பதற்காகத் தன்னை என்னிடம் அனுப்பி வைத்ததாகக் கூறினால், என் கோபம் தலைக்கேறிவிடும். அந்த விற்பனையாளரை என்னிடம் அனுப்பி வைத்தவரைத் தொலைபேசியில் அழைத்து நான் கன்னாபின்னாவென்று திட்டித் தீர்ப்பேன். ஒரு காப்பீட்டு விற்பனையாளரைத் தவிர வேறு யாரையும் என்னால் பொறுத்துக் கொள்ள முடியும்,” என்று கூறினார்.

அவர் உண்மையிலேயே வெளிப்படையாகப் பேசினார். ஆனால் அது சற்றுக் கடுமையாக இருந்தது. ஆனால் நான் எப்படியோ சமாளித்து ஒரு புன்னகையை உதிர்த்துவிட்டு, “பிளாங்க் அவர்களே, எனக்கு அதில் எந்தப் பிரச்சனையும் இல்லை. உங்கள் உணர்வை என்னால் புரிந்து கொள்ள முடிகிறது. நான் என்ன செய்வேன் என்று உங்களிடம் கூறிவிடுகிறேன். ஐம்பது வயதுக்கு உட்பட்ட, நன்றாகப் பணம் சம்பாதிக்கின்ற, உங்களுக்குத் தெரிந்த ஒருவருடைய பெயரை எனக்குக் கொடுங்கள். நான் அவரைப் பார்க்கப் போகும்போது, உங்கள் பெயரை அவரிடம் குறிப்பிடவே மாட்டேன் என்று உங்களுக்கு வாக்குக் கொடுக்கிறேன்,” என்று கூறினேன்.

“அப்படியானால், அறுவைச் சிகிச்சை உபகரணங்களை உற்பத்தி செய்கின்ற கேரல் சீக்லர் என்பவரைப் போய்ப் பாருங்கள். அவருக்கு நாற்பத்தியோரு வயதாகிறது. அவர் மிகவும் வெற்றிகரமாகத் தொழில் செய்து கொண்டிருக்கிறார்,” என்று அவர் கூறினார்.

அதற்காக நான் அவருக்கு நன்றி கூறிவிட்டு, அவரது பெயரை நான் அவரது நண்பரிடம் குறிப்பிட மாட்டேன் என்று மீண்டும் உறுதியளித்தேன்.

நான் நேராகக் கேரல் சீக்லரின் தொழிற்சாலைக்குச் சென்று, அவரைச் சந்தித்து, “சீக்லர் அவர்களே, என் பெயர் பெட்ஜர். நான் ஆயுட்காப்பீட்டுத் தொழிலில் இருக்கிறேன். பரஸ்பர நண்பர் ஒருவர்

உங்கள் பெயரை எனக்குக் கொடுத்தார். தனது பெயரை உங்களிடம் குறிப்பிட வேண்டாம் என்று அவர் என்னைக் கேட்டுக் கொண்டார். நீங்கள் மிகவும் வெற்றிகரமாக விளங்குவதாகவும், நான் சந்திக்க வேண்டிய மிக நல்ல மனிதர் நீங்கள் என்றும் அவர் என்னிடம் கூறினார். இப்போது உங்களால் எனக்கு ஓர் ஐந்து நிமிடங்களை ஒதுக்க முடியுமா? அல்லது வேறு ஏதேனும் ஒரு சமயத்தில் நான் உங்களை வந்து பார்க்கட்டுமா?" என்று கேட்டேன்.

"நீங்கள் என்னிடம் எதைப் பற்றிப் பேச விரும்புகிறீர்கள்?" என்று அவர் கேட்டார்.

"உங்களைப் பற்றித்தான்!" என்று நான் பதிலளித்தேன்.

"என்னைப் பற்றி என்ன பேசப் போகிறீர்கள்? காப்பீட்டைப் பற்றி நீங்கள் என்னிடம் பேச விரும்பினால், எனக்கு அதில் ஆர்வமில்லை என்பதை இப்போதே தெரிந்து கொள்ளுங்கள்."

"அது ஒரு பிரச்சனையே அல்ல. காப்பீட்டைப் பற்றி இன்று நான் உங்களுடன் பேச விரும்பவில்லை. ஆனால் ஓர் ஐந்து நிமிடங்கள் நான் இப்போது உங்களுடன் பேசலாமா?"

அவர் எனக்குச் சரியாக ஐந்து நிமிடங்களைக் கொடுத்தார். அந்த நேரத்திற்குள், எனக்குத் தேவையான தகவல்கள் அனைத்தையும் நான் அவரிடமிருந்து பெற்றேன்.

அதன் பிறகு, மூன்று முறை நான் அவருக்குக் காப்பீடுகளை விற்றுள்ளேன். அவற்றிலிருந்து மிகக் கணிசமான தொகை எனக்குக் கிடைத்தது. இதில் ஒரு வினோதமான விஷயம் என்னவென்றால், நாங்கள் இருவரும் நல்ல நண்பர்களாக ஆகியுள்ளோம் என்றாலும்கூட, யார் என்னைத் தன்னிடம் அனுப்பி வைத்தார்கள் என்று அவர் ஒருபோதும் என்னிடம் கேட்டதே இல்லை.

உங்களுக்கு அறிமுகப்படுத்தப்பட்ட ஒருவரைத் தொடர்பு கொள்வதற்குச் சிறந்த நேரம் எது? ஆறு நாட்களுக்குள்ளாகவா? அல்லது ஆறு வாரங்களுக்குள்ளாகவா? ஆறு நிமிடங்கள் என்பதுதான் சரியான பதில்! ஒருவர் குறித்தத் தகவல் கிடைத்தவுடனேயே அவரைத் தொடர்பு கொள்வதுதான் மிகச் சிறந்த நேரம் என்பதை நான் கண்டறிந்துள்ளேன். ஒரு புதிய வாடிக்கையாளராக ஆகக்கூடிய சாத்தியம் உள்ள ஒருவரைக் குறித்தத் தகவல் எனக்கு உற்சாகத்தை ஏற்படுத்துகிறது. என் உற்சாகம் நீர்த்துப் போவதற்குள் நான் அவரை உடனடியாகச் சந்திக்காவிட்டால், அது என் கோப்புகளில் எங்கோ பின்தங்கிவிடுகிறது, அதில் நான் ஆர்வமிழந்துவிடுகிறேன். அந்தக் கோப்பைப் பின்னர் ஒருநாள் நான் வெளியே எடுக்கும்போது, அது எனது நிறுவனத்தின் மிகச் சிறந்த இளம் விற்பனையாளரான ஜான் லார்டு கூறுவதுபோல இருக்கும். "இது பூசனம் பூத்துப் போன பழைய ரொட்டியைப்போல இருக்கிறது," என்று அவர் கூறுவார்.

நமக்குக் கிடைக்கும் துப்பு நம்மை எங்கே அழைத்துச் செல்லும் என்று நமக்கு ஒருபோதும் தெரியாது. பெரும்பாலான சமயங்களில், நமக்குத் துப்புக் கொடுக்கும் நமது நண்பர், அவர் அறிமுகப்படுத்துகின்ற நபரை நாம் உடனடியாகத் தொடர்பு கொள்ள வேண்டியதற்கான வலுவான காரணத்தை அறிந்திருந்தாலும் நம்மிடம் பகிர்ந்து கொள்ள முடியாத நிலையில் இருக்கக்கூடும்.

பாராட்டுதல்

ஒருவருடைய பெயரைப் பெறுவது எவ்வளவு முக்கியமோ, அதே அளவுக்கு முக்கியமான ஒரு மரியாதையான நடத்தையையும் நான் கண்டுகொண்டுள்ளேன். நல்லதோ அல்லது கெட்டதோ, எது நிகழ்ந்தாலும் சரி, என்மீது நம்பிக்கை வைத்து நான் சந்திப்பதற்கு ஒருவரது பெயரை எனக்குக் கொடுத்த எனது நண்பரிடம் மீண்டும் சென்று எங்கள் சந்திப்பைப் பற்றிக் கூறுவதை நான் வழக்கமாகக் கொண்டுள்ளேன். திரும்பிச் சென்று விபரம் தெரிவிக்காமல் இருப்பது அடுத்தவருக்கு நிச்சயமாக அவமானத்தை ஏற்படுத்தும். அதை அவர் உங்களிடம் ஒருபோதும் குறிப்பிடாமல் போகலாம், ஆனால் அது உங்களுக்கு எதிராக எப்போதும் அவரது மனத்தில் குடி கொண்டிருக்கும். இதை நான் நன்றாகவே அறிவேன். ஏனெனில், நான் இதன் இரு பக்கங்களிலும் இருந்திருக்கிறேன். ஒரு பரிந்துரையைக் கொடுக்கின்றவர் என்ற முறையிலும், அதைப் பெறுகின்றவர் என்ற முறையிலும், பரிந்துரைக்கப்பட்டச் சந்திப்பின் விளைவைப் பற்றி எடுத்துரைக்காமல் இருந்ததால் ஏற்பட்டக் கசப்பான விளைவை நான் நன்றாகவே உணர்ந்திருக்கிறேன்.

மேலும், என் நண்பர் கொடுத்தத் துப்பின்படி நான் சந்தித்த நபரிடம் நான் ஒரு காப்பீட்டை விற்றிருப்பதாக அவரிடம் நேரில் சென்று தெரிவித்து, அது குறித்து எனது நன்றியை அவருக்கு வெளிப்படுத்தும்போது, நான் எவ்வளவு மகிழ்ச்சியாக உணர்கிறேனோ, அதே அளவு மகிழ்ச்சியாக என் நண்பரும் உணர்கிறார். ஒருவேளை என்னால் விற்க முடியாமல் போயிருந்தால், அதையும் நான் அவரிடம் அப்படியே கூறுகிறேன். அவர் மேலும் சில புதிய தொடர்புகளை எனக்கு அறிமுகப்படுத்த முயற்சிப்பதைக் கண்டு நான் பெரிதும் வியந்து போயிருக்கிறேன். இது அடிக்கடி நிகழும் ஒன்று.

சமீபத்தில், மேற்கு மாநில நகரம் ஒன்றில் அமைந்த ஒரு பெரிய வங்கியின் தலைவருடன் நான் மதிய உணவருந்தினேன். தங்களது நண்பர்களைத் தனது வங்கிக்கு அறிமுகப்படுத்தி வைக்கின்ற வாடிக்கையாளர்களுக்குத் தனது வங்கி அனுப்பி வைக்கின்ற ஒரு கடித்ததின் ஒரு பிரதியை அவர் என்னிடம் காட்டினார். அந்த வாடிக்கையாளர்களுக்குத் தங்களது பாராட்டுக்களைத்

தெரிவிப்பதில் அது மிகவும் ஆற்றல்வாய்ந்ததாக இருப்பதாகத் தாங்கள் கண்டுகொண்டுள்ளதாக அவர் கூறினார். அக்கடிதம் இதுதான்:

அன்புள்ள திரு. பிரவுன் அவர்களுக்கு,

திரு. ஸ்மித்தை நீங்கள் எங்கள் வங்கிக்கு அழைத்து வந்ததை நாங்கள் பெரிதும் மெச்சுகிறோம் என்பதை நீங்கள் தெரிந்து கொள்ள வேண்டும் என்று நான் விரும்புகிறேன். திரு. ஸ்மித்தையும் பிற நண்பர்களையும் எங்களது 'பர்ஸ்ட் நேஷனல் வங்கி'க்கு அறிமுகப்படுத்தியதன் மூலமாக நீங்கள் எங்களிடம் காட்டியுள்ள தோழமையும் ஒத்துழைப்பும் எங்களுக்குப் பெரும் மகிழ்ச்சியை ஏற்படுத்தியுள்ளன. உங்களுக்கும் உங்களது நண்பர்களுக்கும் நாங்கள் எத்தகைய சேவையைச் செய்ய வேண்டும் என்று நீங்கள் விரும்புகிறீர்களோ, அத்தகைய சேவையைச் செய்வதற்கு நாங்கள் எப்போதுமே ஆர்வமாக இருக்கிறோம் என்பதை நீங்கள் காண்பீர்கள்.

உங்கள் உண்மையுள்ள,

பல வருடங்களுக்கு முன்பு, வில்லி ஹாப், பில்லியர்ட்ஸ் விளையாட்டில் உலகச் சாம்பியன் பட்டம் பெற்றதை நேரில் காணும் வாய்ப்பு எனக்குக் கிட்டியது. மிகச் சாதாரண 'அடி'களுக்கு அவர் வெகுநேரம் எடுத்துக் கொண்டது எனக்கு மிகவும் ஆச்சரியத்தை ஏற்படுத்தியது. சில 'அடி'களை இதைவிட விரைவாக நானே எளிதாக அடித்துவிடுவேன் என்றுகூட எனக்குத் தோன்றியது. ஆனால் அந்த எளிதான 'அடி'களுக்காக மட்டுமே அவர் அவ்வளவு நேரம் யோசித்திருக்கவில்லை என்பதை நான் விரைவில் புரிந்து கொண்டேன். தான் அடிக்கும்போது, மற்றப் பந்துகள் எங்கே போய் நிற்குமாறு அடிக்க வேண்டும் என்பதையும், அதை வைத்து, தனது அடுத்த முறை வரும்போது அப்பந்தை எவ்வாறு குழிக்குள் போடலாம் என்பதையும்தான் அவர் திட்டமிட்டக் கொண்டிருந்தார் என்பது எனக்குப் புரிந்தது. சமயங்களில், அடுத்து அவர் விளையாடவிருந்த சில 'அடி'களுக்கு அப்போதே அவர் திட்டமிட்டுக் கொண்டிருந்தார். ஹாப்பின் எதிராளியும் அவரளவுக்குத் திறமைசாலியாக இருந்தபோதிலும், பல நேரங்களில் அவர் அடித்த விதம், அதற்கு அடுத்து அவர் அடிக்கவிருந்த அடிகளுக்குச் சாதகமாக அமையவில்லை.

பில்லியர்ட்ஸில் ஒன்றரை கோடிப் புள்ளிகளுக்கும் அதிகமாகப் பெற்று நம்புதற்கரிய உலக சாதனையை உருவாக்குவது அவருக்கு எப்படிச் சாத்தியமானது என்பதை இப்போது என்னால் தெளிவாகப் புரிந்து கொள்ள முடிந்தது. நாற்பத்து மூன்று வருடங்களாக அவர் உலகச் சாம்பியன் பட்டத்தைத் தக்க

வைத்திருந்தார். வேறு எந்தவொரு விளையாட்டிலும் ஏற்படுத்தப்பட்டுள்ள சாதனையை இந்தச் சாதனையோடு ஒப்பிட்டுப் பாருங்கள்!

அன்றிரவு வில்லி ஹாப்பிடமிருந்து நான் கற்றுக் கொண்ட பெரிய படிப்பினை எப்போதும் என் மனத்தில் நீங்கா இடம்பெற்றிருக்கும். அப்படிப்பினை இதுதான்: பில்லியர்ட்ஸைப்போலவே விற்பனையிலும் அடுத்த இலக்கைக் குறி வைக்க ஏதுவாக நமது காயை நகர்த்த வேண்டியது முக்கியம். உண்மையில், நமது தொழிலின் உயிர்நாடி அதுதான்!

கனெக்டிகட் மாநிலத் தலைநகரான ஹார்ஃபோர்டில் அமைந்த ஏட்னா ஆயுட்காப்பீட்டு நிறுவனத்தின் துணைத் தலைவரான ராபர்ட் பி. கூலிட்ஜ் அதை இவ்வாறு கூறியுள்ளார்: "வாடிக்கையாளர்களாக ஆகக்கூடிய சாத்தியக்கூறு உள்ளவர்களைச் சந்திப்பது என்பது முகச்சவரம் செய்து கொள்வதைப் போன்றது . . . தினமும் அது குறித்து நீங்கள் ஏதேனும் செய்யாவிட்டால், நீங்கள் ஒரு பிச்சைக்காரனைப்போலத் தோற்றமளிப்பீர்கள் என்பது உங்களுக்கே நன்றாகத் தெரிந்துவிடும்."

31

விற்பனையை முடிப்பதற்கு நான் பயன்படுத்துகின்ற ஏழு விதிகள்

எனது விற்பனை வாழ்க்கையின் ஆரம்பகாலத்தில் நான் மிகவும் ஊக்கமிழந்து போய், அத்தொழிலிலிருந்தே விலகி விடலாம் என்று நினைத்தது பற்றி உங்களிடம் நான் ஏற்கனவே கூறியிருக்கிறேன். ஒரு சனிக்கிழமை காலையன்று எனது கவலைகளின் ஆணிவேர் எது என்பதை நான் ஆராய முற்பட்டதில் எனக்குக் கிடைத்த ஒரு யோசனை மட்டும் இல்லாமல் போயிருந்தால், நிச்சயமாக நான் விற்பனைத் தொழிலைவிட்டு விலகியிருப்பேன்.

முதலில், "என் பிரச்சனை என்ன?" என்று என்னையே நான் கேட்டுக் கொண்டேன். நான் ஏராளமான நபர்களைச் சந்தித்தும்கூட, என்னால் போதிய அளவு விற்க முடியாமல் போனதுதான் எனது பிரச்சனையாக இருந்தது. எனது விற்பனைச் சந்திப்புகள் நன்றாகவே சென்று கொண்டிருக்கும். ஆனால் விற்பனையை முடிப்பது என்று வரும்போது, எல்லாம் ஸ்தம்பித்துவிடும். அந்த வாடிக்கையாளர் என்னிடம், "பெட்ஜர், நான் இது பற்றி இன்னும் ஆழமாகச் சிந்திக்க வேண்டும். நீங்கள் போய்விட்டு இன்னொரு நாள் வாருங்கள்," என்று கூறுவார். அவரை அதன் பிறகு பல முறை சந்திப்பதில் நான் வீணாகச் செலவிட்ட நேரம்தான் எனது மனச்சோர்வுக்குக் காரணமாக இருந்தது.

இரண்டாவதாக, "இப்பிரச்சனையைத் தீர்ப்பதற்குச் சாத்தியக்கூறுள்ள தீர்வுகள் எவை?" என்று எனக்கு நானே கேட்டுக் கொண்டேன். இதற்கான விடையைக் கண்டுபிடிப்பதற்குக் கடந்த பன்னிரண்டு வருடங்களாக நான் பதிவு செய்து வைத்திருந்த விபரங்கள் அடங்கிய ஆவணப் புத்தகத்தை வெளியே எடுத்து,

அதிலிருந்த தகவல்களை ஆய்வு செய்ததில் ஓர் ஆச்சரியகரமான விஷயத்தை நான் கண்டுபிடித்தேன். எனது விற்பனைகளில் எழுபது சதவீதம் முதல் சந்திப்பிலேயே முடிந்துவிட்டிருந்தது. இருபத்து மூன்று சதவீதம் இரண்டாவது சந்திப்பில் முடிந்துவிட்டிருந்தது. ஏழு சதவீத விற்பனை மட்டுமே மூன்றாவது, நான்காவது, ஐந்தாவது சந்திப்புகளில் முடிந்தன. வேறு வார்த்தைகளில் கூறினால், வெறும் ஏழு சதவீத விற்பனையை மட்டுமே எனக்குக் கொடுத்தச் சந்திப்புகளில் நான் எனது நாளின் ஐம்பது சதவீதத்தை வீணாக்கிக் கொண்டிருந்தேன். என் பிரச்சனைக்கான விடை வெளிப்படையாகத் தெரிந்தது. இரண்டாவது சந்திப்பிற்குப் பிறகு நான் மேற்கொண்ட சந்திப்புகளை உடனடியாக நிறுத்தினேன். எனக்குக் கிடைத்தக் கூடுதல் நேரத்தைப் புதிய வாடிக்கையாளர்களை உருவாக்குவதில் நான் செலவிட்டேன். இதன் விளைவுகள் நம்புதற்கரியவையாக இருந்தன. விரைவில், நான் எனது ஒவ்வொரு சந்திப்பின் விலைமதிப்பையும் 2.80 டாலர்களிலிருந்து 4.27 டாலர்களாக உயர்த்தினேன்.

இதே முடிவு, மற்றப் பொருட்களின் விற்பனைக்கும் பொருந்துமா? இக்கேள்விக்கு நீங்கள் ஏற்கனவே விடையளித்திருக்கக்கூடும். நான் உங்களுக்கு ஓர் எடுத்துக்காட்டைக் கொடுக்கிறேன். இரண்டு வருடங்களாக, ஒரு பெரிய தொழிற்துறை நிறுவனத்தின் அதிகாரிகள், தங்களது ஒட்டுமொத்த விற்பனைத் துறையும் தங்களிடம் சமர்ப்பித்த அறிக்கைகளை ஆய்வு செய்தனர். தங்களது விற்பனையாளர்கள் செய்த விற்பனையில் 75 சதவீதம், ஐந்தாவது சந்திப்பிற்குப் பிறகு நிகழ்ந்திருந்ததைக் கண்டு அவர்கள் ஆச்சரியமடைந்தனர். ஆனால் இன்னொரு விஷயத்தைக் கவனியுங்கள்: தங்களது நிறுவனத்தில், விற்பனையில் அதளபாதாளத்தில் இருந்த விற்பனையாளர்களில் 83 சதவீதம் பேர், ஐந்தாவது சந்திப்பிற்கு முன்பு தங்கள் பொருட்களை விற்க முடியாமல் போனபோது, அந்த வாடிக்கையாளர்களைச் சந்திப்பதை நிறுத்திவிட்டிருந்தனர் என்பதையும் அவர்கள் கண்டறிந்தனர்.

இது எதை நிரூபிக்கிறது? விற்பனைச் சந்திப்புகள் பற்றிய விபரங்களை முழுமையாகப் பதிவு செய்து வைத்து, அவற்றை முறையாக ஆய்வு செய்வதன் முக்கியத்துவத்தை இது மீண்டும் நிரூபிக்கிறது. இதன் அளப்பரிய மதிப்பு, விற்பனையாளர்களிடமும் அவர்களது நிறுவனங்களிடமும் பல முறை விளக்கமாக எடுத்துக்காட்டப்பட்டும்கூட, விற்பனையாளர்கள் எவரும் ஏன் இதைத் தீவிரமாக எடுத்துக் கொள்வதில்லை என்பதை நினைத்தால் எனக்கு ஆச்சரியமாக இருக்கிறது.

எனது ஆவணங்களை ஆய்வு செய்ததன் மூலம் நான் கண்டுபிடித்த விஷயம், இரண்டாவது சந்திப்பிற்குப் பிறகான

அனைத்துச் சந்திப்புகளையும் நான் முற்றிலுமாகக் களைந்ததன் மூலம் எனது வருமானத்தை இரட்டிப்பாக்க எனக்கு உதவியது என்றாலும்கூட, நான் சந்தித்த வாடிக்கையாளர்களில் பன்னிரண்டு பேரில் ஒருவரிடம் மட்டுமே என்னால் விற்க முடிந்தது என்பதையும் அந்தப் பதிவுகள் எனக்குச் சுட்டிக்காட்டின. மக்களை ஒரு தீர்மானத்திற்கு வரச் செய்வது எப்படி என்பதை அறியாமல் நான் விழித்தேன்.

விரைவில், ஒருநாள் இரவன்று, டெம்பிள் பல்கலைக்கழகத்தின் நிறுவனரான டாக்டர் ரஸ்ஸல் எச். கான்வெல், ஃபிலடெல்பியா நகரில் அமைந்த மத்திய ஒய்.எம்.சி.ஏ. அமைப்பில் பேசியதைக் கேட்கும் பாக்கியம் எனக்குக் கிடைத்தது. 'ஒரு நல்ல சொற்பொழிவிற்கான நான்கு விதிகள்' என்ற தலைப்பில் அவர் பேசினார். அவர் தனது உத்வேகமூட்டும் பேச்சின் முடிவில், "நான்காவது விதி: நடவடிக்கை எடுக்கத் தூண்டுங்கள்! இங்குதான் நல்ல பேச்சாளர்கள் பலரும் தவறிவிடுகின்றனர். அவர்கள் தங்கள் பார்வையாளர்களை மகிழ்ச்சிப்படுத்துகின்றனர், உற்சாகப்படுத்துகின்றனர். ஆனால் அவர்களிடம் எதையும் விற்காமல் போய்விடுகின்றனர்," என்று கூறினார்.

நடவடிக்கை எடுக்கத் தூண்டுங்கள்! இங்குதான் நான் தடுமாறிக் கொண்டிருந்தேன். விற்பனையை முடிப்பது தொடர்பான விஷயங்கள் பற்றி எனக்குக் கிடைத்த அனைத்தையும் நான் படிக்கத் துவங்கினேன். விற்பனையின் வேறு எந்தவோர் அம்சத்தைவிடவும், இந்த அம்சம் பற்றி அதிகமாக எழுதப்பட்டிருந்ததை நான் கண்டறிந்தேன். தலைசிறந்த விற்பனையாளர்களைச் சந்தித்து, வாடிக்கையாளர்களாக ஆகக்கூடிய சாத்தியமிருந்த நபர்களை நடவடிக்கை எடுக்கத் தூண்டுவது குறித்த அவர்களது அபிப்பிராயங்களைக் கேட்டறிந்தேன். இவற்றிலிருந்தும், எனது சொந்த அனுபவத்திலிருந்து நான் கண்டறிந்த பிற விஷயங்களில் இருந்தும், விற்பனை நிமித்தமாக நான் சந்தித்த நபர்களை ஒரு தீர்மானத்திற்கு வரச் செய்வதில் எனக்குக் கிடைத்த முன்னேற்றத்திற்குக் காரணமாக இருந்து வந்துள்ள தனிச்சிறப்புடன்கூடிய ஏழு விதிகளை நான் கண்டறிந்தேன்:

1. விற்பனையை முடிப்பதற்கான எனது நிறைவுக் குறிப்புகள்

விற்க வேண்டும் என்ற எனது ஆர்வத்தால், விற்பனையின் நிறைவுக் குறிப்புகளை எனது சந்திப்பில் வெகு முன்னதாகவே நான் பயன்படுத்திக் கொண்டிருந்தேன். சராசரியான வெற்றிகரமான விற்பனை நான்கு நிலைகளின் ஊடாகச் செல்வதை நான் கற்றறிந்தேன்: கவனம், ஆர்வம், விருப்பம், நிறைவு ஆகியவைதான் அவை.

எனது நிறைவுக் குறிப்புகளை எனது விற்பனையை நிறைவு செய்யும் நேரம்வரை நான் இழுத்துப் பிடித்து வைக்கத் துவங்கியபோது, எனது வாடிக்கையாளர் எனது திட்டத்தைத் திறந்த மனத்துடன் சீர்தூக்கிப் பார்ப்பதற்கு அது உதவியது. விற்பனை குறித்த எதிர்ப்பு அளவுக்கதிகமாக உருவாவதை அது தவிர்த்தது. பிறகு, நடவடிக்கை எடுக்க வேண்டிய நேரம் வந்தபோது, நான் உற்சாகமடைந்தேன்! எனது இறுதிக் குறிப்புகள் பிரமாதமாக அமைந்தன. அவை அதிக சக்திவாய்ந்தவையாக இருந்தன. உற்சாகமாக இருப்பதற்கு என்னை நான் கட்டாயப்படுத்துவதற்குப் பதிலாக, சில சமயங்களில் எனது உற்சாகத்தை நான் கட்டுப்படுத்திக் கொள்ள வேண்டியிருந்தது. அப்படிக் கட்டுப்படுத்தப்பட்ட உற்சாகம் விற்பனையின் முடிவில் எனது வாடிக்கையாளரின் உற்சாகத்தைத் தட்டியெழுப்புவதில் மிகவும் ஆற்றல்மிக்கதாக இருப்பதையும் நான் காண்கிறேன்.

2. தொகுத்துக் கூறுங்கள்

நன்றாகத் தொகுத்துக் கூறுவது, விற்பனையில் உச்சகட்டத்திற்கான சிறந்த அடிப்படையை உருவாக்கிக் கொடுக்கிறது. தொகுப்புரை எவ்வளவு நீளமானதாக இருக்க வேண்டும்? ஒரு மாபெரும் விற்பனை மேலதிகாரி இதற்கு ஒரு பிரமாதமான பரிசோதனையைப் பயன்படுத்துகிறார். எரிந்து கொண்டிருக்கும் ஒரு தீக்குச்சியைப் பிடித்தபடி அவர் நின்று கொண்டு, தாங்கள் விற்கும் பொருளின் அனுகூலங்களைத் தனது விற்பனையாளர்கள் ஒவ்வொருவரும் தொகுத்துக் கூறும்படி செய்கிறார். எந்தவொரு சூழ்நிலையிலும், உங்கள் தொகுப்புரை சுருக்கமாக இருக்க வேண்டும்.

என்னிடம் வாங்கவிருப்பவரையே அதைத் தொகுத்துக் கூறும்படி என்னால் செய்ய முடிந்தால் அது இன்னும் அதிக ஆற்றல்வாய்ந்ததாக இருப்பதை நான் காண்கிறேன். அது அவரை உடனடியாக நடவடிக்கை எடுக்க வைக்கிறது. நான் அவரிடம், "இதை நீங்கள் எழுதிக் கொள்கிறீர்களா?" என்று கேட்பேன். பிறகு, எனது தொகுப்புரையை வெகுசில வார்த்தைகளில் மீண்டும் எடுத்துரைப்பேன். "முதலாவது விஷயம் . . . இரண்டாவது . . . மூன்றாவது . . . நான்காவது . . ." உங்களிடம் வாங்கவிருப்பவர் ஒவ்வோர் அடியையும் உங்களுடன் சேர்ந்து எடுத்து வைத்தால், அது ஓர் இயல்பான உச்சகட்டமாக அமையும். அந்த விற்பனையை அவரே செய்து முடித்துவிடுவார்.

3. ஒரு மாயாஜாலச் சொற்றொடர்

காப்பீட்டுத் திட்டத்தை எனது புதிய வாடிக்கையாளரிடம் விளக்கி, அதை நான் தொகுத்துக் கூறிய பிறகு, அவரைப் பார்த்து, "இத்திட்டம் உங்களுக்குப் பிடித்திருக்கிறதா?" என்று கேட்கிறேன்.

பெரும்பாலான சமயங்களில், "இது எனக்குப் பிடித்திருக்கிறது என்று நான் நினைக்கிறேன்," என்பதுதான் அவரது பதிலாக இருப்பது ஆச்சரியத்தை ஏற்படுத்துகிறது. அவர் இவ்வாறு கூறும்போது, அவர் என்னிடம் வாங்கப் போகிறார் என்று நான் அனுமானிப்பதால், அதன் பிறகு ஒரு கணம்கூட நான் காத்திருப்பதில்லை. தேவையான கேள்விகளை அவரிடம் கேட்டு, அவரது விடைகளை விண்ணப்பத்தில் எழுதத் துவங்குகிறேன். அவர் என் கேள்விகளுக்கு விடையளிக்கத் துவங்கிய பிறகு, அரிதாகவே பின்வாங்குகிறார். காப்பீட்டுத் திட்டத்தில் மாற்றுகள் எவையேனும் இருந்தால், அவற்றில் ஒன்றை அவரைத் தேர்ந்தெடுக்க வைக்கிறேன்.

விற்பனைப் பேச்சின்போது, "ஆமாம்" என்ற வார்த்தையை ஒருசில முறைகளாவது அவரது வாயிலிருந்து வரவழைக்க நான் முயற்சிக்கிறேன் என்று இங்கு குறிப்பிடுவது முக்கியம் என்று நான் நம்புகிறேன். எடுத்துக்காட்டாக, காப்பீட்டுத் திட்டத்தில் உள்ள ஒரு நல்ல அம்சத்தை நான் அவருக்குக் காட்டிய பிறகு, "இது ஒரு நல்ல யோசனையாக உங்களுக்குப் படவில்லையா?" என்று கேட்கிறேன். வழக்கமாக அவரும் இசைவாகத் தலையசைத்துவிட்டு, "ஆமாம்," என்று கூறுவார்.

4. மறுப்புகளை வரவேற்கப் பழகிக் கொள்ளுங்கள்

மறுப்புத் தெரிவிப்பவர்கள்தான் சிறந்த வாடிக்கையாளர்களாக ஆவார்கள் என்பதைப் புரிந்து கொள்வதற்கு எனக்கு நெடுங்காலம் ஆனது. எனக்குக் கொடுக்கப்பட்டப் பல மறுப்புகள் உண்மையிலேயே வாங்குவதற்கான சமிக்கைகள்தான் என்பது எனக்குத் தெரிய வந்தபோது நான் ஆச்சரியமடைந்தேன். எடுத்துக்காட்டாக, "இது எனக்குக் கட்டுப்படியாகாது . . . என்னை ஜனவரி மாதம் வந்து பாருங்கள் . . . என்னை வசந்தகாலத்தில் வந்து பாருங்கள் . . . நான் இது பற்றி இன்னும் சிந்தித்தாக வேண்டும் . . . இது பற்றி என் மனைவியுடன் கலந்து பேச வேண்டும் . . . உங்கள் விலை மிகவும் அதிகமாக இருக்கிறது. இதைவிட மலிவான விலையில் என்னால் வாங்க முடியும்."

இது போன்ற மறுப்புகள் அனைத்தும் உண்மையில் மறுப்புகளே அல்ல என்பதை நான் தெரிந்து கொண்டேன். எடுத்துக்காட்டாக, "எனக்கு அது கட்டுப்படியாகாது," என்று ஒருவர் கூறினால், அப்பொருள் தனக்கு வேண்டும் என்றுதான் உண்மையிலேயே அவர் என்னிடம் கூறிக் கொண்டிருக்கிறார். எனவே, அதற்கான பணத்தை அவர் எங்கிருந்து உருவாக்குவது என்பதற்கான வழியை அவருக்குக் காட்டுவதுதான் இங்குள்ள ஒரே பிரச்சனை. ஒரு விற்பனையாளர் தனது வாடிக்கையாளர்களின் நலனை முன்வைத்துப் பேசும்போது விடாப்பிடியாகவும் கட்டாயப்படுத்துவதாகவும் இருப்பது குறித்து

மக்கள் அவ்வளவாகக் கோபம் கொள்வதில்லை. உண்மையில், அவர் அவ்வாறு இருப்பது குறித்து அவரை மெச்சுகின்றனர், மதிக்கின்றனர்.

5. ஏன்? . . . அதோடு கூடவே . . .?

"அதோடு கூடவே" என்ற சொற்றொடரை நான் மீண்டும் இங்கு குறிப்பிட்டாக வேண்டும். இக்கேள்வியை இறுதியில் பிரம்மாஸ்திரமாகப் பயன்படுத்துவதற்காக பத்திரமாக வைக்கிறேன். எனது விற்பனைச் சந்திப்புகள் நெடுகிலும் 'ஏன்?' என்ற கேள்வியைப் பல்வேறு வடிவங்களில் நான் பயன்படுத்துகிறேன். நான் எல்லா நேரங்களிலும் அந்தக் குறிப்பிட்ட வார்த்தையைப் பயன்படுத்தாமல் இருக்கலாம், ஆனால் எப்படிப் பார்த்தாலும் 'ஏன்?' என்ற கேள்வியைத்தான் நான் என் வாடிக்கையாளர்களிடம் கேட்கிறேன்.

ஒருசில வருடங்களுக்கு முன்பு, டென்னிஸீ மாநிலத்தின் சட்டனூகா நகரில் நடைபெற்ற எங்களது விற்பனைப் பயிற்சி வகுப்பு ஒன்றில் கலந்து கொண்ட ஒரு விற்பனையாளர் என்னிடம் கூறிய ஒரு விற்பனைக்கான ஓர் எடுத்துக்காட்டை நான் உங்களுக்குக் கொடுக்க விரும்புகிறேன். இவர் மேற்கொண்ட ஒரு விற்பனைச் சந்திப்பில், ஒரு கட்டத்தில், "இது பற்றி நான் இப்போது ஒன்றும் செய்யப் போவதில்லை. செப்டம்பர் 15ம் தேதிக்கு மேலே என்னை வந்து பாருங்கள்," என்று அவரது புதிய வாடிக்கையாளர் கூறினார்.

"இந்த இடத்தில்தான் நான் எங்களது உரையாடலை எனக்குச் சாதகமாகத் திருப்பினேன்," என்று அந்த விற்பனையாளர் என்னிடம் கூறினார்.

வியாபாரப் பயிற்சி வகுப்பிற்கான விற்பனை அது. அதை எவ்வாறு அந்த விற்பனையாளர் கையாண்டார் என்பதைப் பாருங்கள்.

> வாடிக்கையாளர்: . . . செப்டம்பர் 15ம் தேதிக்கு மேலே என்னை வந்து பாருங்கள்.
>
> விற்பனையாளர்: கேரல் அவர்களே, நாளை காலையில் உங்கள் மேலதிகாரி உங்களை அழைத்து, உங்களுக்கு ஓர் ஊதிய உயர்வைக் கொடுத்தால், "வேண்டாம், செப்டம்பர் 15ம் தேதிக்கு மேலே என்னை வந்து பாருங்கள்," என்று நீங்கள் அவரிடம் கூற மாட்டீர்கள், இல்லையா?
>
> வாடிக்கையாளர்: நிச்சயமாக இல்லை. எனக்குப் பைத்தியம் பிடித்துவிட்டதாக அவர் நினைத்துக் கொள்வார்.
>
> விற்பனையாளர்: இப்போது நீங்கள் என்னிடம் கூறிக் கொண்டிருப்பதும் அதுபோலத்தான் இருக்கிறது. (விண்ணப்பப்

படிவத்தில் இருந்த புள்ளியிடப்பட்ட வரியைச் சுட்டிக்காட்டி) மேலே நான் எழுதியுள்ளதுபோலவே உங்கள் பெயரை இந்த இடத்திலும் நீங்கள் குறிப்பிட வேண்டும், அவ்வளவுதான். செப்டம்பர் 15ம் தேதிக்குள் நீங்கள் பல பாடங்களைப் படித்து முடித்திருப்பீர்கள்.

வாடிக்கையாளர் (விண்ணப்பப் படிவத்தைக் கையில் எடுத்தவாறு): இதையும், இது தொடர்பான பிற பிரசுரங்களையும் என்னிடம் கொடுத்துவிட்டுச் செல்லுங்கள். நான் இது குறித்துச் சிந்தித்துப் பார்த்துவிட்டு, அடுத்த வாரம் உங்களுக்குத் தெரியப்படுத்துகிறேன்.

விற்பனையாளர்: இதில் நீங்கள் ஏன் இப்போதே கையொப்பமிடக்கூடாது?

வாடிக்கையாளர்: இந்த நேரத்தில் நான் இந்தப் பயிற்சித் திட்டத்தில் சேர வேண்டியதில்லை என்று நான் நினைக்கிறேன்.

விற்பனையாளர்: ஏன்?

வாடிக்கையாளர்: ம் . . . இது உண்மையில் எனக்குக் கட்டுப்படியாகாது.

விற்பனையாளர் (சிறிது நேர மௌனத்திற்குப் பிறகு): . . . அதோடு கூடவே, உங்கள் மனத்தில் வேறு ஏதோ ஒன்றும் உங்களை அரித்துக் கொண்டிருக்கிறது, இல்லையா? நீங்கள் இந்த முக்கியமான தீர்மானத்தை எடுப்பதிலிருந்து உங்களை ஏதோ ஒன்று தடுத்துக் கொண்டிருக்கிறது, சரிதானே?

வாடிக்கையாளர்: இல்லை. எனக்குக் கட்டுப்படியாகாது என்பதுதான் நான் இப்போது இப்பயிற்சி வகுப்பில் சேராமல் இருப்பதற்கான ஒரே காரணம். பணம் எப்போதும் என்னிடம் பற்றாக்குறையாகவே இருந்து வருகிறது.

விற்பனையாளர்: கேரல், நீங்கள் என்னுடைய சொந்தச் சகோதரராக இருந்தால் நான் உங்களிடம் என்ன கூறுவேனோ, அதையே இப்போது நான் உங்களிடம் கூறுகிறேன்.

வாடிக்கையாளர்: அது என்ன?

விற்பனையாளர்: இப்போது உங்கள் பெயரை இங்கே எழுதுங்கள். அடுத்து ஆக வேண்டியவற்றை நாம் பார்க்கலாம்.

வாடிக்கையாளர்: இப்போது குறைந்தபட்சம் நான் எவ்வளவு பணம் செலுத்தியாக வேண்டும்? பிறகு ஒவ்வொரு மாதமும் நான் எவ்வளவு கட்டணம் செலுத்த வேண்டியிருக்கும்?

விற்பனையாளர்: உங்களால் இப்போது எவ்வளவு பணம் செலுத்த முடியும் என்று என்னிடம் கூறுங்கள். இந்தக் கட்டணத்தைக் கொண்டு பயிற்சி வகுப்பில் உங்களால் சேர முடியுமா இல்லையா என்பதை நான் உங்களுக்குத் தெரிவிக்கிறேன்.

வாடிக்கையாளர்: நான் இப்போதைக்கு 25 டாலர்களும் மாதாமாதம் 10 டாலர்களும் கொடுத்தால் போதுமா?

விற்பனையாளர்: போதும். உங்கள் பெயரை இங்கே எழுதுங்கள் (X . . . .). நீங்கள் எடுத்து வைக்க வேண்டிய முதல் அடி இதுதான்.

வாடிக்கையாளர்: (விண்ணப்பப் படிவத்தில் கையொப்பமிடுகிறார்.)

6. தனது பெயரை இங்கே எழுதுமாறு உங்களது புதிய வாடிக்கையாளரிடம் கூறுங்கள்

X____

வாடிக்கையாளர் கையெழுத்திட வேண்டிய இடத்தில் நான் எப்போதும் ஒரு பெரிய X குறியீட்டைப் போட்டு வைப்பேன். பிறகு அவரிடம் எனது பேனாவைக் கொடுத்து, அந்தப் பெரிய X குறியீட்டைச் சுட்டிக்காட்டி, "படிவத்தில் மேலே உங்களது பெயரை நான் எழுதியிருப்பதுபோலவே நீங்கள் உங்கள் பெயரை இங்கே எழுதுகிறீர்களா?" என்று கேட்பேன். முடிந்தபோதெல்லாம், விண்ணப்பப் படிவத்தை முழுவதுமாக நிரப்பிவிடுகிறேன். குறைந்தபட்சம், நான் எப்போதும் அவரது பெயரையும் முகவரியையும் படிவத்தின் மேலே குறிப்பிட்டுவிடுகிறேன்.

7. ஆர்டருடன் சேர்த்துக் காசோலையையும் பெற்றுக் கொள்ளுங்கள், பணத்தைக் கண்டு பயப்படாதீர்கள்

விற்பனைக்கான ஆர்டருடன் சேர்த்துப் பணத்தையும் கேட்பது அந்த விற்பனையை முடிப்பதிலுள்ள மிகவும் சக்திவாய்ந்த காரணிகளில் ஒன்று என்பதை வெற்றிகரமான விற்பனையாளர்கள் பற்றிய ஆவணங்கள் நிரூபிக்கின்றன. அவ்வாறு கேட்பதன் மூலம், உங்களிடமிருந்து வாங்கவிருப்பவர் உங்கள் பொருளை அல்லது சேவையை அதிகமாக மதிப்பார், அதிகமாக மெச்சுவார். அவர் சிறிதளவு பணத்தைச் செலுத்திவிட்டால், அந்தப் பொருள் தனக்குச் சொந்தம் என்று நினைக்கிறார். வாடிக்கையாளராக ஆகக்கூடிய சாத்தியமுள்ள ஒருவர் தனியாக அமர்ந்து பரிசீலிக்கும்போதும்,

தனக்குத் தானே விவாதித்துக் கொள்ளும்போதும், நடவடிக்கை எடுப்பதைத் தள்ளிப்போட முடிவு செய்கிறார். ஆனால் சிறிதளவு பணத்தைச் செலுத்திய பிறகு விற்பனைக்கான ஆர்டரை ரத்து செய்த நபர்கள் எவரையும் நான் ஒருபோதும் பார்த்ததில்லை.

விற்பனையை முடிப்பதற்குச் சிறந்த நேரம்

விற்பனையை முடிப்பதற்குச் சிறந்த நேரம் எது? சில சமயங்களில் முதல் நிமிடத்திலேயே அதை முடித்துவிடலாம். சில சமயங்களில் ஒரு மணிநேரம் வரை அல்லது இரண்டு மணிநேரம் வரை விற்பனையை நிறைவு செய்யக்கூடாது. அப்படியென்றால், எது சரியான நேரம் என்பதை எவ்வாறு தெரிந்து கொள்வது? மாபெரும் குத்துச்சண்டை வீரர்கள் சண்டையிடும்போது நீங்கள் பார்த்திருக்கிறீர்களா? ஜோ லூயிஸ் நான் பார்த்த மிகச் சிறந்த வீரர்களில் ஒருவர். எவ்வாறு ஒருவரை வீழ்த்த வேண்டும், எந்த நேரத்தில் அவரை வீழ்த்த வேண்டும் என்பதை நன்றாகத் தெரிந்திருந்தவர் அவர். மூன்று சாம்பியன்ஷிப் பட்டங்களை அவர் வென்றதை நான் பார்த்தேன். பார்வையாளர்கள் மூச்சுவிட மறந்து உற்சாகமாக அவரது சண்டையைப் பார்த்தனர். ஏனெனில், ஜோ எப்போதும் மிக எச்சரிக்கையாகவும், தனது எதிரியைச் சோதித்துக் கொண்டும், சரியான கணத்திற்காகப் பொறுமையாகக் காத்துக் கொண்டும் இருந்தார். சில சமயங்களில் அந்தக் கணம் முதல் சுற்றிலேயே வந்தது. சில சமயங்களில் பத்து அல்லது பன்னிரண்டு சுற்றுக்கள்வரை அக்கணம் வரவே இல்லை. தனது ஒவ்வொரு முயற்சியும் சரியான கணத்திற்கு அருகே தன்னைக் கூட்டிச் செல்லும் என்பதை அவர் அறிந்திருந்தார். அவர் ஒருபோதும் கவலைப்பட்டதாகவே தோன்றவில்லை.

பல வருட அனுபவங்களின் மூலமாக, எனது விற்பனைச் செயல்முறை படிப்படியாக மேம்பட்டுக் கொண்டிருந்ததை நான் கண்டேன். எனது விற்பனையை முடிப்பதற்குப் பெரும் முயற்சி மேற்கொள்வது பற்றி நான் அவ்வளவாகக் கவலைப்படவில்லை. எனது அணுகுமுறை சரியானதாக இருந்தால், போதுமான ஆர்வத்தையும் விருப்பத்தையும் என் வாடிக்கையாளரிடம் என்னால் உருவாக்க முடிந்தால், பிறகு நடவடிக்கை எடுப்பதற்கான வேளை வரும்போது, என்னிடமிருந்து வாங்குவதற்கு அந்த வாடிக்கையாளர் தயாராகவும் ஆர்வமாகவும் இருப்பார்.

எனக்குத் தொடர்ந்து உதவிகரமாக இருந்து வந்துள்ள சில யோசனைகளை நான் எவ்வாறு பயன்படுத்துகிறேன் என்பதை மிகச் சுருக்கமான வழியில் விளக்க முயற்சித்திருக்கிறேன். எந்தவொரு பொருளின் விற்பனையிலும் இவற்றைப் பயன்படுத்த முடியும் என்று நான் நம்புகிறேன். ஒரு விற்பனையை எவ்வாறு நிறைவு செய்ய வேண்டும் என்பதை முழுமையாகத் தெரிந்து கொள்வதற்கு,

நியூயார்க் நகரைச் சேர்ந்த பதிப்பாளர்களான பிரென்டிஸ் ஹால் வெளியிட்டுள்ள, சார்லஸ் பி. ராத் எழுதிய 'சீக்ரெட்ஸ் ஆஃப் குளோஸிங் சேல்ஸ்' என்ற புத்தகத்தை நான் உற்சாகமாக உங்களுக்குப் பரிந்துரைப்பேன்.

இந்த ஏழு விதிகளையும் நான் ஒரு 3" X 5" அட்டையில் அச்சிட்டு, சில காலம் என் பாக்கெட்டில் சுமந்து திரிந்தேன். பின்வரும் இந்த வார்த்தைகளை அந்த அட்டையின் மேலே குறுக்காக மிகப் பெரியதாக அச்சிட்டிருந்தேன்:

இது எனது மிகச் சிறந்த விற்பனைச் சந்திப்பாக அமையப் போகிறது

நான் ஒருவரது அலுவலகத்திற்குள் நுழைவதற்கு முன்பு, அந்த வார்த்தைகளை எனக்கு நானே கூறிக் கொண்டேன். அது எனக்கு ஒரு பழக்கமாக ஆகிவிட்டது. இன்றளவும்கூட, அந்த வார்த்தைகளை நான் என் மனத்திற்குள் முணுமுணுப்பதை நான் காண்கிறேன்.

அச்சிறிய 3" X 5" அட்டையின் மிகப் பெரிய பலன் இதுதான்: ஒரு விற்பனைச் சந்திப்பில் என்னால் விற்க முடியாமல் போயிருந்தால், நான் என்ன தவறு செய்தேன் என்பதையோ அல்லது வித்தியாசமாக நான் எதைச் செய்திருக்கலாம் என்பதையோ கண்டறிவதற்கு நான் அந்த அட்டையைப் பார்க்கிறேன்.

நீங்களும் விற்பனையை நிறைவு செய்வது குறித்த விதிகளைத் துல்லியமாகப் பின்பற்றுகிறீர்களா என்பதை ஒவ்வொரு நாளும் சரிபார்த்துக் கொள்ளுங்கள். அவை உங்களுடைய பழக்கங்களாக ஆகும்வரை, அவற்றைத் தொடர்ந்து கடைபிடியுங்கள்.

32

ஒரு மாபெரும் விற்பனையாளரிடமிருந்து நான் கற்றுக் கொண்ட அற்புதமான உத்தி

1924ம் ஆண்டில், எர்னஸ்ட் வில்க்ஸ் என்ற ஒரு மாபெரும் விற்பனையாளரிடமிருந்து நான் ஓர் அற்புதமான விற்பனை நிறைவு உத்தியைக் கற்றேன். அவர் அந்த உத்தியைக் கண்டுபிடித்த நேரத்தில், கலிபோர்னியா மாநிலத்தின் சான்பிரான்சிஸ்கோ நகரில் அமைந்த மெட்ரோபாலிட்டன் ஆயுட்காப்பீட்டு நிறுவனத்திற்காக வேலை செய்து வந்தார். ஒரு விற்பனையாளராக அவர் மிகவும் அடிமட்டத்தில் இருந்தார். அவரது சிறிய சம்பளமும் கமிஷன்களும் அவரது மனைவியையும் குழந்தைகளையும் பசியின்றி வைத்திருப்பதற்கு மட்டுமே போதுமானவையாக இருந்தன. அவருக்கென்று எதுவும் மிச்சமிருக்கவில்லை. அவரது ஆடைகள் கந்தலாகவும் தொளதொளவென்றும் இருந்தன. அவரது கோட்டும் சட்டைக் கைகளும் ஓரங்களில் மிக மோசமாக நைந்து போயிருந்தன.

முதல் சந்திப்பிலேயே தான் எல்லா விஷயங்களையும் தன் வாடிக்கையாளரிடம் கூறிவிடுவதுதான் விற்பனையில் தனக்கு இருந்த மிகப் பெரிய பிரச்சனை என்று அவர் என்னிடம் கூறினார். இதன் விளைவாக, அவரது வாடிக்கையாளர், “இந்தத் தகவல்களை என்னிடம் கொடுத்துவிட்டுச் செல்லுங்கள். நான் நன்றாக யோசிக்க வேண்டும். நீங்கள் அடுத்த வாரம் என்னை வந்து பாருங்கள்,” என்று அவரிடம் கூறினார்.

வில்க்ஸ் மேலும் தொடர்ந்தார்: “நான் அவரை மீண்டும் சந்தித்தபோது, அவரிடம் என்ன பேசுவதென்று எனக்குத் தெரியவில்லை. ஏனெனில், முதல் சந்திப்பிலேயே நான் அவரிடம் எல்லாவற்றையும் கூறிவிட்டேன். அவரது பதில் எப்போதும் ஒரே

மாதிரியாகத்தான் இருந்தது: 'வில்க்ஸ், நான் இதைப் பற்றி நன்றாக யோசித்துப் பார்த்துவிட்டேன். இப்போது என்னால் எதுவும் செய்ய முடியாது . . . அடுத்த வருடம் பார்க்கலாம்.'

"பிறகு ஒருநாள் எனக்கு ஒரு யோசனை உதித்தது," என்று வில்க்ஸ் உற்சாகமாக நினைவுகூர்ந்தார். "அது மாயாஜாலம்போல வேலை செய்தது! இரண்டாவது முறை எனது வாடிக்கையாளரை நான் சந்திக்கச் சென்றபோது, அவரிடம் என்னால் விற்பனையை நிறைவு செய்ய முடிந்தது!"

அவர் தனது வழிமுறையை என்னிடம் விளக்கியபோது, அது எனக்குச் சரியாகப் படவில்லை. ஆனாலும் அதை முயற்சித்துப் பார்ப்பதென்று நான் என் மனத்திற்குள் தீர்மானித்தேன். அடுத்த நாள் காலையில், ஃபிலடெல்பியா நகரில் அமைந்த 'லேன்ட் டைட்டில் அன்ட் டிரஸ்ட் பில்டிங்' நிறுவனத்தின் தலைவரான வில்லியம் எலைசனை நான் சந்தித்தேன். பத்து நாட்களுக்கு முன்பு ஒரு காப்பீட்டுத் திட்டத்தை நான் அவரிடம் விளக்கியிருந்தேன். அப்போது அவர், "இதை இப்போது என்னிடம் விட்டுவிட்டுச் செல்லுங்கள். சுமார் இரண்டு வாரங்கள் கழித்து என்னை வந்து பாருங்கள். வேறு இரண்டு நிறுவனங்கள் என்னிடம் சமர்ப்பித்துள்ள திட்டங்களைப் பற்றியும் நான் யோசித்துக் கொண்டிருக்கிறேன்," என்று என்னிடம் கூறியிருந்தார்.

வில்க்ஸின் அறிவுறுத்தல்களை நான் துல்லியமாகப் பின்பற்றினேன். நடந்தது இதுதான்: நான் வில்லியம் எலைசனைச் சந்திக்கச் செல்வதற்கு முன்பாக அவரது சார்பில் ஒரு விண்ணப்பப் படிவத்தைப் பூர்த்தி செய்தேன். அவரது முழுப் பெயர், வீட்டு முகவரி, அலுவலக முகவரி, அவர் என்னிடம் வாங்கவிருந்த காப்பீட்டின் தொகை, மற்றும் என்னிடமிருந்த பிற தகவல்கள் அனைத்தையும் நான் அதில் எழுதினேன். பிறகு, அவர் கையெழுத்திட வேண்டிய புள்ளிக் கோட்டில் ஒரு பெரிய 'X' குறியீட்டை வைத்தேன்.

இந்த 'X' குறியீட்டை எழுதுவதை வில்க்ஸ் அதிகமாக வலியுறுத்தியிருந்தார்.

X____

விண்ணப்பதாரர் கையொப்பம்

நான் எலைசனின் அலுவலகத்திற்குள் நுழைந்தபோது, அவரது அறை திறந்திருந்தது. அவர் தன் இருக்கையில் அமர்ந்திருந்தார். அவரது வரவேற்பாளர் அந்த நேரத்தில் அங்கு இருக்கவில்லை. எலைசன் தன் அறையிலிருந்து வெளியே எட்டிப் பார்த்து என்னை அடையாளம் கண்டுகொண்டார். "வேண்டாம்," என்று என்னைப் பார்த்துத் தலையாட்டிவிட்டு, "போய் வாருங்கள்!" என்று கையசைத்தார்.

வில்க்ஸ் கூறிய அறிவுறுத்தல்களை வார்த்தைக்கு வார்த்தை அப்படியே பின்பற்றுவதென்று குறியாக இருந்த நான், ஒரு தீவிரமான முகத்துடன் என் வாடிக்கையாளரை நோக்கி நடக்கத் துவங்கினேன். (இந்த ஓர் இடத்தில் மட்டும் புன்னகை சரிப்பட்டு வராது.) வில்லியம் எலைசன் மிகவும் கண்டிப்பான ஒரு குரலில், "நான் இப்போது எதுவும் செய்யப் போவதில்லை. இந்த விஷயத்தை நான் இத்துடன் விட்டுவிடுவதென்று தீர்மானித்துவிட்டேன். ஆறு மாதங்கள் கழித்து இதை நான் மீண்டும் பரிசீலிக்கக்கூடும்," என்று கூறினார்.

அவர் பேசிக் கொண்டிருந்தபோது, நான் என் பாக்கெட்டுக்குள் இருந்து விண்ணப்பப் படிவத்தை நிதானமாக வெளியே எடுத்து, அதைப் பொறுமையாக விரித்தபடி, தொடர்ந்து அவரை நோக்கி நடந்தேன். அவரது மேசைக்கு அருகே சென்று, அந்தப் படிவத்தை நேராக அவருக்கு முன்னால் வைத்தேன்.

பிறகு, வில்க்ஸ் என்னிடம் பரிந்துரைத்ததுபோல, "எலைசன் அவர்களே, இந்தத் தகவல்கள் அனைத்தும் சரியாக உள்ளனவா?" என்று அவரிடம் கேட்டேன்.

அவர் அப்படிவத்தைப் படித்துக் கொண்டிருந்தபோது, நான் என் சட்டைப் பாக்கெட்டுக்குள் இருந்து என் பேனாவை வெளியே எடுத்து, மூடியைத் திறந்து, அப்பேனாவை என் கையில் பிடித்தபடி அமைதியாக நின்றேன். உண்மையில் நான் பயந்து போயிருந்தேன். இவை அனைத்தும் தவறு என்பதுபோல் எனக்குத் தோன்றியது.

அப்போது அவர் என்னை ஏறிட்டுப் பார்த்து, "இது என்ன? விண்ணப்பப் படிவமா?"

"இல்லை," என்று நான் பதிலளித்தேன்.

"எப்படி இல்லையென்று கூறுகிறீர்கள்? 'விண்ணப்பப் படிவம்' என்று இங்கே மேலே குறிப்பிடப்பட்டுள்ளதே?" என்று அவர் சுட்டிக்காட்டினார்.

"நீங்கள் உங்கள் பெயரை இங்கே கையெழுத்திடாதவரை இது ஒரு விண்ணப்பப் படிவமாக ஆகாது," என்று நான் கூறினேன். (நான் பேசி கொண்டிருந்தபோதே, என் பேனாவை அவரிடம் கொடுத்து, புள்ளியிட்டக் கோட்டை ஒரு விரலால் நான் சுட்டிக்காட்டினேன்.)

வில்க்ஸ் என்னிடம் என்ன கூறியிருந்தாரோ, எலைசன் துல்லியமாக அப்படியே செய்தார். தான் என்ன செய்கிறோம் என்ற பிரக்ஞையின்றி, அவர் என் கையிலிருந்து பேனாவை வாங்கினார்! படிவத்தை அவர் படித்துக் கொண்டிருந்தபோது மேலும் அதிக மௌனம் நிலவியது. இறுதியில், அவர் தன் நாற்காலியைவிட்டு எழுந்து, சன்னலுக்கு அருகே நடந்து சென்று, அங்கிருந்த சுவரில் சாய்ந்தார். படிவத்திலிருந்த அனைத்து வார்த்தைகளையும் அவர் படித்திருந்திருக்க வேண்டும் என்று நினைக்கிறேன். இவ்வளவு

நேரமும் முழு அமைதி நிலவியது. ஐந்து நிமிடங்கள் கழித்து அவர் தன் இருக்கைக்குத் திரும்பி வந்து அமர்ந்தார். பிறகு என் பேனாவைக் கொண்டு அப்படிவத்தில் கையெழுத்திடத் துவங்கினார்.

நான் என் குரலை மிகவும் சிரமப்பட்டுக் கட்டுப்படுத்திக் கொண்டு, "எலைசன் அவர்களே, நீங்கள் முழு வருடத்திற்குமான கட்டணத்தைக் கொடுக்க விரும்புகிறீர்களா அல்லது இப்போது பாதி தொகையைச் செலுத்திவிட்டு, மீதித் தொகையை ஆறு மாதங்கள் கழித்துச் செலுத்த விரும்புகிறீர்களா?" என்று கேட்டேன்.

"மொத்தம் எவ்வளவு?" என்று அவர் கேட்டார்.

"வெறும் 432 டாலர்கள் மட்டுமே," என்று நான் பதிலளித்தேன்.

அவர் தன் மேசை டிராயரிலிருந்து தன் காசோலைப் புத்தகத்தை வெளியே எடுத்து, அதை ஒரு கணம் பார்த்துவிட்டு, "முழுத் தொகையையும் நான் இப்போதே கொடுத்துவிடுகிறேன். ஆறு மாதங்களில் என் பொருளாதார நிலையில் அவ்வளவு பெரிய மாற்றம் எதுவும் ஏற்பட்டுவிடும் என்று எனக்குத் தோன்றவில்லை," என்று கூறினார்.

தான் கையெழுத்திட்டக் காசோலையையும் என் பேனாவையும் அவர் என்னிடம் கொடுத்தபோது, என் உற்சாகத்தைக் கட்டுப்படுத்த நான் மிகவும் சிரமப்பட வேண்டியிருந்தது. எர்னஸ்ட் வில்க்ஸ் கண்டுபிடித்திருந்த, இயல்புக்கு அப்பாற்பட்டதாகத் தோன்றிய அந்த அதிசய நிறைவு உத்தி, ஓர் இயல்பான உத்திதான் என்பது நிரூபணமானது!

இந்த உத்தியை நான் பயன்படுத்தியதற்காக யாரும் என்னிடம் ஒருபோதும் கோபப்பட்டதில்லை. அந்த உத்தி எனக்குப் பலனளிக்காமல் போகும்போது, நான் மீண்டும் என் வாடிக்கையாளரிடம் திரும்பிச் சென்று என் விற்பனையை நிறைவு செய்ய முயற்சிப்பதிலிருந்து அது ஒருபோதும் என்னைத் தடுத்து நிறுத்தவுமில்லை!

இதற்குப் பின்னால் உள்ள உளவியல் என்ன? அது எனக்குத் தெரியாது. ஒருவேளை அது இதுவாக இருக்கலாம்: நீங்கள் ஒருவரது மனத்தை 'மறுப்பதன்மீது' நிலைப்படுத்தாமல், 'கையொப்பமிடுவதன்மீது' குவிக்கிறீர்கள். தான் ஏன் அந்தப் படிவத்தில் கையெழுத்திட வேண்டும் என்பதற்கான காரணங்களை அவர் ஆழ்மனரீதியாகச் சிந்தித்துக் கொண்டிருக்கும்வரை, தான் ஏன் அதில் கையெழுத்திடக்கூடாது என்பதற்கான காரணங்களை அவரது மனத்திலிருந்து நீங்கள் வெளியேற்றுகிறீர்கள். அனைத்து எண்ணங்களும் செயல்வடிவம் பெறுகின்றன.

இந்த நிறைவு உத்தி முக்கியமாக இறுதிச் சந்திப்பில் பயன்படுத்தப்பட வேண்டும் என்றாலும்கூட, பல சமயங்களில் முதல் சந்திப்பிலேயே விற்பனை முடிந்துவிடுகிறது என்று நான்

நம்புகிறேன். ஆனால் அதை நாம் உணர்வதில்லை. இந்த உத்தியைப் பயன்படுத்தியதன் மூலம், முன்பு ஒருபோதும் இல்லாத அளவுக்கு, பெரும்பாலான சமயங்களில் முதல் சந்திப்பிலேயே என் விற்பனையை என்னால் நிறைவு செய்ய முடிந்துள்ளது.

ஒரு வினோதமான அனுபவத்தை நான் உங்களுடன் பகிர்ந்து கொள்ள விரும்புகிறேன். நான் இந்த உத்தியைக் கிட்டத்தட்ட மூன்று வருடங்கள் பயன்படுத்தி வந்ததற்குப் பிறகு, ஒரு பெரிய நிதி நிறுவனம் எனக்கு ஒரு மிகப் பெரிய வேலை வாய்ப்பை வழங்க முன்வந்தது. பொருளாதாரரீதியாக அது உண்மையிலேயே மிகப் பெரிய வாய்ப்பு என்பதை மறுக்க முடியாது. முதல் நேர்காணலுக்குப் பிறகு, நான் அந்த வேலையைப் பற்றிச் சிந்தித்துவிட்டு மீண்டும் அவர்களைச் சந்திப்பதாகக் கூறிவிட்டு வந்தேன். பத்து நாட்களுக்குப் பிறகு இரண்டாவது நேர்காணல் ஏற்பாடு செய்யப்பட்டது. இடைப்பட்ட அந்த நேரத்தில், அதிக அனுபவம் வாய்ந்த, வயதில் மூத்த எனது நண்பர்கள் பலருடன் நான் இந்த வாய்ப்புப் பற்றிக் கலந்து பேசினேன். இறுதியில், அந்த வேலையை ஏற்றுக் கொள்ள முடியாது என்று அந்நிறுவனத்திடம் கூறிவிடப் போவதாக நான் தீர்மானித்தேன்.

பத்து நாட்களுக்குப் பிறகு, அந்நிறுவனத்தைச் சேர்ந்த அதிகாரி ஒருவர் அந்த வசீகரமான அலுவலகத்திற்குள் என்னை அழைத்துச் சென்றார். நான் அங்கு சென்று அமர்ந்தபோது, வேலைக்கான எனது ஒப்பந்தம் என் மேசையில் எனக்கு நேரே என்னை வெறித்துப் பார்த்துக் கொண்டிருந்தது. என்னைப் பற்றிய தகவல்கள் அனைத்தும் அதில் முழுமையாக நிரப்பப்பட்டு இருந்தன. நிறுவனத்தின் அழகான பொன்னிற முத்திரை ஒன்று அப்படிவத்தின் கீழ்ப்பகுதியில் இடம்பெற்றிருந்தது. நான் கையெழுத்திட வேண்டிய புள்ளிக் கோட்டில் ஒரு பெரிய X குறியீடும் இருந்தது!

நான் அந்த ஒப்பந்தத்தைச் சிறிது நேரம் அமைதியாகப் படித்தேன்.

அங்கு ஒரு வார்த்தைகூடப் பேசப்படவில்லை.

அவர்கள் எனக்குக் கொடுத்திருந்த வாய்ப்பை ஏற்றுக் கொள்ளக்கூடாது என்று நான் தீர்மானித்திருந்ததற்கான அனைத்துக் காரணங்களும் என் மனத்திலிருந்து மாயமாய் மறைந்தன. நான் ஏன் அதை ஏற்றுக் கொள்ள வேண்டும் என்பதற்கான அனைத்துக் காரணங்களும் என் தலைக்குள் வட்டமிடத் துவங்கின . . . "நல்ல சம்பளம். நான் ஆரோக்கியமாக இருந்தாலும் சரி, உடல்நலமின்றி இருந்தாலும் சரி, நல்ல நேரமாக இருந்தாலும் சரி, கெட்ட நேரமாக இருந்தாலும் சரி, என் சம்பளம் எனக்கு எப்போதும் இருக்கும் . . . அதை நான் முழுமையாக

நம்பலாம் . . . வேலை செய்வதற்கான ஒரு மிகச் சிறந்த நிறுவனம் அது . . . "

நான் எனக்கு முன்னால் அமர்ந்திருந்த அதிகாரியை ஏறிட்டுப் பார்த்து, அவர்களது வாய்ப்பை ஏற்றுக் கொள்ளப் போவதில்லை என்று நான் தீர்மானித்திருந்ததாகவும், அதற்கான காரணங்களையும் அவரிடம் கூறத் துவங்கியபோது, நான் மனப்பாடம் செய்து வைத்திருந்த வரிகளை நான் வெறுமனே ஒப்பித்ததுபோலத் தோன்றியது. நான் என்ன கூறிக் கொண்டிருந்தேன் என்று எனக்கே தெரியவில்லை. ஆனால், என்னை ஆச்சரியப்படுத்தும் விதமாக, அந்த அதிகாரி தன் முயற்சியைக் கைவிட்டார். அவர் என்னுடன் இதமாகக் கைகுலுக்கிவிட்டு, "பெட்ஜர், நீங்கள் எங்கள் நிறுவனத்தில் சேர்ந்திருந்தால் நாங்கள் மிகவும் மகிழ்ச்சி அடைந்திருப்போம். இருந்தாலும், இவ்வுலகிலுள்ள எல்லா அதிர்ஷ்டமும் உங்களுக்குக் கிடைக்க வேண்டும் என்று நான் வாழ்த்துகிறேன். நீங்கள் மகிழ்ச்சியாகவும் வெற்றிகரமாகவும் இருப்பீர்கள் என்று நம்புகிறேன்," என்று கூறினார்.

இந்தச் சந்திப்புக் குறித்த வினோதமான விஷயம் என்னவென்றால், மூன்று வருடங்களாக நான் பயன்படுத்தி வந்திருந்த அதே உத்தியைத்தான் அந்த அதிகாரியும் பயன்படுத்தியிருந்தார் என்பதையும், ஆனாலும் அது குறித்தப் பிரக்ஞையே எனக்கு இருக்கவில்லை என்பதையும் நான் அந்த அதிகாரியின் அறையைவிட்டு வெளியேறும்வரை நான் ஒருபோதும் உணரவே இல்லை என்பதுதான். இது ஓர் இயல்பான உத்தி என்பதில் சந்தேகமே இல்லை. அவரது பேனாவைக்கூட நான் என் கையில் பிடித்திருந்தேன், ஆனால் அவர் அதை எப்போது என்னிடம் கொடுத்தார் என்பது எனக்கு நினைவில்லை. நான் அந்த ஒப்பந்தத்தில் கிட்டத்தட்டக் கையெழுத்திடும் நிலையில் இருந்தேன் என்பதை அந்த அதிகாரி அறியவில்லை. அவர் மட்டும் முதன்முறையிலேயே தன் முயற்சியைக் கைவிடாமல் இருந்திருந்தால், இன்னும் சிறிது நேரம் கூடுதலாக என்னுடன் பேசியிருந்தால், நான் அந்த ஒப்பந்தத்தில் கையெழுத்திட்டிருப்பேன்.

முன்பொரு காலத்தில் கந்தலான ஆடைகளில் வலம் வந்த, விற்பனையை நிறைவு செய்வதற்கான யோசனையைக் கண்டுபிடித்த, தொழிற்காப்பீட்டு விற்பனையாளரான எர்னஸ்ட் வில்க்ஸ் என்ன ஆனார் என்று நீங்கள் தெரிந்து கொள்ள விரும்புகிறீர்களா?

உலகின் மிகப் பெரிய நிறுவனமான மெட்ரோபாலிட்டன் ஆயுட்காப்பீட்டு நிறுவனத்தின் துணைத் தலைவராக அவர் ஆனார். 1942ம் ஆண்டு அவர் அகால மரணம் அடைந்த சமயத்தில், அந்த மாபெரும் நிறுவனத்தின் அடுத்தத் தலைவராக ஆவதற்குத் தகுதியான நபராக அவர் கருதப்பட்டார்.

பகுதி ஐந்து - ரத்தினச்சுருக்கமாக

1. வடக்கயிற்றை எறிய முயற்சிக்காதீர்கள், இழுப்புக் கயிற்றை எறியுங்கள். அணுகுமுறைக்கு ஒரே ஒரு நோக்கம்தான் இருக்க வேண்டும்: விற்பனைச் சந்திப்பை விற்பதுதான் அது. உங்கள் பொருளை அல்ல, உங்கள் சந்திப்பை விற்பதுதான் உங்கள் அணுகுமுறையின் நோக்கமாக இருக்க வேண்டும். விற்பனைக்கு முந்தைய விற்பனை அது.

2. சந்திப்பதற்கு அனுமதி பெறுவதில்தான் விற்பனையின் அடித்தளம் அமைந்துள்ளது. நல்ல, கவனத்துடன்கூடிய, சுமூகமான சந்திப்புகளுக்கான ரகசியம் முன்னனுமதிகளைப் பெறுவதில் அடங்கியுள்ளது. முதலில், முன்னனுமதியை விற்பனை செய்யுங்கள். இரண்டாவதாக, உங்கள் பொருளை விற்பனை செய்யுங்கள்.

3. செயலாளர்களையும் வரவேற்பாளர்களையும் புத்திசாலித்தனமாகக் கையாள்வதற்குச் சிறந்த வழி, ஒருபோதும் முயற்சிக்காமல் இருப்பதுதான். அவர்களுடன் நேர்மையாகவும் உண்மையாகவும் நடந்து கொள்ளுங்கள். அவர்களது நம்பிக்கைக்குப் பாத்திரமாகுங்கள். தந்திரத்தையோ அல்லது ஏமாற்று வித்தையையோ அவர்களிடம் ஒருபோதும் பயன்படுத்தாதீர்கள்.

4. விற்பனை எனும் விளையாட்டில் நீங்கள் ஒரு நட்சத்திரமாக ஜொலிக்க விரும்பினால், உங்களுடைய தொழிலின் அடிப்படைகள் உங்களுக்கு அத்துப்படியாக இருக்க வேண்டும். உங்கள் தொழிலின் அடிப்படை நுணுக்கங்கள் அனைத்தும் உங்கள் மனத்தில் ஆழமாகப் பதிந்திருக்க வேண்டும். அவை உங்களில் ஒரு பகுதியாக ஆகியிருக்க வேண்டும். உங்கள் விற்பனைப் பேச்சை வார்த்தைக்கு வார்த்தை எழுதிக் கொள்ளுங்கள். தொடர்ந்து அதை மேம்படுத்துங்கள். அது உங்களுடைய ஆழ்மனத்தில் பதியும்வரை மீண்டும் மீண்டும் படித்துக் கொண்டே இருங்கள். ஆனால் மனப்பாடம் செய்யாதீர்கள். உங்கள் மனைவியிடம் அதைப் பேசிப் பழகுங்கள். உங்கள் மேலாளரிடம் அதைப் பேசிக் காட்டுங்கள். இன்னொரு விற்பனையாளரிடம் அதைப் பேசிக் காட்டுங்கள். அதை நீங்கள் முற்றிலுமாக நேசிக்கும்வரை, அதை மற்றவர்களிடம் கொடுத்துக் கொண்டே இருங்கள். நூட் ராக்னே அதை இவ்வாறு கூறியுள்ளார்: “நீங்கள் மீண்டும் மீண்டும் ஒத்திகை பார்த்தாக வேண்டும், மீண்டும் மீண்டும் பயிற்சி செய்தாக வேண்டும்!”

5. ஜோடனைப்படுத்துதலை உங்களுக்குச் சாதகமாகப் பயன்படுத்திக் கொள்ளுங்கள். "ஒரு செயல்விளக்கம் ஓராயிரம் வார்த்தைகளைவிட அதிக மதிப்பு வாய்ந்தது." உங்கள் வாடிக்கையாளர் செயல்விளக்கம் அளிக்கட்டும். நீங்கள் அவரிடம் விற்பதற்கு அவர் உங்களுக்கு உதவட்டும்.

6. "ஒரு வாடிக்கையாளரை ஒருபோதும் மறக்காதீர்கள்; ஒரு வாடிக்கையாளர் உங்களை மறக்க ஒருபோதும் அனுமதிக்காதீர்கள்." புதிய வாடிக்கையாளர்கள்தான் உங்கள் வியாபார விருத்திக்கான மிகச் சிறந்த மூலாதாரம். உங்களுக்குப் புதிதாக அறிமுகப்படுத்தப்பட்டுள்ள வாடிக்கையாளர்கள் உற்சாகமாக இருக்கும்போதே அவர்களை மீண்டும் மீண்டும் தொடர்பு கொண்டு உங்கள் விற்பனையை முடித்துக் கொள்ளுங்கள். விளைவு நல்லதாக இருந்தாலும் சரி, மோசமானதாக இருந்தாலும் சரி, உங்களுக்குத் துப்புக் கொடுத்தவரிடம் திரும்பிச் சென்று அது பற்றிக் கூறுங்கள்.

7. விற்பனையை நிறைவு செய்வதற்கான விதிகளை நீங்கள் பின்பற்றுகிறீர்களா என்று ஒவ்வொரு நாளும் உங்களை நீங்களே பரிசோதித்துக் கொள்ளுங்கள். சுவாசிப்பதைப்போல அவை உங்களுக்கு இயல்பாக வரும்வரை தினமும் அவற்றை உங்கள் தொழில்வாழ்க்கையில் செயல்படுத்துங்கள்.

ஒரு விற்பனைச் சந்திப்பு உங்களுக்குத் தோல்வியில் முடியும்போது, நீங்கள் என்ன தவறு செய்திருக்கிறீர்கள் அல்லது உங்களால் வித்தியாசமாக என்ன செய்திருக்க முடியும் என்பதைக் கண்டுபிடிப்பதற்கு முந்தைய அத்தியாயத்தில் விபரமாகக் கொடுக்கப்பட்டுள்ள ஏழு விதிகளை மீண்டும் படியுங்கள்.

பகுதி

6

துணிந்தவனுக்கே வெற்றி

33

தோற்பதற்கு ஒருபோதும் அஞ்சாதீர்கள்

உங்கள்மீதும் நீங்கள் செய்ய விரும்புகின்ற விஷயங்கள்மீதும் உங்களுக்கு நம்பிக்கை இருக்கிறதா? பல பின்னடைவுகளையும் தோல்விகளையும் எதிர்கொள்ள நீங்கள் தயாராக இருக்கிறீர்களா? உங்கள் வாழ்க்கை லட்சியம் எதுவாக இருந்தாலும் சரி, நீங்கள் செய்யும் ஒவ்வொரு தவறும் நீங்கள் எதிர்கொள்ளும் ஒவ்வொரு தோல்வியும் வெற்றியை நோக்கிய அடுத்த அடிதான். கடந்த முறை வெற்றி பெற்றதிலிருந்து நீங்கள் எத்தனைத் தோல்விகளைச் சந்தித்திருக்கிறீர்களோ, எத்தனைத் தவறுகளைச் செய்திருக்கிறீர்களோ, அதுதான் உங்களுடைய மாபெரும் சொத்து. உங்கள் தோல்விகளின் எண்ணிக்கை எவ்வளவு அதிகமாக இருக்கிறதோ, நீங்கள் உங்களது அடுத்த வெற்றியை அவ்வளவு அதிகமாக நெருங்கிவிட்டீர்கள் என்று அர்த்தம்.

தோல்விகள் பற்றிய இந்தப் பதிவுகளை நான் படித்தபோது, அவை என்னைப் பெரிதும் உத்வேகப்படுத்தின:

இல்லினாய் மாநிலச் சட்டப்பேரவைக்குப் போட்டியிட்ட ஓர் இளைஞர் மிக மோசமாகத் தோற்கடிக்கப்பட்டார்.

அடுத்து அவர் வியாபாரத்திற்குள் நுழைந்தார், அங்கும் தோற்றார். ஓர் உருப்படாத வியாபாரக் கூட்டாளியின் கடன்களை அடைப்பதில் தன் வாழ்வில் பதினேழு வருடங்களை அவர் செலவிட்டார்.

ஓர் அழகான இளம்பெண்ணின்மீது காதல் வயப்பட்டு, அவருடன் திருமண நிச்சயதார்த்தம் செய்து கொண்டார். பிறகு அப்பெண்மணி இறந்துவிட்டார்.

அவர் மீண்டும் அரசியலுக்குள் நுழைந்து, பாராளுமன்ற உறுப்பினர் பதவிக்குப் போட்டியிட்டு மிக மோசமான தோல்வியைச் சந்தித்தார்.

பிறகு அமெரிக்க நிலத் துறையின் தலைவராக ஆவதற்கு முயற்சித்து, அதிலும் தோற்றுப் போனார்.

அதன் பிறகு அமெரிக்க சட்டப்பேரவை உறுப்பினர் பதவிக்குப் போட்டியிட்டு அதிலும் தோல்வியைச் சந்தித்தார்.

அவர் ஒவ்வொன்றாகப் பல மோசமான தோல்விகளையும் பெரும் பின்னடைவுகளையும் சந்தித்தார். ஆனால் இவை அனைத்திற்கும் இடையே, அவர் தொடர்ந்து முயற்சித்து, வரலாற்றில் மாபெரும் மனிதர்களில் ஒருவராக ஆனார்.

நீங்கள் அவரைப் பற்றிக் கேள்விப்பட்டிருக்கக்கூடும். அவரது பெயர் ஆபிரகாம் லிங்கன்.

தற்போது ஒரு சிறிய உற்பத்தி ஆலையில் ஓர் எழுத்தராகப் பணியாற்றிக் கொண்டிருந்த முன்னாள் விற்பனையாளர் ஒருவரை சமீபத்தில் நான் சந்தித்தேன். தோல்வி குறித்த பயம்தான் விற்பனைத் தொழிலில் தான் தோல்வியைச் சந்தித்ததற்குக் காரணம் என்று அவர் என்னிடம் கூறினார். "எனது நிறுவனம் கொடுத்த விபரங்களின் அடிப்படையில், வாடிக்கையாளராக ஆவதற்குச் சாத்தியமிருந்த ஒருவரை நான் சந்திக்கச் சென்றபோது, அந்த நபர் இல்லாமல் போனால் நான் உண்மையிலேயே மகிழ்ந்தேன். அவர் இருந்தால், அவரிடமிருந்து எனக்கு ஆர்டர் கிடைக்காது என்று நான் பயந்தேன். நான் பதற்றமடைந்தேன், அளவுக்கதிகமாகக் கவலைப்பட்டேன், இயல்புக்கு மாறாக நடந்தேன். அதன் விளைவாக, ஒரு பொருளை ஒருவரிடம் விற்கும் முயற்சியில் நான் தோற்றுப் போனேன்."

தோல்வி குறித்த பயம் ஒரு பலவீனமாகும். குழந்தைகள் உட்பட, அது பெரும்பாலான மக்களிடம் காணப்படுகின்ற பொதுவான அம்சமாகும்.

அன்றொரு நாள், பென்சில்வேனியா மாநிலத்தின் அல்டூனா நகரைச் சேர்ந்த ரிச்சர்டு கேம்பெல்லுடன் ஆல்டோ ஹோட்டலில் நான் காலை உணவருந்திக் கொண்டிருந்தேன். ஃபிடெலிட்டி பரஸ்பர ஆயுட்காப்பீட்டு நிறுவனத்தில் ஆயுட்காப்பீடுகளை விற்கும் விற்பனையாளராக ரிச்சர்டு மிகப் பெரிய சாதனைகளைப் படைத்திருந்தார். தன் சொந்தக் காலில் நின்று, தன்னைத் தானே முன்னேற்றிக் கொண்ட ஒருவர் அவர். தோல்வி குறித்த பயம் அவரை எப்போதேனும் ஆட்கொண்டிருந்ததா என்று நான் அவரிடம் கேட்டேன். விற்பனைத் தொழிலைவிட்டுத் தான் கிட்டத்தட்ட விலகும் அளவுக்கு அந்த பயம் தன்னைப் பாடாய்ப் படுத்தியதாக அவர் கூறியபோது நான் ஆச்சரியமடைந்தேன். அவரது பேச்சை நாம் இப்போது கேட்கலாம்:

"என்னைவிடக் குறைவான உற்சாகத்தோடும் அதிகமாக ஊக்கமிழந்தும் யாராலும் இருக்க முடியாது: நான் செலுத்த வேண்டியிருந்த கட்டணங்களை என்னால் செலுத்த முடியவில்லை.

என்னிடம் பணம் இருக்கவில்லை. எப்போதும் நான் நொடித்துப் போயிருந்தேன். ஆனாலும், விஷயங்கள் எவ்வளவு அதிகக் கடினமாக ஆயினவோ, அவ்வளவு குறைவான நபர்களை நான் சந்தித்தேன். என்னுடைய விற்பனை அறிக்கைகளைக் கண்டு நான் அவமானம் கொண்டதால், நான் மேற்கொண்டிராத சந்திப்புகளையெல்லாம் அந்த அறிக்கைகளில் இட்டு நிரப்பினேன் (இவை எனது தனிப்பட்டப் பதிவுகள்). ஆம், என்னை நானே ஏமாற்றத் துவங்கினேன். எவரொருவராலும் அதற்குக் கீழே தன்னைத் தாழ்த்திக் கொள்ள முடியாது. ஒருநாள், நகரத்திற்கு வெளியே வெகுதூரம் காரோட்டிச் சென்று, ஒரு தனிமையான சாலையில் என் காரை நிறுத்தினேன். பிறகு அங்கு மூன்று மணிநேரம் உட்கார்ந்திருந்தேன். 'நீ ஏன் இப்படிச் செய்தாய்?' என்று என்னை நானே கேட்டுக் கொண்டேன். என்னை நானே குறுக்கு விசாரணை செய்தேன். 'கேம்பெல், நீ இப்படிப்பட்ட ஒருவன் என்றால், உன்னை நீயே ஏமாற்றிக் கொள்கின்ற ஓர் எத்தன் என்றால், மற்றவர்களுடனும் நீ எத்தனாகத்தான் இருக்கப் போகிறாய். நீ தோற்பதிலிருந்து உன்னை யாராலும் தடுத்து நிறுத்த முடியாது. நீ தேர்ந்தெடுப்பதற்கு ஒரே ஒரு விஷயம்தான் இருக்கிறது. அதை நீதான் உனக்காகத் தேர்ந்தெடுத்தாக வேண்டும். அதுவும், இப்போதே அதை நீ செய்தாக வேண்டும். வேறு எந்த நேரமும் இதற்குச் சரிப்பட்டு வராது. அது இப்போதே செய்யப்பட்டாக வேண்டும்!'"

அன்றிலிருந்து, ரிச்சர்டு கேம்பெல், தனது வேலை மற்றும் வாழ்க்கைக்கான திட்டங்களை முழுமையாகவும் துல்லியமாகவும் பதிவு செய்து வந்துள்ளார். "இவ்வுலகில், ஒன்று, நம்மை நாமே ஒழுங்குபடுத்திக் கொள்ள வெண்டும், அல்லது இந்த உலகம் நம்மை ஒழுங்குபடுத்தும். என்னை நானே ஒழுங்குபடுத்திக் கொள்ள நான் விரும்புகிறேன்," என்று அவர் கூறினார். தான் இந்தத் திட்டத்தை சுவீகரித்தது, தோல்வி குறித்த பயம் முழுவதையும் தன்னிடமிருந்து களைவதற்கு உதவியதாக அவர் நம்புகிறார்.

அமெரிக்காவின் முன்னணி மனநல மருத்துவர்களில் ஒருவரான டாக்டர் லூயிஸ் ஈ. பிஷ் இவ்வாறு எழுதியுள்ளார்: "எதைப் பற்றியும் எனக்குக் கவலையில்லை என்ற ஒரு பழக்கத்தைச் சிறிதளவு உருவாக்கிக் கொள்ளுங்கள். அடுத்தவர்கள் என்ன நினைக்கக்கூடும் என்பது பற்றிக் கவலைப்படாதீர்கள். இது மற்றவர்களை உங்கள் வயப்படுத்தும். நீங்கள் அதிகமாக விரும்பப்படுவீர்கள், அதிகமாக நேசிக்கப்படுவீர்கள்."

நீங்கள் அளவுக்கதிகமாகக் கடினமாக முயற்சிக்கும்போதும், அளவுக்கதிகமாகக் கவலைப்படும்போதும், நீங்கள் மோசமாகத் தோன்றுகிறீர்கள். நீங்கள் மோசமானவராகக் காட்சியளிக்கிறீர்கள். ஆனால் தொடர்ந்து முன்னே செல்லுங்கள். இன்றைய தினத்தை

இழப்பதைப் பற்றி பயப்படாதீர்கள். இன்றைய தினம் உங்களது வளர்ச்சிக்கோ அல்லது வீழ்ச்சிக்கோ காரணமாக இருக்கப் போவதில்லை. ஒவ்வொரு நாளும் உங்களால் கச்சிதமானவராக இருக்க முடியாது. ஒரு நல்ல தோல்வியாளரை உலகம் நேசிக்கிறது. பாதியிலேயே விலகிவிடுபவரைத்தான் உலகம் வெறுக்கிறது.

"நீங்கள் தோற்றிருக்கிறீர்களா இல்லையா என்பதில் எனக்கு அவ்வளவு அக்கறை இல்லை. உங்கள் தோல்வி உங்களுக்கு நிறைவளித்துள்ளதா என்பதில்தான் நான் வெகுவாக அக்கறை கொண்டுள்ளேன்," என்று ஆபிரகாம் லிங்கன் கூறியுள்ளார்.

மின்விளக்கைக் கண்டுபிடிப்பதற்கு முன்பு தாமஸ் ஆல்வா எடிசன் பத்தாயிரம் முறைகள் தோற்றுப் போயிருந்தார். ஒவ்வொரு தோல்வியும் வெற்றிக்கு வெகு அருகே தன்னை அழைத்துச் சென்றதாக எடிசன் நம்பினார்.

நீங்கள் பத்து முறை வீழ்ந்தாலும் மக்கள் அதை நினைவில் வைத்துக் கொள்ளப் போவதில்லை. பதினோறாவது முறை நீங்கள் எழுந்து நிற்பதைத்தான் மக்கள் நினைவில் கொள்கின்றனர்.

இறுதியில் வெற்றி வசப்படும்போது, அதற்கு முந்தையத் தோல்விகள் கணக்கில் எடுத்துக் கொள்ளப்படுவதில்லை. இந்த யோசனை உங்களுக்குக் குதூகலத்தைக் கொடுக்கும் என்று நினைக்கிறேன். விஷயங்கள் கடினமாகப் போகும்போது தொடர்ந்து முயற்சி செய்வதற்கு இது உங்களுக்கு நிச்சயமாக உதவும்.

தொடர்ந்து முயற்சி செய்யுங்கள். ஒவ்வொரு வாரமும் ஒவ்வொரு மாதமும் நீங்கள் மேம்பட்டுக் கொண்டிருக்கிறீர்கள். விரைவில் ஒருநாள், இன்று சாத்தியமற்றதாகத் தோன்றுகின்ற ஒரு விஷயத்தைச் செய்து முடிப்பதற்கான ஒரு வழியை நீங்கள் நிச்சயமாகக் கண்டுபிடிப்பீர்கள்.

ஷேக்ஸ்பியர் இவ்வாறு எழுதியுள்ளார்: "நமது சந்தேகங்கள்தான் நமது நம்பிக்கைத் துரோகிகள். முயற்சி செய்ய பயப்படுவதன் மூலம், நாம் பெறக்கூடிய நன்மைகளை நாம் இழப்பதற்கு இவை காரணமாகின்றன."

பயம் இல்லாமல் இருப்பது துணிச்சல் அல்ல,
அந்த பயத்தை வெற்றி கொள்வதுதான் துணிச்சல்.

34

பெஞ்சமின் ஃபிராங்க்ளினின் வெற்றி ரகசியமும், அது என்மீது ஏற்படுத்திய தாக்கமும்

இந்த அத்தியாயம் இப்புத்தகத்தின் துவக்கத்தில் இருந்திருக்க வேண்டும். ஆனால் இதை நான் இங்கு உங்களுக்குக் கொடுப்பதற்குக் காரணம், இது எல்லாவற்றையும்விட மிகவும் முக்கியமாக இருப்பதுதான். நான் ஓடிய பாதை இதுதான்.

1888ம் ஆண்டு பனிப்புயல் வீசிய காலகட்டத்தில் ஃபிலடெல்பியா நகரின் நசாவூ தெருவில் ஒரு சிறிய குடியிருப்பு வீட்டில் நான் பிறந்தேன். எங்கள் தெருவின் இரண்டு பக்கங்களிலும் சுமார் நாற்பத்தைந்து மீட்டர் இடைவெளிகளில் விளக்குக் கம்பங்கள் அணிவகுத்து நின்றன. நான் சிறுவனாக இருந்தபோது, அந்த விளக்குகளை ஏற்றுவதற்காக, கொழுந்துவிட்டெரியும் தீப்பந்தம் ஒன்றைச் சுமந்து கொண்டு தினமும் மாலையில் இருள் சூழத் துவங்கிய நேரத்தில் எங்கள் தெருவின் வழியாக வந்த நபரை நான் பார்த்துக் கொண்டிருந்தது எனக்கு நினைவிருக்கிறது. அவர் ஒவ்வொரு கம்பத்தின் அருகிலும் நின்று, தனது தீப்பந்தத்தை உயர்த்தி அந்த விளக்கை ஏற்றினார். அவர் என் கண்ணைவிட்டு மறையும்வரை நான் அவரைப் பார்த்துக் கொண்டே இருந்தேன். அவர் முன்னே செல்லச் செல்ல, அவருக்குப் பின்னால் வரிசையாக விளக்குகள் பிரகாசிக்கத் துவங்கியிருக்கும். இருட்டில் மக்கள் தடுமாறாமல் இருப்பதற்கு இந்த விளக்குகள் உதவின.

பல வருடங்களுக்குப் பிறகு, எவ்வாறு விற்பனை செய்ய வேண்டும் என்று கற்றுக் கொள்ள முயன்று இருட்டில் நான் தடுமாறிக் கொண்டிருந்தபோது, என் வாழ்வின்மீது ஓர் அளப்பரிய

தாக்கத்தை ஏற்படுத்திய ஒரு புத்தகத்தை நான் படித்தேன். 'த ஆட்டோபயாகிரபி ஆஃப் பெஞ்சமின் ஃபிராங்க்ளின்' என்ற புத்தகம்தான் அது. ஃபிராங்க்ளினின் வாழ்க்கை, அந்த விளக்குக் கம்பங்களில் இருந்த விளக்குகளை ஏற்றிய நபரை எனக்கு நினைவுபடுத்தியது. மக்கள் தடுமாற்றமின்றித் தங்கள் பாதையில் முன்னேறிச் செல்வதற்காக ஃபிராங்க்ளினும் தனக்குப் பின்னால் பல ஒளிரும் விளக்குகளை விட்டுச் சென்றார்.

அவற்றில் ஒரு விளக்கு ஒரு பெரிய கலங்கரை விளக்கத்தைப் போலத் தனித்து நின்றது. பெஞ்சமின் ஃபிராங்க்ளின் ஏகப்பட்டக் கடன்களுக்கு ஆளாகி, ஃபிலடெல்பியா நகரில் ஒரு சிறு அச்சகத் தொழிலை நடத்தி வந்தபோது கண்டறிந்த ஒரு யோசனை அது. தான் சாதாரணத் திறன் கொண்ட ஓர் எளிய மனிதன் என்று அவர் தன்னைப் பற்றி நினைத்தார். ஆனால், தன்னால் சரியான வழிமுறையைக் கண்டுபிடிக்க முடிந்தால், வெற்றிகரமான வாழ்க்கைக்கான இன்றியமையாத கொள்கைகளைத் தன்னால் கைவசப்படுத்த முடியும் என்று அவர் நம்பினார். படைப்புத்திறன்மிக்க மனத்தைக் கொண்டிருந்த அவர், ஓர் எளிய, ஆனால் நடைமுறைக்குச் சாத்தியமான, எவரொருவரும் பயன்படுத்தக்கூடிய ஒரு வழிமுறையை உருவாக்கினார்.

தனக்குத் தேவை என்று அவர் கருதிய அல்லது தான் சுவீகரித்துக் கொள்ள விரும்பிய பதிமூன்று பண்புநலன்களை அவர் தேர்ந்தெடுத்தார். அவற்றில் அவர் மேதமை பெற விரும்பினார். ஒவ்வொரு பண்புநலன்மீதும் அவர் ஒரு வாரம் தீவிரக் கவனம் செலுத்தினார். இவ்வழியில், அவர் தனது ஒட்டுமொத்தப் பட்டியலையும் பதிமூன்று வாரங்களில் பூர்த்தி செய்தார். இதே செயல்முறையை வருடத்திற்கு நான்கு முறை அவர் தொடர்ந்து செய்தார். ஃபிராங்க்ளின் கவனம் செலுத்திய பதிமூன்று பண்புநலன்கள் அடங்கிய பட்டியலின் ஒரு பிரதியை இப்புத்தகத்தின் 282ம் பக்கத்தில் நீங்கள் காணலாம். அவரது சுயசரிதையில் இடம்பெற்றுள்ள அதே பட்டியல் இது.

அவர் தனது எழுபத்து ஒன்பதாவது வயதில், தனது ஒட்டுமொத்த வாழ்க்கையில் நடந்த அனைத்து விஷயங்களையும்விட, இந்த யோசனை குறித்து அதிகமாக எழுதினார். இந்த ஒரே ஒரு யோசனையைப் பற்றி மட்டும் பதினைந்து பக்கங்களை அவர் தனது சுயசரிதையில் எழுதியுள்ளார். தனது அனைத்து வெற்றிக்கும் மகிழ்ச்சிக்கும் இந்த யோசனைதான் காரணம் என்று அவர் கருதினார். "எனவே, என்னுடைய அடுத்த சந்ததியினர் எனது எடுத்துக்காட்டைப் பின்பற்றி, அதன் பலனை அனுபவிப்பார்கள் என்று நான் நம்புகிறேன்," என்று அவர் எழுதி முடித்தார்.

நான் இந்த வார்த்தைகளை முதன்முதலில் படித்தபோது, ஃபிராங்க்ளின் தனது திட்டத்தை விளக்கத் துவங்கியிருந்த பக்கத்தை ஆவலாகப் புரட்டினேன். காலப்போக்கில், அந்தப் பக்கங்களை நான் பல முறை படித்திருக்கிறேன். இது அவர் எனக்கு விட்டுச் சென்றுள்ள சொத்து என்று நான் கருதினேன்.

இப்புவியில் வாழ்ந்த மிக அறிவார்ந்த மற்றும் மிக யதார்த்தமான மனிதர்களில் ஒருவரான, மாமேதையான பெஞ்சமின் ஃபிராங்க்ளினைப் போன்ற ஒருவர், தான் செய்த காரியங்களிலேயே இதுதான் மிக முக்கியமானது என்று நம்பும்போது, நான் ஏன் அதை முயற்சித்துப் பார்க்கக்கூடாது என்று நான் நினைத்தேன். நான் கல்லூரிக்குச் சென்றிருந்தாலோ அல்லது உயர்நிலைப் பள்ளிக்குச் சென்றிருந்தாலோகூட, இப்படிப்பட்ட விஷயங்களெல்லாம் எனக்குத் தேவையில்லை என்றும், நான் மிகவும் அறிவார்ந்தவன் என்றும் நான் கருதியிருக்கக்கூடும். ஆனால் என் ஒட்டுமொத்த வாழ்க்கையில் நான் வெறும் ஆறு வருடங்கள் மட்டுமே பள்ளிக்குச் சென்றிருந்ததால் எனக்கு ஒரு தாழ்வு மனப்பான்மை இருந்தது. ஆனால் பெஞ்சமின் ஃபிராங்க்ளின் வெறும் இரண்டு வருடங்கள் மட்டுமே பள்ளிக்குச் சென்று படித்திருந்தார் என்பதையும், அவர் இறந்து 150 வருடங்கள் கழித்து உலகின் மாபெரும் பல்கலைக்கழகங்கள் அனைத்தும் அவர்மீது ஏகப்பட்ட மரியாதையை வாரி வழங்குகின்றன என்பதையும் நான் கண்டறிந்தபோது, அவரது யோசனையை நான் முயற்சித்துப் பார்க்காமல் இருந்தால் என்னைப்போல மிகப் பெரிய முட்டாள் யாருமே இருக்க முடியாது என்று நான் நினைத்தேன். ஆனால் என் முயற்சியை நான் ரகசியமாக வைத்திருந்தேன். மக்கள் என்னைப் பார்த்துச் சிரிப்பார்கள் என்று நான் பயந்தேன்.

தனது திட்டத்தைத் தான் எவ்வாறு பயன்படுத்தியதாக அவர் கூறியிருந்தாரோ, துல்லியமாக அதேபோல நானும் செய்தேன். அவரது திட்டத்தை எடுத்து நான் எனது விற்பனைத் தொழிலில் நடைமுறைப்படுத்தினேன். ஃபிராங்க்ளினின் பதிமூன்று பண்புநலன்களில் நான் ஆறு பண்புநலன்களைத் தேர்ந்தெடுத்தேன். மீதி ஏழுக்குப் பதிலாக, எனது தொழில்வாழ்க்கையில் எனக்கு அதிக உதவியாக இருக்கக்கூடும் என்று நான் கருதிய, நான் குறிப்பாக பலவீனமாக இருந்த விஷயங்களை அப்பட்டியலில் சேர்த்தேன்.

என்னுடைய பட்டியல் இவ்வாறு அமைந்திருந்தது. அதில் இடம்பெற்றிருந்தவற்றை எந்த வரிசையில் நான் பயன்படுத்தினேனோ, அதே வரிசையில் இங்கு கொடுத்துள்ளேன்:

1. உற்சாகம்
2. ஒழுங்கு: சுயஒழுங்கமைப்பு
3. மற்றவர்களுடைய நலன் குறித்தக் கண்ணோட்டத்தில் சிந்தித்தல்

4. கேள்விகள்

5. முக்கியப் பிரச்சனை

6. அமைதி: காதுகொடுத்துக் கேட்டல்

7. உண்மை: மற்றவர்களின் நம்பிக்கைக்குப் பாத்திரமாதல்

8. என் தொழிலைப் பற்றிய அறிவு

9. பாராட்டு மற்றும் புகழ்ச்சி

10. புன்னகை புரிதல்: மகிழ்ச்சி

11. பெயர்களையும் முகங்களையும் நினைவில் வைத்துக் கொள்ளுதல்

12. சேவை, புதிய வாடிக்கையாளர்களைச் சந்தித்தல்

13. விற்பனையை நிறைவு செய்தல்: நடவடிக்கை எடுத்தல்

மேலே கொடுக்கப்பட்டுள்ள ஒவ்வொன்றுக்கும் 3" X 5" அளவிலான ஓர் அட்டையை நான் உருவாக்கி, எனக்கான 'நினைவுக் குறிப்புகளாக' அவற்றைப் பயன்படுத்தினேன். அவை ஒவ்வொன்றிலும், அக்கொள்கைகள் பற்றிய ஒரு சுருக்கமான தொகுப்புரையை எழுதினேன். முதல் வாரத்தில், 'உற்சாகம்' என்று எழுதப்பட்ட அட்டையை நான் என் பாக்கெட்டில் சுமந்து திரிந்தேன். நாளில் அவ்வப்போது அந்த அட்டையை எடுத்துப் படித்தேன். அந்த ஒரு வாரம் மட்டும், என் விற்பனையிலும் என் வாழ்க்கையிலும் நான் காட்டிய உற்சாகத்தை இரட்டிப்பாக்குவதென்று நான் தீர்மானித்தேன். இரண்டாவது வாரம், 'ஒழுங்கு: சுயஒழுங்கமைப்பு' என்ற கொள்கையைத் தாங்கிய அட்டையை என்னுடன் எடுத்துச் சென்றேன். இப்படி ஒவ்வொரு வாரமும் ஒவ்வோர் அட்டையை எடுத்துச் சென்றேன்.

முதல் பதிமூன்று வாரங்களை நான் பூர்த்தி செய்த பிறகு, மீண்டும் முதலிலிருந்து துவக்கினேன். இப்போது எனக்கு என்மீது நல்ல பிடிமானம் ஏற்படத் துவங்கியிருந்ததை நான் அறிந்தேன். நான் முன்பு ஒருபோதும் அறிந்திராத ஓர் உள்ளார்ந்த சக்தியை எனக்குள் உணரத் துவங்கினேன். எனது பண்புநலன் குறித்த ஒரு தெளிவான புரிதலை நான் பெற்றேன். அது எனக்குள் மிக ஆழமாகப் பதிந்தது. என் விற்பனைத் தொழிலும் அதிக சுவாரசியமாக ஆனது. அது மிகவும் உற்சாகமூட்டுவதாக அமைந்தது.

முதல் வருடத்திற்குப் பிறகு, நான் நான்கு முறை இச்செயல்முறையை முழுமையாகச் செயல்படுத்தியிருந்தேன். ஒரு வருடத்திற்கு முன் நான் முயற்சிக்கத் துணிந்திராத பல விஷயங்களை இப்போது இயல்பாகவும் பிரக்ஞையின்றியும் செய்வதை நான் கண்டேன். நான் இந்தக் கொள்கைகளில் எதிலும் முழுமையாகக் கைதேர்ந்தவனாக ஆகாவிட்டாலும்கூட, இந்த எளிய திட்டம் உண்மையிலேயே ஓர் அதிசயச் சூத்திரம் என்பதை நான்

கண்டேன். இத்திட்டம் மட்டும் இல்லாமல் போயிருந்தால், எனது உற்சாகத்தை என்னால் தொடர்ந்து தக்க வைத்திருக்க முடியாது. ஒரு மனிதனால் போதுமான காலம் தனது உற்சாகத்தைத் தக்க வைத்துக் கொள்ள முடிந்தால், அந்த உற்சாகம் எதை வேண்டுமானாலும் உருவாக்கிக் கொடுக்கும் என்று நான் நம்புகிறேன்.

என்னை ஆச்சரியப்படுத்துகின்ற ஒரு விஷயம் இது: ஃபிராங்க்ளினின் பதிமூன்று வாரத் திட்டத்தைப் பற்றிக் கேள்விப்பட்டிராத எவரொருவரையும் நான் ஒருபோதும் சந்தித்ததில்லை. அதேபோல, தான் அதை முயற்சித்துப் பார்த்துள்ளதாக என்னிடம் கூறிய எவரையும் நான் ஒருபோதும் சந்தித்ததில்லை. ஆனாலும், தனது நீண்ட, அற்புதமான வாழ்க்கையின் நிறைவில், பெஞ்சமின் ஃபிராங்க்ளின் இவ்வாறு கூறியிருந்தார்: "என்னுடைய அடுத்த சந்ததியினர் எனது எடுத்துக்காட்டைப் பின்பற்றி, அதன் பலனை அனுபவிப்பார்கள் என்று நான் நம்புகிறேன்."

தனது விற்பனையாளர்கள் வெற்றி பெறுவதை உறுதி செய்வதற்கு, அவர்கள் இத்திட்டத்தைப் பின்பற்றுவதைக் கட்டாயமாக்குவதைவிட ஒரு விற்பனை மேலாளர் செய்யக்கூடிய வேறு எந்தவொரு விஷயத்தையும் நான் அறியேன்.

பெஞ்சமின் ஃபிராங்க்ளின்

பெஞ்சமின் ஃபிராங்க்ளின் ஓர் அறிவியலறிஞர் என்பதை நினைவில் கொள்ளுங்கள். அவரது இத்திட்டம் அறிவியற்பூர்வமானது. இதை நீங்கள் நிராகரித்தால், நடைமுறையில் செயல்படுத்தத்தக்க மிக யதார்த்தமான யோசனைகளில் ஒன்றை நீங்கள் நிராகரிக்கிறீர்கள் என்று அர்த்தம். இதை நான் அறிவேன். இது எனக்குச் செய்த நன்மைகளையும் நான் அறிவேன். இதை முயற்சித்துப் பார்க்கின்ற எவரொருவருக்கும் இதே நன்மைகள் கிடைக்கும் என்பது உறுதி. இது சுலபமான வழி அல்ல. உண்மையில், சுலபமான வழி என்று எதுவும் கிடையாது. ஆனால் வெற்றி பெறுவதற்கான ஒரு நிச்சயமான, உறுதியான வழி இது.

பெஞ்சமின் ஃபிராங்க்ளினின் பதிமூன்று பண்புநலன்கள்

(துல்லியமாக அவர் எழுதியதுபோலவே, அவர் பயன்படுத்திய வரிசைப்படி இங்கு கொடுக்கப்பட்டுள்ளது)

1. இச்சையடக்கம் – புத்தி மந்தமாகும் அளவுக்கு உணவருந்தாதீர்கள், போதை தலைக்கேறும்வரை மதுவருந்தாதீர்கள்

2. மௌனம் – மற்றவர்களுக்கோ அல்லது உங்களுக்கோ நன்மை பயக்காத எதையும் பேசாதீர்கள், அற்பமான உரையாடல்களைத் தவிர்த்துவிடுங்கள்

3. ஒழுங்கு – உங்களுடைய வாழ்க்கையில் ஒவ்வொரு விஷயத்திற்கும் தனித்தனி இடம் இருக்கட்டும்; உங்களது வியாபாரத்தின் ஒவ்வொரு பகுதிக்கும் அதற்குரிய நேரத்தைக் கொடுத்திடுங்கள்

4. உறுதியான தீர்மானம் – நீங்கள் செய்ய வேண்டியவற்றைச் செய்வதென்று உறுதியாகத் தீர்மானித்துக் கொள்ளுங்கள்; நீங்கள் தீர்மானித்துள்ளதைத் தவறாமல் செய்யுங்கள்

5. சிக்கனம் – உங்களுக்கோ அல்லது மற்றவர்களுக்கோ எந்த நன்மையும் செய்யாத எதுவொன்றின்மீதும் செலவு செய்யாதீர்கள்; அதாவது, எதையும் வீணாக்காதீர்கள்

6. கடின உழைப்பு – நேரத்தை வீணாக்காதீர்கள்; எப்போதும் ஏதேனும் பயனுள்ள ஒன்றைச் செய்வதில் மும்முரமாக ஈடுபடுங்கள்; தேவையற்ற அனைத்து நடவடிக்கைகளையும் நிறுத்திவிடுங்கள்

7. உண்மை – அடுத்தவரைக் காயப்படுத்துகின்ற ஏமாற்று வேலைகளைச் செய்யாதீர்கள்; சூதுவாதின்றியும் நியாயமாகவும் சிந்தியுங்கள்; நீங்கள் பேசும்போதும் அதேபோலவே பேசுங்கள்

8. நியாயம் – காயப்படுத்துவதன் மூலமாகவோ, அல்லது உங்கள் கடமைப்படி நீங்கள் ஆற்ற வேண்டிய நல்ல விஷயங்களை உதாசீனப்படுத்துவதன் மூலமாகவோ பிறருக்குத் தீங்கு விளைவிக்காதீர்கள்

9. நிதானம் – அளவுக்கு மீறியோ அல்லது தேவைக்குக் குறைவாகவோ எதையும் செய்யாதீர்கள்.

10. தூய்மை – உங்கள் உடல், உங்கள் ஆடைகள், அல்லது உங்கள் உறைவிடம் ஆகிய எதிலும் தூய்மையின்மையைச் சகித்துக் கொள்ளாதீர்கள்.

11. சஞ்சலமின்மை – அற்பமான விஷயங்களோ, அல்லது பொதுவான அல்லது தவிர்க்க முடியாத விபத்துக்களோ உங்களைத் தொந்தரவு செய்ய அனுமதிக்காதீர்கள்

12. கற்பு – ஆரோக்கியத்திற்காகவோ அல்லது சந்ததியினரை உருவாக்குவதற்காகவோ தவிர, பாலுணர்வை அரிதாகவே பயன்படுத்துங்கள்; மந்த நிலை அல்லது பலவீனத்தின் காரணமாகவோ, அல்லது உங்களுடைய அல்லது வேறொருவருடைய அமைதிக்கு அல்லது மதிப்பிற்குத் தீங்கு விளைவிக்கும் விதத்திலோ அதை ஒருபோதும் பயன்படுத்தாதீர்கள்

13. பணிவடக்கம் – ஏசுபிரானையும் சாக்ரட்டீஸையும் அப்படியே பின்பற்றுங்கள்.

முடிவுரை

நீங்கள் எனது சொந்தச் சகோதரராக இருந்தால் உங்களிடம் நான் என்ன கூறுவேனோ, அதையே நான் இப்போது உங்களிடம் கூறப் போகிறேன். . . உங்களிடம் அதிக நேரம் இல்லை!

உங்கள் வயது என்னவென்று எனக்குத் தெரியாது. ஆனால், எடுத்துக்காட்டாக, உங்களுக்கு சுமார் முப்பத்தைந்து வயது என்று அனுமானித்துக் கொள்ளலாம். கண்ணிமைக்கும் நேரத்தில் நீங்கள் நாற்பதை எட்டிவிடுவீர்கள். நீங்கள் நாற்பது வயதைக் கடந்துவிட்டால், நேரம் வேகமாக ஓடிவிடும். அதை நான் நன்றாகவே அறிவேன். இதை நான் எழுதிக் கொண்டிருக்கும் இந்நேரத்தில் என் வயது அறுபத்தொன்று. என்னால் அதை நம்ப முடியவில்லை. எனக்கு நாற்பது வயது ஆனதிலிருந்து நேரம் எவ்வளவு வேகமாக ஓடியுள்ளது என்பதை நினைத்துப் பார்க்கும்போது எனக்குத் தலை சுற்றுகிறது.

இப்போது நீங்கள் இப்புத்தகத்தைப் படித்து முடித்துவிட்டிருப்பதால், நீங்கள் எவ்வாறு உணர்கிறீர்கள் என்பதை நான் அறிவேன். இப்புத்தகத்தை நான் முதன்முதலாகப் படித்திருந்தால், எனக்கும் அதே உணர்வுதான் ஏற்பட்டிருக்கும். நீங்கள் பல விஷயங்களை இதில் படித்திருப்பதால், இந்நேரத்தில் நீங்கள் அதிகமாகக் குழம்பிப் போயிருக்கக்கூடும். அது குறித்து என்ன செய்ய வேண்டும் என்று உங்களுக்குத் தெரியாமல் இருக்கலாம்.

பின்வரும் மூன்று விஷயங்களில் ஒன்றை நீங்கள் செய்யலாம்:

1. எதுவும் செய்யாதிருத்தல். நீங்கள் அது குறித்து எதுவும் செய்யாவிட்டால், நீங்கள் இப்புத்தகத்தைப் படித்தது முற்றிலும் காலவிரயம் என்பதைத் தவிர வேறெதுவும் இல்லை.

2. "இதில் ஏராளமான நல்ல யோசனைகள் இருக்கின்றன. அவற்றைச் செயல்படுத்துவதற்கு என்னால் இயன்ற அளவுக்கு நான் முயற்சிப்பேன்," என்று நீங்கள் கூறலாம்.

   நீங்கள் இவ்வாறு கூறினால், நீங்கள் தோற்கப் போவது உறுதி என்பதை என்னால் தீர்க்கதரிசனமாகக் கூற முடியும்.

3. அமெரிக்காவின் மிகப் பெரிய சிந்தனையாளரான பெஞ்சமின் ஃபிராங்க்ளினின் அறிவுரையை நீங்கள் ஏற்றுக்

கடைபிடிக்கலாம். அவரால் இன்று உங்கள் பக்கத்தில் இருந்து உங்களுக்கு அறிவுரை கொடுக்க முடிந்தால், அவர் உங்களிடம் என்ன கூறுவார் என்று எனக்குத் தெரியும். ஒரு நேரத்தில் ஒரு விஷயத்தை எடுத்துக் கொண்டு, ஒரு வாரம் அதன்மீது தீவிரக் கவனம் செலுத்தி, மற்றவற்றை அவற்றின் போக்கில் விட்டுவிடுமாறு அவர் கூறுவார்.

நீங்கள் ஓர் அச்சுப்பொறியாளராக இருந்தாலும் சரி, அல்லது ஒரு விற்பனையாளராகவோ, வங்கியாளராகவோ, அல்லது தள்ளுவண்டியில் இனிப்புகள் விற்பவராகவோ இருந்தாலும் சரி, உங்களுக்குப் பொருத்தமான பதிமூன்று பண்புநலன்களை நீங்கள் தேர்ந்தெடுப்பதாக நாம் அனுமானித்துக் கொள்ளலாம். ஒரு நேரத்தில் ஒரு விஷயத்தின்மீது ஒருமித்தக் கவனம் செலுத்துவதன் மூலம் ஒரு வருடத்திற்குப் பிறகுகூட உங்களால் அடைந்திருக்க முடியாத முன்னேற்றத்தை ஒரே வாரத்தில் நீங்கள் அடைந்துவிட்டிருப்பீர்கள். ஒரு புதிய உற்சாகம் உங்களை ஆட்கொள்ளும். பதிமூன்று வாரங்களுக்குப் பிறகு, உங்கள் முன்னேற்றத்தைக் கண்டு நீங்கள் ஆச்சரியப்படுவீர்கள். உங்களிடம் ஒரு பெரிய மாற்றம் ஏற்பட்டுள்ளதாக உங்கள் நண்பர்களோ, உங்கள் வியாபாரக் கூட்டாளிகளோ, அல்லது உங்கள் குடும்பத்தாரோ உங்களிடம் கூறத் தவறினால், இரண்டாவது முறையாக இன்னொரு பதிமூன்று வாரங்கள் நீங்கள் இந்தக் கொள்கைகளைக் கடைபிடித்து முடிக்கும்போது, முற்றிலும் வித்தியாசமான ஒரு மாபெரும் மனிதரை அனைவருமே உங்களில் காண்பார்கள்.

நான் இப்புத்தகத்தை எவ்வாறு துவக்கினேனோ, அவ்வாறே நிறைவு செய்ய விரும்புகிறேன்.

தன்னுடன் ஒரு சொற்பொழிவுச் சுற்றுப்பயணத்தில் கலந்து கொள்ளுமாறு டேல் கார்னகி எனக்கு அழைப்பு விடுத்தபோது, அந்த யோசனை யதார்த்தத்திற்கு அப்பாற்பட்ட ஒன்றாக எனக்குத் தோன்றியது. ஆனாலும், இளநிலை வர்த்தகச் சங்கம் எனும் அந்தப் பெரிய நிறுவனத்தைச் சேர்ந்த இளைஞர்களை நான் எதிர்கொண்டபோது, அவர்கள் எனக்குக் கொடுத்த உத்வேகத்தின் காரணமாக, சாத்தியமற்றது என்று நான் நினைத்த ஒன்றை நான் செய்து கொண்டிருந்ததை நான் விரைவில் கண்டேன். அமெரிக்காவின் தெற்குக் கடற்கரையிலிருந்து மேற்குக் கடற்கரைவரையிலான முப்பது நகரங்களில் ஒவ்வோர் இரவும் மூன்று சொற்பொழிவுகள் என்ற கணக்கில், தொடர்ந்து ஐந்து இரவுகள் ஒரே பார்வையாளர்களின் முன்னால் நின்று நான் உரையாற்றிக் கொண்டிருந்தேன்.

ஒரு புத்தகத்தை எழுதுவது என்ற யோசனை, முந்தைய யோசனையைவிட அதிகமாக யதார்த்தத்திற்கு அப்பாற்பட்ட ஒன்றாக எனக்குப் பட்டது. ஆனாலும் நான் எழுதத் துவங்கினேன்.

நான் பேசியதைப்போலவே எழுத முயற்சித்துள்ளேன். அந்த அற்புதமான முகங்களின் இனிமையான நினைவுகள் அடிக்கடி என் கண்முன்னால் வந்து, தொடர்ந்து எழுதுவதற்கு என்னைத் தூண்டுகின்றன. இப்புத்தகம் உங்கள் மனத்தைக் கவரும் என்று நான் நினைக்கிறேன்.

நாகலட்சுமி சண்முகம்

மொழிபெயர்ப்பாளர்

நாகலட்சுமி மிகச் சிறந்த ஊக்குவிப்புப் பேச்சாளர். மக்களிடம் பரிபூரண மாற்றம் கொண்டுவரும் கருத்தரங்குகளை இவர் நடத்தி வருகிறார். அமெரிக்காவின் ஊக்குவிப்புப் பயிற்சியாளர்களில் தலைசிறந்தவராக விளங்கி வருபவரும், உலகெங்கிலும் கோடிக்கணக்கில் விற்பனையாகிக் கொண்டிருக்கும் **'சிக்கன் சூப் ஃபார் த ஸோல்'** புத்தகங்களின் இணையாசிரியருமான **ஜாக் கேன்ஃபீல்டிடம்** அமெரிக்கா சென்று நேரடிப் பயிற்சி பெற்ற நாகலட்சுமி தன் பயிலரங்குகளின் வாயிலாக, ஜாக் கேன்ஃபீல்டின் 'வெற்றிக் கொள்கைகளை' மற்றவர்களுக்குக் கற்றுக் கொடுத்து வருகிறார்.

நாகலட்சுமி முழுநேரப் பேச்சாளராக ஆவதற்கு முன்பு, பத்து வருடங்கள் கணினித் துறையில் தலைமைப் பொறுப்பு உட்படப் பல பதவிகளை வகித்தவர்.

தமிழ் நாடகத் துறையின் முன்னோடி மேதைகளான **டிகேஎஸ் சகோதரர்களில் ஒருவரான திரு முத்துசாமி** அவர்களின் பேத்தியான நாகலட்சுமியிடம் இருந்த இயல்பான தமிழ் ஆர்வம் அவரைத் தமிழ் மொழிபெயர்ப்புத் துறைக்கு இழுத்து வந்துள்ளது. அவரது மொழிபெயர்ப்பு நூல்களில் ரோன்டா பைர்ன், டாக்டர் ஜோசப் மர்ஃபி, ஜான் மேக்ஸ்வெல், டாக்டர் ஸ்பென்சர் ஜான்சன், நார்மன் வின்சென்ட் பீல், ஜான் கிரே, கேரி சேப்மேன், ஜாக் கேன்ஃபீல்டு, மார்க் விக்டர் ஹான்சன், பிரையன் டிரேசி, ஸ்டீபன் கவி, டேல் கார்னகி போன்ற சர்வதேச அளவில் கொண்டாடப்படுகிற தலைசிறந்த நூலாசிரியர்களின் நூல்களும் அடங்கும்.

நாகலட்சுமி தனது கணவருடனும், தன் குழந்தைகள் இருவருடனும் தற்போது மும்பையில் வசித்து வருகிறார்.